ಗಂಧರ್ವ ಗಿರಿ

ಸಾಯಿಸುತೆ

ಸುಧಾ ಎಂಟರ್‌ಪ್ರೈಸಸ್
ನಂ. 761, 8ನೇ ಮುಖ್ಯರಸ್ತೆ, 3ನೇ ಬ್ಲಾಕ್,
ಕೋರಮಂಗಲ, ಬೆಂಗಳೂರು – 560 034

Gandharva Giri (Kannada): a social novel written by Smt. Saisuthe; published by Sudha Enterprises, # 761, 8th Main, 3rd Block, Koramangala, Bangalore - 560 034.

ಹಿಂದೆ ಮುದ್ರಿತವಾದ ವರ್ಷಗಳು	:	1980, 1989, 1991, 2005
ಐದನೆಯ ಮುದ್ರಣ	:	2019
ಪುಟಗಳು	:	144
ಬೆಲೆ	:	ರೂ. 110
ಉಪಯೋಗಿಸಿದ ಕಾಗದ	:	70 ಜಿ.ಎಸ್.ಎಂ. ಮ್ಯಾಪ್‌ಲಿಥೋ
ಮುಖಪುಟ ವಿನ್ಯಾಸ	:	ಚಂದ್ರನಾಥ ಆಚಾರ್ಯ
ಹಕ್ಕುಗಳು	:	ಲೇಖಕಿಯವರದು

ಸಗಟು ಮಾರಾಟಗಾರರು
ವಸಂತ ಪ್ರಕಾಶನ
360, 10ನೇ 'ಬಿ' ಮುಖ್ಯರಸ್ತೆ, 3ನೇ ಬ್ಲಾಕ್,
ಜಯನಗರ, ಬೆಂಗಳೂರು – 560 011
ದೂರವಾಣಿ : 080–22443996
email : vasantha_prakashana@yahoo.com
website: www.vasanthaprakashana.com

ಅಕ್ಷರ ಜೋಡಣೆ :
ಸುಧಾ ಎಂಟರ್‌ಪ್ರೈಸಸ್

ಮುದ್ರಣ :
ರೀಗಲ್ ಪ್ರಿಂಟರ್ಸ್

ಮುನ್ನುಡಿ

ಆತ್ಮೀಯ ಓದುಗರಲ್ಲಿ,

'ಪ್ರಜಾಮತ' ವಾರಪತ್ರಿಕೆಯಲ್ಲಿ ಧಾರಾವಾಹಿಯಾಗಿ ಪ್ರಕಟಗೊಂಡು ಅಪಾರವಾದ ಮೆಚ್ಚಿಗೆ ಗಳಿಸುವುದರ ಜೊತೆಗೆ ಅದೇ ಹೆಸರಿನಲ್ಲಿ ಚಲನಚಿತ್ರವಾಗಿಯೂ ಗೆಲುವು ಸಾಧಿಸಿತ್ತು.

ಸಾವಿರಾರು ಪ್ರತಿಗಳು ಖರ್ಚಾಗಿದ್ದರೂ ಇಂದಿಗೂ ಓದುಗರ ನೆನಪಿನಲ್ಲಿ ಉಳಿದಿದೆ. 'ಗಂಧರ್ವ ಗಿರಿ'ಯ ಪ್ರತಿಗಳಿಗಾಗಿ ಈಗಲೂ ವಿಚಾರಿಸುವುದು ಸಂತಸದ ವಿಚಾರ.

ಈಗ ಅಚ್ಚಾಗಿದೆ. ಈ ಮುದ್ರಣದ ಹೊಣೆಯನ್ನು ಉತ್ಸಾಹಿ ಪ್ರಕಾಶಕರಾದ ಶ್ರೀ ಮುರಳಿಯವರು ವಹಿಸಿರುವುದರಿಂದ ಆದಷ್ಟು ಬೇಗ ಮತ್ತೊಮ್ಮೆ ಮುದ್ರಣವಾಗುವುದರಲ್ಲಿ ಸಂಶಯವಿಲ್ಲ.

ಮುಖಚಿತ್ರದ ಕಲಾವಿದರಾದ ಶ್ರೀ ಚಂದ್ರನಾಥ ಆಚಾರ್ಯ ಅವರು ಅರ್ಥಪೂರ್ಣವಾಗಿ ಮುಖಚಿತ್ರ ರಚಿಸಿಕೊಟ್ಟು ಕಾದಂಬರಿಯ ಮೌಲ್ಯ ಹೆಚ್ಚಿಸಿದ್ದಾರೆ. ಅವರಿಗೂ ಮತ್ತು ಮುದ್ರಕರಿಗೂ ನನ್ನ ಕೃತಜ್ಞತೆಗಳು.

ನಿಮ್ಮನ್ನು ಮರೆಯಲು ಸಾಧ್ಯವೇ? ನಿಮ್ಮ ಪ್ರೋತ್ಸಾಹವೇ ನನಗೆ ಸ್ಫೂರ್ತಿ.

– ಸಾಯಿಸುತೆ
"ಸಾಯಿಸದನ"
12, 2ನೇ ಮುಖ್ಯರಸ್ತೆ, 2ನೇ ಅಡ್ಡರಸ್ತೆ,
ಮಾರುತಿನಗರ, ಕೋಗಿಲೆ ಕ್ರಾಸ್, ಯಲಹಂಕ
ಓಲ್ಡ್ ಟೌನ್, ಬೆಂಗಳೂರು – 560064.
Email: saisuthe1942@gmail.com

ನಮ್ಮಲ್ಲಿ ದೊರೆಯುವ ಸಾಯಿಸುತೆಯವರ ಇತರ ಕಾದಂಬರಿಗಳು

ಕಾರ್ತೀಕದ ಸಂಜೆ
ನಾ ನಿನ್ನ ಧ್ಯಾನದೊಳಿರಲು
ಸುಪ್ರಭಾತದ ಹೊಂಗನಸು
ಕರಗಿದ ಕಾರ್ಮೋಡ
ಹೃದಯ ರಾಗ
ಅಮೃತಸಿಂಧು
ಬಣ್ಣದ ಚುಂಬಕ
ಸ್ವರ್ಣ ಮಂದಿರ
ಶ್ರೀರಸ್ತು ಶುಭಮಸ್ತು
ಗಂಧರ್ವಗಿರಿ
ಶುಭಮಿಲನ
ಸಪ್ತಪದಿ
ಚೈತ್ರದ ಕೋಗಿಲೆ
ಬೆಳ್ಳಿದೋಣಿ
ವಿವಾಹ ಬಂಧನ
ಮಂಗಳ ದೀಪ
ಡಾ॥ ವಸುಧಾ
ಮುಂಜಾನೆಯ ಮುಂಬೆಳಕು
ಸೊಬಗಿನ ಪ್ರಿಯದರ್ಶಿನಿ
ರಾಗಬೃಂದಾವನ
ಬಿಳಿ ಮೋಡಗಳು
ಅನುಬಂಧದ ಕಾರಂಜಿ
ಮಿಂಚು
ನಾಟ್ಯಸುಧಾ
ಪಸರಿಸಿದ ಶ್ರೀಗಂಧ
ಬೆಳದಿಂಗಳ ಚೆಲುವೆ
ವರ್ಷಬಿಂದು
ಸಪ್ನ ಸಂಭ್ರಮ
ನನ್ನ ಭಾವ ನಿನ್ನ ರಾಗ
ಸುಮಧುರ ಭಾರತಿ
ಮೌನ ಆಲಾಪನ
ಮತ್ತೊಂದು ಬಾಡದ ಹೂ
ಶಿಶಿರದ ಇಂಚರ
ಮುಂಗಾರಿನ ಹುಡುಗಿ
ಸಾಮಗಾನ
ಕಡಲ ಮುತ್ತು
ಆಡಿಸಿದಳು ಜಗದೋದ್ಧಾರನಾ
ಪಂಚವಟಿ
ಶ್ಯಾನುಭೋಗರ ಮಗಳು
ಮೂಡಿ ಬಂದ ಶಶಿ
ಜನನೀ ಜನ್ಮಭೂಮಿ
ಬಿರಿದ ನೈದಿಲೆ
ಶರದೃತುವಿನ ಚಂದ್ರ
ಮೋಹನ ಮುರಳಿ ಕರೆಯಿತು
ಮುಗಿಲ ತಾರೆ
ಅಗ್ನಿದಿವ್ಯ
ಧವಳ ನಕ್ಷತ್ರ
ಕಲ್ಯಾಣಮಸ್ತು
ದಂತದ ಗೊಂಬೆ
ಸುಭಾಷಿಣಿ
ಮಮತೆಯ ಸಂಕೋಲೆ
ಮಂತ್ರಾಕ್ಷತೆ
ಸಪ್ತಧಾರೆ
ಹೇಮಂತದ ಸೊಗಸು
ಬೆಳಕಿನ ಹಣತೆ
ಗ್ರೀಷ್ಮದ ಸೊಬಗು
ಗ್ರೀಷ್ಮ ಋತು
ಪ್ರಿಯ ಸಖೀ
ಚಿರಬಾಂಧವ್ಯ
ಅಗ್ನಿದಿವ್ಯ
ಆಶಾಸೌರಭ
ಗಿರಿಧರ

ನರಸಿಂಹ ಜೋಯಿಸರು. ಎರಡು ಸಲ ಕೆಮ್ಮಿ ಗಂಟಲು ಸರಿಪಡಿಸಿ ಕೊಂಡು ಬಿಸಿಲಿಗೆ ಕೈ ಅಡ್ಡವಾಗಿ ದೂರಕ್ಕೆ ಕಣ್ಣು ಹಾಯಿಸಿದರು. ಯಾರೊಬ್ಬರು ಆ ಮಾರ್ಗದಲ್ಲಿ ಬರುವ ಸೂಚನೆ ಕಾಣಾದಾಗ "ಈ ಹುಡುಗಿ ಯಾಕೆ ಇಷ್ಟು ಹೊತ್ತಾದರೂ ಬರಲಿಲ್ಲ" ಎಂದು ಕ್ಷಣಕಾಲ ತಳಮಳಿಸಿದರು.

"ತಾತ, ತಾತ, ನಾನು ಫಸ್ಟ್ ಕ್ಲಾಸಿನಲ್ಲಿ ಪಾಸಾಗಿಬಿಟ್ಟೆ" ಏದುಸಿರು ಬಿಡುತ್ತ ಬಂದಳು ಅವರ ಮೊಮ್ಮಗಳು ನೇತ್ರಾವತಿ.

ಜೋಯಿಸರ ಮುಖ ಅರಳಿತು. ಮೊಮ್ಮಗಳ ಕಡೆ ನೋಡಿದರು. ಅವಳು ಬಿಸಿಲಿನಲ್ಲಿ ನಡೆದು ಬಂದಿದ್ದರಿಂದ ಹಣೆಯಲ್ಲಿದ್ದ ಕೆಂಪು ಬಿಂದಿ ಕರಗಿ ಹಣೆಯಿಂದ ಇಳಿಯುತ್ತಿತ್ತು.

ನೇತ್ರಾವತಿ ಬಗ್ಗಿ ತಾತನ ಕಾಲಿಗೆ ನಮಸ್ಕರಿಸಿದಳು. ಅವಳಿಗೆ ಉಳಿದಿದ್ದ ಏಕೈಕ ಆತ್ಮೀಯ ಬಂಧು ತಾತ ಮಾತ್ರ.

ಜೋಯಿಸರು ಮೊಮ್ಮಗಳ ತಲೆದಡವಿ ಪಕ್ಕದಲ್ಲಿ ಕೂಡಿಸಿಕೊಂಡರು. ಯಾವುದೋ ವೇದನೆ ಅವರನ್ನು ಮಾತನಾಡದಂತೆ ತಡೆದಿತ್ತು.

"ತಾತ, ಗೌಡರ ಮನೆ ಬಸವ, ಅಪ್ಪಾ ಭಟ್ಟರ ಮನೆ ಕಮಲ– ಅವರೆಲ್ಲ ಕಾಲೇಜಿಗೆ ಸೇರ್ತಾರಂತೆ. ನಾನು ತಾತ...."ಎಂದಳು. ಅವಳ ಮೃದು ಧ್ವನಿ ಗೋಗರೆದಂತೆ ಇತ್ತು.

ಜೋಯಿಸರಿಗೆ ಏನು ಹೇಳಬೇಕೆಂಬುದೇ ತೋಚಲಿಲ್ಲ. ಆ ಹುಡುಗೀನ ಹೈಸ್ಕೂಲು ಓದಿಸೋದಕ್ಕೆ ಮಗ, ಸೊಸೆಯಿಂದ ನಿಷ್ಠೂರವಾಗಿದ್ದರು. ಈಗ ಕಾಲೇಜಿಗೆ ಸೇರಿಸಬೇಕೆಂದರೆ ಹೇಗೆ? ಅವರುಗಳು ಅವಳ ಓದಿಗೆ ಸಹಾಯ ಮಾಡದಿದ್ದರೂ ರಂಪ ತೆಗೆಯುತ್ತಾರೆ. ತಮಗೆ ಆರ್ಥಿಕವಾಗಿ ಅವಳನ್ನು ಕಾಲೇಜಿಗೆ ಸೇರಿಸುವ ಚೈತನ್ಯವಿಲ್ಲ. ಏನು ಮಾಡಲಿ ಎಂದು ನಿಟ್ಟುಸಿರು ಬಿಟ್ಟರು.

"ನಡೀ, ಬರೀ ಹೊಟ್ಟೆಯಲ್ಲಿ ಆರು ಮೈಲಿ ನಡೆದಿದ್ದೀಯ" ಎಂದು ಮೊಮ್ಮಗಳನ್ನು

ಎಬ್ಬಿಸಿಕೊಂಡು ದೇವಸ್ಥಾನದ ಅಂಗಳದಿಂದ ಮಾರು ದೂರ ವಿರುವ ಮನೆಯ ಕಡೆ ಹೆಜ್ಜೆ ಹಾಕಿದರು. ನೇತ್ರ ಮಂಕಾಗಿ ಅವರ ಜೊತೆ ನಡೆದಳು.

ಮನೆ ಬಾಗಿಲಿಗೆ ಬಂದಾಗ ಮಾಮೂಲಿನಂತೆ ಮೊಮ್ಮಗ ರಾಮ ಬಾಯಲ್ಲಿ ಹೆಬ್ಬೆಟ್ಟು ಇಟ್ಟುಕೊಂಡು ಮಂಕಾಗಿ ಕೂತಿದ್ದ. ಹಾಗಂತ ಅವನೇನು ಎಳೆಯ ಮಗುವಲ್ಲ. ಹದಿನಾಲ್ಕು ವರ್ಷದ ಹುಡುಗ. ಬುದ್ಧಿ ತೀರಾ ಮಂಕು. ಯಾವಾಗಲೂ ಒಂದು ಕಡೆ ಕೂತು ಬೆಟ್ಟು ಚೀಪುತ್ತಿದ್ದ. ಮಾತನಾಡಿಸಿದರೆ ವಕ್ರವಕ್ರವಾಗಿ ನಗುತ್ತಿದ್ದ. ಅವನ ತಾಯಿ ಮಹಾಲಕ್ಷ್ಮಿ ಅವನ ಕೆಲಸಗಳಿಗೂ ನೆರವಾಗಬೇಕು. ಕೆಲವು ಸಲ ಬೇಸರಗೊಂಡು ಸಿಕ್ಕಾಪಟ್ಟೆ ಹೊಡೆದು ಬಿಡುತ್ತಿ ದ್ದುದ್ದೂ ಉಂಟು. ಆಗ ಜೋಯಿಸರು ಅಡ್ಡ ಹೋಗಿ ಬಿಡಿಸುತ್ತಿದ್ದರು.

"ರಾಮ, ಊಟ ಮಾಡಿದೆಯೇನೋ" ಎಂದು ಜೋಯಿಸರು ಕರುಣೆಯಿಂದ ಅವನ ತಲೆ ಸವರಿ ಒಳಕ್ಕೆ ನಡೆದರು. ಅಲ್ಲಿ ಅವರಿಗೆ ರಾಮನ ತಂಗಿ ಒಂಬತ್ತು ವರ್ಷದ ಕಪಿಲೆ ಎದುರಾದಳು. ಮಾತು ಬಾರದ ಮೂಕ ಹೆಣ್ಣು.

ಅವಳು ಕೈ ಬಾಯಿ ಸನ್ನೆಯಿಂದಲೇ ಅಡಿಗೆಯಾಗಿದೆ ಎಂದು ತಾತನಿಗೆ ಹೇಳಿದಳು. ಆ ಕುಟುಂಬದಲ್ಲಿ ಸಂತಾನದ ದುರಂತ.

"ಲಕ್ಷ್ಮೀನರಸಿಂಹ...." ಎನ್ನುತ್ತ ಜೋಯಿಸರು ಹೆಗಲ ಮೇಲಿದ್ದ ಶಾಲನ್ನು ಗೂಟಕ್ಕೆ ಹಾಕಿ ಕಂಬಕ್ಕೆ ಒರಗಿ ಕುಳಿತರು.

ಮನೆ ಹಳೆಯ ಕಾಲದ್ದಾದರೂ ಗಟ್ಟಿ ಮುಟ್ಟಾಗಿತ್ತು. ಹೊಗೆಯಾಡಿ ಕಪ್ಪು ಹಿಡಿದು ಹೋಗಿರುವ ಭಾವಚಿತ್ರಗಳನ್ನು ನೋಡಿದರೆ ಹಿಂದೆ ಒಂದು ಕಾಲಕ್ಕೆ ಬಾಳಿ ಬದುಕಿದ ಮನೆ ತಿಳಿಯಬಹುದಾಗಿತ್ತು.

ನರಸಿಂಹ ಜೋಯಿಸರ ಹೆಂಡತಿ ಬದುಕಿದ್ದ ಕಾಲಕ್ಕೆ ಕಳೆಕಳೆಯಿಂದ ತುಂಬಿರುತ್ತಿದ್ದ ಮನೆ ಇಂದು ಗ್ರಹಣ ಹಿಡಿದಂತೆ ಆಗಿತ್ತು.

ಸೊಸೆಯಿಂದ ಬರುವ ಪ್ರತಿಕ್ರಿಯೆ ತಿಳಿದಿದ್ದರೂ ಸಹ ಜೋಯಿಸರ ಮನಸ್ಸು ನಿಲ್ಲಲಿಲ್ಲ.

"ಲಕ್ಷ್ಮಿ, ನೇತ್ರ ಫಸ್ಟ್‌ಕ್ಲಾಸ್‌ನಲ್ಲಿ ಪಾಸಾಗಿದ್ದಾಳೆ" ಎಂದು ಕೂಗಿ ಹೇಳಿದರು. ಮಹಾಲಕ್ಷ್ಮಮ್ಮ ಒಳಗೆ ಗೊಣಗುಟ್ಟಿದರೇ ವಿನಃ ಮೇಲೆ ಯಾವ ಪ್ರತಿಕ್ರಿಯೆ ಯನ್ನೂ ವ್ಯಕ್ತಪಡಿಸಲ್ಲಿಲ್ಲ. ಅವರಿಗೆ ತಾಯಿ ಇಲ್ಲದ ನೇತ್ರಳ ಮೇಲೆ ಬಹಳ ಅಸೂಯೆ. ತನ್ನ ಮಕ್ಕಳಲ್ಲಿ ಒಬ್ಬರಿಗೂ ಅಂಥ ಚುರುಕು, ಜಾಣ್ಮೆ ಬರಲಿಲ್ಲವಲ್ಲ ಎಂಬುದೇ ಅವರ ಅಸೂಯೆಗೆ ಮೂಲ ಕಾರಣ. ಒಂದು ಮೊದ್ದು–ಇನ್ನೊಂದು ಮೂಕಿ, ಇಂಥ ಮಕ್ಕಳನ್ನು ಹೆತ್ತ ಯಾವ ತಾಯಿ ತಾನೆ ನೇತ್ರಳಂಥ ಹುಡುಗಿಯನ್ನು ಸೈರಿಸಿಯಾಳು?

ನೇತ್ರ ಬಚ್ಚಲು ಮನೆಗೆ ಹೋಗಿ ಕೈಕಾಲು ತೊಳೆದುಕೊಂಡು ದೇವರ ಕೋಣೆಗೆ ಹೋದಳು. ಅಲ್ಲಿ ಹಚ್ಚಿಟ್ಟಿದ್ದ ದೀಪ ಸಣ್ಣದಾಗಿ ಉರಿಯುತಿತ್ತು. ತಾತ ಹೇಳಿಕೊಟ್ಟಿದ್ದ ಒಂದು ಶ್ಲೋಕ ಹೇಳಿ ದೇವರಿಗೆ ನಮಸ್ಕಾರ ಹಾಕಿದಳು. "ಲೇ ನೇತ್ರಾ, ಬಾರೇ ಇಲ್ಲಿ"

ಎಂದು ಮಹಾಲಕ್ಷ್ಮಮ್ಮ ಅಡಿಗೆ ಮನೆಯಿಂದಲೇ ಕೂಗಿಕೊಂಡರು.

"ಬಂದೇ ಅತ್ತೆ...." ಎಂದು ನೇತ್ರ ತನ್ನ ದಾವಣಿಯ ಸೆರಗಿನಿಂದ ಕಣ್ಣೀರೊರಸಿಕೊಂಡು ಓಡಿದಳು.

ಮಹಾಲಕ್ಷ್ಮಮ್ಮ ಅಡಿಗೆಯೊಂದನ್ನು ತಮ್ಮ ಪಾಲಿನ ಕೆಲಸವೆಂದು ಮಿಕ್ಕೆಲ್ಲವನ್ನೂ ನೇತ್ರಳ ಪಾಲಿಗೆ ಬಿಡುತ್ತಿದ್ದರು. ಇದನ್ನು ನೋಡಲಾರದೆ ನರಸಿಂಹ ಜೋಯಿಸರು ಸೊಸೆಗೆ ಸಮಾಧಾನದಿಂದ ಬುದ್ಧಿ ಹೇಳಿದರು. ಗೊಣಗಾಡಿದ್ದರು. ಯಾವುದಕ್ಕೂ ಸೊಸೆ ಸೊಪ್ಪು ಹಾಕಿರಲಿಲ್ಲ.

ಜೋಯಿಸರು ಕಂಬಕ್ಕೆ ಒರಗಿ ಕೂತೇ ಇದ್ದರು. ಅಷ್ಟರಲ್ಲಿ ಆಗಮಿಸಿದರು ಅವರ ಸುಪುತ್ರ, ಆ ಮಹಾಲಕ್ಷ್ಮಮ್ಮನ ಗಂಡ. ಆ ಮೂಕ, ಪೆದ್ದು ಮಕ್ಕಳ ತಂದೆ ವೆಂಕಟರಮಣ ಜೋಯಿಸರು. ಅವರ ಜೊತೆ ಮಹಾಲಕ್ಷ್ಮಮ್ಮನ ದೂರದ ಬಂಧುಗಳ ಮಗ ಹದಿನೆಂಟು ವರ್ಷದ ಸುಬ್ಬಣ್ಣನೂ ಬಂದ.

ಸುಬ್ಬಣ್ಣನ ಮೇಲೆ ದೊಡ್ಡ ಬೂದು ಗುಂಬಳಕಾಯಿ, ಹೆಗಲ ಮೇಲೆ ಸುಮಾರಾದ ಗಂಟು. ವೆಂಕಟರಮಣ ಜೋಯಿಸರ ತಲೆಯ ಮೇಲೂ ಸುಮಾರಾದ ಗಂಟು.

ಇಬ್ಬರೂ ಉಸ್ಸಪ್ಪ ಎಂದು ಗಂಟುಗಳನ್ನು ಇಳಿಸಿದರು. ಬಿಸಿಲಿನಲ್ಲಿ ಬಂದಿದ್ದರಿಂದ ಮುಖಗಳೆಲ್ಲ ಕೆಂಪಾಗಿ ಬೆವರು ಸೋರುತ್ತಿತ್ತು.

ನೇತ್ರ ಒಂದು ದೊಡ್ಡ ಕಂಚಿನ ಚೊಂಬಿನ ತುಂಬ ನೀರು, ಎರಡು ಲೋಟಗಳನ್ನು ತಂದು ಕೂತಿದ್ದ ಇವರುಗಳ ಮುಂದಿಟ್ಟು ಒಳಗೆ ಸೇರಿದಳು. ವೆಂಕಟರಮಣ ಜೋಯಿಸರು ಲೋಟಕ್ಕೆ ನೀರನ್ನು ಬಗ್ಗಿಸುವ ತಂಟೆಗೆ ಹೋಗದೆ ಚೊಂಬನ್ನೇ ಮೇಲಕ್ಕೆತ್ತಿ ಗಟಗಟನೆ ಕುಡಿದು ಕೆಳಕ್ಕಿಟ್ಟರು. ಆದರೆ ಸುಬ್ಬಣ್ಣ ಎದ್ದು ಒಳಗೆ ಹೋದ.

ಬೆಳಗಿನ ತಿಂಡಿ, ಕಾಫಿ ಪಾತ್ರೆಗಳೆಲ್ಲ ಬಚ್ಚಲಿನಲ್ಲೇ ಬಿದ್ದಿದ್ದರಿಂದ ನೇತ್ರ ತೊಳೆಯಲು ಕುಳಿತಳು. ಆಗಲೇ ಹನ್ನೆರಡು ಗಂಟೆ, ಬೆಳಿಗ್ಗೆ ಕುಡಿದಿದ್ದ ಒಂದು ಲೋಟ ಬೆಲ್ಲದ ಕಾಫಿ ಬಿಟ್ಟರೆ ಮತ್ತೇನೂ ಹೊಟ್ಟೆಗೆ ಬಿದ್ದಿರಲಿಲ್ಲ. ಅವಳಿಗೆ ಅದೆಲ್ಲ ಮಾಮೂಲಾದರೂ ಇಂದು ಮಾತ್ರ ಹೊಟ್ಟೆ ಚುರುಗುಟುತ್ತ ಇತ್ತು. ಹಾಗೆಂದು ಯಾರ ಮುಂದೂ ಹೇಳುವ ಹಾಗಿರಲಿಲ್ಲ. ಅವಳ ಬಗ್ಗೆ ಹೆಚ್ಚಿನ ಮಮತೆ ಇಟ್ಟುಕೊಂಡಿರುವ ತಾತನ ಮುಂದೆ ಹೇಳಿ ಅವರ ಮನಸ್ಸಿಗೆ ನೋವುಂಟುಮಾಡಲು ಅವಳಿಗೆ ಇಷ್ಟವಿಲ್ಲ.

"ಲೇ ಬಡಿಸ್ತೀಯೇನೇ" ಎಂದು ಕೂತ ಕಡೆಯಿಂದಲೇ ವೆಂಕಟರಮಣ ಜೋಯಿಸರು ಕೂಗಿಕೊಂಡರು.

ಮಹಾಲಕ್ಷ್ಮಮ್ಮನಿಂದ ಉತ್ತರವಿಲ್ಲದಿದ್ದರೂ ಪಾತ್ರೆ ತಟ್ಟೆಗಳ ಸದ್ದು ಜೋರಾಯಿತು. ವೆಂಕಟರಮಣ ಜೋಯಿಸರು ಷರಟು ಬಿಚ್ಚಿ ಗೂಟಕ್ಕೆ ನೇತುಹಾಕಿ ಟವಲನ್ನು ಹೆಗಲ ಮೇಲೆ ಹಾಕಿಕೊಂಡು ಹಿತ್ತಲಿಗೆ ನಡೆದರು. ಮಗ ಹೋದ ದಿಕ್ಕನ್ನೆ ನೋಡುತ್ತ ಕುಳಿತಿದ್ದ ನರಸಿಂಹ ಜೋಯಿಸರು ಭಾರವಾದ ನಿಟ್ಟುಸಿರೊಂದನ್ನು ಬಿಟ್ಟರು.

ನರಸಿಂಹ ಜೋಯಿಸರು ತಂದೆ ಶ್ಯಾಮ ಜೋಯಿಸರು ಬದುಕಿದ್ದವರೆಗೂ

ಮನೆಯಲ್ಲಿ ಅವರದೇ ಆಡಳಿತ. ಮಗ, ಸೊಸೆ ಒಂದು ದಿನಕ್ಕೂ ಅವರ ಎದುರು ಮಾತಾಡಿದವರಲ್ಲ. ಈಗ ಅದೇ ತಿರುಗು ಮರುಗು ಆಗಿತ್ತು. ವೆಂಕಟರಮಣ ಜೋಯಿಸರು ತಂದೆಯನ್ನು ಗೌರವಿಸುವುದಿರಲಿ, ಕಾರಣ ವಿಲ್ಲದೇ ಮಾತನಾಡಿಸುತ್ತಲೇ ಇರಲ್ಲಿಲ್ಲ. ದೈವಭಕ್ತ, ಧರ್ಮಭೀರು ಜೋಯಿಸರು ಅದಕ್ಕೆ ಒಗ್ಗಿಕೊಂಡು ಬಿಟ್ಟಿದ್ದರು. ಆದರೆ ಅವರಿಗೆ ಮೊಮ್ಮಗಳು ನೇತ್ರಳದೊಂದೇ ಯೋಚನೆ.

ಸೊಸೆ ಕರೆದಾಗ ಜೋಯಿಸರು ಮೌನವಾಗಿ ಕೈ ಕಾಲು ತೊಳೆದು ಎಲೆಯ ಮುಂದೆ ಕುಳಿತರು. ಲೋಟಲ್ಲಿದ್ದ ನೀರು ಕೈಗೆ ಬಗ್ಗಿಸಿಕೊಂಡರು. ಥಟ್ಟನೆ ನೇತ್ರ ಚೀರಿದ ಸದ್ದು ಕೇಳಿ ಮೇಲಕ್ಕೆ ಎದ್ದರು.

"ಮಗೂ ನೇತ್ರಾ.....ಎಂದವರೇ ದಡಬಡಿಸಿಕೊಂಡು ಹಜಾರಕ್ಕೆ ಬಂದರು.

ಅನ್ನ ತಿನ್ನಿಸುತ್ತಿದ್ದ ನೇತ್ರಳ ಕೈಯನ್ನು ಜೋರಾಗಿ ಕಚ್ಚಿಬಿಟ್ಟಿದ್ದ ರಾಮ, ನೇತ್ರ ಬಿಕ್ಕಿ ಬಿಕ್ಕಿ ಅಳುತ್ತಿದ್ದರೆ ಅವನು ತನ್ನ ಕೊಳಕು ಹಲ್ಲುಗಳನ್ನು ಬಿಟ್ಟು ಹುಚ್ಚು ಹುಚ್ಚಾಗಿ ನಗುತ್ತಿದ್ದ.

ಜೋಯಿಸರಿಗೆ ಅಯ್ಯೋ ಎನ್ನಿಸಿತು. ಹಿಂದೆ ಇದು ಎಷ್ಟೋ ಸಲ ನಡೆದಿತ್ತು. ಆಗ ಜೋಯಿಸರು ಸೊಸೆಗೆ ಬುದ್ಧಿಹೇಳಿ ರಾಮನ ಶುಶ್ರೂಷೆಯನ್ನು ನೇತ್ರಳಿಗೆ ಬಿಡಬೇಡ ಎಂದು ಹೇಳಿದ್ದರು. ಅಷ್ಟೇ, ಸೊಸೆ ಕೇಳಿ ಸುಮ್ಮನಾಗಿದ್ದಳೇ ವಿನಃ ಬೇರೆ ಪತಿಕ್ರಿಯೆಯನ್ನೇನೂ ವ್ಯಕ್ತಪಡಿಸಿರಲ್ಲಿಲ್ಲ.

ಮೊಮ್ಮಗಳ ತಲೆದಡವಿ ಮೇಲಕ್ಕೆ ಎಬ್ಬಿಸಿದರು. ಕಚ್ಚಿ ಕೆಂಪಾದ ಜಾಗವನ್ನು ನೋಡಿ ಅವರ ಹೊಟ್ಟೆ ತಳಮಳಿಸಿ ಹೋಯಿತು. ತಮ್ಮ ಹೆಗಲ ಮೇಲಿದ್ದ ಟವಲಿನಿಂದ ಮೊಮ್ಮಗಳ ಕಣ್ಣು ಒರೆಸಿ "ಬಾ" ಎಂದು ಕೈ ಹಿಡಿದುಕೊಂಡು ದೇವಸ್ಥಾನದ ಕಡೆ ಹೊರಟೇ ಬಿಟ್ಟರು.

ಅನ್ನದ ಡಬರಿ ಕೈಯಲ್ಲಿ ಹಿಡಿದುಕೊಂಡು ಹೊರಗೆ ಬಂದ ಮಹಾ ಲಕ್ಷ್ಮಮ್ಮನಿಗೆ ರೇಗಿ ಹೋಗಿತ್ತು. ಅವರಿಗೆ ತಮ್ಮ ಮೊದ್ದು ಮಗ ಕಚ್ಚಿದು ಲೆಕ್ಕಕ್ಕೆ ಬರಲಿಲ್ಲ. ನೇತ್ರ ಚೀರಿದ್ದು ದೊಡ್ಡ ತಪ್ಪಾದರೆ ಎಲೆಯ ಮುಂದೆ ಕೂತಿದ್ದ ಮಾವನವರು ಎದ್ದು ಹೋಗಿದ್ದು ಅಕ್ಷಮ್ಯ ಅಪರಾಧವಾಗಿತ್ತು.

"ತೀರಾ ಅತಿಯಾಯಿತು ಈ ತಾತ ಮೊಮ್ಮಗಳದು" ಎನ್ನುತ್ತಲೇ ಗಂಡನ ಎಲೆಗೆ ಅನ್ನ ದೂಡಿದರು.

ವೆಂಕಟರಮಣ ಜೋಯಿಸರು ಎಲೆಯ ಮುಂದೆ ಕುಳಿತರೆ ಹರಶಿವ ಎನ್ನುತ್ತಿರಲ್ಲಿಲ್ಲ. ಒಂದು ತಪ್ಪಲೆ ಅನ್ನ ಖಾಲಿ ಮಾಡಿದ ಮೇಲೆಯೇ ಅವರು ಮಾತಿಗೆ ಗಮನ ಕೊಡುತ್ತಿದ್ದುದ್ದು.

ಇವರ ಊಟದ ರೀತಿಯನ್ನು ನೋಡಿದ್ದ ಜನರು ಯಾರಾದರೂ ಹೆಚ್ಚು ಊಟ ಮಾಡಲು ಹೊರಟರೆ, "ಇದೇನು, ವೆಂಕಟರಮಣ ಜೋಯಿಸರು ನಿನ್ನ ಮೈ ಮೇಲೆ ಅವಾಹನೆಯಾಗಿರೋ ಹಾಗಿದೆ" ಎಂದು ತಮಾಷೆ ಮಾಡುತ್ತಿದ್ದರು.

ದಿನಾ ಪಕ್ಕದಲ್ಲೇ ಊಟಕ್ಕೆ ಕೊಡುತ್ತಿದ್ದ ಸುಬ್ಬಣ್ಣನ ಊಟದ ರೀತಿಯೂ ಜೋಯಿಸರ ಊಟದಂತೆಯೇ ಇತ್ತು. ಕೆಲವೊಮ್ಮೆ ಅವರನ್ನೂ ಮೀರಿಸಿ ಬಿಡುತ್ತಿದ್ದ.

ಬೇರೆಯವರಿಗೆ ಒಂದು ತುತ್ತು ಅನ್ನ ಹಾಕಿ ಗೊತ್ತಿಲ್ಲದ ಮಹಾಲಕ್ಷ್ಮಮ್ಮ ಗಂಡ ಮತ್ತು ಸುಬಣ್ಣನಿಗೆ ಧಾರಾಳವಾಗಿ ಬಡಿಸುತ್ತಿದ್ದಳು. ಹಾಗೇನಾದರೂ ಗೊಣಗುಟ್ಟಿದ್ದರೆ ಮೂಲೆಯಲ್ಲಿರುವ ಮಡಿಕೋಲು ವೆಂಕಟರಮಣ ಜೋಯಿ ಸರು ಕೈಗೆ ಬರುತ್ತಿತ್ತು. ಅದಕ್ಕಾಗಿ ಬಹಳ ಭಯದಿಂದಲೇ ಬಡಿಸುತ್ತಿದ್ದರು.

ವೆಂಕಟರಮಣ ಜೋಯಿಸರ ಊಟ ಮುಗಿಸಿ ಮೇಲೆಕ್ಕೆದ್ದರು. ಅವರ ಬಾಯಲ್ಲಿ ಅಪ್ಪಿ ತಪ್ಪಿಯೂ ದೇವರ ಹೆಸರು ಬರುತ್ತಿರಲಿಲ್ಲ. ಅದು ದೌರ್ಬಲ್ಯದ ಲಕ್ಷಣವೆಂದು ಅವರ ನಂಬಿಕೆ!

ಹೊಟ್ಟೆ ತುಂಬಿದ ಜೋಯಿಸರ ಲಕ್ಷ್ಯ ಊಟ ಮಾಡದೇ ಎದ್ದು ಹೋದ ತಂದೆಯ ಕಡೆ ಹರಿಯಿತು.

"ಲೋ ಸುಬ್ಬ, ಅಣ್ಣ ದೇವಸ್ಥಾನದ ಜಗುಲಿಯ ಮೇಲೆ ಕೂತಿರಬೇಕು. ಕರ್ಕೊಂಡು ಬಾ ಹೋಗು" ಎಂದು ಹಂಚಿಕಡ್ಡಿಯಿಂದ ಹಲ್ಲಿನ ಸಂದಿಗಳಲ್ಲಿ ಹುದುಗಿದ ಅನ್ನದ ಚೂರುಗಳನ್ನು ತೆಗೆಯಲು ಪ್ರಾರಂಭಿಸಿದರು; ವಿಲಕ್ಷಣ ವ್ಯಕ್ತಿ.

ಎಲೆ ಅಡಿಕೆ ತಟ್ಟೆ ಹಿಡಿದುಕೊಂಡು ಬಂದ ಮಹಾಲಕ್ಷ್ಮಮ್ಮ ಗಂಡನ ಮುಂದಿಟ್ಟು ಅಲ್ಲೇ ಕೂತುಬಿಟ್ಟರು.

ಹೊಟ್ಟೆ ತುಂಬಿದ ಜೋಯಿಸರ ಗಮನ ಮಡದಿಯ ಕಡೆ ಹರಿಯಿತು. ಒಂದು ತರಹ ನೋಡುತ್ತ "ಊಟ ಮಾಡಲಿಲ್ಲವೇನು?"

"ಯಾತರ ಊಟ! ಮನಸ್ಸಿಗೆ ಒಂದಿಷ್ಟೂ ನೆಮ್ಮದಿ ಇಲ್ಲ. ಬೆಳಗಿನಿಂದ ಸಂಜೆಯವರೆಗೂ ಮನೆಯಲ್ಲಿ ಕತ್ತೆ ಚಾಕರಿ ಮಾಡಬೇಕು. ಆ ಹಾಳಾದ ಮಕ್ಕಳು ಅವಾದರೂ ಚೆನ್ನಾಗಿದ್ದವಾ? ಅದೂ ಇಲ್ಲ...."

"ಸಾಕು ಮುಚ್ಚೆ, ನಿನ್ನ ಹಾಳು ಪುರಾಣ" ಎಂದು ಮಡದಿಯನ್ನು ಗದರಿಸಿ, ಕೈಯಲಿದ್ದ ಕಡ್ಡಿಯನ್ನು ದೂರಕ್ಕೆ ಎಸೆದು "ಇಲ್ಲಿ ಬಾರೆ" ಎಂದರು.

ಇಷ್ಟು ವರ್ಷ ಸಂಸಾರ ಮಾಡಿ ಗಂಡನ ಇಂಗಿತವನ್ನು ಅರಿಯದವರಲ್ಲ ಮಹಾಲಕ್ಷ್ಮಮ್ಮ. ಆದರೆ ವೇಳೆಯನ್ನು ಅರಿತ ಅವರು ಕೂಡ ಜಾಗ ಬಿಟ್ಟು ಅಲ್ಲಾಡಲಿಲ್ಲ.

"ನೇತ್ರ ಫಸ್ಟ್‌ಕ್ಲಾಸಿನಲ್ಲಿ ಪಾಸಾದಳಂತೆ. ಈ ಲಗ್ನಗಳಲ್ಲೇ ಅವಳ ಮೇಲೆ ನಾಲ್ಕು ಅಕ್ಕಿ ಕಾಳು ಹಾಕಿಬಿಡಬೇಕು. ಸುಬ್ಬಣ್ಣ ಏನಾದರೂ ಹೊರ ಹೋಗಿ ಬಿಟ್ಟರೆ ನಾವು ಬಹಳ ತಾಪತ್ರಯಪಡಬೇಕಾಗುತ್ತೆ" ಎಂದರು. ಹೆಂಡತಿ ಮಾತು ವೆಂಕಟರಮಣ ಜೋಯಿಸರಿಗೆ ಸರಿ ಎನ್ನಿಸಿತು.

"ಅದು ಯಾವ ದೊಡ್ಡ ವಿಷಯ! ಹೆಣ್ಣು ಗಂಡು ಮನೆಯಲ್ಲೇ ಇವೆ. ಲಗ್ನ ಇಟ್ಟು ಆಯಿತು ಅನ್ನಿಸಿದರೆ ಆಯಿತು" ಎಂದು ಸುಲಭವಾಗಿ ಹೇಳಿ ಬಿಟ್ಟರು.

ಗಂಡ ಹೇಳಿದಷ್ಟು ಆ ಕಾರ್ಯ ಸುಲಭವಲ್ಲವೆಂದು ಮಹಾಲಕ್ಷ್ಮಮ್ಮನಿಗೆ ಗೊತ್ತು.

ಮಾವ ನೇತ್ರಾವತಿಯನ್ನು ಸುಬ್ಬಣ್ಣನಿಗೆ ಕೊಡಲು ಸುತಾರಾಂ ಒಪ್ಪುವುದಿಲ್ಲವೆಂದು ಆಕೆಗೆ ಗೊತ್ತು.

"ಅದು ನೀವು ತಿಳಿದುಕೊಂಡಿರೋಷ್ಟು ಸುಲಭವಲ್ಲ. ನಮ್ಮಪ್ಪ ಮುದ್ದು ಮೊಮ್ಮಗಳನ್ನ ಸುಬ್ಬಣ್ಣನಿಗೆ ಕೊಡೋಕೆ ಒಪ್ಪೊಲ್ಲ" ಎಂದು ಕೈ ಬಾಯಿ ತಿರುಗಿಸಿಕೊಂಡು ಹೇಳಿದರು.

ಸುಬ್ಬಣ್ಣನ ಬಗ್ಗೆ ತಂದೆ ಪ್ರಸನ್ನವಾಗಿಲ್ಲ ಎಂಬ ಸಂಗತಿ ವೆಂಕಟರಮಣ ಜೋಯಿಸರಿಗೆ ತಿಳಿದಿದ್ದೇ. ಆದರೆ ನಿಸ್ಸಾಹಾಯಕರಾದ ತಂದೆ ಬೇರೇನು ಮಾಡಬಲ್ಲರು ಎನ್ನುವ ಉದಾಸೀನ.

"ನೀನು ಸುಮ್ಮನೆ ಬಾಯಿಮುಚ್ಚಿಕೊಂಡು ಇರು. ಅಣ್ಣ ಬರಲಿ, ಈಗ ನಿಷ್ಕರ್ಷೆ ಮಾಡೇ ಬಿಡ್ತೀನಿ' ಎಂದು ಎಲೆ ಅಡಿಕೆ ತಟ್ಟೆಯನ್ನು ಹತ್ತಿರಕ್ಕೆ ಎಳೆದುಕೊಂಡರು. ತಂದೆಯನ್ನು ಕರೆಯಲು ಹೋದ ಸುಬ್ಬಣ್ಣ ಒಬ್ಬನೇ ಬಂದಾಗ ಪ್ರಶ್ನಾರ್ಥಕವಾಗಿ ಅವನ ಕಡೆ ನೋಡಿದರು.

"ಆಮೇಲೆ ಬರ್ತೀನಿ ಅಂದರು" ಎಂದ ತನ್ನ ಜುಟ್ಟಿನಲ್ಲಿ ಕೈಯಾಡಿಸುತ್ತ ಸುಬ್ಬಣ್ಣ.

"ನೇತ್ರ ಎಲ್ಲಿ?"

"ಅವಳೂ ಅಲ್ಲೇ ಇದ್ದಾಳೆ."

"ನೋಡಿದ್ರಾ! ಮೊಮ್ಮಗಳನ್ನು ಮಗ್ಗುಲಿನಲ್ಲಿ ಕೂಡಿಸಿಕೊಂಡು ಬಿಡ್ತಾರೆ. ಅವಳೇನು ಎಳೇ ಮಗೂನ! ಈ ಜೇಷ್ಠಕ್ಕೆ ಹದಿನಾಲ್ಕು ತುಂಬಿತು" ಎಂದು ಗೊಣಗುತ್ತ ಮಹಾಲಕ್ಷ್ಮಮ್ಮ ಎದ್ದು ಒಳಗೆ ಹೋದರು.

ವೆಂಕಟರಮಣ ಜೋಯಿಸರು ತಂದೆಯ ಬಗ್ಗೆ ಉದಾಸೀನ ತಾಳಬಲ್ಲರೇ ವಿನಃ ಅವರನ್ನು ಎದುರಿಸಿ ಮಾತಾಡುವ ನೈತಿಕಬಲ ಅವರಲ್ಲಿರಲ್ಲಿಲ್ಲ.

ಇನ್ನೆರಡು ಎಲೆ ಮಡಚಿ ಬಾಯಿಗೆ ತುರುಕಿಕೊಂಡು ಮೇಲೆದ್ದು ಪಕ್ಕದಲ್ಲಿದ್ದ ಟವಲನ್ನು ಹೆಗಲ ಮೇಲೆ ಹಾಕಿಕೊಂಡು ದೇವಸ್ಥಾನದ ಕಡೆ ಹೆಜ್ಜೆ ಹಾಕಿದರು.

ಮಗ ಬಂದಾಗ ಜೋಯಿಸರು ಗೋಡೆಗೆ ಒರಗಿ ಕುಳಿತಿದ್ದರು. ನೇತ್ರ ಅವರ ಬದಿಯಲ್ಲೇ ಕುಳಿತಿದ್ದಳು.

"ಅಣ್ಣ ಊಟಕ್ಕೆ ನಡಿ. ನಿನ್ನ ಸೊಸೆ ಕಾಯಿಕೊಂಡು ಕೂತಿದ್ದಾಳೆ" ಎನ್ನುತ್ತ ಜಗುಲಿಯ ಮೇಲಿನ ಧೂಳನ್ನು ಟವಲಿನಿಂದ ಕೊಡವಿ ಕುಳಿತರು.

ನರಸಿಂಹ ಜೋಯಿಸರು ಹೃದಯ ವೇದನೆಯಿಂದ ತಳಮಳಿಸಿತು. ತಮ್ಮ ಮಗ ಲಕ್ಷ್ಮಿ ನರಸಿಂಹನ ಪೂಜೆಯನ್ನು ಮಾಡುವ ಯೋಗ್ಯತೆಯನ್ನೇ ಪಡೆದುಕೊಂಡು ಬಂದಿಲ್ಲವಲ್ಲ ಎಂದು ಕೊರಗಿದರು.

"ನೇತ್ರ, ಎದ್ದು ಮನೆಗೆ ನಡೀ" ಎಂದರು ಅವಳ ಕಡೇ ನೋಡುತ್ತ. "ತಾತ, ನೀನು....ಎಂದು" ರಾಗವೆಳೆದಳು.

"ಇಲ್ಲಮ್ಮ, ಒಂದು ಸಲ ಎಲೆ ಮುಂದೆ ಕೂತು ಎದ್ದ ಮೇಲೆ ಮತ್ತೆ ಊಟ ಮಾಡೋಲ್ಲ."

ತಾತನ ನಿರ್ಧಾರ ಯಾವಾಗಲೂ ಅಚಲ ಎಂದು ತಿಳಿದ ನೇತ್ರ ಸಂಕಟಪಟ್ಟಳು. ಅವರು ಮಾಡುತ್ತಿದ್ದುದ್ದೇ ಒಪ್ಪೊತ್ತಿನ ಊಟ. ಅದಕ್ಕೂ ಇವತ್ತು ಕಲ್ಲು ಬಿತ್ತಲ್ಲ. ಅದೂ ನನ್ನಿಂದಲೇ ಆಗಿದ್ದು: ನಾನು ಚೀರಾಡದಿದ್ದರೇ ಅವರು ಎದ್ದು ಬರುತ್ತಿರಲಿಲ್ಲ ಎಂದುಕೊಂಡಳು.

"ನೇತ್ರ, ಹೋಗು. ಆದರೆ ರಾಮನ ಹತ್ತಿರ ಹೋಗಬೇಡ" ಎಂದರು ಮತ್ತೆ ಜೋಯಿಸರು.

ಮಂಕಾದ ಮುಖಹೊತ್ತು ನೇತ್ರ ಮನೆಯ ಕಡೆ ಹೆಜ್ಜೆ ಹಾಕಿದಳು. ಮಗ ಅಲ್ಲೇ ಕುಳಿತಿದ್ದನ್ನು ನೋಡಿದ ಜೋಯಿಸರು ಅವನು ತಮ್ಮೊಡನೆ ಏನೋ ಮಾತನಾಡಲು ಬಂದಿದ್ದಾನೆ ಎಂದುಕೊಂಡರು. ಆದರೆ ಅವರಾಗಿ ಏನೊಂದೂ ಕೇಳಲು ಇಷ್ಟಪಡಲಿಲ್ಲ.

"ನೇತ್ರಾದು ಪಾಸಾಯಿತಂತೆ. ಹೇಗೂ ಸಾಕಿ ಸಲಹಿದ್ದು ಆಯಿತು. ಇನ್ನು ಮದುವೆ ಅಂತ ಒಂದು ಮಾಡಿ ಮುಗಿಸಿಬಿಟ್ಟರೆ ಜವಾಬ್ದಾರಿ ಹರಿದಂತೆ ಆಗುತ್ತೆ."

ಜೋಯಿಸರು ಮಗನ ಮಾತಿಗೆ ತಲೆ ಎತ್ತಿದರು.

"ಈಗೇನು ನೇತ್ರಳಿಗೆ ಮದುವೆ ಮಾಡೋ ಅವಸರ? ಆದರೂ ನಾನು ಒಂದೆರಡು ಕಡೆ ಹೇಳಿದ್ದೀನಿ. ಸರಿಯಾದ ಗಂಡು ಸಿಕ್ಕರೆ ನೋಡೋಣ."

ವೆಂಕಟರಮಣ ಜೋಯಿಸರ ಮುಖ ಬಿಗಿದುಕೊಂಡಿತು. ತಂದೆ ಅಲ್ಲದೆ ಬೇರೆ ಯಾರಾದರೂ ಆ ಮಾತು ಆಡಿದ್ದರೇ ಅವರ ಮುಸುಡಿಗೆ ಗುದ್ದಿ ಬಿಡುತ್ತಿದ್ದನೇನೂ! ಆದರೆ ಕೊಪವನ್ನು ಸೈರಿಸಿಕೊಂಡ.

"ಬೆಣ್ಣೆ ಇಟ್ಟುಕೊಂಡು ತುಪ್ಪಕ್ಕೆ ಅಲೆದರು' ಅನ್ನೋ ಹಾಗೆ ನಮ್ಮ ಸುಬ್ಬುನ ಇಟ್ಟುಕೊಂಡು ಬೇರೆ ಗಂಡುಗಳನ್ನು ಹುಡುಕೋದು ಏಕೆ? ಮನೆ ಹೆಣ್ಣು....ಮನೆ ಗಂಡು, ಹೆಚ್ಚಿನ ಖರ್ಚು ಬರಲ್ಲ, ಒಂದು ಆಯಿತು ಅನ್ನಿಸಿಬಿಡೋಣ."

ಜೋಯಿಸರಿಗೆ ರೇಗಿಹೋಯಿತು. 'ಚಿನ್ನದಂಥ ಹುಡುಗೀನ ಆ ಕೆಲಸಕ್ಕೆ ಬಾರದ ಸುಬ್ಬನಿಗೆ ಕೊಟ್ಟು ಮದುವೆ ಮಾಡಬೇಕಂತೆ? ಯಾಕೆಂದರೆ ಇವನ ಮಕ್ಕಳ ಸೇವೆಗೆ ಬಿಟ್ಟಿ ಅಳುಗಳು ಸಿಕ್ಕಿದಂತೆ ಆಗುತ್ತೆ. ಮನೆ ಹಾಳ. ಎಲ್ಲ ಸ್ವಾರ್ಥ ಆಲೋಚನೆಯೇ' ಎಂದುಕೊಂಡರು.

"ಏನಣ್ಣ...." ಎಂದರು ವೆಂಕಟರಮಣ ಜೋಯಿಸರು.

"ನನಗೆ ಗೊತ್ತು, ಆದರೆ ಪದೇ ಪದೇ ಆ ಮಾತು ಯಾಕೆ ಆಡ್ತೀ? ಆ ಚಿನ್ನದಂತ ಹುಡುಗೀನ ಸುಬ್ಬನಿಗೆ ಕೊಡೋಕೆ ನಾನು ತಯಾರಿಲ್ಲ. ನೀನು ಅವಳ ಬಗ್ಗೆ ಯೋಚನೆ ಇಟ್ಕೋಬೇಡ. ಲಕ್ಷ್ಮೀ ನರಸಿಂಹ ಅವಳಿಗೊಂದು ದಾರಿ ತೋರಿಸ್ತಾನೆ" ಎಂದ ಜೋಯಿಸರು ಕೆಮ್ಮಿ ಸುಮ್ಮನಾದರು.

"ನಿನಗೆ ಬುದ್ಧಿ ಇಲ್ಲಣ್ಣ. ಬೇರೆ ಗಂಡುಗಳನ್ನು ಹುಡುಕಿ...."

ಮಧ್ಯೆದಲ್ಲೇ ತಡೆದರು ಮಗನ ಮಾತನ್ನು ಜೋಯಿಸರು.

"ವೆಂಕಟರಮಣ, ಸುಮ್ಮನೆ ಎದ್ದು ಹೋಗು."

ವೆಂಕಟರಮಣ ಜೋಯಿಸರು ತಂದೆಯನ್ನು ದುರುಗುಟ್ಟಿಕೊಂಡು ನೋಡಿ ಗೊಣಗುತ್ತ ದಾಪುಗಾಲು ಹಾಕಿಕೊಂಡು ಹೊರಟರು.

ಮನೆಗೆ ಬಂದವರೆ ಟವಲನ್ನು ತೆಗೆದು ಮಂಚದ ಮೇಲೆ ಎಸೆದು, "ಇವಳನ್ನು ಮದುವೆ ಆಗೋಕೆ ಅಮಲ್ದಾರ ಬರ್ತಾನೆ. ಚಿನ್ನದಂಥ ಹುಡುಗೀ" ಎಂದು ಗೊಣಗಾಡುತ್ತಲೇ ಹಿತ್ತಲಿಗೆ ನಡೆದರು.

ಬಾವಿ ಕಟ್ಟೆಯ ಬಳಿ ಬಗ್ಗಿ ನೀರು ಸೇದುತ್ತಿದ್ದ ನೇತ್ರ ಕಣ್ಣಿಗೆ ಬಿದ್ದಳು. ತುಂಬಿದ ಅಂಗಾಂಗಗಳು, ಗೋಧಿಯ ಮೈ ಬಣ್ಣ, ತಿಡಿದ ಮುಖ, ಮುದ್ದು ಮುದ್ದಾಗಿ ಕಂಡಳು.

ಅಣ್ಣ ಹೇಳಿದ್ದರಲ್ಲಿ ನಿಜವಿದೆ. ಇಂಥ ಹುಡುಗೀನ ಸುಬ್ಬನಿಗೆ ಕಟ್ಟೋದು ಅನ್ಯಾಯವೇ ಎಂದುಕೊಂಡ ಅವರ ಮನ ಮತ್ತೇನೋ ಯೋಚಿಸಿತು. ಆ ವಯಸ್ಸಿನಲ್ಲೂ ಮೈ ಬಿಸಿಯಾಗದಿರಲ್ಲಿಲ್ಲ. ತುಟಿಗಳನ್ನೂ ಸವರಿಕೊಂಡು ಮನದಲ್ಲೇ ಮಂಡಿಗೆ ತಿಂದರು.

"ನೇತ್ರ, ಊಟ ಆಯಿತಾ? ಸುಬ್ಬ ಎಲ್ಲಿ ಹಾಳಾಗಿ ಹೋದ? ಅವನು ನೀರು ಸೇದ್ತಾನೆ. ನೀನು ಒಳಗೆ ನಡಿ" ಎಂದರು ಮುಖವನ್ನು ತಟ್ಟೆಯಗಲ ಮಾಡುತ್ತ.

ಹಗ್ಗದ ಕುಣಿಕೆಯಿಂದ ಕೊಡವನ್ನು ಬಿಡಿಸಿ ಸೊಂಟದ ಮೇಲೆ ಇಟ್ಟು ಕೊಂಡು ನೇತ್ರ ಮಾವನ ಕಡೆ ನೋಡಿದಳು. ಅವಳಿಗೆಂದೂ ಇಷ್ಟು ಸಹಾನುಭೂತಿಯಿಂದ ಮಾತಾನಾಡಿಸಿದ ನೆನಪೇ ಇರಲಿಲ್ಲ.

ವೆಂಕಟರಮಣ ಜೋಯಿಸರು ಬೆಳೆದುನಿಂತ ಕಿಶೋರಿಯ ಮೈ ಮೇಲೆಲ್ಲ ಕಣ್ಣು ಹೊರಳಿಸಿದರು. ಆಗ ತಾನೇ ಯೌವ್ವನಾವಸ್ಥೆಯಲ್ಲಿ ಕಾಲಿರಿಸಿದ್ದ ಅವಳ ಅಂಗಾಂಗಗಳು ಪುಟಿಯುತ್ತಿದ್ದವು.

ಥಟ್ಟನೆ ಒಳಗೆ ಹೋಗಿ ಬಿಟ್ಟಳು ನೇತ್ರ. ಅವಳ ಎದೆ ಭಯದಿಂದ ಮೇಲಕ್ಕೂ ಕೆಳಕ್ಕೂ ಆಡುತ್ತಿತ್ತು. ಮಾವ ಯಾಕೆ ನನ್ನ ತಿಂದು ಹಾಕೋ ತರಹ ನೋಡ್ತಾರೆ ಎಂದುಕೊಂಡವಳೇ, ಕೊಡವನ್ನು ಬಚ್ಚಲ ಮನೆಯಲ್ಲಿಟ್ಟು ಓಡಿದಳು ತಾತನ ಬಳಿಗೆ.

ಯೋಚನೆಯಲ್ಲಿ ಮುಳುಗಿದ್ದ ಜೋಯಿಸರು ಮೊಮ್ಮಗಳ ಧ್ವನಿಗೆ ಎಚ್ಚೆತ್ತರು.

"ತಾತ, ನನಗೆ ಯಾಕೋ ಭಯವಾಗುತ್ತೆ" ಎಂದು ಅವರ ಮಂಡಿ ಮೇಲೆ ತಲೆಇಟ್ಟು ಬಿಕ್ಕಿದಳು.

"ಯಾಕೆ ಮಗು?" ಎಂದು ಮೃದುವಾಗಿ ತಲೆಯನ್ನು ಸವರಿದರು. "ಮಾವ, ನನ್ನ ಏನೋ ಒಂದು ತರಹ ನೋಡಿದರು. ನನಗೆ ಭಯ ಆಗುತ್ತೆ ತಾತ."

ಜೋಯಿಸರಿಗೆ ಉಸಿರು ನಿಂತಂತೆ ಆಯಿತು. ಏನೇನೋ ಹಾಳು ಯೋಚನೆಗಳು, ಎಷ್ಟೋ ಹೊತ್ತಿನವರೆಗೂ ಮೊಮ್ಮಗಳ ತಲೆ ಸವರುತ್ತಲೇ ಕೂತಿದ್ದರು.

* * *

ಲಕ್ಷ್ಮೀನರಸಿಂಹ ಸ್ವಾಮಿ ದೇವಸ್ಥಾನದ ಪೂಜೆಯನ್ನು ಜೋಯಿಸರ ಮನೆತನದವರು ಬಹಳ ಭಕ್ತಿಯಿಂದ ನಡೆಸಿಕೊಂಡು ಬಂದಿದ್ದರು. ಅವರ ಕಾಲಕ್ಕೆ ಇದು ಮುಗಿದಂತೆ ಆಗಿತ್ತು. ಅವರ ಮಗ ವೆಂಕಟರಮಣ ಜೋಯಿಸರು ಹೊಟ್ಟೆ ತುಂಬಿಕೊಳ್ಳುವುದಕ್ಕೆ ಮಾಡಬೇಕಾದ ಕೆಲಸ ಎಂದು ತಿಳಿದು ದೇವಸ್ಥಾನದ ಕೆಲಸ ಮಾಡುತ್ತಿದ್ದರು

ಇದನ್ನು ತಿಳಿದ ಜೋಯಿಸರು ಬಹಳ ಸಂಕಟಪಟ್ಟಿದ್ದರು. ಎಷ್ಟೋ ಸಲ ಕೂರಿಸಿಕೊಂಡು ಬುದ್ಧಿ ಹೇಳಿದ್ದರು. ಇದು ಖಂಡಿತ ಒಳ್ಳೆಯದಲ್ಲ ಎಂದೂ ಹೇಳಿದ್ದರು.

“ಸುಮ್ಮನಿರಣ್ಣ, ಈಗ ಸಿಟಿಜನ ದೇವರುಗಳೇ ಇಲ್ಲ ಅಂತಾರೆ. ಇದು ಹೊಟ್ಟೆ ತುಂಬಿಸಿಕೊಳ್ಳೋಕೆ ಒಂದು ಚಾಕರಿ ಅಷ್ಟೇ” ಎಂದುಬಿಡುತ್ತಿದ್ದರು ವೆಂಕಟರಮಣ ಜೋಯಿಸರು.

ಜೋಯಿಸರು ನೊಂದು ಬೆಂದು ಸುಮ್ಮನಾದರು. ಮಗನನ್ನು ಆದಷ್ಟು ದೇವಸ್ಥಾನದಿಂದ ದೂರವಿಡಲು ಪ್ರಯತ್ನಿಸಿದರು. ಅವರಿಲ್ಲದಾಗ ವೆಂಕಟರಮಣ ಜೋಯಿಸರು ದೇವಸ್ಥಾನದ ಕಟ್ಟೆಯ ಮೇಲೆ ಕುಳಿತು ಬೀಡಿ ಸೇದಲು ಶುರು ಮಾಡಿದರು.

ದೇವಸ್ಥಾನದ ಒಕ್ಕಲುಗಳು ಭಕ್ತಿಯಿಂದ ಸಮರ್ಪಿಸುತ್ತಿದ್ದ ಕಾಣಿಕೆ, ವಸ್ತ್ರ, ಸೀರೆ ಕುಪ್ಪಸಗಳು ಎಮ್ಮೆ ಕಾಯುವ ಚೆನ್ನಿಯ ಕೈ ಸೇರತೊಡಗಿದಾಗ ಜೋಯಿಸರು ಹೌಹಾರಿದರು.

ಒಂದು ಒಳ್ಳೆಯ ಮನೆತನದ ಹೆಣ್ಣನ್ನು ತಂದು ಮದುವೆ ಮಾಡಿದರೆ ಆ ಹುಡುಗಿಯ ದೆಸೆಯಿಂದ ವೆಂಕಟರಮಣ ಸರಿಹೋಗಬಹುದು ಎಂದು ಯೋಚಿಸಿದ ಜೋಯಿಸರು ವಧುವಿನ ಅನ್ವೇಷಣೆಗೆ ತೊಡಗಿದ್ದರು. ಹೆಣ್ಣು ಸಿಗಲು ಕಷ್ಟವೇನೂ ಆಗಲಿಲ್ಲ. ಜೋಯಿಸರ ಮನೆತನವನ್ನು ಅರಿತ ಕಾಂತಪ್ಪ ತಮ್ಮ ಮೂರನೇ ಮಗಳನ್ನು ವೆಂಕಟರಮಣನ ಕೈಗಿಟ್ಟು ಕೈ ತೊಳೆದುಕೊಂಡರು.

ಜೋಯಿಸರಿಗಿದ್ದ ಎರಡನೆ ಸಂತಾನ ಗೋದಾವರಿಯನ್ನು ತಿರುಮ ಕೊಡಲಿಗೆ ಕೊಟ್ಟಿದ್ದರು. ಮಗನಿಗೆ ಮದುವೆ ಮಾಡಿದ ವರ್ಷವೇ ಹೆಣ್ಣು ಮಗುವನ್ನು ಹೆತ್ತು ತಂದು ತಂದೆಯ ಕೈಯಲ್ಲಿಟ್ಟು ಕಣ್ಣು ಮುಚ್ಚಿದಳು.

ಅಂದು ಮಡದಿಯ ಸಂಸ್ಕಾರಕ್ಕೆ ಬಂದು ಹೋದ ಅಳಿಯ ಪುನಃ ಇತ್ತ ತಲೆ ಹಾಕಲಿಲ್ಲ. ಆ ಎಳೆಯ ಕಂದ ನೇತ್ರಳನ್ನು ಸಾಕಿ ಸಲುಹಲು ಬಹಳ ಪಾಡು

ಪಟ್ಟಿದ್ದರು. ಅದರಲ್ಲಿ ಮಗ, ಸೊಸೆಯ ಪಾತ್ರವೇನೂ ಇರಲ್ಲಿಲ್ಲ.

ತಾಯಿ ಸತ್ತ ಮಗುವನ್ನು ನೋಡಿದಾಗಲೆಲ್ಲ ಸೊಸೆ ಮಹಾಲಕ್ಷ್ಮಿ ಸಿಡುಕುತ್ತಿದ್ದಳು. ಕಡೆಗೆ ಆ ಮಗುವಿಗೆ ಎರಡು ಚೊಂಬು ನೀರು ಸಹ ಹಾಕುತ್ತಿರಲ್ಲಿಲ್ಲ. ಜೋಯಿಸರು ಆ ಎಳೆಯ ಬೊಮ್ಮಟೆಯನ್ನು ಭುಜದ ಮೇಲೆ ಹಾಕಿಕೊಂಡು ಶಾನುಭೋಗ ಲಕ್ಷ್ಮೀಪತಯ್ಯನವರ ಮನೆಗೆ ಓಡುತ್ತಿದ್ದರು. ಅವರ ಹೆಂಡತಿ ಸಾವಿತ್ರಮ್ಮ ನೀರು ನೀಡಿ ನೋಡಿಕೊಂಡು ಆ ಮಗುವಿನ ಲಾಲನೆಪಾಲನೆ ನೋಡಿದರು. ನೇತ್ರ ಮೂರು ವರ್ಷಗಳ ಮಗುವಾಗಿದ್ದಾಗ ಶಾನೋಭೋಗರ ಒಬ್ಬನೇ ಮಗ ಬೆಂಗಳೂರಿನಲ್ಲಿ ಮನೆ ಮಾಡಿ ತಾಯಿ ತಂದೆಯರನ್ನು ಕರೆದೊಯ್ದಿದ್ದ. ಆ ಮೇಲೆ ಪೂರ್ಣ ಜವಾಬ್ದಾರಿಯನ್ನು ಜೋಯಿಸರು ಹೊರಬೇಕಾಯಿತು.

ಮಹಾಲಕ್ಷ್ಮಮ್ಮ ಮಗ ರಾಮನ ಉಪಟಳ ತಾಳಲಾರದೇ ನೇತ್ರಳನ್ನು ಬೇಗ ಶಾಲೆಗೆ ಸೇರಿಸಿದ್ದರು. ಸದಾ ಅವಳನ್ನು ಜೊತೆಯಲ್ಲೇ ಇಟ್ಟುಕೊಂಡಿರುತ್ತಿದ್ದರು. ಅವಳನ್ನು ಕ್ಷಣ ಕಾಣದಿದ್ದರೇ ತಳಮಳಿಸಿ ಹೋಗುತ್ತಿದ್ದರು ಜೋಯಿಸರು.

ನೇತ್ರ ಶಾಲೆಗೆ ಹೋಗುವ ವೇಳೆಗೆ ಮಹಾಲಕ್ಷ್ಮಮ್ಮ ಅಡಿಗೆ ಮಾಡುತ್ತಿರಲ್ಲಿಲ್ಲ. ಆಗ ನೇತ್ರ ಬರೀ ಹೊಟ್ಟೆಯಲ್ಲಿ ಹೋಗಿ ಬರಬೇಕಾಗಿತ್ತು. ಆದರೆ ಜೋಯಿಸರು ಸೈರಿಸಲ್ಲಿಲ್ಲ. ಭಟ್ಟರ ಮನೆಯಲ್ಲಿ ಅವಲಕ್ಕಿ, ಹುರಿಹಿಟ್ಟು ಮಾಡಿಸಿ ತಂದು ಜೋಪಾನ ಮಾಡಿ ಮೊಮ್ಮಗಳ ಹೊಟ್ಟೆಗೆ ಹಾಕಿ ಕಳುಹಿಸುತ್ತಿದ್ದರು. ಆಗೆಲ್ಲ ಸೊಸೆ ಮಾಡುತ್ತಿದ್ದ ರಾಮಾಯಣ ಅಷ್ಟಿಷ್ಟಲ್ಲ.

ಹಾಗೂ ಹೀಗೂ ಹೈಸ್ಕೂಲು ಮುಗಿಸಿದ್ದಳು. ಆಗ ಅವಳು ಪುಟ್ಟ ನೇತ್ರಾವತಿಯಲ್ಲ, ಹದಿನೈದರ ತರುಣಿ. ನೇತ್ರ ಅಜ್ಜಿಯಂತೆ ಸುಂದರ ರೂಪು, ತಾತನಂತೆ ಸರಳ ನಡತೆ ಅವಳಿಗೆ ಕೊಡುಗೆಯಾಗಿ ಬಂದಿತ್ತು.

ಜೋಯಿಸರಿಗೆ ಎರಡು ಮೂರು ದಿನಗಳಿಂದ ಯೋಚಿಸಿ ಸಾಕಾಗಿತ್ತು. ಈ ಹುಡುಗಿಯ ಭವಿಷ್ಯವೇನು ಎನ್ನುವುದೇ ಅವರಿಗೆ ಯೋಚನೆಯಾಗಿತ್ತು. ಶಾಲೆ ಬಿಟ್ಟ ಮೇಲಂತೂ ನೇತ್ರ ಮನೆಯಲ್ಲಿ ನರಕಯಾತನೆ ಅನುಭವಿಸ ಬೇಕಾಗಿತ್ತು. ಹತ್ತಿರಕ್ಕೆ ಹೋದರೆ ಕಚ್ಚುವ ರಾಮು, ಚಿವುಟುವ ಕಪಿಲೆ, ಸದಾ ಬೈಯುತ್ತಿದ್ದ ಅತ್ತೆ, ಅವಳನ್ನು ನುಂಗುವ ಹಾಗೆ ನೋಡುವ ಮಾವ, ಅವಳನ್ನು ನೋಡಿದ ಕೂಡಲೇ ತನ್ನ ಪಾಚಿಹಲ್ಲುಗಳನ್ನೆಲ್ಲ ತೋರಿಸುತ್ತಿದ್ದ ಸುಬ್ಬಣ್ಣ! ಇಷ್ಟರ ನಡುವೆ ಅವಳಿಗಿದ್ದ ಒಂದೇ ಸಮಾಧಾನ ತಾತನ ಆಸರೆ, ಪ್ರೀತಿ ಮೃದು ಮಾತು.

ಹತ್ತಾರು ಕಡೆ ಓಡಾಡುವ ತ್ರಾಣವಿಲ್ಲದೆ ಜೋಯಿಸರು ಅವರಿವರಿಗೆ ಮೊಮ್ಮಗಳ ಜಾತಕ ಕೊಟ್ಟು ವರಾನ್ವೇಷಣೆ ತೊಡಗಿದ್ದರು. ಅದೆಲ್ಲ ಅಷ್ಟು ಸುಲಭದ ಕೆಲಸವಲ್ಲವೆಂದು ಅವರಿಗೆ ಗೊತ್ತುಂಟು. ಆದರೆ ಹೇಗಾದರೂ ಈ ನರಕದಿಂದ ಅವಳನ್ನು ಪಾರು ಮಾಡಬೇಕಾಗಿತ್ತು.

ಜೋಯಿಸರು ಬೆಳಗಿನ ಜಾವ ಪೂಜೆ ಮುಗಿಸಿ ಲಕ್ಷ್ಮೀನರಸಿಂಹನಿಗೆ ಸಾಷ್ಟಾಂಗ ನಮಸ್ಕಾರ ಮಾಡಿ ಹೊರಗೆ ಬಂದರು. ಮಾದೇಗೌಡ ಕೈ ಮುಗಿದು ನಿಂತಿದ್ದ.

ಅವನಿಗೆ ತೀರ್ಥ, ಪ್ರಸಾದ ಕೊಟ್ಟು ಹೊರಗೆ ಬಂದರು.

"ಏನಪ್ಪ ಗೌಡ, ಹೇಗಿದ್ದೀ?" ಎಂದರು ಸಾವಕಾಶವಾಗಿ ಕೊಡುತ್ತ. ವಯೋಧರ್ಮಕ್ಕೆ ಅನುಸಾರವಾಗಿ ಅವರಲ್ಲಿ ನಿತ್ರಾಣ ಆವರಿಸಿತ್ತು. ಆದರೆ ಸ್ವಾಮಿಯ ಕೈಂಕರ್ಯಕ್ಕಾಗಿ ಉತ್ಸಾಹದಿಂದ ಓಡಾಡುತ್ತಿದ್ದರು.

ಮಾದೇಗೌಡ ಸ್ವಲ್ಪ ದೂರದಲ್ಲಿ ಕುಳಿತು ನಿಮ್ಮ ಆರ್ಶೀವಾದದಿಂದ ಚಂದಾಗಿದ್ದೀನಿ ಬುದ್ಧಿ, ಎಂದ.

"ಹುಚ್ಚಪ್ಪ, ಈ ಮನುಷ್ಯ ಏನು ತಾನೇ ಆರ್ಶೀವಾದ ಮಾಡಬಲ್ಲ? ಎಲ್ಲರನ್ನು ಕಾಯುವವನು ಲಕ್ಷ್ಮೀನರಸಿಂಹ" ಎಂದು ಗರ್ಭಗುಡಿಯಲ್ಲಿದ್ದ ವಿಗ್ರಹದ ಕಡೆ ನೋಡಿ ಕೈ ಮುಗಿದರು.

"ಏನು ಬುದ್ಧಿ ಹಿಂಗೆ ಆಗೋಯ್ತು. ರಾಮಪ್ಪನೋರ ಬುದ್ಧಿ ನೆಟ್ಟಗಿಲ್ಲ. ವೆಂಕಟರಮಣ ಜೋಯಿಸರ ಕಾಲಕ್ಕೆ ಈ ಗುಡಿಯ ಪೂಜೆ ಕೊನೆ ಆಗೋಯ್ತದೊ ಏನೋ...." ಎಂದು ತಡವರಿಸಿದ.

"ಅವನ ಇಚ್ಛೇನ ಮಹಾಮಹಿಮರೇ ತಿಳಿಯಲ್ಲಿಲ್ಲ. ಇನ್ನು ನಮ್ಮಂಥ ಸಾಮಾನ್ಯರು ತಿಳಿಯೋಕೆ ಆಗುತ್ತ? ಅವನ ಸೇವೆ ಯಾರಿಗೆ ಲಭ್ಯವಿದೆಯೋ ಅವರಿಗೆ ಆಗುತ್ತೆ."

"ತಮ್ಮ ಮಗನಿಗೆ ಇನ್ನೊಂದು ಲಗ್ನಮಾಡಿ ಅವರ ಹೊಟ್ಟೆಯಾಗ ನಿಮ್ಮ ಹೆಸರು ಉಳಿಸೋ ಅಂಥ ಮಗ ಹುಟ್ಟಲಿ. ನಮ್ಮ ನೇತ್ರವತಮ್ಮ .."

"ಗೌಡ ಏನು ನೀನು ಹೇಳ್ತಾ ಇರೋದು" ಜೋಯಿಸರ ಗಂಟಲು ಉದ್ವೇಗದಿಂದ ನಡುಗಿತು.

ಮಾದೇಗೌಡನಿಗೂ, ಮಗನಿಗೂ ಇರುವ ಸ್ನೇಹದ ವಿಷ್ಯ ಅವರಿಗೆ ಗೊತ್ತು. ಗೌಡ ನೀನು ಇಂಥ ಸಲಹೆ ಕೊಡಬಹುದಾ? ಆ ಮಗೂನ ಅವನಿಗೆ ಕೊಟ್ಟು ಲಗ್ನ ಮಾಡಿ ಅಂತ ನಿನ್ನ ಬಾಯಲ್ಲಿ ಹೇಗೆ ಬಂತಪ್ಪ" ಜೋಯಿಸರ ಧ್ವನಿ ಮೃದುವಾಯಿತು. ಥಟ್ಟನೆ ಅವರ ಕಣ್ಣಲ್ಲಿ ಕಣ್ಣೀರಿನ ಚಿಲುಮೆ ಒಡೆಯಿತು. ಗಂಟಲು ಗದ್ಗದವಾಯಿತು.

ಜೋಯಿಸರ ಕಣ್ಣಲ್ಲಿ ನೀರು ಕಂಡ ಮಾದೇಗೌಡನ ಎದೆ ಢವಗುಟ್ಟಿತು. ಅದಕ್ಕೆ ಕಾರಣ ಅವರ ಮೇಲಿದ್ದ ಗೌರವ. ವೆಂಕಟರಮಣ ಜೋಯಿಸರ ಪ್ರೇರಣೆಯಿಂದ ಈ ಮಾತು ಹೇಳಿಬಿಟ್ಟಿದ್ದ. ಈಗ....?

"ಜೋಯಿಸರೇ ಸಮಾಧಾನ ಮಾಡಿಕೊಳ್ಳಿ, ತಪ್ಪಾಯ್ತು" ಎಂದು ಅಲ್ಲಿಂದ ಹೊರಟೇಬಿಟ್ಟ.

ಗರ್ಭಗುಡಿಗೆ ಹೋಗಿ ಕುಳಿತ ಜೋಯಿಸರು ಸ್ವಾಮಿಯ ಪಾದದ ಮೇಲೆ ತಲೆಇಟ್ಟು ಬಿಕ್ಕಿ ಬಿಕ್ಕಿ ಅತ್ತುಬಿಟ್ಟರು. ಅವರೆಂದೂ ಈ ಪರಿ ಅತ್ತವರೇ ಅಲ್ಲ. ಯಾವ ಕಷ್ಟ ಬಂದಾಗಲೂ ಎಲ್ಲ ಅವನ ಇಚ್ಛೆ ಎಂದು ನಿರ್ವಿಕಾರ'ವಾಗಿರಲು ಪ್ರಯತ್ನಿಸುತ್ತಿದ್ದರು. ಆದರೆ ಇಂದು ಮಾತ್ರ ತಡೆಯ ಲಾದರಷ್ಟು ದುಃಖ ಒತ್ತರಿಸಿ ಬಂದಿತ್ತು.

ಅಷ್ಟರಲ್ಲಿ ಅಲ್ಲಿಗೆ ಬಂದ ನೇತ್ರ ದಿಙ್ಮೂಢಳಾಗಿ ನಿಂತುಬಿಟ್ಟಳು. ಹಾಗೇ ಮೌನವಾಗಿ ಬಹಳ ಹೊತ್ತು ನಿಂತಿರಲು ಸಾಧ್ಯವಾಗಲ್ಲಿಲ್ಲ.

"ತಾತ....ತಾತ..." ಎಂದಳು ಗರ್ಭಗುಡಿಯ ಹೊರಗಿನಿಂದಲೇ.

ಜೋಯಿಸರಿಗೆ ತಮ್ಮ ದೌರ್ಬಲ್ಯದ ಅರಿವಾಯಿತು. ಥಟ್ಟನೆ ಮೇಲಕ್ಕೆದ್ದು ಉತ್ತರೀಯದಿಂದ ಕಣ್ಣೊರೆಸಿಕೊಂಡು ಹೊರಗೆ ಬಂದರು.

"ಯಾಕೆ ತಾತ ಅಳ್ತಾ ಇದ್ದಿಯಾ?" ಎಂದಳು ನೇತ್ರ ಮೃದುವಾಗಿ. "ಏನು ಇಲ್ಲಮ್ಮ ಪುಟ್ಟಿ. ನಾನು ಸ್ವಲ್ಪ ಗಂಧರ್ವಗಿರಿಗೆ ಹೋಗಿ ಬರ್ತೀನಿ. ಆ ಕಡೆ ಹೋಗಿ ಬಹಳ ದಿನ ಆಯಿತು" ಎಂದರು.

ಆಗಾಗ ಗಂಧರ್ವ ಗಿರಿಗೆ ಹೋಗಿಬರುತ್ತಿದ್ದುದ್ದರಿಂದ ನೇತ್ರಳಿಗೇನೂ ಆಶ್ಚರ್ಯವಾಗಲಿಲ್ಲ. ಎಂದೂ ಅಳದ ತಾತ ಇಂದು ದೇವರ ಮುಂದೆ ಕಣ್ಣೀರು ಸುರಿಸಿದ್ದು ಅವಳನ್ನು ಭಯವಿಹ್ವಲಳನ್ನಾಗಿ ಮಾಡಿತ್ತು. ಅದೂ ಅಲ್ಲದೆ ಮಾವನ ಚಿತರೆ ನೋಟ ಅವಳ ಮೈಯನ್ನು ಪದೇ ಪದೇ ನಡುಗಿಸುತ್ತಿತ್ತು. ಮೊಮ್ಮಗಳ ಮುಖದ ಮೇಲಿನ ಭಯದ ಚಿಹ್ನೆಗಳನ್ನ ಗುರ್ತಿಸಿದ ಜೋಯಿಸರು,

"ನಾನು ಬರೋವರೆಗೂ ನೀನು ಪುಟ್ಟಜ್ಜಿಯ ಮನೆಯಲ್ಲಿರು. ನಾನು ಹೇಳ್ತೀನಿ" ಎಂದು ಅತುರಾತುರವಾಗಿ ಗರ್ಭಗುಡಿ ಪ್ರವೇಶಿಸಿ ಹೊರಗೆ ಬಂದರು.

"ಬಾ" ಎಂದು ಮೊಮ್ಮಗಳನ್ನು ಕರೆದುಕೊಂಡು ಪುಟ್ಟಜ್ಜಿ ಮನೆ ಕಡೆ ನಡೆದರು.

ಪುಟ್ಟಜ್ಜಿ ಈಗಾಗಲೇ ಎಪ್ಪತ್ತರ ಅಂಚಿನಲ್ಲಿದ್ದರು. ಚಿಕ್ಕ ವಯಸ್ಸಿನಲ್ಲೇ ಗಂಡನನ್ನು ಕಳೆದುಕೊಂಡ ಆಕೆ ಬಹಳ ಕಷ್ಟನಿಷ್ಠೂರಾದಿಗಳನ್ನು ಕಂಡು ಜೀವಸವೆಸಿದ್ದರು. ಅವರಿಗೆ ತಾಯಿ ತಂದೆ ಇಲ್ಲದ ನೇತ್ರಳಲ್ಲಿ ಬಹಳ ಮಮತೆ. ತಾವು ಮಾಡಿದ್ದನ್ನು ಮುಚ್ಚಿಟ್ಟು ಅವಳ ಕೈಯಲ್ಲಿಡುತ್ತಿದ್ದರು. ಜೋಯಿಸರು ಬೇರೆಡೆ ಹೋದಾಗ ತಮ್ಮಲ್ಲಿ ಬಂದಿರುತ್ತಿದ್ದ ನೇತ್ರಳನ್ನು ಜೋಪಾನ ಮಾಡು ತ್ತಿದ್ದರು.

ಜೋಯಿಸರು ನೇತ್ರಳನ್ನು ಪುಟ್ಟಜ್ಜಿಗೆ ಒಪ್ಪಿಸಿ ಸೊಸೆಗೆ ವಿಷಯ ತಿಳಿಸಿ ಹೊರಟೇ ಬಿಟ್ಟರು.

ಮಾವ ಗಂಧರ್ವ ಗಿರಿಗೆ ಹೋಗುತ್ತಿರುವುದು ಹೊಸದಲ್ಲವೆಂದು ಮಹಾ ಲಕ್ಷ್ಮಮ್ಮನಿಗೆ ತಿಳಿದಿತ್ತು. ತಮ್ಮ ಮೇಲೆ ನಂಬಿಕೆ ಇಲ್ಲದೇ ನೇತ್ರಳನ್ನು ಪುಟ್ಟಜ್ಜಿ ಮನೆಯಲ್ಲಿ ಬಿಟ್ಟು ಹೋಗುತ್ತಿದ್ದುದ್ದು ಅವರ ಆಕ್ರೋಶಕ್ಕೆ ಕಾರಣ.

ಅದರ ಬಗ್ಗೆ ಎಷ್ಟೋ ಸಲ ಜಗಳ ಆಡಿದ್ದರು. ಆದರೆ ಏನು ಪ್ರಯೋಜನ ವಿಲ್ಲವಾಗಿತ್ತು.

ದೇವಸ್ಥಾನದವರೆಗೂ ತಾತನ ಜೊತೆ ಬಂದ ನೇತ್ರ ತಾತನನ್ನು ಬೀಳ್ಕೊಟ್ಟು ದೇವಸ್ಥಾನದ ಜಗುಲಿ ಏರಿದಳು.

ಗರ್ಭಗುಡಿಗೆ ಬೀಗ ಹಾಕಿತ್ತು. ಕಿಂಡಿಯಲ್ಲಿ ಬಗ್ಗಿ ನೋಡಿದಳು. ಲಕ್ಷ್ಮೀ ನರಸಿಂಹ ಶಾಂತ ಮುದ್ರೆಯಲ್ಲಿ ವಿರಾಜಿಸುತ್ತಿದ್ದ. ಈ ಗುಡಿಯ ಪೂಜಾರಿಕೆಯು

ತಮ್ಮ ವಂಶಕ್ಕೆ ಬಂದ ಒಂದು ಕತೆಯನ್ನು ತಾತನಿಂದ ಕೇಳಿದ್ದಳು. ಅದು ಅವಳ ನೆನಪಿನ ಸುರುಳಿಯಿಂದ ಹೊರಗೆ ಬಂತು.

ನರಸಿಂಹ ಜೋಯಿಸರ ಮುತ್ತಾತ ಕಡುಬಡತನದಲ್ಲಿ ನೊಂದು ಹೆಂಡತಿಯೊಡನೆ ಊರು ಬಿಟ್ಟು ಹೊರಟ್ಟಿದ್ದರು. ಸಂಜೆಯ ವೇಳೆಗೆ ಈ ದೇವಸ್ಥಾನ ತಲುಪಿದ್ದರಿಂದ ರಾತ್ರಿ ಉಳಿಯಲು ಅಲ್ಲೇ ನಿಶ್ಚಯಿಸಿದ್ದರು.

ಸೋತ ಹೆಂಡತಿಯೇನೋ ಬಹುಬೇಗ ನಿದ್ದೆ ಹೋಗಿಬಿಟ್ಟಳು. ಆದರೆ ಇವರಿಗೆ ನಿದ್ದೆ ಬರಲಿಲ್ಲ. ಅವರ ಬಾಳಿಗೆ ನಿಶ್ಚಿತ ಗುರಿ ಇರಲ್ಲಿಲ್ಲ. ಈಗ ಎಲ್ಲಿಗೆ ಹೋಗುವುದು ಎಂದು ಯೋಚಿಸಿತೊಡಗಿದರು. ಆಗ ದೇವಸ್ಥಾನ ಬಹಳ ಜೀರ್ಣಾವಸ್ಥೆಯಲ್ಲಿತ್ತು. ಪೂಜೆ, ಪುನಸ್ಕಾರಗಳು ಸರಿಯಾಗಿ ನಡೆಯುತ್ತಿರಲ್ಲಿಲ್ಲ. ಬೇರೆ ಗ್ರಾಮದಿಂದ ಅರ್ಚಕರು ವಾರಕ್ಕೊಮ್ಮೆ ಬಂದು ಸ್ವಾಮಿಯ ನೆತ್ತಿಗೆ ನೀರು ಕಾಣಿಸಿ ಹೋಗಿ ಬಿಡುತ್ತಿದ್ದರು.

ಬಹಳ ಹೊತ್ತು ಯೋಚಿಸಿದ ಮೇಲೆ ಅವರು ಮಲಗಿ ನಿದ್ದೆ ಹೋದರು.

ಸ್ವಪ್ನದಲ್ಲಿ ಬಂದ ಬ್ರಾಹ್ಮಣ ಇಲ್ಲೇ ಇರುವಂತೆ ಬಲವಂತಮಾಡಿ ಹೋಗಿದ್ದ. ಯಾವ ಸುಕೃತವೋ ಊರಿನ ಜನಗಳು ಸಹ ಈ ದಂಪತಿಗಳನ್ನು ಅಲ್ಲೇ ಇರಿಸಿಕೊಂಡಿದ್ದರು. ಸ್ವಾಮಿಯ ಕೃಪೆ ಪಡೆದ ಜೋಯಿಸರ ಮನೆತನ ವೆಂಕಟರಮಣ ಜೋಯಿಸರು ವಯಸ್ಸಿಗೆ ಬರುವವರೆಗೂ ಸುಖದಿಂದಲೇ ಬಾಳಿತ್ತು.

ಪುಟ್ಟಜ್ಜಿ ಬಂದು ಕರೆದೊಯ್ಯುವವರೆಗೂ ನೇತ್ರ ದೇವಸ್ಥಾನದ ಪ್ರಾಂಗಣದಲ್ಲೇ ಉಳಿದಿದ್ದಳು.

* * *

ಬಸ್ಸಿನಿಂದ ಇಳಿದ ಜೋಯಿಸರು ಮುಖದ ಮೇಲೆ ಮೂಡಿದ್ದ ಬೆವರ ಹನಿಗಳನ್ನು ಮೇಲುವಸ್ತ್ರದಿಂದ ಒರೆಸಿ ಮುಂದಕ್ಕೆ ಹೆಜ್ಜೆ ಹಾಕಿದರು.

ಗಂಧರ್ವಗಿರಿ ಎಸ್ಟೇಟನ್ನು ಹೊಕ್ಕು ಬಂಗ್ಲೆಯನ್ನು ತಲುಪಬೇಕಾದರೆ ಒಂದು ಫರ್ಲಾಂಗ್ ದಾರಿಯನ್ನು ಕ್ರಮಿಸಲೇಬೇಕಾಗಿತ್ತು.

ಬಂಗಲೆ ಬಾಗಿಲಲ್ಲೇ ಎದುರಾದ ರವೀಂದ್ರ.

"ಓಹ್ ಜೋಯಿಸರು, ಅಯ್ಯೋ ನಡೆದೇ ಬಂದು ಬಿಟ್ಟಿರಾ!" ಎಂದವನೇ ಅಲ್ಲಿಂದಲೇ ತಾಯಿಗೆ ಜೋಯಿಸರು ಬಂದ ಸುದ್ದಿಯನ್ನು ಮುಟ್ಟಿಸಿ, "ನೀವು ಒಳಗೆ ನಡೆಯಿರಿ ಜೋಯಿಸರೇ, ಸ್ವಲ್ಪ ಕೆಲಸ ಇದೆ. ಬರ್ತೀನಿ" ಎಂದು ಜೀಪು ಏರಿ ಹೊರಟುಬಿಟ್ಟ.

ಜೋಯಿಸರ ಮುಖದ ಮೇಲೆ ಮುಗುಳ್ನಗೆ ಮೂಡಿತು. ಥಟ್ಟನೆ ವಿಷಾದ ಛಾಯೆ ಆವರಿಸಿತು. ಇದೇ ಮುಖ, ಇದೇ ಉತ್ಸಾಹ ಚಿಮ್ಮುವ ಕಣ್ಣುಗಳು, ಇದೇ ದೃಢವಾದ ಶರೀರ. ಆದರೆ ಸುಧೀಂದ್ರನ ಸ್ವಭಾವ ಭಿನ್ನ, ತಮ್ಮನ್ನು ಕಂಡರೆ ಎಷ್ಟು ವಿಶ್ವಾಸ ಎಂದುಕೊಂಡರು.

ಕೋಣೆಯಿಂದ ಹಜಾರಕ್ಕೆ ಬಂದ ರಾಜಲಕ್ಷ್ಮೀಯವರು "ಬನ್ನಿ ಜೋಯಿಸರೇ" ಎಂದು ಆತ್ಮೀಯತೆಯಿಂದ ಸ್ವಾಗತಿಸಿದರು. ಎಷ್ಟೋ ಸಲ ಮನೆಗೆಬಂದ ಜೋಯಿಸರಿಗೆ ಸಂಕೋಚವಿರಲ್ಲಿಲ್ಲ. ಹೋಗಿ ಸೋಫಾ ಮೇಲೆ ಕುಳಿತರು. "ಹೇಗಿದ್ದೀರಿ ತಾಯಿ' ಸುಧಾರಿಸಿಕೊಳ್ಳುತ್ತ.

"ಏನಂತ ಹೇಳಲಿ ಜೋಯಿಸರೇ!" ಥಟ್ಟನೆ ರಾಜಲಕ್ಷ್ಮಿಯವರ ಕಣ್ಣಲ್ಲಿ ನೀರು ಚಿಮ್ಮಿತು.

ಪುತ್ರಶೋಕ ನಿರಂತರ. ಇದನ್ನು ಕಾಲ ಕೂಡ ಕಡಿಮೆ ಮಾಡುವುದಿಲ್ಲವೇನೋ ಎಂದುಕೊಂಡರು ಜೋಯಿಸರು.

"ಏನು ಮಾಡೋದು ತಾಯಿ, ಬಂದುದೆಲ್ಲ ಅನುಭವಿಸಲೇಬೇಕು. ರಾಯರು ಆರೋಗ್ಯವಾಗಿದ್ದಾರ?"

"ಎಲ್ಲ ನಿಮ್ಮ ಆರ್ಶಿವಾದ, ಬಹಳ ದಿನಗಳ ಮೇಲೆ ಬರ್ತಾ ಇದ್ದೀರಾ. ಮನೆಯಲ್ಲಿ ಎಲ್ಲರೂ ಆರೋಗ್ಯ ತಾನೆ? ನಿಮ್ಮ ಮೊಮ್ಮಗಳು ಹೇಗಿದ್ದಾಳೆ?" ಎಂದು ರಾಜಲಕ್ಷ್ಮಿ ವಿಚಾರಿಸುದಾಗ ಜೋಯಿಸರು ಆಶ್ಚರ್ಯಗೊಂಡರು. ಈಗ ದುಃಖದಿಂದ ಕಣ್ಣೀರು ಮಿಡಿದ ತಾಯಿ ಎಷ್ಟೋ ಬೇಗ ಚೇತರಿಸಿಕೊಂಡು ಎದುರಿನಲ್ಲಿರುವವರ ಕಷ್ಟ ಸುಖ ವಿಚಾರಿಸಲು ತೊಡಗಿದ್ದಾರೆ! ಈ ದೊಡ್ಡ ಗುಣ ಸ್ತ್ರೀಯರಿಗೆ ಬಳುವಳಿಯೇನೋ ಎಂದುಕೊಂಡರು.

"ಚೆನ್ನಾಗಿದ್ದಾಳೆ...." ಎಂದರು ತಡವರಿಸುತ್ತ. ಜೋಯಿಸರು ಯಾರ ಮುಂದೂ ತಮ್ಮ ಕಷ್ಟವನ್ನು ತೋಡಿಕೊಂಡ ಜೀವವಲ್ಲ. ಆದರೆ ಇಂದು ಆ ಮುಗ್ಧ ಹುಡುಗಿಯ ಸಲುವಾಗಿ ಏನಾದರೂ ಮಾಡಲೇಬೇಕಿತ್ತು. ಅವಳಿಗೆ ಭದ್ರವಾದ ಒಂದು ಆಸರೆಯನ್ನು ದೊರಕಿಸಿಕೊಡಲೇಬೇಕಾಗಿತ್ತು. ಇಲ್ಲದಿದ್ದರೆ ಅವರ ಮನಸ್ಸಿಗೆ ನೆಮ್ಮದಿ ಇಲ್ಲ. ಮಗ ಅವರ ಪಾಲಿಗೆ ಶತ್ರುವಿನಂತೆ ಆಗಿದ್ದ.

"ರಾಯರು ಇಲ್ಲವಾ ತಾಯಿ?"

"ಇದ್ದಾರೆ; ಮೊಮ್ಮಕ್ಕಳನ್ನು ಕರ್ಕೊಂಡು ಹೊರಗೆ ಹೋಗಿದ್ದಾರೆ" ಎಂದು ನಿಟ್ಟುಸಿರು ಬಿಟ್ಟ ರಾಜಲಕ್ಷ್ಮಿ ಒಳಗೆ ಹೋಗಿ ಐದು ನಿಮಿಷಗಳ ನಂತರ ಹಣ್ಣು ಹಾಲಿನೊಂದಿಗೆ ಹಿಂದಿರುಗಿದರು.

"ಇದೆಲ್ಲ ಬೇಕಿರಲ್ಲಿಲ್ಲ ತಾಯಿ."

ಜೋಯಿಸರು ಮಡದಿ ಸತ್ತಾಗಿನಿಂದ ಒಪ್ಪತ್ತು ಮಾತ್ರ ಊಟ ಮಾಡು ತ್ತಿದ್ದರು. ಕೆಲವೊಂದು ದಿನ ಇದನ್ನೂ ಮಾಡದೇ ಸುಮ್ಮನಿದ್ದು ಬಿಡುತ್ತಿದ್ದರು. ಆದರೆ ಗಂಧರ್ವ ಗಿರಿಗೆ ಬಂದರೆ ರಾಜಲಕ್ಷ್ಮಿ ಬಲವಂತದಿಂದ ಹಣ್ಣು, ಹಾಲನ್ನು ಕೊಡುತ್ತಿದ್ದರು.

ಆಕೆಯ ಆತ್ಮೀಯತೆಯ ವಿರುದ್ಧ ಜೋಯಿಸರು ಖಡಾಖಂಡಿತವಾಗಿ ನಿರಾಕರಿಸಲಾರದೇ ಸ್ವೀಕರಿಸುತ್ತಿದ್ದರು.

ಜೋಯಿಸರು ಸಂಕೋಚದಿಂದ ಮುದುಡಿ ಮೊಮ್ಮಗಳ ಸ್ಥಿತಿಯನ್ನು ತಿಳಿಸಿ,

ತಮ್ಮ ಮನೆಯ ಸಂಗತಿಯನ್ನು ವಿಸ್ತಾರವಾಗಿ ತಿಳಿಸಿದರು.

"ಚಂದ್ರೊಳ್ಳಿ ಆ ಹೆಣ್ಣನ್ನು ಸುಬ್ಬನಿಗೆ ಕೊಟ್ಟು ಮದುವೆ ಮಾಡೋಕೆ ಇಷ್ಟವಿಲ್ಲ. ಇಲ್ಲ ಬೇರೆ ಗಂಡುಗಳನ್ನು ಹುಡುಕೋ ಚೈತನ್ಯವಿಲ್ಲ. ಆ ಹುಡುಗಿ ಕಾಲೇಜಿಗೆ ಸೇರಿಕೊಂಡು ಓದ್ತೀನಿ ಅಂತಾಳೆ. ಆದರೆ...." ಜೋಯಿಸರ ಗಂಟಲು ಗದ್ಗಿತವಾಯಿತು. ಮುಂದೆ ಮಾತುಗಳು ಹೊರಡದಾಯಿತು. ಕಣ್ಣುಗಳಲ್ಲಿ ನೀರು ತುಂಬಿಕೊಂಡಿತು.

ರಾಜಲಕ್ಷ್ಮಿಯವರ ಹೆಣ್ಣು ಹೃದಯ ಆ ಅನಾಥ ಹೆಣ್ಣು ಮಗುವಿನ ಬಗ್ಗೆ ಮರುಕಗೊಂಡಿತು. ಜೋಯಿಸರು ಅವರು ಮಾಡಿದ ಉಪಕಾರಕ್ಕೆ ಪ್ರತ್ಯುಪಕಾರ ಮಾಡುವ ಕಾಲವೇ ಒದಗಿರಲ್ಲಿಲ್ಲ. ಈಗ ತಾನೇ ತಾನಾಗಿ ಒದಗಿಬಂದಿದೆ. ಇಷ್ಟು ಜನಕ್ಕೆ ಆಶ್ರಯ ಕೊಟ್ಟ ಈ ಗಂಧರ್ವಗಿರಿಗೆ ಆ ಹುಡುಗಿ ಆಶ್ರಯ ಕೊಡಲಾರದೆ ಎಂದುಕೊಂಡರು.

"ಜೋಯಿಸರೇ, ನಮ್ಮ ನೇತ್ರಾವತಿ ಬಂದು ಇಲ್ಲೇ ಇರಲಿ. ಇಲ್ಲಿಂದ ಕಾಲೇಜುಗಳಿಗೆ ಎಷ್ಟೋ ಹುಡುಗರು ಹೋಗುತ್ತಾರೆ. ಅವಳು ಇಲ್ಲಿದ್ದು ಕೊಂಡೇ ಓದಲಿ" ರಾಜಲಕ್ಷ್ಮಿ ಈ ಮಾತುಗಳನ್ನು ಸಹಜವಾಗಿ ಆಡಿದರು.

ಜೋಯಿಸರಿಗೆ ಸಂತೋಷದಿಂದ ಗಂಟಲು ಕಟ್ಟಿಹೋಯಿತು. ಈ ಮಹಾತಾಯಿ ಈ ಮಾತನ್ನೇ ಹೇಳುತ್ತಾರೆ ಎಂದು ನಿರ್ಧರಿಸಿಕೊಂಡೇ ಬಂದಿದ್ದರು. ಆದರೂ ಅಲ್ಪ ಸ್ವಲ್ಪ ಸಂದೇಹ ಇತ್ತು. ರಾಜಲಕ್ಷ್ಮಿ ಹೇಳಿದ ಮೇಲೆ ಸಂದೇಹದ ಬೇರು ಕಡಿದುಬಿತ್ತು. ಆಕೆಯ ಮಾತಿಗೆ ಗಂಧರ್ವ ಗಿರಿಯಲ್ಲಿ ಎದುರಿರಲ್ಲಿಲ್ಲ. ಅವರ ಪತಿ ರಂಗರಾವು ಮಡದಿಗೆ ಅಷ್ಟೊಂದು ಸ್ಥಾನಮಾನಗಳನ್ನು ಕೊಟ್ಟಿದ್ದರು. ಧಡ ಧಡ ಓಡಿ ಬಂದ ಪುಟಾಣಿಗಳು ಅಜ್ಜಿಯನ್ನು ಅಪ್ಪಿದರು.

ರಾಜಲಕ್ಷ್ಮಿ ಮೊಮ್ಮಕ್ಕಳನ್ನು ಎತ್ತಿಕೊಂಡು ತೊಡೆಯ ಮೇಲೆ ಕೂಡಿಸಿಕೊಂಡರು.

ಸಂತೋಷ್, ಅನಂದ್ ಜೋಯಿಸರ ಕಡೆಗೆ ನೋಡತೊಡಗಿದರು. ಆಗಾಗ ಬಂದು ಹೋಗುತ್ತಿದ್ದ ಜೋಯಿಸರು ಹೊಸಬರಲ್ಲದಿದ್ದರೂ, ಆ ಪುಟಾಣಿಗಳ ಕುತೂಹಲವೇನೋ ಯಾರು ಬಲ್ಲರು?

"ಈಗ ಹುಡುಗರು ಸ್ವಲ್ಪ ಮಟ್ಟಿಗೆ ಚೇತರಿಸಿಕೊಂಡಿದ್ದಾರೇಂತ ಕಾಣಿಸುತ್ತೆ." ಆ ಮಕ್ಕಳ ಕಡೆ ನೋಡುತ್ತ ಹೇಳಿದರು ಜೋಯಿಸರು.

"ಏನು ಹೇಳಲಿ ಜೋಯಿಸರೇ! ಒಂದೊಂದು ಸಲ ಅಳು ಷುರು ಮಾಡಿಬಿಟ್ಟರೇ ನಿಲ್ಲಿಸೋದೆ ಕಷ್ಟ" ಎನ್ನುತ್ತ ರಾಜಲಕ್ಷ್ಮಿ ಮೊಮ್ಮಕ್ಕಳ ಕೆನ್ನೆಗಳನ್ನು ಸವರಿದರು.

ಅಷ್ಟರಲ್ಲಿ ಬಂದ ರಂಗರಾವು ಜೋಯಿಸರಿಗೆ ಕೈ ಮುಗಿದು "ಜೋಯಿಸರು ದರ್ಶನ ಅಪರೂಪವಾಯಿತು. ದೈವವಂತೂ ನಮ್ಮ ಮೇಲೆ ಮುನಿದು ಬಿಟ್ಟಿದೆ...." ಅವರ ಮಾತು ಪೂರ್ತಿಮಾಡುವುದು ಜೋಯಿಸರಿಗೆ ಬೇಕಾಗಿರಲ್ಲಿಲ್ಲ. ಅದಕ್ಕಾಗಿ ಅರ್ಧದಲ್ಲೇ ತಡೆದರು.

"ಛೆ, ಯಾಕಂಥ ಮಾತು! ಭಗವಂತನ ಲೀಲಾಮಯ ನಾಟಕದಲ್ಲಿ ನಾವು

ಕೇವಲ ಪಾತ್ರಧಾರಿಗಳು. ಆದರೆ ಅದನ್ನು ಅರಿತು ಬಂದುದನ್ನು ನಗು ನಗುತ ಸ್ವೀಕರಿಸುವ ಮನೋದಾರ್ಢ್ಯವನ್ನು ದೇವರೇ ಕರುಣಿಸಬೇಕು"

"ಜೋಯಿಸರೇ, ನನಗೇಕೊ ಯಾವುದು ಬೇಕಾಗಿಲ್ಲ. ಇಷ್ಟು ದೊಡ್ಡ ಸಂಪದ್ಭರಿತ ಗಂದರ್ವಗಿರಿ ಇದ್ದೇನು ಪ್ರಯೋಜನ? ಇದರಿಂದ ನನ್ನ ಮಗ, ಸೊಸೇನ ಉಳಿಸಿಕೊಳ್ಳಲಿಕ್ಕೆ ಸಾಧ್ಯವಾಗಲ್ಲಿಲ್ಲ,

ವೇದನೆ ರಂಗರಾಯರ ಹಣೆಯಲ್ಲಿ ಮತ್ತಷ್ಟು ಗೆರೆಗಳನ್ನು ಮೂಡಿಸಿತು. ಮಗ, ಸೊಸೆ ಸತ್ತು ವರ್ಷವಾಗಿದ್ದರೂ ಅವರಿಗಿನ್ನೂ ಆ ದುಃಖದಿಂದ ಚೇತರಿಸಿಕೊಂಡಿರಲ್ಲಿಲ್ಲ. ಯಾವ ತೊಂದರೆ, ತಾಪತ್ರಯವಿಲ್ಲದ ಜೀವಕ್ಕೆ ಇದೊಂದು ದೊಡ್ಡ ಪೆಟ್ಟಾಗಿತ್ತು. ಆಗಾಗ ದೌರ್ಬಲ್ಯ ಅವರ ಒಳಗಿನ ವೇದನೆಯನ್ನು ಕಕ್ಕಿದರೂ ಮಿಕ್ಕ ವೇಳೆಯಲ್ಲಿ ಬಹಳ ಧೈರ್ಯದಿಂದ ಹೆಂಡತಿಗೆ ಸಮಾಧಾನ ಹೇಳುತ್ತಿದ್ದರು. ವಯಸ್ಸಿಗೆ ಬಂದ ಮಗನನ್ನು ಕಳೆದುಕೊಂಡ

ಆ ತಾಯಿಕರುಳಿನ ವೇದನೆಯನ್ನು ಅವರು ಅರಿಯಬಲ್ಲವರಾಗಿದ್ದರು. ಸುಧೀಂದ್ರ-ಮೃದುಲ ಸತ್ತ ಹೊಸದರಲ್ಲಿ ತಮ್ಮ ಎರಡನೇ ಮಗ ರವೀಂದ್ರನ ಬಗ್ಗೆ ಭಯಪಟ್ಟಿದ್ದರು ರಾಯರು.

ಅಣ್ಣನನ್ನು ಕಂಡರೆ ಪ್ರಾಣ ಬಿಡುತ್ತಿದ್ದ ರವೀಂದ್ರ ಅಣ್ಣ, ಅತ್ತಿಗೆಯರ ಅಕಾಲಮರಣದಿಂದ ಹುಚ್ಚು ಹಿಡಿದವನಂತೆ ಆದ. ಸುಮಾರು ಆರು ತಿಂಗಳು ಕೋಣೆ ಬಿಟ್ಟು ಹೊರಗೆ ಬರಲ್ಲಿಲ್ಲ. ಆಗಂತೂ ರಂಗರಾವು, ರಾಜಲಕ್ಷ್ಮಿ ಭೂಮಿಗಿಳಿದು ಹೋಗಿದ್ದರು. ಅವನನ್ನು ಮೊದಲಿನ ಸ್ಥಿತಿ ತಲುಪಬೇಕಾದರೆ ಬಹಳ ಪಾಡುಪಟ್ಟಿದ್ದರು.

* * *

ಗಂಧರ್ವ ಗಿರಿ ಎಸ್ಟೇಟಿನ ಒಡೆಯರಾದ ರಂಗರಾವಿಗೆ ಇಬ್ಬರು ಗಂಡು ಮಕ್ಕಳು. ಸುಧೀಂದ್ರ, ರವೀಂದ್ರ. ಇಬ್ಬರೂ ಅವರ ಎರಡು ಕಣ್ಣುಗಳು. ಮೃದುಲ ಅವರ ಸೊಸೆಯಾಗಿ ಬಂದು ಎರಡು ಮಕ್ಕಳನ್ನು ಕೊಡುಗೆಯಾಗಿತ್ತಾಗ ರಂಗರಾವಿಗೆ ಸ್ವರ್ಗ ಮೂರೇ ಮೆಟ್ಟಿಲು ಎನ್ನಿಸಿತು. ಆದರೆ ರವೀಂದ್ರ ಪಕ್ಕದ ಎಸ್ಟೇಟಿನ ರೂಪಮೆನನ್ ಜೊತೆ ಓಡಾಡಲು ಆರಂಭಿಸಿದಾಗ ಚಿಂತಿಸಿದರು. ಅದು ತಿರುಗಾಟವಾಗಿರಲ್ಲಿಲ್ಲ. ಮದುವೆ ಬಗ್ಗೆ ಆಗಲೇ ಹತ್ತಾರು ಕನಸುಗಳನ್ನು ಕಾಣತೊಡಗಿದ್ದಾರೆ ಎಂದಾಗ ಧೃತಿಗೆಟ್ಟರು.

ಅಂದು ಆಡಿ ಛೀಮಾರಿ ಹಾಕಿದ ಮಗನ ಮನಸ್ಸನ್ನು ನೋಯಿಸಲಾರರು. ಅದಕ್ಕಿಂತ ಹೆಚ್ಚಾಗಿ ತಮ್ಮ ಬಗ್ಗೆ ಅವನಿಗಿರುವ ಒಲವನ್ನು ಕಳೆದುಕೊಳ್ಳಲು ಅವರು ಸಿದ್ಧರಿರಲ್ಲಿಲ್ಲ.

ಒಂದು ದಿನ ಜೀಪಿನಲ್ಲಿ ಬರುತ್ತಿದ್ದ ರವೀಂದ್ರ ಎಸ್ಟೇನಲ್ಲಿ ಓಡಾಡುತ್ತಿದ್ದ ತಂದೆಯನ್ನು ಕಂಡು ಜೀಪ್ ನಿಲ್ಲಿಸಿ "ಬರ್ತೀರಾ ಅಣ್ಣ....?" ಎಂದ.

"ಜೀಪು ಪಕ್ಕಕ್ಕೆ ನಿಲ್ಲಿಸಿ ನೀನು ಇಳಿ...." ಎಂದು ರಾಯರು ಮರದ ಕೆಳಗಿದ್ದ ಬೆಂಚಿನ ಮೇಲೆ ಕುಳಿತರು.

ರಂಗರಾವು ಮಗನನ್ನು ದಿಟ್ಟಿಸಿದರು. ಪರ್ವಾಗಿಲ್ಲ ಚೆನ್ನಾಗಿದ್ದಾನೆ ಎಂದು ಕೊಂಡರು.

"ಕೂತ್ಕೋ...."

"ನಾನು ನಿಂತೇ ಇರ್ತೀನಿ" ಎಂದ ರವೀಂದ್ರ.

"ಈ ವಯಸ್ಸೇ ಅಂಥದ್ದು ನೋಡು. ಕೂತುಕೊಳ್ಳೊ ಅವಕಾಶ ಇದ್ದರೂ ನಿಂತೇ ನೋಡೋಣ ಅನ್ನೋ ಛಲ" ಎಂದು ಅವರೇ ನಕ್ಕರು.

"ಎಲ್ಲಿ ಹೋಗಿದ್ದೇ?"

"ಮೆನನ್ ಎಸ್ಟೇಟಿಗೆ."

ಅಷ್ಟೇನಾ ಎನ್ನುವಂತೆ ಮಗನ ಕಡೆ ನೋಡಿದರು.

ಅಳುಕಿಲ್ಲದ ಧೀರ ಗಂಡು ರವೀಂದ್ರ ನಿಜ ನುಡಿದೇ ಬಿಟ್ಟ.

"ರೂಪ ಮೆನನ್ ನೋಡೋಕ್ಕೋಸ್ಕರ."

ರಂಗರಾವು ನೋಟ ಬದಲಿಸದೇ ಮಗನನ್ನು ನೋಡುತ್ತ ಕುಳಿತರು.

ಬಾಯಿ ಏನು ಹೇಳದಿದ್ದರೂ ಕಣ್ಣುಗಳು ಹತ್ತಾರು ಪ್ರಶ್ನೆಗಳನ್ನು ಕೇಳುತ್ತಿತ್ತು.

ತನ್ನ ರೂಪಳ ವಿಷಯವನ್ನು ತಂದೆಯಿಂದ ಮುಚ್ಚಿಡಬೇಕೆಂಬ ಉದ್ದೇಶ ಇರದಿದ್ದ ರವೀಂದ್ರ ನಿಜಸಂಗತಿಯನ್ನು ತಂದೆಯ ಮುಂದಿಟ್ಟ.

"ನಾನು ರೂಪ ಒಬ್ಬರಿಗೊಬ್ಬರು ಪ್ರೀತಿಸುತ್ತ ಇದ್ದೀವಿ."

ರಂಗರಾವ್‌ಗೆ ಮಗನ ಮಾತಿನಿಂದ ಆಶ್ಚರ್ಯವಾಗಲ್ಲಿಲ್ಲ.

"ರವಿ, ನಾನು ಏನೂ ಹೇಳೋಲ್ಲ. ಎರಡು ದಿನ ನೀನೇ ಕೂತು ಯೋಚನೆ ಮಾಡು. ಹಾಗಂತ ರೂಪಾಗು ಹೇಳು" ಎಂದವರೇ ಎದ್ದು ಹೋಗಿ ಜೀಪಿನಲ್ಲಿ ಕುಳಿತರು.

ತನ್ನ ದಟ್ಟವಾದ ಕ್ರಾಪಿನ ಕೂದಲನ್ನು ಹಿಂದಕ್ಕೆ ತಳ್ಳುತ್ತ ರವೀಂದ್ರ ಬಂದು ಜೀಪು ಹತ್ತಿ ಕುಳಿತು ಸ್ಟಾರ್ಟ್ ಮಾಡಿದ.

ಬಂಗಲೆ ಮುಂದೆ ಇಳಿದಾಗ ಇಬ್ಬರೂ ಮೌನವಾಗಿ ಒಳಗೆ ಹೋದರು.

ರಂಗರಾವ್ ಸಿಟ್ಟಿಂಗ್ ರೂಮಿಗೆ ಹೋದರೆ, ರವೀಂದ್ರ ಅಣ್ಣನ ಕೋಣೆಗೆ ಓಡಿದ.

"ರೀ ಅತ್ತಿಗೆ, ದೊಡ್ಡ ಪ್ರಾಬ್ಲಮ್" ಎನ್ನುತ್ತಲೇ ಮಂಚದ ಮೇಲೆ ಕುಳಿತ ಅತ್ತಿಗೆಗೆ ಎದುರಾಗಿ ಕುಳಿತ.

ಕೈಯಲ್ಲಿದ್ದ ಪುಸ್ತಕ ಪಕ್ಕಕ್ಕಿಟ್ಟ ಮೃದುಲಾ, "ನಿನಗೂ ಪ್ರಾಬ್ಲಮ್‌ಗಳು ಬರುತ್ತಾ?

ನನಗೆ ಗೊತ್ತೇ ಇರಲ್ಲಿಲ್ಲ." ಎಂದಳು ನಗುತ್ತ.

"ನನ್ನ ಮಾತುಗಳನ್ನು ತಮಾಷೆಯಾಗಿ ತಗೋಬೇಡಿ, ಸ್ವಲ್ಪ ಸಿರಿಯಸ್ಸಾಗಿ ಕೇಳಿ."

"ಸರಿ, ಹೇಳೋಣವಾಗಲಿ" ಎಂದು ಸರಿಯಾಗಿ ಕುಳಿತಳು.

"ಇವತ್ತು ಅಣ್ಣನಿಗೆ ಹೇಳಿಬಿಟ್ಟೆ ನನ್ನ, ರೂಪಳ ವಿಷಯಾನ."

ರವೀಂದ್ರನ ಮಾತು ಕೇಳಿದ ಕೂಡಲೇ ಮೃದುಲಾ ಮುಖ ಕಳೆ ಗುಂದಿತು.

"ಏನು ಹೇಳಿದರು?"

"ಎರಡು ದಿನ ನೀವು ಇಬ್ಬರೂ ಯೋಚನೆ ಮಾಡಿ ನಿರ್ಧಾರಕ್ಕೆ ಬನ್ನಿ ಅಂತ ಹೇಳಿದ್ದಾರೆ."

"ಸರಿ, ಹಾಗೇ ಮಾಡಿ" ಎಂದು ಮೇಲಕ್ಕೆ ಎದ್ದ ಮೃದುಲಾ ಕಿಟಕಿಯ ಪರದೆಯನ್ನು ಪೂರ್ಣವಾಗಿ ಸರಿಸಿ ತಂಗಾಳಿಗೆ ಮುಖವೊಡ್ಡಿದಳು.

ರವೀಂದ್ರ–ರೂಪ ಒಡನಾಟ ಮೃದುಲಾಳಿಗೂ ತಿಳಿದಿದ್ದೇ. ಹಾಗೆಂದು ಮೈದುನನನ್ನು ಪ್ರಶ್ನಿಸಲು ಹೋಗಲ್ಲಿಲ್ಲ.

"ನೀವು ಯಾಕೆ ಸುಮ್ಮನೆ ಮೌನವಾಗಿದ್ದು ನನ್ನನ್ನು ಕೊಲ್ತೀರಾ? ನಾನು ರೂಪಾನ ಮದುವೆಯಾಗೋದು ನಿಮಗೆ ಇಷ್ಟವಿಲ್ಲವೇ ಹೇಳಿ ಅತ್ತಿಗೆ!"

"ರವಿ, ಯಾಕಿಷ್ಟು ಉದ್ವೇಗಗೊಳ್ಳುತ್ತಿ? ಮನೆಯಲ್ಲಿರುವವರ ಇಷ್ಟವನ್ನು ಸೂಚಿಸಿದರೆ ಇಂದು ಈ ಪ್ರಶ್ನೆ ಎದುರಾಗಬೇಕಾಗೇ ಇರಲ್ಲಿಲ್ಲ. ಹೇಗೂ ಇಬ್ಬರೂ ಪ್ರೀತಿಸಿದ್ದೀರಿ. ಇನ್ನೇನು ಬೇಕು?" ಎಂದವರೇ ದಢಾರನೇ ಕೋಣೆಯಿಂದ ಹೊರಗೆ ಹೋಗಿಬಿಟ್ಟರು.

ರವೀಂದ್ರ ದಿಕ್ಕುತೋಚದವನಂತೆ ಕುಳಿತು ಬಿಟ್ಟ. ಅತ್ತಿಗೆಯಿಂದ ಈ ತರಹದ ಪ್ರತಿಭಟನೆಯನ್ನು ಅವನು ನಿರೀಕ್ಷಿಸಿರಲಿಲ್ಲ. ಮೃದುಲ ಅತ್ತೆಯ ಕೋಣೆಗೆ ಬಂದಾಗ ಅವರಿಬ್ಬರ ಮುಖದ ಮೇಲಿದ್ದ ವೇದನೆಯನ್ನು ಗುರ್ತಿಸಿದಳು.

"ಬಾಮ್ಮ ಮೃದು..." ಎಂದು ರಂಗರಾವು ಸೊಸೆಯನ್ನು ಬರಮಾಡಿಕೊಂಡರು.

ಮೃದುಲ ಅತ್ತೆಯ ಪಕ್ಕದಲ್ಲಿ ಹೋಗಿ ಕುಳಿತಳು.

"ಕೇಳಿದೆಯಾ ಮೃದು? ನನ್ನ ಊಹೆ ಸುಳ್ಳಾಗಲ್ಲಿಲ್ಲ."

ರಾಜಲಕ್ಷ್ಮಿ ಕಣ್ಣಲ್ಲಿ ನೀರು ಇಣುಕಿತು. ಅವರಿಗೆ ಮೆನನ್ ಸಂಬಂಧ ಬೆಳೆಸುವುದು ಬೇಡವಾಗಿತ್ತು.

"ಅತ್ತೆ, ನೀವು ಯಾಕೆ ಯೋಚಿಸ್ತೀರಿ? ನಾವು ತಿಳಿದ ಹಾಗೆ ರೂಪ ಒಳ್ಳೆ ಹುಡುಗಿನೇ. ಅಷ್ಟು ಸುಲಭವಾಗಿ ನಮ್ಮ ರವಿ...."

"ಮೃದು... ಸುಮ್ಮನಿರು, ನನಗೇನು ಹೇಳಬೇಕಾಗಿಲ್ಲ.

ಗೋಡೆಗೊರಗಿ ನಿಂತಿದ್ದ ಮಗನನ್ನು ಮಾತನಾಡಿಸುವ ಮನಸ್ಸಾಗಲ್ಲಿಲ್ಲ. ನೆಟ್ಟಗೆ

ಹೊರಗೆ ಬಂದರು.

"ದೊಡ್ಡ ಮಗನ ಜೊತೆ ಪುಟ್ಟ ಪುಟ್ಟ ಹೆಜ್ಜೆ ಹಾಕುತ್ತ ಬರುತ್ತಿದ್ದ ಮೊಮ್ಮಕ್ಕಳನ್ನು ನೋಡಿ ಅವರ ಹೃದಯದ ಭಾರ ತುಸು ಕಡಿಮೆಯಾಯಿತು. ಮೊಮ್ಮಕ್ಕಳನ್ನು ತಾಯಿಯ ವಶಕ್ಕೆ ಕೊಟ್ಟು ಸುಧೀಂದ್ರ ಒಳಗೆ ನಡೆದ.

ಬಿಗುವಿನ ಮುಖ ಹೊತ್ತು ನಿಂತಿದ್ದ ತಮ್ಮನನ್ನು ನೋಡಿದ ಕೂಡಲೇ ಆಶ್ಚರ್ಯವಾಯಿತು.

ಅವನ ಭುಜದ ಮೇಲೆ ಕೈ ಹಾಕಿ, "ಏನು ಸಮಾಚಾರ?" ಎಂದ.

ರವೀಂದ್ರ ಮುಖ ಸಡಿಲಗೊಳ್ಳಲಿಲ್ಲ.

"ಮೃದು....ಮೃದು...." ಎಂದು ಧ್ವನಿ ಎತ್ತರಿಸಿ ಮಡದಿಯನ್ನು ಕೂಗಿಕೊಂಡ.

ಮಡದಿಯ ಮುಖದಲ್ಲೂ ಉತ್ಸಾಹವಿಲ್ಲದನ್ನು ಸುಧೀಂದ್ರ ಗಮನಿಸದೇ ಹೋಗಲ್ಲಿಲ್ಲ.

ತಮ್ಮನಿಂದ ಸರಿದು ಮಡದಿಯ ಬಳಿಗೆ ಧಾವಿಸಿದ.

"ಯಾಕೆ ಮೃದು, ಏನಾಯಿತು....ರವಿ ಯಾಕೆ ಹಾಗಿದ್ದಾನೆ?"

ಮೃದುಲ ಸಹಜವಾಗಿ ವಿಷಯವನ್ನು ತಿಳಿಸಿದಳು ಎರಡೇ ಮಾತುಗಳಲ್ಲಿ. ಸುಧೀಂದ್ರ ಜೋರಾಗಿ ನಕ್ಕ, ಮತ್ತೂ ಜೋರಾಗಿ ನಕ್ಕ.

ತಮಗೂ, ಮೆನನ್‌ರವರ ಕುಟುಂಬಕ್ಕೂ ಅಜಗಜಾಂತರ ವ್ಯತ್ಯಾಸವಿದೆ ಎಂದು ಸುಧೀಂದ್ರ ತಳೆದಿದ್ದರೂ ರೂಪ ಇಲ್ಲಿಗೆ ಬಂದ ಮೇಲೆ ತಮ್ಮಲ್ಲಿ ಬೆರೆತು ಹೋಗುತ್ತಾಳೆ ಎಂದುಕೊಂಡಿದ್ದ.

"ಸರಿ, ನೀವಿಬ್ರೂ ಫೂಲ್" ಎಂದು ತಮ್ಮ ಬೆನ್ನಿನ ಮೇಲೆ ಗುದ್ದಿ "ನೀನು ಖಂಡಿತ ಫೀಲ್ ಮಾಡೋದು ಬೇಡ. ಅಮ್ಮ, ಅಣ್ಣನನ್ನು ನಾನು ಒಪ್ಪಿಸ್ತೀನಿ" ಎಂದ.

ಸುಧೀಂದ್ರ ಮತ್ತು ರವೀಂದ್ರರ ನಡುವೆ ಆರು ವರ್ಷಗಳ ಅಂತರ. ಎಣೆ ಇಲ್ಲದ ಪ್ರೀತಿಯ ಬೆಸುಗೆ. ಸುಧೀಂದ್ರ ತಂದೆ ತಾಯಿಗಳಿಗೆ ಚೆನ್ನಾಗಿ ವಿವರಿಸಿ ಹೇಳಿ ರವೀಂದ್ರ– ರೂಪಾರ ಮದುವೆಗೆ ಅವರ ಒಪ್ಪಿಗೆ ಪಡೆದ.

ರವೀಂದ್ರ–ರೂಪಾಳನ್ನು ಮದುವೆಯಾಗುವುದಕ್ಕೆ ಮೆನನ್ ಕುಟುಂಬದ ಅಭ್ಯಂತರವಿರಲ್ಲಿಲ್ಲ. ಅವರೂ ಮೌನದಿಂದ ಸಮ್ಮತಿಸಿದರು.

ಈ ಅಸಮಾಧಾನ ಕಡಿಮೆಯಾಗುವುದಕ್ಕೆ ಮುನ್ನವೇ ರಂಗಾರಾವು, ರಾಜಲಕ್ಷ್ಮಿ ದೊಡ್ಡ ಅಘಾತಕ್ಕೆ ತುತ್ತಾಗಬೇಕಾಯಿತು. ಗೆಳೆಯನ ಮದುವೆಗೆಂದು ಹೊರಟ ಮಗ, ಸೊಸೆ ಜೀವಂತವಾಗಿ ಹಿಂದಿರುಗಲ್ಲಿಲ್ಲ. ಕಾರಿನ ಅಪಘಾತದಲ್ಲಿ ಇಬ್ಬರೂ ಮಡಿದು ಗಂಧರ್ವಗಿರಿಯನ್ನು ಕತ್ತಲಲ್ಲಿ ದೂಡಿ ದೂರ ಸರಿದಿದ್ದರು.

* * *

ಕಾವೇರಿ ನದಿಯ ಎರಡು ದಡಗಳ ಉದ್ದಕ್ಕೂ ಇರುವ ಹಲವಾರು ಪುಣ್ಯಕ್ಷೇತ್ರಗಳಲ್ಲಿ ತಿರುಮಕೂಡಲು ಒಂದು. ಮೈಸೂರಿಗೆ ಹದಿನೆಂಟು ಮೈಲಿ ದೂರದಲ್ಲಿದೆ. ತ್ರಿಮಕುಟಕ್ಷೇತ್ರ ಎಂದು ಪ್ರಸಿದ್ಧವಾದ ತಿರುಮಕೂಡಲಿನಲ್ಲಿ ಪ್ರಕೃತಿ ಸೌಂದರ್ಯ ಕಣ್ಣಿಗೆ ಹಬ್ಬವನ್ನುಂಟುಮಾಡುತ್ತಿದೆ. ಎತ್ತ ಕಣ್ಣು ಹಾಯಿಸಿದರೂ ಮೈ ಮನಸ್ಸಿಗೆ ಆಹ್ಲಾದ. ಈ ನಿಸರ್ಗ ರಾಶಿಯ ಮಧ್ಯೆ ತಲೆ ಎತ್ತಿ ನಿಂತಿರುವ ಅಗಸ್ತ್ಯೇಶ್ವರನ ದೇವಸ್ಥಾನ. ಪುರಾಣ ಪ್ರಸಿದ್ಧವಾದುದು. ಇಲ್ಲಿರುವ ಪುರಾತನವಾದ ಅಶ್ವತ್ಥವೃಕ್ಷವನ್ನು ಬ್ರಹ್ಮಾಶ್ವತ್ಥವೆಂದು ಕರೆಯುತ್ತಾರೆ. ದೇವಸ್ಥಾನದ ಹಿಂಭಾಗದಲ್ಲಿ ಕಾವೇರಿ, ಕಪಿಲೆ ಒಡಗೂಡಿ ಹರಿಯುತ್ತವೆ. ಮುಂದುಗಡೆ ಬೀದಿಯ ಇಕ್ಕಡೆಗಳಲ್ಲೂ ಸಾಲು ಮನೆಗಳು. ಬಲಭಾಗದ ಮನೆಗಳ ಹಿಂದೆ ಕಾವೇರಿ. ಎಡಭಾಗದ ಮನೆಗಳ ಹಿಂದೆ ಕಪಿಲೆ. ನದಿಯ ಅಚೆಯ ದಡದಲ್ಲಿರುವ ಸೋಸಲೆ ಗ್ರಾಮ ವ್ಯಾಸರಾಯ ಸ್ವಾಮಿಗಳ ಮಠಕ್ಕೆ ಪ್ರಸಿದ್ಧ.

ಜೋಯಿಸರು, ಮೊಮ್ಮಗಳ ಜೊತೆ ಬೀದಿಗುಂಟ ನಡೆದು ಬಂದು ಮನೆಯ ಮುಂದೆ ನಿಂತರು. ಇಲ್ಲಿಗೆ ಬಂದು ಈಗಾಗಲೇ ಹದಿನಾಲ್ಕು ವರ್ಷಗಳು ಕಳೆದಿದ್ದವು. ಮನೆಯನ್ನು ಗುರ್ತಿಸುವುದು ಪ್ರಯಾಸವಾಗಿತ್ತು.

ಅಲ್ಲೇ ಆಡುತ್ತಿದ್ದ ನಾಲ್ಕಾರು ಹುಡುಗರನ್ನು ಸಮೀಪಿಸಿ "ಜೋಯಿಸರ ಮನೆ ಇದೇನಾ?"

ನಾಲ್ಕಾರು ಕೊರಳುಗಳು ಅರಚಿದವು "ಹೌದು" ಎಂದು.

"ಬಾ ನೇತ್ರ" ಎಂದು ಮನೆಯತ್ತ ನಡೆದರು ಜೋಯಿಸರು. ಅಷ್ಟರಲ್ಲಿ ಹುಡುಗರೆಲ್ಲ ತಾತ ಮೊಮ್ಮಗಳನ್ನು ತಳ್ಳಿಕೊಂಡೇ ಒಳಗೆ ಓಡಿದವು, ಸುದ್ದಿ ಮುಟ್ಟಿಸಲು.

"ಲೋ ಶೀನ, ಯಾರೋ ಬಂದಾರಂತೆ ನೋಡು" ಎಂದರು ಕಂಬಕ್ಕೆ ಒರಗಿ ಕುಳಿತಿದ್ದ ವೃದ್ಧ ಜೋಯಿಸರು.

"ನಾನು ಗುರ್ತು ಹತ್ತಲಿಲ್ಲವೇ?" ಎನ್ನತ್ತಲೇ ನರಸಿಂಹ ಜೋಯಿಸರು ಆ ವೃದ್ದರ ಬಳಿ ಹೋಗಿ ಕುಳಿತಲು.

ನೇತ್ರಳಿಗೆ ದಿಕ್ಕು ತೋಚದಂತೆ ಆಯಿತು. ಮೆಲ್ಲಗೆ ನಡೆದು ತಾತನ ಬಳಿ ಮುದುಡಿ ಕುಳಿತರು.

ವೃದ್ಧರು ಕನ್ನಡಕ ಸರಿಪಡಿಸಿಕೊಂಡು ಸರಿಯಾಗಿ ನೋಡಿ ನೆನಪಿನ ಶಕ್ತಿಗೆ ಕೆಲಸ ಕೊಟ್ಟು ತಮ್ಮ ಹಲ್ಲಿಲ್ಲದ ಬಾಯನ್ನು ಅಗಲಿಸಿ "ಬೀಗರು ನರಸಿಂಹಜೋಯಿಸರಲ್ಲವೇ? ನೋಡಿ ಬಹಳ ವರ್ಷಗಳಾಗಿ ಹೋಯಿತು. ಗೋದಾವರಿ ಹೋದ ಮೇಲೆ ನೀವು ಈ ಕಡೆ ಬರಲೇ ಇಲ್ಲ" ಎಂದು ದೇಶಾವರಿ ನಗೆ ಬೀರಿದರು.

ಗೋದಾವರಿ ಹೋದರೂ ಅವಳು ಹೆತ್ತ ತಮ್ಮ ವಂಶದ ಕುಡಿ ಇದೆಯಲ್ಲ ಎಂದು ಒಮ್ಮೆಯದರೂ ನೋಡದವರು ತಮ್ಮನ್ನೇ ಆಕ್ಷೇಪಿಸುತ್ತಿದ್ದಾರಲ್ಲ ಎಂದುಕೊಂಡರು ನರಸಿಂಹ ಜೋಯಿಸರು.

"ಏನೋ, ಹೀಗೆ ಬರೋಕೆ ಆಗಲ್ಲಿಲ್ಲ. ಎಲ್ಲ ಆರೋಗ್ಯ ತಾನೇ!?" ಎಂದರು ಗಂಟಲು ಸರಿಪಡಿಸಿಕೊಂಡರು.

ಹುಡುಗರೆಲ್ಲ ಬಂದವರನ್ನು ಮಿಕಿ ಮಿಕಿ ನೋಡುತ್ತ ನಿಂತರು. ಆಗಾಗ ಆ ಮನೆಗೆ ಅಪರಿಚಿತರು ಬರುವುದು ಸಾಮಾನ್ಯವಾಗಿದ್ದುದ್ದರಿಂದ ಅಡಿಗೆಯ ಮನೆಯಲ್ಲಿದ್ದ ಹೆಂಗಸರು ವಿಷ್ಯ ತಿಳಿದರೂ ಹೊರಗೆ ಬಂದ ತಲೆಕೆಡಿಸಿಕೊಳ್ಳಲ್ಲಿಲ್ಲ.

"ಲೇ ವೆಂಕಿ, ನಿಮ್ಮಪ್ಪ ದೇವಸ್ಥಾನದಲ್ಲಿರಬಹ್ದು, ಹೋಗಿ ಕರ್ಕೊಂಡು ಬಾ" ಎಂದು ನರಸಿಂಹ ಜೋಯಿಸರ ಪಕ್ಕ ಮುದುರಿ ಕುಳಿತ ನೇತ್ರಳ ಕಡೆ ಕಣ್ಣೋಡಿಸಿದರು ವೃದ್ಧ ಜೋಯಿಸರು.

ಹಿಂದೆ ಯಾವುದೋ ಸಂದರ್ಭದಲ್ಲಿ ಅವಳನ್ನು ನೋಡಿದ್ದರು. ಆಗಿನ್ನೂ ನೇತ್ರ ಪುಟ್ಟ ಹುಡುಗಿ. ಈಗ ಬೆಳೆದು ನಿಂತ ಶೋಡಷಿ.

"ಇವಳು ಗೋದಾವರಿ ಮಗಳು ನೇತ್ರ ಅಲ್ಲವಾ? ಕಣ್ಣು ತೀರ ಕಾಣಿಸೋಲ್ಲ ಬಾರೇ ಹುಡುಗಿ ಹತ್ರ."

ಮಡಿ ಜನ. ತಾವಿನ್ನೂ ಬಸ್ಸಿನ ಮೈಲಿಗೆಯಿಂದಲೇ ಮುಕ್ತರಾಗಿಲ್ಲ. ಹೇಗಪ್ಪ ಅವರ ಬಳಿ ಹೋಗುವುದು ಎಂದು ನೇತ್ರ ಸಂಕೋಚಿಸಿದಳು. ಅಷ್ಟರಲ್ಲಿ ಯಾರೋ ಅಪರಿಚಿತರು ಎಂದು ಒಳಗಿನ ಹೆಂಗಳೆಯರ ವೃಂದ ಎರಡು ಲೋಟ ಬೆಲ್ಲದ ಕಾಫಿ ಕಳಿಸಿದರು.

ಜೋಯಿಸರು ಕಾಫಿಯನ್ನು ಹಿಂದಿರುಗಿಸಿ ಮೊಮ್ಮಗಳನ್ನು ಕರೆದೊಯ್ದು ಕಾವೇರಿಯಲ್ಲಿ ಮಿಂದು ಬಂದರು.

ಅಷ್ಟರಲ್ಲಿ ನೇತ್ರಳ ತಂದೆಯೂ ಗೋದಾವರಿಯ ಗಂಡನೂ ಆದ ಸೀನಪ್ಪನವರ ಸವಾರಿ ಚಿತ್ತೈಯಿಸಿತು.

ವಿಷಯ ತಿಳಿದಿದ್ದ ಮೂವರು ಹೆಂಗಳೆಯರು ಹಜಾರಕ್ಕೆ ಬಂದರು. ಅವರಿಗೆ ನೇತ್ರಳನ್ನು ನೋಡಿ ಅಸೂಯೆಯಾಯಿತು. ಅವರುಗಳ ಮಕ್ಕಳಲ್ಲಿ ಯಾರಿಗೂ ಅಂಥ ಸುಂದರ ರೂಪವಾಗಲಿ, ಆ ಶುಭ್ರವಾದ ಮೈ ಕಾಂತಿಯಾಗಲಿ ಇರಲ್ಲಿಲ್ಲ.

ನೇತ್ರ ಅವರ ಕಣ್ಣುಗಳಲ್ಲಿನ ವಿಲಕ್ಷಣ ಹೊಳಪನ್ನು ಎದುರಿಸಲಾರದೆ ತಲೆ ತಗ್ಗಿಸಿದಳು. ಇವರುಗಳನ್ನು ಎಂದೋ ಹಿಂದೆ ಒಂದೆರಡು ಸಂದರ್ಭಗಳಲ್ಲಿ ನೋಡಿರಬಹ್ದು. ಆದರೆ ಅದು ಅವಳಿಗೆ ನೆನಪಿಲ್ಲ.

ಎರಡು ದಿನ ಆ ಮನೆಯಲ್ಲಿ ಕಳೆಯುವ ವೇಳೆಗೆ ತಾತ, ಮೊಮ್ಮಗಳಿಗೆ ಸಾಕು ಸಾಕಾಯಿತು. ಮೂರು ಜನ ಅಣ್ಣ ತಮ್ಮಂದಿರಿಗೂ ಇಪ್ಪತ್ತೊಂದು ಮಕ್ಕಳಿದ್ದವು.

ಜೋಯಿಸರು ಹೆಚ್ಚಿನ ಅಸೆ ಹೊತ್ತು ಬಂದಿರಲ್ಲಿಲ್ಲ. ಹೇಗಾದರೂ ಒಮ್ಮೆ ಹೋಗಿ ಬಂದರಾಯಿತೆಂದು ಬಂದಿದ್ದರು. ಆರು ಮಕ್ಕಳ ತಂದೆ ಸೀನಪ್ಪ ನೇತ್ರಳನ್ನು ಜೋಪಾನ ಮಾಡುವುದು ಸುಳ್ಳು. ಇನ್ನ ರಕ್ತದ ಕುಡಿ ಎಂಬ ಮಮತೆಗಾದರೂ ಬಂದು ನೋಡಿಕೊಂಡು ಹೋಗಲ್ಲಿಲ್ಲ. ಅಂಥವನಿಂದ ಆಶ್ರಯ ನಿರೀಕ್ಷಿಸುವುದು

ತಪ್ಪೆಂದುಕೊಂಡರು.

ಜೋಯಿಸರು ಹೊರಟು ನಿಂತಾಗ ಆ ಮನೆಯವರಿಗೆ ಏನೂ ಅನ್ನಿಸಲ್ಲಿಲ್ಲ. ಯಾಂತ್ರಿಕವಾಗಿ ಬೀಳ್ಕೊಟ್ಟರು.

ತಾತ, ಮೊಮ್ಮಗಳು ಬಸ್ಸು ನಿಲ್ಲುವ ಕಡೆ ಹೆಜ್ಜೆ ಹಾಕಿದರು. ನೇತ್ರ ಹಿಂದಿರುಗಿ ಆ ಮನೆಯನ್ನೊಮ್ಮೆ ದಿಟ್ಟಿಸಿ ನೋಡಿದಳು. ಕಣ್ಣೀರಿನಿಂದ ಕಣ್ಣುಗಳು ಮಂಜಾದವು. ಜಾರಿದ ಕಣ್ಣೀರನ್ನು ಕಾಣದಂತೆ ಒರೆಸಿಕೊಂಡಳು.

ಇಬ್ಬರೂ ಬಂದು ಬಸ್ಸು ನಿಲ್ದಾಣದಲ್ಲಿದ್ದ ಕಲ್ಲುಚಪ್ಪಡಿಯ ಮೇಲೆ ಕುಳಿತರು.

ಜೋಯಿಸರು ಅಸಾಧ್ಯ ವೇದನೆಯನ್ನು ಅನುಭವಿಸುತ್ತಿದ್ದರು. ನೇತ್ರಳ ಭವಿಷ್ಯವೇ ಅವರಿಗೆ ದೊಡ್ಡ ಚಿಂತೆಯಾಗಿತ್ತು. "ಗಂಧರ್ವ ಗಿರಿ"ಯ ಒಡತಿ ರಾಜಲಕ್ಷ್ಮಿಯೇನೋ ಸುಲಭವಾಗಿ ಅವಳ ಭಾರ ಹೊರುವುದಕ್ಕೆ ಸಿದ್ಧವಾಗಿದ್ದರು. ಆದರೆ ಈಗ ಜೋಯಿಸರು ಮನಸ್ಸೇ ಸಂಕೋಚಿಸುತ್ತಿತ್ತು.

ಎಷ್ಟೇ ವಿಶ್ವಾಸವಿದ್ದರೂ ಬೆಳದುನಿಂತ ಈ ಮುಗ್ಧ ಹುಡುಗಿಯನ್ನು ಹೇಗೆ ಅಲ್ಲಿ ಬಿಡುವುದು? ಇಲ್ಲಿ ಸರಿಯಾದ ಗಂಡು ಹುಡುಕಿ ಅವಳಿಗೆ ಮದುವೆ ಮಾಡುವ ಚೈತನ್ಯವಿಲ್ಲ. ಹಾಗೆಂದು ನಿರಾತಂಕವಾಗಿ ಅವಳನ್ನು ಮನೆಯಲ್ಲಿ ಇರಿಸಿಕೊಳ್ಳುವುದೂ ಸಾಧ್ಯವಿಲ್ಲ. ಏನು ಮಾಡುವುದು....? ದಾಪುಗಾಲು ಹಾಕಿಕೊಂಡು ಬಂದ ಸೀನಪ್ಪ ತಾತ, ಮೊಮ್ಮಗಳ ಬಳಿ ನಿಂತರು.

ತಂದೆಯೆಂದು ತಿಳಿದಿದ್ದರೂ ಧೈರ್ಯದಿಂದ ಅವರ ಮುಖ ನೋಡುವುದು ನೇತ್ರಳಿಗೆ ಸಾಧ್ಯವಾಗಲ್ಲಿಲ್ಲ.

"ತಗೋ ಮಗು" ಎಂದು ಎರಡು ಬಾಳೆಹಣ್ಣು, ಒಂದು ಕಾಯಿ ಹೋಳು ಸ್ವಲ್ಪ ಹೂವನ್ನು ನೇತ್ರಳ ಕೈಯಲ್ಲಿಟ್ಟರು ಸೀನಪ್ಪ.

ಜೋಯಿಸರು ಮುಖ ಮುಖ ನೋಡಿದರು. ಸೀನಪ್ಪ ತಾವು ಬಂದಾಗಿನಿಂದ ನೇತ್ರಳ ಬಳಿ ಮಾತಾಡಿರಲ್ಲಿಲ್ಲ. ಈಗ....? ಎಲ್ಲಿ ಹೋಗುತ್ತೆ ರಕ್ತಸಂಬಂಧದ ಮಮಕಾರ ಎಂದುಕೊಂಡರು.

"ಮಾವನವರೇ, ನನಗೆ ಏನು ಹೇಳಬೇಕೋ ಅರ್ಥವಾಗೋಲ್ಲ. ನೇತ್ರ..." ಮುಂದೆ ಹೇಳಲಾರದ ಸೀನಪ್ಪ ತಮ್ಮ ಹೆಗಲ ಮೇಲಿದ್ದ ಮಡಿವಸ್ತ್ರದಿಂದ ಕಣ್ಣೊರೆಸಿಕೊಂಡರು.

ತಮ್ಮ ಸೊಂಟದಲ್ಲಿ ಸಿಗಿಸಿಕೊಂಡಿದ್ದ ಬಿಳಿ ಚಿನ್ನದ ಉಂಗುರವನ್ನು ತಾವೇ ನೇತ್ರಳ ಬೆರಳಿಗೆ ತೊಡಿಸಿ, ಕಣ್ತುಂಬ ಅವಳನ್ನು ನೋಡಿ ತಲೆಸವರಿ ಬೀಸುಗಾಲು ಹಾಕುತ್ತ ಹೊರಟುಬಿಟ್ಟರು.

ಜೋಯಿಸರು, ನೇತ್ರ ಸುಮ್ಮನೆ ನೋಡುತ್ತ ನಿಂತುಬಿಟ್ಟರು. ಅವರ ಬಗ್ಗೆ ಯೋಚಿಸುವುದಾಗಲಿ, ಮಾತಾಡುವುದಾಗಲಿ ಅವರಿಂದ ಆಗಲ್ಲಿಲ್ಲ. ಅಷ್ಟರಲ್ಲಿ ಬಂದು ನಿಂತ ಬಸ್ಸನ್ನು ಏರುತ್ತ ಜೋಯಿಸರು ಭಾರವಾದ ನಿಟ್ಟುಸಿರೊಂದನ್ನು

ಹೊರಚೆಲ್ಲಿದರು. ನೇತ್ರಳ ಮನಸ್ಥಿತಿ ಅಸ್ವಷ್ಟವಾಗಿತ್ತು.

ಬಸ್ಸು ಹಳ್ಳಿ ತಲುಪಿದಾಗ ಆಗಲೇ ಸಂಜೆಯಾಗಿತ್ತು. ಇವರನ್ನು ಅಲ್ಲಿ ಇಳಿಸಿದ ಬಸ್ಸು ಧೂಳು ಎರಚುತ್ತ ಮುಂದೋಡಿತು.

ಜೋಯಿಸರು ನಿರ್ವಿಕಾರ ಚಿತ್ತರಾಗಿ ಮನೆಯ ಕಡೆ ಹೆಜ್ಜೆ ಹಾಕಿದರು. ಕಪಿಲೆ ಕೋಲಿನಿಂದ ರಾಮನಿಗೆ ಬಾರಿಸುತ್ತಿದ್ದಳು. ಅವನು ವಿಕಾರ ಧ್ವನಿಯಲ್ಲಿ ಬೊಬ್ಬೆ ಹಾಕುತ್ತಿದ್ದ.

ಜೋಯಿಸರು ಕಪಿಲೆಯ ಕೈಯಲಿದ್ದ ಕೋಲು ಕಿತ್ತುಕೊಳ್ಳಲು ಪ್ರಯತ್ನಿಸಿದರು.

ಅವಳನ್ನು ತನ್ನ ಮೂಗ ಭಾಷೆಯಲ್ಲಿ ಏನೇನೋ ಹೇಳಲು ಪ್ರಯತ್ನಿಸಿದಳೇ ವಿನಃ ಕೈಯಲ್ಲಿದ್ದ ಕೋಲು ಬಿಡಲಿಲ್ಲ. ಅವಳು ರಣಚಂಡಿಯಾಗಿದ್ದಳು.

ಶಾನುಭೋಗರ ಮನೆಗೆ ಹೋಗಿದ್ದ ಮಹಾಲಕ್ಷ್ಮಮ್ಮ ಎದುಸಿರು ಬಿಡುತ್ತ ಓಡಿ ಬಂದರು. ರಾಮನ ಬೊಬ್ಬೆ ಅವರ ಕಿವಿಗೆ ಮುಟ್ಟಿರಬೇಕು. ಸೊಸೆ ಬಂದ ಮೇಲೆ ಜೋಯಿಸರು ಅವರುಗಳನ್ನು ಅವರ ಪಾಡಿಗೆ ಬಿಟ್ಟು ಒಳ ಸರಿದರು.

ಬಹಳ ಹೊತ್ತಿನವರೆಗೂ ಸೊಸೆಯು ಬೈಗಳು, ಕಪಿಲೆಯ ಚೀರಾಟ, ರಾಮನ ಗೊಗ್ಗರು ಅಳು ಕೇಳುತ್ತಲೇ ಇತ್ತು. ಇದು ದಿನನಿತ್ಯದ ರಾಮಾಯಾಣ. ಜೋಯಿಸರು ಮಡಿಯುಟ್ಟು ದೇವಸ್ಥಾನದ ಕಡೆ ಹೆಜ್ಜೆ ಹಾಕಿದರು. ನೇತ್ರ ಅಡಿಗೆಯ ಮನೆಗೆ ಕೆಲಸಕ್ಕೆ ಗಮನ ಕೊಟ್ಟಳು.

ಮಹಾಲಕ್ಷ್ಮಮ್ಮ ಒಳಗೆ ಬಂದವರೇ “ಯಾಕೆ ಬಂದುಬಿಟ್ಟೆ? ಅಪ್ಪನ ಮನೆಗೆ ಹೋಗಿದ್ದೆಯಲ್ಲ. ಇರಿಸಿಕೊಳ್ಳಲಿಲ್ಲವಾ ಮಗಳನ್ನು?” ಎಂದರು ವ್ಯಂಗ್ಯವಾಗಿ ನೇತ್ರಳ ಕಡೆ ನೋಡುತ್ತ.

ನೇತ್ರ ಅವರ ಮಾತಿಗೆ ಕಿವಿಗೊಡದೆ ತನ್ನ ಕೆಲಸದಲ್ಲಿ ಮಗ್ನಳಾದಳು.

ಮಹಾಲಕ್ಷ್ಮಮ್ಮ ಒದರಾಡುತ್ತಲೇ ಇದ್ದರು. ನೇತ್ರ ತನ್ನ ಕೆಲಸ ಮುಗಿಸಿ ದೇವಸ್ಥಾನದ ಕಡೆಗೆ ಹೆಜ್ಜೆ ಹಾಕಿದಳು.

ಅವಳಿಗೆ ಎದುರಾದ ವೆಂಕಟರಮಣ ಜೋಯಿಸರು ತಿಂದುಬಿಡುವಂತೆ ನೋಡಿದರು.

ಅತ್ತೆಯ ಮಾತಿನ ಮೊನಚಿಗಿಂತ ಮಾವನ ನೋಟಕ್ಕೆ ತತ್ತರಿಸಿದಳು. ಅವಳ ಬಾಯಿಂದ ಮಾತೇ ಹೊರಡಲ್ಲಿಲ್ಲ. ಹೆದರಿದವಳಂತೆ ದೇವಸ್ಥಾನದ ಕಡೆ ಓಡಿದಳು. ದೇವಸ್ಥಾನದ ಜಗುಲಿಯ ಮೇಲೆ ಕುಳಿತಿದ್ದ ಸುಬ್ಬಣ್ಣ ತನ್ನ ಪಾಚಿಕಟ್ಟಿದ ಹಲ್ಲುಗಳನ್ನು ಬಿಟ್ಟ. ನೇತ್ರ ಈಗ ಯಾವುದನ್ನೂ ಗಮನಿಸುವ ಸ್ಥಿತಿಯಲ್ಲಿ ಇರಲ್ಲಿಲ್ಲ.

ಗರ್ಭಗುಡಿಯ ಬಾಗಿಲಲ್ಲಿ ಹೋಗಿ ಕುಳಿತಳು. ಭಯದಿಂದ ಅವಳೆದ ಢವಗುಟ್ಟುತ್ತಿದ್ದರೆ ಓಡಿ ಬಂದಿದ್ದರಿಂದ ಅವಳೆದೆ ಏರಿ ಇಳಿಯುತ್ತಿತ್ತು.

ಜೋಯಿಸರು ಸ್ವಾಮಿಯ ಪಾದದಡಿ ಕುಳಿತು ಭಕ್ತಿಯಿಂದ ಮಂತ್ರಗಳನ್ನು ಪಠಿಸುತ್ತಿದ್ದರು. ಆ ವಯಸ್ಸಿನಲ್ಲೂ ಅವರ ಕಂಚಿನ ಕಂಠದಿಂದ ನಿರರ್ಗಳವಾಗಿ

ಹರಿದು ಬರುತ್ತಿದ್ದ ಮಂತ್ರಗಳನ್ನು ಬಹು ದೂರದವರೆಗೂ ಕೇಳಿಸುತ್ತಿದ್ದವು.

ಭವ್ಯವಾಗಿ ನಿಂತ ನರಸಿಂಹಮೂರ್ತಿಯ ವಿಗ್ರಹವನ್ನು ತದೇಕಚಿತ್ತಳಾಗಿ ನೋಡುತ್ತ ಕುಳಿತಳು. ಅವಳ ಕಣ್ಣುಗಳಿಂದ ಹರಿದು ಕಂಬದ ಒಂದೊಂದೇ ಮೇಲೆ ಹರಿದು ತೊಟ್ಟಿಕ್ಕುತ್ತಿತ್ತು.

ಜೋಯಿಸರು ಎದ್ದು ಹೊರಗೆ ಬಂದಾಗಲೂ ನೇತ್ರ ಅವಳದೇ ಭಂಗಿಯಲ್ಲಿ ಕುಳಿತಿದ್ದಳು.

ಮೊಮ್ಮಗಳ ಸಂಕಟವನ್ನು ಬೇರೊಂದು ಬಗೆಯಲ್ಲಿ ಊಹಿಸಿಕೊಂಡರು ಜೋಯಿಸರು.

"ಮಗು...ನೇತ್ರ..." ಎಂದರು.

ದಾವಣಿಯಲ್ಲೇ ಕಣ್ಣೀರು ತೊಡೆದುಕೊಂಡು ನೇತ್ರ ಎದ್ದು ನಿಂತಳು. ತಾತ ತನ್ನ ಕಣೀರನ್ನು ನೋಡಿಬಿಟ್ಟರಲ್ಲ ಎಂಬುದೇ ಅವಳ ಆತಂಕವಾಗಿತ್ತು.

"ಹುಚ್ಚು ಹುಡುಗಿ. ಅಲ್ಲಿನದೆಲ್ಲ ಮನಸ್ಸಿಗೆ ಹಚ್ಚಿಕೋಬೇಡ. ಸೀನಪ್ಪ ಆ ತೊಂದರೆಗಳ ರಾಜ್ಯದಲ್ಲಿ ನಿನ್ನನ್ನು ಹೇಗೆ ನೆನಪಿಸಿಕೊಂಡಾನು! ಏನೋ ಹೋಗಬೇಕು ಅನ್ನಿಸ್ತು; ಹೋಗಿಬಂದಿದ್ದು ಆಯಿತು. ಇನ್ನು ಅದರ ಯೋಚನೆ ಬೇಡ" ಎಂದು ಮೊಮ್ಮಗಳ ತಲೆ ಸವರಿದರು.

ಸಂಜೆ ಜೋಯಿಸರ ಬಳಿ ಮಾತಾಡಿ ಹೋಗುತ್ತಿದ್ದ ಭೀಮೆಗೌಡ ಬಂದ ದೇವರಿಗೆ ಕೈ ಮುಗಿದು ತೀರ್ಥಕ್ಕಾಗಿ ಕೈ ಒಡ್ಡಿ ನಿಂತವನು ಅಲ್ಲಿ ನಿಂತಿದ್ದ ಕಡೆ ದೃಷ್ಟಿ ಹೊರಳಿಸಿದ.

ತೀರ್ಥ, ಪ್ರಸಾದ ತೆಗೆದುಕೊಂಡು ಭೀಮೇಗೌಡ ಜಗುಲಿಯ ಮೇಲೆ ಕುಳಿತ.

ಪ್ರತಿದಿನ ಜೋಯಿಸರ ಜೊತೆ ಒಂದೆರಡು ಮಾತುಗಳನ್ನು ಆಡದಿದ್ದರೆ ಭೀಮೇಗೌಡನಿಗೆ ಸಮಾಧಾನವಿಲ್ಲ.

ಜೋಯಿಸರು ಕಂಬಕ್ಕೆ ಒರಗಿ ಕುಳಿತರು.

ಭೀಮೇಗೌಡ ಎರಡು ಸಲ ಏನೋ ಕೇಳಬೇಕೆಂದುಕೊಂಡು ಬಾಯಿ ತೆರೆದವನು ಸುಮ್ಮನಾದ. ತಾನು ಕೇಳಿದ ಸುದ್ದಿ ನಿಜವೊ ಸುಳ್ಳೋ ಹೇಗೆ ಕೇಳೋದು ಎಂದು ಅನುಮಾನಿಸಿದ.

ಕಡೆಗೆ ಜೋಯಿಸರೆ, "ಏನಪ್ಪ ಗೌಡ ಸಮಾಚಾರ?" ಎಂದರು.

"ತಮ್ಮ ಮಗ ಎರಡನೆ ಲಗ್ನ ಆಗ್ತಾರಂತಲ್ಲ ಬುದ್ಧಿ...."ಎಂದ ಅನುಮಾನಿಸುತ್ತಲೇ.

ಆ ದಿನ ಮಾದೇಗೌಡ ಹೇಳಿದ್ದ ಮಾತು ಥಟ್ಟನೇ ಜೋಯಿಸರ ನೆನಪಿಗೆ ಬಂತು. ನೇತ್ರಳ ಎದುರು ಆ ಮಾತು ಮುಂದುವರಿಸಲು ಇಷ್ಟಪಡದ ಜೋಯಿಸರು ಮೇಲಕ್ಕೆದ್ದು, "ಆ ವಿಷಯ ನನಗೆ ತಿಳಿಯದು" ಎಂದು ಗರ್ಭಗುಡಿಗೆ ಬೀಗಹಾಕಿ ಮೊಮ್ಮಗಳನ್ನು ಕರೆದುಕೊಂಡು ಹೊರಟುಬಿಟ್ಟರು.

ಜೋಯಿಸರ ವರ್ತನೆ ನೋಡಿ ಭೀಮೇಗೌಡನಿಗೆ ಆಶ್ಚರ್ಯವಾಯಿತು. ಆದರೂ ಅದರ ಬಗ್ಗೆ ಏನೂ ಯೋಚಿಸಲಾರದೆ ಮನೆಯ ದಾರಿ ಹಿಡಿದ.

"ನೇತ್ರ, ನಿನ್ನ ಬಟ್ಟೆಗಳನ್ನೆಲ್ಲ ಜೋಡಿಸಿಟ್ಟುಕೋ, ನಾಳೆ ಬೆಳಗಿನ ಬಸ್ಸಿಗೆ ಗಂಧರ್ವ ಗಿರಿಗೆ ಹೋಗೋಣ. ನೀನು ಅಲ್ಲೇ ಕಾಲೇಜಿಗೆ ಸೇರಿಕೊಳ್ಳುವಿಯಂತೆ ಎಂದು ಗಂಧರ್ವ ಗಿರಿಯ ಒಡೆಯ–ಒಡತಿಯ ಬಗ್ಗೆ ಎಲ್ಲವನ್ನೂ ಹೇಳಿ ತಮ್ಮ ನಿರ್ಣಯವನ್ನು ಹೇಳಿದರು.

ನೇತ್ರಳಿಗೆ ಸಂತೋಷ, ಭಯ, ದುಃಖ ಒಟ್ಟಿಗಾದವು.

ಈ ಪರಿಸರದಿಂದ ತಪ್ಪಿಸಿಕೊಂಡು ಹೋಗಿ ಕಾಲೇಜು ಓದುವುದು ಅವಳಿಗೆ ಸಂತೋಷಕರವಾದ ವಿಷ್ಯ. ಆದರೆ ದೂರದ ಶ್ರೀಮಂತರ ಮನೆಯಲ್ಲಿ ಇರುವುದು ಅವಳಿಗೆ ಭಯ ತರಿಸಿತು. ಎಲ್ಲಕ್ಕಿಂತ ಹೆಚ್ಚಾಗಿ ತಾತನನ್ನು ಬಿಟ್ಟು ಹೋಗುವುದು ಅವಳಿಗೆ ದುಃಖದ ಸಂಗತಿ.

ಜೋಯಿಸರು ತಮ್ಮ ಅಸಹಾಯಕತೆಯನ್ನು ತೋಡಿಕೊಂಡು ಅವಳಿಗೆ ಸಮಾಧಾನ, ಧೈರ್ಯವನ್ನು ಹೇಳಿದರು.

ನೇತ್ರ ಇದ್ದ ತನ್ನ ನಾಲ್ಕಾರು ಬಟ್ಟೆಗಳನ್ನು ಮಡಚಿ ಚೀಲಕ್ಕೆ ತುಂಬಿಟ್ಟಳು. ರಾತ್ರಿಯೆಲ್ಲ ಕಣ್ಣು ಮುಚ್ಚದೇ ಯೋಚಿಸಿದ ತಾನೇ ಅತ್ತು ಸಮಾಧಾನ ಮಾಡಿಕೊಂಡಳು.

ಜೋಯಿಸರಿಗೆ ಕೂಡ ರಾತ್ರಿಯೆಲ್ಲ ಇದೇ ಯೋಚನೆ.

ನೇತ್ರಳ ಭವಿಷ್ಯ ಭದ್ರವಾಗಿರಬೇಕಾದರೆ ತಾವು ಅವಳನ್ನು ಗಂಧರ್ವ ಗಿರಿಯಲ್ಲಿ ಬಿಡಲೇಬೇಕು. ಇಲ್ಲ, ಈ ಪರಿಸರದಲ್ಲಿ ಅವಳು ಏನಾಗಬಲ್ಲಳೋ ಹೇಳುವುದು ಕಷ್ಟ ಎಂದು ತಮಗೆ ತಾವೇ ಸಮಾಧಾನ ಮಾಡಿಕೊಳ್ಳುವ ವೇಳೆಗೆ ಬೆಳಗಿನ ಜಾವದ ಕೋಳಿ ಕೂಗಿತು.

ಎದ್ದು ಮೊಮ್ಮಗಳನ್ನು ಎಬ್ಬಿಸಿದರು. ಬಾವಿಕಟ್ಟೆ ಬಳಿ ಹೋಗಿ ನಾಲ್ಕಾರು ಕೊಡ ನೀರು ತಣ್ಣೀರು ಸೇದಿ ಸ್ನಾನ ಮುಗಿಸಿ ಮಡಿಯುಟ್ಟುಕೊಂಡು ದೇವಸ್ಥಾನದ ಕಡೆ ನಡೆದರು.

ನೇತ್ರ ಹಂಡೆ ಒಲೆಗೆ ಉರಿ ಹಾಕಿ ನೀರು ಬಿಸಿಯಾಗುವವರೆಗೆ ಕಾದು ತಣ್ಣೀರಿನಲ್ಲೇ ಸ್ನಾನ ಮುಗಿಸಿ ಹೊರಬರುವ ವೇಳೆಗೆ ವೆಂಕಟರಮಣ ಜೋಯಿಸರು ಎದುರಾದರು.

"ಯಾಕೆ ಇಷ್ಟು ಬೇಗ ಎದ್ದಿದ್ದಿಯಾ?" ಎಂದರು.

ಆ ಸಮಯದಲ್ಲಿ ಏನು ಹೇಳಬೇಕೋ ತೋರಲಿಲ್ಲ.

"ತಾತ ಎಬ್ಬಿಸಿದ್ರು" ಎಂದಳು.

ತಂದೆ ದೇವಸ್ಥಾನದಿಂದ ಮನೆಗೆ ವಾಪಸ್ಸಾಗುತ್ತಿರುವುದನ್ನು ಅವರ ಬಾಯಿಂದ ಹೊರಡುತ್ತಿದ್ದ ಮಂತ್ರಗಳೇ ಸಾರಿದವು.

ಲೋಟಗುಟ್ಟುತ್ತಲೇ ವೆಂಕಟರಮಣ ಜೋಯಿಸರು ಹಿತ್ತಲಿಗೆ ನಡೆದರು.

ತಾತ ಮೊಮ್ಮಗಳ ಮಾತುಕತೆಯಿಂದಲೇ ಮಹಾಲಕ್ಷ್ಮಮ್ಮ ಊಯಿಸಿ ಕೊಂಡರು. ಇವರಿಬ್ಬರೂ ಎಲ್ಲೋ ಹೊರಡುವವರಿದ್ದಾರೆಂದು. ಅವರ ಸಿಟ್ಟು ನೆತ್ತಿಗೇರಿತು. ಮನೆಯ ಎಲ್ಲಾ ಚಾಕರಿಯನ್ನು ನೇತ್ರಳ ಕೊರಳಿಗೆ ಕಟ್ಟಿ ಆರಾಮವಾಗಿರುತ್ತಿದ್ದರು. ಈಗ ಅವಳು ಹೋದರೆ ಮನೆ ಚಾಕರಿ ಯಾರು ಮಾಡುವುದು? ಈ ಮುದುಕನಿಗೆ ಮೊದಲೇ ಬುದ್ಧಿ ಇಲ್ಲ ಎಂದು ಹಿಡಿ ಶಾಪ ಹಾಕಿದರು ಮನಸ್ಸಿನಲ್ಲೇ.

ಹಿತ್ತಲಿನಿಂದ ಒಳಗೆ ಬಂದ ವೆಂಕಟರಮಣ ಜೋಯಿಸರು ತಾತ, ಮೊಮ್ಮಗಳ ಸಿದ್ಧತೆಯನ್ನು ನೋಡಿ ಅಲ್ಲೇ ಕುಳಿತ.

"ಎಲ್ಲೋ ಹೊರಟ ಹಾಗಿದೆ...." ಎಂದರು ಚಾಪೆಯ ಕಡ್ಡಿ ಮುರಿಯುತ್ತ.

"ಗಂಧರ್ವಗಿರಿಗೆ. ಇನ್ನು ಮೇಲೆ ನೇತ್ರ ಅಲ್ಲೇ ಇದ್ದುಕೊಂಡು ಓದ್ತಾಳೆ." ವೆಂಕಟರಮಣ ಜೋಯಿಸರಿಗೆ ತಂದೆಯ ಮಾತು ಕೇಳಿ ಮೈಯೆಲ್ಲ ಉರಿದುಹೋಯಿತು.

"ಅದೆಲ್ಲ ಏನು ಚೆನ್ನ? ವಯಸ್ಸಿಗೆ ಬಂದ ಹುಡುಗೀನ ಕಂಡೋರ ಮನೇಲಿ ಬಿಡೋದು ಅಂದರೆ ಏನು ಅರ್ಥ? ಅವಳಿಗೆ ಇನ್ನು ಯಾಕೆ ಓದು? ಮನೆಯಲ್ಲಿ ಕೆಲಸ ಮಾಡಿಕೊಂಡು ಬಿದ್ದಿರಲಿ."

ಜೋಯಿಸರು ಮಗನ ಮುಖ ನೋಡಿದರು.

"ನೀನು ಯಾಕೋ ಈ ವಿಷಯದಲ್ಲಿ ತಲೆಕೆಡಿಸಿಕೊಳ್ಳುತ್ತಿ? ಸಧ್ಯ ನಿನ್ನ ಮಕ್ಕಳನ್ನು ನೀನು ಸಾಕಿಕೊಂಡು ನೇರ್ಪಾಗಿ ಇರು ಸಾಕು" ಎಂದವರೇ ಸೊಸೆಗೊಂದು ಮಾತು ಹೇಳಿ ಮೊಮ್ಮಗಳನ್ನು ಹೊರಡಿಸಿಕೊಂಡು ಹೊರಟರು.

ಬಸ್ಸಿಗಾಗಿ ಮರದ ಬಳಿ ಕಾದು ನಿಂತರು.

ಮಗ ನಾಲ್ಕಾರು ಜನರೊಡನೆ ಬರುತ್ತಿರುವುದು ಕಾಣಿಸಿತು. ಅಷ್ಟರಲ್ಲಿ ಬಸ್ಸು ಬಂದಿದ್ದರಿಂದ ಜೋಯಿಸರು ಮೊಮ್ಮಗಳ ಜೊತೆ ಬಸ್ಸು ಹತ್ತಿ ಕುಳಿತರು.

ನೇತ್ರ ಕಿಟಕಿಯಲ್ಲಿ ಕಣ್ಣು ಹಾಯಿಸಿ ಮರ ಗಿಡಗಳನ್ನು ನೋಡುತ್ತಿದ್ದಳು.

ಜೋಯಿಸರ ಹೃದಯ ಭಾರವಾಗಿತ್ತು. ಸರಿಯಾದ ಗಂಡು ಸಿಕ್ಕಿದ್ದರೆ ಮೊಮ್ಮಗಳನ್ನು ಅವನ ಕೈಯಲ್ಲಿಟ್ಟು ನಿಶ್ಚಿಂತೆಯಿಂದ ನರಸಿಂಹಸ್ವಾಮಿಯ ಸನ್ನಿದಿಯಲ್ಲಿ ದಿನಗಳನ್ನು ದೂಡಿ ಬಿಡುತ್ತಿದ್ದರು. ಆದರೆ ಸಾಧ್ಯವಾಗದೇ ಹೋಯಿತು.

ಬಸ್ಸು ಇಳಿದಾಗ ಮಧ್ಯಾಹ್ನದ ಬಿಸಿಲು ಇಳಿಮುಖವಾಗಿತ್ತು.

ಜೋಯಿಸರಿಗೆ ಇದೆಲ್ಲ ಅಭ್ಯಾಸವೇ. ಆದರೆ ನೇತ್ರ ಹೊಟ್ಟೆ ಚುರುಗುಟ್ಟುತ್ತಿತ್ತು.

"ಬಾ ಮಗು" ಎಂದು ಗಂಧರ್ವಗಿರಿ ಕಡೆ ಹೆಜ್ಜೆ ಹಾಕಿದರು. ಬಸ್ಸು ಒಂದು ಕಡೆ ಕೆಟ್ಟು ನಿಂತಿದ್ದರಿಂದ ಬಹಳ ತಡವಾಗಿ ಬಂದು ತಲುಪಿದ್ದರು.

ನೇತ್ರಳ ಮೈ ಸಣ್ಣಗೆ ನಡುಗತೊಡಗಿತು. ಗಂಧರ್ವಗಿರಿಯ ಭವ್ಯತೆ ಅವಳ

ಕಣ್ಣೆದುರಿಗೇ ಇದ್ದರೂ ಅದನ್ನು ನೋಡಿ ಸಂತೋಷಿಸುವ ಮನಸ್ಥಿತಿ ಅವಳದಾಗಿರಲ್ಲಿಲ್ಲ.

ರಾಜಲಕ್ಷ್ಮಿ, ರಂಗರಾವು ಅವರ ಒಳ್ಳೆಯ ಗುಣ, ಅವರು ಒಂದೇ ಬಾರಿಗೆ ಮಗ ಸೊಸೆಯನ್ನು ಕಳೆದುಕೊಂಡು ಅನುಭವಿಸುತ್ತಿರುವ ದುಃಖ ಎಲ್ಲವನ್ನು ಜೋಯಿಸರು ಹೇಳತೊಡಗಿದರು ದಾರಿಯುದ್ದಕ್ಕೂ.

ನೇತ್ರ ಬರೀ ಹ್ಞೂಂ ಗುಡುತ್ತಿದ್ದಳೇ ವಿನಃ ಅವಳಿಗೊಂದೂ ಅರ್ಥವಾಗಲ್ಲಿಲ್ಲ. ಅವಳ ಜೀವನದಲ್ಲಿ ಇಷ್ಟು ಸುಂದರವಾದ ಸ್ಥಳವನ್ನು ಕಂಡದ್ದು ಇದೇ ಮೊದಲು.

ಇವರಿಬ್ಬರೂ ಬಂಗಲೆ ತಲುಪಿದಾಗ ಕೋಣೆಯಲ್ಲಿದ್ದ ರಾಜಲಕ್ಷ್ಮಿ ಬಂದು ಜೋಯಿಸರಿಗೆ ನಮಸ್ಕರಿಸಿ ಎದುರಿಗಿದ್ದ ಸೋಫಾ ಮೇಲೆ ಕುಳಿತ ನೇತ್ರಳ ಕಡೆ ದೃಷ್ಠಿ ಹೊರಳಿಸಿದರು.

"ಯಾಕಮ್ಮ ನೇತ್ರ, ತುಂಬ ಹೆದರಿಕೊಂಡ ಹಾಗಿದ್ದೀಯ?" ಎಂದರು. ಅವರ ಮಾತಿನಲ್ಲಿ ಮಮತೆ ತುಂಬಿತ್ತು.

ನೇತ್ರ ಒಬ್ಬಳಿಗೆ ಮಾತ್ರ ಕಾಫಿ ಬಂತು.

ಅಂಥ ಕಾಫಿ ಅವಳು ಹುಟ್ಟಿದಾಗಿನಿಂದ ಕುಡಿದಿರಲ್ಲಿಲ್ಲ. ಅಷ್ಟು ರುಚಿಯಾಗಿತ್ತು.

ಜೋಯಿಸರು ಅಂದು ಅಲ್ಲೇ ಉಳಿಯವುದರಿಂದ ಅವರ ಸ್ನಾನ, ಪೂಜೆ ಫಲಹಾರಕ್ಕೆ ರಾಜಲಕ್ಷ್ಮಿ ಏರ್ಪಾಟು ಮಾಡಿದರು.

ಹೆದರಿಕೆಯಲ್ಲೇ ಊಟ ಮುಗಿಸಿದ ನೇತ್ರ ಪೂವಯ್ಯ ತೋರಿಸಿದ ಕೋಣೆಗೆ ಹೋಗಿ ಸೇರಿಬಿಟ್ಟಳು. ಅಲ್ಲೂ ಅವಳಿಗೆ ಉಸುರು ಕಟ್ಟುವ ಹಾಗಾಯಿತು. ಅಷ್ಟು ಚೆನ್ನಾಗಿರುವ ಕೋಣೆಯನ್ನು ನೋಡಿರಲೇ ಇಲ್ಲ.

ಜೋಯಿಸರು ಬೆಳಗಾದ ಕೂಡಲೇ ಹೊರಟು ನಿಂತರು. ಅವರು ನರಸಿಂಹ ಸ್ವಾಮಿಯ ಕೈಂಕರ್ಯದಿಂದ ವಂಚಿತರಾಗಲು ಸಿದ್ಧರಿಲ್ಲ. ರಾಜಲಕ್ಷ್ಮಿ, ರಂಗರಾವು ಎಷ್ಟೋ ಹೇಳಿದರು, ಒಂದೆರಡು ದಿನವಾದರೂ ಇರಲು. ಆದರೆ ಅವರು ಮಾತ್ರ ಒಪ್ಪಲಿಲ್ಲ.

ನೇತ್ರ ತಾತನನ್ನು ತಬ್ಬಿಕೊಂಡು ಎಳೆಯ ಮಗುವಿನ ಹಾಗೆ ಅಳತೊಡಗಿದಳು. ಅವಳು ಹುಟ್ಟಿದಾಗಿನಿಂದ ತಾಯಿಯ ಪ್ರೀತಿಗೆ ವಂಚಿತಳು. ತಂದೆ ಇದ್ದೂ ಅವಳ ಪಾಲಿಗೆ ಇಲ್ಲ. ಅವಳ ಜೀವನದ ಏಕೈಕ ಪ್ರೀತಿಪಾತ್ರ ವ್ಯಕ್ತಿ ಎಂದರೆ ತಾತ. ಇಂದಿನಿಂದ ಅವರನ್ನೂ ಅಗಲಬೇಕಾಗಿ ಬಂದುದಕ್ಕೆ ಬಹಳವಾಗಿ ನೊಂದಳು.

"ಹುಚ್ಚು ಹುಡುಗಿ, ಸಮಾಧಾನ ಮಾಡ್ಕೋ. ನಾನು ಆಗಾಗ ಬಂದು ನಿನ್ನ ನೋಡ್ಕೊಂಡು ಹೋಗ್ತಾ ಇರ್ತೀನಿ, ದೇವರಂಥ ಜನ, ಚೆನ್ನಾಗಿ ನೋಡ್ಕೋತಾರೆ" ಎಂದ ಜೋಯಿಸರು ಇನ್ನೂ ಏನೇನೋ ಹೇಳುತ್ತಲೇ ಇದ್ದರು. ನೇತ್ರ ಮಾತ್ರ ಹೆಗಲಿನ ಮೇಲೆ ತಲೆ ಇಟ್ಟು ಬಿಕ್ಕುತ್ತಲೇ ಇದ್ದಳು.

ಕಡೆಗೆ ರಾಜಲಕ್ಷ್ಮಿ, ರಂಗರಾವು ಇಬ್ಬರಿಗೂ ಸಮಾಧಾನ ಹೇಳಬೇಕಾಯಿತು.

ತಾತನನ್ನು ಬಸ್ಸು ಹತ್ತಿಸಿ ಪೂವಯ್ಯನ ಜೊತೆ ಹಿಂದುರಿಗಿದ ನೇತ್ರ, ರಾತ್ರಿ ತಾನು ಮಲಗಿದ ಕೋಣೆಗೆ ಹೋಗಿ ಕುಳಿತುಬಿಟ್ಟಳು.

ರಾಜಲಕ್ಷ್ಮಿ ಕೋಣೆಯ ಬಾಗಿಲ ಬಳಿ ಬಂದುನಿಂತರು. ಕಣ್ಣೀರು ಸುರಿಸುತ್ತ ಅನಾಥಳಂತೆ ಕುಳಿತ ಆ ಹುಡುಗಿಯನ್ನು ಕಂಡು ಕರುಣೆ ಉಕ್ಕಿ ಬಂತು.

ಜೋಯಿಸರು ಎಲ್ಲ ವಿಷಯವನ್ನು ರಾತ್ರಿಯೇ ತಿಳಿಸಿ ನೇತ್ರಳನ್ನು ಸಂಪೂರ್ಣ ಜವಾಬ್ದಾರಿಯನ್ನು ರಾಜಲಕ್ಷ್ಮಿಯವರಿಗೆ ಒಪ್ಪಿಸಿ ಹೋಗಿದ್ದರು. ನೇತ್ರಳ ಬಳಿ ಹೋಗಿ ನಿಂತ ರಾಜಲಕ್ಷ್ಮಿ ಮೃದುವಾಗಿ ಅವಳ ಕೂದಲಲ್ಲಿ ಕೈಯಾಡಿಸಿದರು. "ನೀನು ಯಾವುದಕ್ಕೂ ಸಂಕೋಚಪಟ್ಟುಕೋಬೇಡ. ಇದೇನು ನಿನಗೆ ಬೇರೆ ಮನೆಯಲ್ಲ. ಎಸ್ಟೇಟಿನಲ್ಲೇ ಓಡಾಡು. ಇಲ್ಲಿಂದ ಕಾಲೇಜಿಗೆ ಹೋಗೋ ನಾಲ್ಕಾರು ಹುಡುಗರು ಇದ್ದಾರೆ ಒಂದೆರಡು ದಿನ ಹೋದರೆ ಸರಿಹೋಗುತ್ತೆ" ಎಂದು ಅವಳನ್ನು ಎಬ್ಬಿಸಿಕೊಂಡು ಹೊರಗೆ ಕರೆದುಕೊಂಡು ಬಂದರು.

ಪುಟಾಣಿ ರೈಲು ಓಡಿಸುತ್ತ, ಆಟವಾಡುತ್ತಿದ್ದ ಸಂತೋಷ್ ಆನಂದ್ ಅವಳ ಕಣ್ಣಿಗೆ ಬಿದ್ದರು. ಅವಳ ಮುಖ ಅರಳಿತು.

"ಸಂತೋಷ್ ಬಾಪ್ಪ, ಹಾಲು ಕುಡೀತೀಯಂತೆ" ಎಂದ ರಾಜಲಕ್ಷ್ಮಿ ಸೋಫಾ ಮೇಲೆ ಕುಳಿತು ಅಡಿಗೆಯವನು ತಂದಿಟ್ಟ ಹಾಲಿನ ಲೋಟ ಕೈಗೆ ತೆಗೆದುಕೊಂಡರು.

ಸಂತೋಷ್, ಅನಂದ್ ಕುಳಿತ ಕಡೆಯಿಂದಲೇ ಬೇಡವೆಂದು ಕೈಯಾಡಿಸಿದರು.

"ಬಾಮ್ಮ ಆನಂದೂ.... ಬಾ ಪುಟಾಣಿ...." ಎಂದು ಮಾತಿನಲ್ಲೇ ಜೇನು ಸುರಿಸಿದರು.

"ಬೇಡಾ...ಬೇಡಾ..." ಎಂದು ಸಂತೋಷ್ ಕೆಳಗಿದ್ದ ರೈಲಿಗೆ ಕೈ ಹಾಕಿ ವಿಫಲನಾದ. ಆನಂದ್ ದೊಡ್ಡ ದನಿಯಲ್ಲಿ ಅಳುವುದಕ್ಕೆ ಷುರು ಮಾಡಿದ.

ರಾಜಲಕ್ಷ್ಮಿ ಇಬ್ಬರನ್ನೂ ಎಷ್ಟೋ ಬಗೆಯಲ್ಲಿ ಸಮಾಧಾನ ಮಾಡಿದರೂ ಪ್ರಯತ್ನಪಟ್ಟರೂ ಅವರು ತಮ್ಮ ಅಳುವನ್ನು ಹೆಚ್ಚಿಸಿದರೇ ವಿನಃ ಕಡಿಮೆ ಮಾಡಲ್ಲಿಲ್ಲ.

ಹೊರಗೆ ಅತಿಥಿಗಳ ಕೋಣೆಯಲ್ಲಿ ಯಾರೊಂದಿಗೋ ಮಾತಾನಾಡುತ್ತಿದ್ದ ರಂಗರಾವು ದಡಬಡಿಸಿಕೊಂಡು ಒಳಗೆ ಬಂದರು. ಅವರ ಪ್ರಯತ್ನ ನಿರರ್ಥಕ ವಾಯಿತು.

ಆಳಿನಿಂದ ವಿಷಯ ತಿಳಿದು ಮೆನನ್ ಎಸ್ಟೇಟಿನಿಂದ ಓಡಿ ಬಂದ ರವೀಂದ್ರ. ಅವನ ಬಹಳಷ್ಟು ಪ್ರಯಾಸಪಟ್ಟ ಮೇಲೆ ಬಿಕ್ಕಿ ಬಿಕ್ಕಿ ಸುಸ್ತಾದಂತೆ ಮಲಗಿದರು ಮಕ್ಕಳಿಬ್ಬರೂ.

ಮನೆಯಲ್ಲಿ ಇದು ನಿತ್ಯ ಸ್ಥಿತಿಯಾಗಿತ್ತು. ಆ ಮಕ್ಕಳನ್ನು ನೋಡಿಕೊಳ್ಳುವಲ್ಲಿ ಎಷ್ಟೇ ಮುಂಜಾಗ್ರತೆ ವಹಿಸಿದರೂ ದಿನಕ್ಕೊಮ್ಮೆಯಾದರೂ ಯಾವುದೋ ಒಂದು ಕಾರಣಕ್ಕೆ ಅಳಲು ಷುರು ಮಾಡುತ್ತಿದ್ದರು.

ಮಕ್ಕಳನ್ನು ರವೀಂದ್ರ ಎತ್ತಿಕೊಂಡು ಹೋಗಿ ಮಂಚದ ಮೇಲೆ ಮಲಗಿಸಿ ಬಂದ.

ರಂಗರಾವು ಮೌನವಾಗಿ ಕುಳಿತರು. ರವೀಂದ್ರ ಬಂದು ಅಲ್ಲೇ ಕುಳಿತ. ರಾಜಲಕ್ಷ್ಮಿ ಬಾಯಿಗೆ ಸೆರಗು ಹಚ್ಚಿ ಅಳಲಾರಂಭಿಸಿದರು.

"ಅಮ್ಮ, ಸುಮ್ಮನಿರು..." ಎಂದ ರವೀಂದ್ರ ತಾಯಿಯ ಕಡೆ ನೋಡುತ್ತ. "ಇನ್ನೆಷ್ಟು ದಿನ ಇದನ್ನು ಕಣ್ಣಲ್ಲಿ ನೋಡಲಿ? ಅಷ್ಟು ಚೆನ್ನಾಗಿದ್ದ ಮಕ್ಕಳು ಸುರಿ, ಮೃದುಲ ಹೋದ ಮೇಲೆ ಈ ತರಹ ಆಗಿಬಿಟ್ಟಿದ್ದಾರೆ" ಎಂದು ಬಿಕ್ಕಿದರು.

ರಂಗರಾವ್‌ಗೆ ಮಡದಿಯ ವ್ಯಥೆಯ ಅರಿವಿತ್ತು, ಅವಳ ಕಣ್ಣೀರನ್ನು ತೊಡೆಯಲು ಇಡೀ ಎಸ್ಟೇಟನ್ನೇ ಬೇಕಾದರೂ ತೊರೆಯಬಲ್ಲವರಾಗಿದ್ದರು.

"ಏನು ಮಾಡಿದರೆ ಏನು, ಸುಧೀ–ಮೃದುಲ ಹಿಂದಿರುಗಿ ಬರೊಲ್ಲ. ಇಷ್ಟು ಐಶ್ವರ್ಯ ಇದ್ದು ತಾನೇ? ಏನು ಪ್ರಯೋಜನ? ಈ ಮಕ್ಕಳ ಅಳು ನಿಲ್ಲಿಸಲು ನಿಮ್ಮಿಂದ ಆಗಲ್ಲಿಲ್ಲ" ಎಂದು ಭಾರವಾದ ನಿಟ್ಟುಸಿರೊಂದನ್ನು ಚೆಲ್ಲಿದರು.

ರವೀಂದ್ರ ತಂದೆಯ ಕಡೆ ನೋಡಿದ. ಅಣ್ಣ, ಅತ್ತಿಗೆ ಸತ್ತ ಮೇಲೆ ಅವರಿಗೆ ಯಾವುದರಲ್ಲೂ ಉತ್ಸಾಹವಿಲ್ಲ. ಪ್ರಾಣಕ್ಕಿಂತ ಹೆಚ್ಚಾಗಿ ನೋಡಿಕೊಳ್ಳುತ್ತಿದ್ದ ಎಸ್ಟೇಟನ್ನು ಸಹ ನಿರ್ಲಕ್ಷಿಸಿಬಿಟ್ಟಿದ್ದಾರೆ.

ನೇತ್ರ ಕೋಣೆಯ ಬಾಗಿಲಿನಲ್ಲಿ ಗರಬಡಿದವಳಂತೆ ನಿಂತಿದ್ದಳು. ಪುಟಾಣಿಗಳ ಅಳು ನೋಡಿ ಅವಳು ಹೆದರಿಬಿಟ್ಟಿದ್ದಳು.

ರಂಗರಾವು ಎದ್ದು ಹೆಂಡತಿಯ ಭುಜದ ಮೇಲೆ ಕೈ ಹಾಕಿ, "ಏಳು ರಾಜು, ಇದು ಎಂದಿಗೂ ಕೊನೆಗೊಳ್ಳದ ಸಂಕಟ" ಎಂದು ಮೇಲೆಕ್ಕೆಬ್ಬಿಸಿ ಕೋಣೆಯೊಳಗೆ ಕರೆದೊಯ್ದರು.

ಈ ಹಿರಿಯ ಜೀವಗಳ ವ್ಯಥೆಯ ಅರಿವಿಲ್ಲದೆ ಪುಟಾಣಿಗಳು ಸೋತವರಂತೆ ನಿದ್ರಿಸುತ್ತಿದ್ದವು.

ರಾಜಲಕ್ಷ್ಮಿ ಮೊಮ್ಮಕ್ಕಳ ಪಕ್ಕ ಕುಳಿತು ಮೃದುವಾಗಿ ಅವುಗಳ ಹಣೆಯ ಮೇಲೆ ಕೈ ಆಡಿಸಿದರು.

ಸೊಸೆ, ಮಗ ಬದುಕ್ಕಿದ್ದಾಗ 'ಈ ಮನೆ ನಂದಗೋಕುಲ, ಅತ್ತೆ. ಈ ಗಂಧರ್ವಗಿರಿಯಲ್ಲಿ ಯಾವಾಗಲೂ ಸಂತೋಷ, ಆನಂದ ಉಕ್ಕಿ ಹರಿಯುತ್ತಿರ ಬೇಕು. ಅದಕ್ಕಿಂತಲೇ ನಿಮ್ಮ ಮೊಮ್ಮಕ್ಕಳಿಗೆ ಸಂತೋಷ, ಆನಂದ ಎಂದು ಹೆಸರಿಟ್ಟಿದ್ದೀನಿ' ಎಂದಿದ್ದಳು ಬಾಣಂತನ ಮುಗಿಸಿಕೊಂಡು ಅತ್ತೆಯ ಮನೆಗೆ ಕಾಲಿಟ್ಟ ದಿನ ಮೃದುಲ.

ರಾಜಲಕ್ಷ್ಮಿಯವರು ತಮ್ಮ ವಿವಾಹದ ದಿನಗಳನ್ನು ನೆನಪಿಗೆ ತಂದು ಕೊಂಡರು

* * *

ರಾಜಲಕ್ಷ್ಮಿ ಶ್ರೀಮಂತರ ಮನೆಯಲ್ಲಿ ಹುಟ್ಟಿದವರಲ್ಲ. ಬಡವರ ಮನೆಯಲ್ಲಿ ನಾಲ್ಕನೇ ಮಗಳಾಗಿ ಹುಟ್ಟಿದ್ದರು. ರಂಗರಾವೇ ಒಂದು ವಿಚಿತ್ರ ಸಂದರ್ಭದಲ್ಲಿ

ರಾಜಲಕ್ಷ್ಮಿಯನ್ನು ಭೇಟಿಯಾದದ್ದು.

ಗೆಳತಿಯ ಮನೆಗೆ ಹೋಗಿದ್ದ ರಾಜಲಕ್ಷ್ಮಿ ಮನೆಗೆ ಹೊರಟಾಗ ಹನಿಯುತ್ತಿದ್ದ ಮಳೆ ಜೋರಾಯಿತು. ಆಗಿನ್ನೂ ಸಂಜೆ ಆರರ ಸುಮಾರಾದರೂ ದಟ್ಟವಾದ ಮೋಡ, ಮಳೆಯಿಂದ ಪೂರ್ಣ ಕತ್ತಲು ತುಂಬಿಹೋಗಿತ್ತು.

ಬಡವರ ಮನೆ ಹುಡುಗಿ, ಪುಟಿಯುತ್ತಿದ್ದ ಯೌವ್ವನ, ಮೊದಲೇ ಭಯಗ್ರಸ್ಥೆ, ಇದನ್ನು ಮೊದಲೇ ಗಮನಿಸಿದ್ದ ಇಬ್ಬರು ಪುಂಡರು ಹಿಂದೆ ಬಿದ್ದಿದ್ದರು.

ಮಳೆಯಿಂದ ತೊಯ್ದ ಬಟ್ಟೆಗಳು ಮೈಗೆ ಅಂಟಿಕೊಂಡಿದ್ದವು. ಜೋರಾಗಿ ಮಳೆ, ಇಂಥದರಲ್ಲಿ ನಡೆದು ಹೋಗುವುದು ಕಷ್ಟವಾಗಿತ್ತು. ಜೀವ ಬಿಗಿ ಹಿಡಿದು ದೇವರನ್ನು ನೆನಸುತ್ತ ಓಡುತ್ತಿದ್ದ ರಾಜಲಕ್ಷ್ಮಿ ಮುಂದೆ ಬರ್‍ರನೆ ಒಂದು ಕಾರು ಹಾದು ಹೋಯಿತು.

"ಸಾರ್...ಸಾರ್..." ಎಂದು ಜೋರಾಗಿ ಕೂಗಿದಳು.

ಮುಂದಕ್ಕೆ ಹೋಗಿ ನಿಂತ ಕಾರು ಹಿಂದಕ್ಕೆ ಸಾಗಿ ಬಂತು. ತೀರಾ ಸಮೀಪಕ್ಕೆ ಬಂದ ಪುಂಡರು ಯಾವುದೋ ಅಶ್ಲೀಲ ಹಾಡುತ್ತ ಸೀಟಿ ಹೊಡೆಯುತ್ತಿದ್ದರು.

ಯಾವುದೋ ಧೈರ್ಯದಿಂದ ಕೂಗಿಬಿಟ್ಟಳು. ಆದರೆ ಈಗ ಏನು ಹೇಳಬೇಕೋ, ಏನು ಮಾತನಾಡಬೇಕೋ ಒಂದೂ ತಿಳಿಯಲ್ಲಿಲ್ಲ.

ಕಡೆಗೆ ರಂಗರಾವೇ ಪರಿಸ್ಥಿತಿಯನ್ನು ಅರ್ಥಮಾಡಿಕೊಳ್ಳಬೇಕಾಯಿತು, "ಬನ್ನಿ...." ಎಂದು ಕಾರಿನ ಡೋರ್ ತೆಗೆದು ರಂಗರಾವು ಒಳಗೆ ಆಹ್ವಾನಿಸಿದರು. ಗಾಬರಿಯಲ್ಲೇನೋ ಹತ್ತಿ ಕುಳಿತುಬಿಟ್ಟಳು ರಾಜಲಕ್ಷ್ಮಿ. ಆದರೆ ಈಗ ಭಯದಿಂದ ನಡುಗಿ ಹೋದಳು.

ಮಳೆ, ದಟ್ಟವಾದ ಕತ್ತಲೆ ಅಪರಿಚಿತ ಯುವಕನ ಕಾರಿನಲ್ಲಿ ಅವರಿವರು ಆಡಿದ ಮಾತುಗಳೆಲ್ಲ ಅವಳ ನೆನಪಿಗೆ ಬಂದು ಕಾಡತೊಡಗಿದವು.

ಮುದುರಿ ಡೋರಿಗೆ ಆತು ಕುಳಿತ್ತಿದ್ದ ಹುಡುಗಿಯ ಕಡೆಗೆ ನೋಡಿದರು ರಂಗರಾವು. ಆ ಮಬ್ಬು ಕತ್ತಲಿನಲ್ಲಿ ಅವಳು ಬಹಳ ಚೆಲುವಾಗಿ ಕಂಡಳು ಅವಳು ಕುಳಿತ ಭಂಗಿ, ಉಸಿರಾಡುತ್ತಿರುವ ರೀತಿಯನ್ನು ನೋಡಿ ಬಹಳ ಭಯಗೊಂಡಿದ್ದಾಳೆಂದುಕೊಂಡರು.

"ನಿಮ್ಮ ಮನೆ ಎಲ್ಲಿ?" ಎಂದು ಪ್ರಶ್ನಿಸಿದಾಗ ರಾಜಲಕ್ಷ್ಮಿಯ ಬಾಯಿಂದ ಉತ್ತರವೇ ಹೊರಡಲ್ಲಿಲ್ಲ.

"ಈಗ ನಿಮ್ಮ ಮನೆ ಎಲ್ಲಿ ಎಂದು ತಿಳಿಸದಿದ್ದರೆ ನಮ್ಮ ಮನೆಗೆ ಕರ್ಕೊಂಡು ಹೋಗಬೇಕಾಗುತ್ತೆ...." ತೆಳುಹಾಸ್ಯದಿಂದ ಹೇಳಿದಾಗ ರಾಜಲಕ್ಷ್ಮಿ ಮನೆಯ ಹಾದಿಯ ಬಗ್ಗೆ ಹೇಳಿದಳು.

ಮನೆಯ ಬಳಿ ನಿಂತಾಗ ಎದ್ದೆನೋ ಬಿದ್ದೆನೋ ಎಂದು ಓಡಿದಳು, ಕರೆ ತಂದು ಮುಟ್ಟಿಸಿದ ವ್ಯಕ್ತಿಗೆ ಕೃತಜ್ಞತೆಯನ್ನೂ ಸಹ ಹೇಳದೆ.

ಮನೆ ಮಂದಿಯೆಲ್ಲ ಇವಳ ಹಾದಿಯನ್ನು ನೋಡುತ್ತ ಬಾಗಿಲ ಬಳಿ ನಿಂತಿದ್ದನ್ನು ಗಮನಿಸಿದ ರಂಗರಾವ್ ಕಾರನ್ನು ಸ್ಟಾರ್ಟ್ ಮಾಡಿಕೊಂಡು ಹೊರಟುಬಿಟ್ಟರು.

ರಾಜಲಕ್ಷ್ಮಿಯ ತಾಯಿ ತಂದೆ ಸಂಭಾವಿತರು. ಅವಳು ಹೇಳಿದ್ದನ್ನು ನಿಜವೆಂದೇ ತಿಳಿದು ಕರೆತಂದು ಬಿಟ್ಟ ವ್ಯಕ್ತಿಗೆ ಮನದಲ್ಲೇ ನೂರು ಕೃತಜ್ಞತೆಗಳನ್ನು ಅರ್ಪಿಸಿ ಸುಮ್ಮನಾಗಿದ್ದರು.

ಆದರೆ ಆ ಬೀದಿಯ ಕಾಮಾಕ್ಷಮ್ಮ ಇವರ ಮನೆ ಮುಂದೆ ಕಾರು ನಿಂತಾಗಲೇ ಕುತೂಹಲದಿಂದ ವೀಕ್ಷಿಸಿ ಮರುದಿನ ಬೆಳಿಗ್ಗೆ ಒಂದಕ್ಕೆ ಹತ್ತಾಗಿ ಹುಟ್ಟಿಸಿ ಏನೊ ಅರಿಯದ ರಾಜಲಕ್ಷ್ಮಿ ನಡತೆ ಬಗ್ಗೆ ಇಲ್ಲದ್ದು ಹರಡಿಸಿಬಿಟ್ಟರು.

ಬಡತನ, ಅದರೊಟ್ಟಿಗೆ ಸಲಾಗಿ ಬೆಳೆದ ಹೆಣ್ಣು ಮಕ್ಕಳು. ಸಾಲದಕ್ಕೆ ರಾಜಲಕ್ಷ್ಮಿಯ ಬಗ್ಗೆ ಅವರಿವರು ಆಡಿಕೊಳ್ಳುತ್ತಿದ್ದುದ್ದನ್ನು ಕೇಳಿದ ರಾಜಲಕ್ಷ್ಮಿಯ ತಾಯಿ ತಂದೆಯವರು ಭೂಮಿಗಿಳಿದು ಹೋದರು.

ಎಸ್ಟೇಟನ್ನು ಸೇರಿದ ರಂಗರಾವು ಆ ಸುಂದರ ತರುಣಿಯ ನೆನಪಿನಲ್ಲೇ ರಾತ್ರಿಯನ್ನು ಕಳೆದರು.

ರಾಜಲಕ್ಷ್ಮಿ, ರಂಗರಾವು ಕೈ ಹಿಡಿದು ಗಂಧರ್ವಗಿರಿ ಪ್ರವೇಶಿಸಬೇಕಾದರೆ ರಂಗರಾವು ತಾಯಿ, ತಂದೆಯರೊಡನೆ ದೊಡ್ಡ ಯುದ್ಧವನ್ನೇ ಸಾರಿದ್ದರು.

ಮದುವೆಯಾದ ನಾಲ್ಕಾರು ವರ್ಷಗಳು ಮಕ್ಕಳಾಗದಿದ್ದಾಗ ರಂಗರಾವುಗೆ ಮರುಮದುವೆ ಮಾಡುವ ಸಿದ್ಧತೆ ನಡೆಸಿದ್ದರು. ಆಗ ದೇವರಾಗಿ ಬಂದ ನರಸಿಂಹ ಜೋಯಿಸರು ನಾಗರ ಪ್ರತಿಷ್ಠೆ ಮಾಡಿಸಿದ್ದರು. ಆಮೇಲೆ ಹುಟ್ಟಿದ ಮಕ್ಕಳೇ ಸುಧೀಂದ್ರ-ರವೀಂದ್ರ. ಅದರಿಂದಲೇ ರಾಜಲಕ್ಷ್ಮಿ ಮತ್ತು ರಂಗರಾವಿಗೆ ಜೋಯಿಸರ ಮೇಲೆ ಅಪಾರ ಅಭಿಮಾನ.

* * *

ನೇತ್ರ ಆ ಪರಿಸರಕ್ಕೆ ಒಗ್ಗಿಕೊಳ್ಳಲು ಬಹಳ ಕಷ್ಟವಾಯಿತು. ಗುಮಾಸ್ತರಾಗಿದ್ದ ರಾಜಶೇಖರ್ ಅವಳನ್ನು ಕಾಲೇಜಿಗೆ ಸೇರಿಸಿ ಬಂದರು. ರಾಜಲಕ್ಷ್ಮಿ ಸ್ವತಃ ಹೋಗಿ ಅವಳ ಬಟ್ಟೆ ಬರೆ ಅಲಂಕಾರ ವಸುಗಳನ್ನು ತಂದುಕೊಟ್ಟು ಅವಳ ಬಗ್ಗೆ ಆಸಕ್ತಿ ವಹಿಸಿದರು. ಗಂಧರ್ವಗಿರಿಯಿಂದ ಕಾಲೇಜು ಹತ್ತು ಕಿಲೋ ಮೀಟರ್ ದೂರ. ಪ್ರತಿದಿನ ಹೈಸ್ಕೂಲು, ಕಾಲೇಜಿಗೆ ಹೋಗುವ ಹುಡುಗರಿಗಾಗಿಯೇ ಒಂದು ವ್ಯಾನ್ ಓಡಾಡುತ್ತಿತ್ತು.

ಕಾಲೇಜಿಗೆ ಹೋಗುತ್ತಿದ್ದದು ಬರೀ ನಾಲ್ಕು ಜನ ಹುಡುಗಿಯರು ಮಾತ್ರ ಅವರಲ್ಲಿ ನೇತ್ರ ಒಬ್ಬಳೇ ಹೆಣ್ಣು ಹುಡುಗಿ. ಮಿಕ್ಕವರು ಆಗಲೇ ಡಿಗ್ರಿ ಕ್ಲಾಸ್ ಸಮೀಪಿಸುತ್ತಿರುವ ಯುವಕರು. ನೇತ್ರಳ ವಯಸ್ಸಿನ ಹುಡುಗಿಯರು ಹೈಸ್ಕೂಲಿಗೆ ಹೋಗುತ್ತಿದ್ದರು.

ನೇತ್ರಾವತಿ ಮೊದ ಮೊದಲು ಯಾರೊಂದಿಗೂ ಮಾತನಾಡುತ್ತಿರಲ್ಲಿಲ್ಲ. ಕ್ರಮೇಣ ಜೊತೆಯ ಹುಡುಗಿಯರಲ್ಲಿ ಒಂದಾಗಿ ಬೆರತು ಹೋದಳು.

ಕಾಲೇಜು, ವ್ಯಾಸಂಗ ಬಿಟ್ಟರೆ ಅವಳಿಗೆ ಸಂತೋಷ್, ಆನಂದ್ ಜೊತೆಗಾರರು.

ಅವರ ಜೊತೆ ಬೆರೆತು ಮಗುವಾಗಿ ಆಟವಾಡುವಳು. ಸಣ್ಣ ಪದ್ಯ, ಶ್ಲೋಕ ಹೇಳಿಕೊಡುವುದು, ಅವರುಗಳನ್ನು ಸುತ್ತಾಡಿಸುವುದು ಈ ಕೆಲಸಗಳೊಂದಿಗೆ ಅವಳ ದಿನಗಳು ಉರುಳುತ್ತಿದ್ದವು.

ಒಂದೆರಡು ಸಲ ಜೋಯಿಸರು ಬಂದು ಮೊಮ್ಮಗಳನ್ನು ನೋಡಿ ಕೊಂಡು ತೃಪ್ತಿ, ಸಮಾಧಾನದಿಂದ ಹಿಂದಿರುಗುತ್ತಿದ್ದರು.

ಒಂದು ದಿನ ವ್ಯಾನ್‌ನಿಂದ ಇಳಿದ ನೇತ್ರ ಹುಡಗಿಯರೆಲ್ಲ ಅತ್ತಿತ್ತ ಚದುರಿದಾಗ ಬಂಗ್ಲೆಯ ಕಡೆ ಹೆಜ್ಜೆ ಹಾಕತೊಡಗಿದಳು.

ರೂಪಮನೆನ್ ರವಿಂದ್ರರ ನಗು ಬಂಗ್ಲೆಯಲ್ಲೆಲ್ಲ ತುಂಬಿ ಹೊರಗೆ ಪ್ರತಿಧ್ವನಿಸುತ್ತಿತ್ತು. ನೇತ್ರಳಿಗೆ ಆಶ್ಚರ್ಯವಾಗಲ್ಲಿಲ್ಲ. ರೂಪ, ರವೀಂದ್ರರ ಓಡಾಟ, ನಗು ಅವಳಿಗೇನೂ ಹೊಸದಾಗಿರಲ್ಲಿಲ್ಲ. ಅತಿ ಶ್ರೀಮಂತಿಕೆಯ ದಾಷ್ಟೀಕದ ಹುಡುಗಿ ರೂಪಮೆನನ್‌ಳ ಮುಂದೆ ಸುಳಿಯಲೂ ಭಯಪಡುತ್ತಿದ್ದಳು ನೇತ್ರ.

ಅಲ್ಲೇ ಆಟವಾಡುತ್ತಿದ್ದ ಸಂತೋಷ್, ಆನಂದ್ ನೇತ್ರಳ ಹಿಂದೇ ಅವಳ ಕೋಣೆಗೆ ಓಡಿದರು. ನೇತ್ರ ಉಪಯೋಗಿಸುತ್ತಿದ್ದ ಕೋಣೆ ಸ್ವಲ್ಪ ಹಿಂಭಾಗದಲ್ಲಿತ್ತು. ಇತರ ಕೋಣೆಗಳಷ್ಟು ಪೀಠೋಪಕರಣಗಳು, ಅಲಂಕಾರಿಕ ವಸ್ತುಗಳು ಅಲ್ಲಿ ಇಲ್ಲದಿದ್ದರೂ ಒಂದು ಮಂಚ ಕುರ್ಚಿ ಇತ್ತು.

ಪುಸ್ತಕಗಳನ್ನು ಮೇಲಿಟ್ಟ ಅವಳು ಸಂತೋಷ್, ಆನಂದ್ ಕಡೆಗೆ ತಿರುಗಿದಳು. ಮಕ್ಕಳಿಗೆ ನೆನ್ನೆ ಸಂಜೆ ಹಾಕಿದ್ದ ಬಟ್ಟೆ ಬದಲಾವಣೆಯಾಗಿರಲ್ಲಿಲ್ಲ, ತಲೆ ಕೂಡ ಬಾಚಿರಲ್ಲಿಲ್ಲ.

ಮಕ್ಕಳನ್ನು ಎತ್ತಿ ಮಂಚದ ಮೇಲೆ ಕೂಡಿಸಿ "ಮರಿ ನೋಡಮ್ಮ, ನಿನ್ನ ಕೆನ್ನೆಗೆಲ್ಲ ಕೊಳೆ ಮೆತ್ತಿಕೊಂಡಿದೆ." ಎಂದು ಸಂತೋಷನ ಕೆನ್ನೆ ಸವರಿ ಒರಸಿ ಆನಂದನ ಕೆನ್ನೆಯ ಮೇಲೆ ಕೈಯಾಡಿಸಿ ಇಬ್ಬರನ್ನೂ ಹೊರಗೆ ಕರೆದುಕೊಂಡು ಬಂದಳು. ಅವಳಿಗೂ ಮಕ್ಕಳಿಗೆ ಸ್ನಾನ ಮಾಡಿಸುವ ಧೈರ್ಯವಿಲ್ಲ. ಅವೆರಡು ಮಕ್ಕಳೇ ಆ ಮನೆಯ ಜೀವನಾಡಿಯಾಗಿದ್ದವು. ಎಲ್ಲಕ್ಕಿಂತ ಹೆಚ್ಚಾಗಿ ರವೀಂದ್ರನಿಗೆ ಮಕ್ಕಳೆಂದರೆ ಪ್ರಾಣ.

ಮುಖ ತೊಳೆಯಲು ಬಾತ್ ರೂಂಗೆ ಹೋದ ನೇತ್ರ ಆನಂದ, ಸಂತೋಷನ ಬಟ್ಟೆ ಬಿಚ್ಚೆ ಟಬ್‌ನಲ್ಲಿ ಕೂಡಿಸಿ ಆಟವಾಡಿಸುತ್ತ ಸ್ನಾನ ಮಾಡಿಸಿ ಟವಲಿನಿಂದ ಚೆನ್ನಾಗಿ ಮೈ ಒರಸಿ ಹೊರಗೆ ಕರೆದುಕೊಂಡು ಬಂದಳು.

ರಾಜಲಕ್ಷ್ಮಿ ಇದನ್ನು ನೋಡಿ ಅವಕ್ಕಾದರು. ಬೆಳಿಗ್ಗೆಯಿಂದ ಅವರಿಗೆ ಸ್ನಾನ ಮಾಡಿಸುವ ಅವರು ಬಹಳಷ್ಟು ಪಾಡು ಪಟ್ಟಿದ್ದರು.

ಪೂವಯ್ಯ ಬೀರುವಿನಲ್ಲಿದ್ದ ಬಟ್ಟೆ ತಂದು ಕೊಟ್ಟ. ನೇತ್ರ ಬಟ್ಟೆ ಹಾಕಿ ತಲೆ ಬಾಚಿ, ಪೌಡರ್ ಹಾಕಿ ರಾಜಲಕ್ಷ್ಮಿಯವರೇ ತಂದು ಕೊಟ್ಟ ಹಾಲು ಕುಡಿಸಿದಳು.

ಮೊಮ್ಮಕ್ಕಳನ್ನು ನೋಡಿ ರಾಜಲಕ್ಷ್ಮಿಯ ಮುಖ ಅರಳಿತು. ದಿನಗಳು ಕಳೆದಂತೆ ಮಕ್ಕಳ ಅಳು ಕಮ್ಮಿಯಾಯಿತು. ಅವು ಪೂರ್ತಿಯಾಗಿ ನೇತ್ರಳಿಗೆ ಅಂಟಿಕೊಂಡು

ಬಿಟ್ಟಿದ್ದವು. ಸ್ನಾನ ಮಾಡಿಸೋಕು ಅವಳೇ ಬೇಕು. ಹಾಲು ಕುಡಿಸೋಕು ಅವಳೇ ಬೇಕು. ರಾತ್ರಿ ನಿದ್ರೆ ಮಾಡಿಸೋಕು ಅವಳೇ ಬೇಕು.

ಅವಳು ಕಾಲೇಜಿಗೆ ಹೋಗಬೇಕಾದರೆ ನೂರೆಂಟು ವಿಧದಲ್ಲಿ ಸಮಾಧಾನ ಹೇಳಿ ರಮಿಸಿ ಹೋಗುವ ವೇಳೆಗೆ ಸಾಕಾಗುತ್ತಿತ್ತು. ಅನಾಥಳಂತೆ ತಾತನ ಆಶ್ರಯದಲ್ಲಿ ಬೆಳೆದ ಅವಳಿಗೆ ಆ ಪುಟಾಣಿಗಳು ದೊಡ್ಡ ನಿಧಿಯಾಗಿದ್ದವು.

"ರಾಜು, ಆ ಹುಡುಗಿಗೆ ಪರೀಕ್ಷೆ ಹತ್ತಿರವಾಯಿತು. ಹುಡುಗರನ್ನು ಆದಷ್ಟು ಅವಳ ಬಳಿ ಬಿಡಬೇಡ. ಪಾಪ ಓದೋ ಹುಡುಗಿ" ಎಂದರು ಊಟ ಮಾಡಿ ಕೈಯೊರೆಸುತ್ತ ರಂಗರಾವು.

"ಈಗ ನೋಡಿ ಎಷ್ಟು ಕಳೆಕಳೆಯಾಗಿದೆ! ಸದ್ಯ ಜ್ಞಾಪಿಸಿಕೊಂಡ ಹಾಗೇ ಪುನಃ ಎಲ್ಲಿ ಅಳು ಪ್ರಾರಂಭಿಸಿಬಿಡುತ್ತೋ. ಆವತ್ತು ಜೋಯಿಸರು ಬಂದು ನನ್ನ ಸಂಸಾರ ಉಳಿಸಿದರು. ಇವತ್ತು ಅವರ ಮೊಮ್ಮಗಳು ಬಂದು ನನ್ನ ಮೊಮ್ಮಕ್ಕಳನ್ನು ಉಳಿಸಿಕೊಟ್ಟಳು" ಎಂದರು ರಾಜಲಕ್ಷ್ಮಿ ಗಂಡನ ಕಡೆ ನೋಡುತ್ತ.

"ಎಲ್ಲ ದೈವೇಚ್ಛೆ; ಆದಷ್ಟು ಬೇಗ ರವಿಗೆ ಮದುವೆ ಮಾಡಿಬಿಡಬೇಕು. ಅವರು ನೋಡಿದರೆ ಅವರ ದೊಡ್ಡ ಮಗಳು ಪ್ರಿಯಾಗೆ ಆಗೋವರಗೂ ಇವಳಿಗೆ ಮಾಡೊಲ್ಲ ಅನ್ತಾರೆ."

ಗಂಡನ ಮಾತಿಗೆ ರಾಜಲಕ್ಷ್ಮಿ ಪ್ರತಿಯಾಡಲಿಲ್ಲ. ಅವರಿಗೆ ರೂಪ ಮೆನನ್‌ಳನ್ನು ಸೊಸೆಯಾಗಿ ಸ್ವೀಕರಿಸಲು ಇಷ್ಟವಿರಲಿಲ್ಲ.

ಸಂತೋಷ್, ಆನಂದ್ ಇಬ್ಬರನ್ನು ಒಟ್ಟಿಗೆ ಎತ್ತಿಕೊಂಡು ಬಂದ ರವೀಂದ್ರ "ಅಮ್ಮ ನಿನ್ನ ಮೊಮ್ಮಕ್ಕಳು ತಾವೇ ಜೀಪ್ ಡ್ರೈವ್ ಮಾಡೋ ಹಾಗಾಗಿ ಬಿಟ್ಟಿದ್ದಾರೆ" ಎಂದು ಮಕ್ಕಳ ಕೆನ್ನೆಗೆ ಮುತ್ತಿಟ್ಟು ಕೆಳಗೆ ಬಿಟ್ಟ.

ರವೀಂದ್ರನ ಮದುವೆ ವಿಷಯ ಬಂದಿದ್ದರಿಂದ ರಾಜಲಕ್ಷ್ಮಿ ಸುಮುಖರಾಗಿರಲಿಲ್ಲ.

"ರವಿ ಯಾಕಪ್ಪ ಇಷ್ಟು ಲೇಟು?" ಎಂದರು ರಂಗರಾವ್ ಸಂತೋಷ್‌ನನ್ನು ಹತ್ತಿರಕ್ಕೆ ಎಳೆದುಕೊಳ್ಳುತ್ತ.

"ರೂಪಾನು ಜೊತೆಯಲ್ಲಿ ಬಂದಿದ್ದಳು. ಅವಳದು ಸ್ವಲ್ಪ ಷಾಪಿಂಗ್ ಇತ್ತು" ಎಂದು ಬಟ್ಟೆ ಬದಲಾಯಿಸಲು ಕೋಣೆಗೆ ಹೋದ.

"ಅವಳಿಗೆ ದಿನಾ ಷಾಪಿಂಗೇ...." ಎಂದು ಮುಖವನ್ನು ಕಹಿಯಾಗಿ ಮಾಡಿಕೊಂಡರು.

ಹೆಂಡತಿಯ ಮಾತಿಗೆ ನಕ್ಕ ರಂಗರಾವು "ಸ್ವಲ್ಪ ಜ್ಞಾಪಿಸ್ಕೋ. ನಿನಗೋಸ್ಕರ ನಾನು ಆಗ ಎಸ್ಟೇಟು, ಅಪ್ಪ ಅಮ್ಮನನ್ನು ಕೂಡ ಬಿಡೋಕೆ ಸಿದ್ಧವಾಗಿದ್ದೆ. ರವೀಂದ್ರ ನನ್ನ ಮಗ, ಇಂಥ ವಿಷಯದಲ್ಲಿ ತಂದೆಯ ಸ್ವಾಭಾವಾನ ಹೊತ್ತು ಕೊಳ್ಳೋದು ಸಹಜ ತಾನೇ?"

ರಾಜಲಕ್ಷ್ಮಿ ಮಾತಾಡದೇ ಎದ್ದು ಕೋಣೆಗೆ ಹೋದರು.

* * *

ಗಂಧರ್ವಗಿರಿಯಲ್ಲಿ ರಾಜಲಕ್ಷ್ಮಿ ಹುಡುಗರನ್ನು ಬಿಟ್ಟರೇ ನೇತ್ರಳಿಗೆ ಹೆಚ್ಚಿನ ಆತ್ಮೀಯತೆ ವ್ಯಕ್ತಿಯೆಂದರೆ ರಾಜಶೇಖರ್‌ನ ಮಗ ನಾಗಭೂಷಣ. ಎರಡನೇ ಬಿ.ಎಸ್‌ಸಿ.ಯಲ್ಲಿದ್ದ ನಾಗಭೂಷಣ್ ಅವಳಿಗೆ ಅರ್ಥವಾಗದ ಪ್ರಾಬ್ಲಮ್‌ಗಳನ್ನು ಬಿಡಿಸಿಕೊಡುತ್ತಿದ್ದ. ಅವಳಲ್ಲಿದ್ದ ಭಯ, ಸಂಕೋಚ ಪ್ರವೃತ್ತಿಗಳು ಕಮ್ಮಿಯಾಗುವುದಕ್ಕೆ ಕಾರಣವೇ ಅವನೆಂದು ಹೇಳಬಹುದು.

ಯಾವುದೋ ವಿದ್ಯಾರ್ಥಿ ಮರಣದಿಂದ ಅಂದು ಕಾಲೇಜಿಗೆ ರಜೆ ದೊರೆಯಿತು. ಸಂಗಾತಿಯರ ಜೊತೆ ಹೊರಬಂದ ನೇತ್ರ ಕಾಂಪೌಂಡ್ ಆವರಣವನ್ನು ಅವಲೋಕಿಸಿದಳು. ನಾಗಭೂಷಣ್ ಯಾರೊಂದಿಗೋ ಹರಟುತ್ತಿದ್ದವನು ಅಲ್ಲೇ ಇರುವಂತೆ ನೇತ್ರಳಿಗೆ ಸನ್ನೆ ಮಾಡಿದ.

ಗೆಳೆಯರಿಂದ ಬೇರ್ಪಟ್ಟು ಬಂದ ನಾಗಭೂಷಣ್, "ಈಗೇನು ಮಾಡೋದ್ ನೇತ್ರ? ವ್ಯಾನ್‌ವಾಪಸ್ ಹೋಗಿದೆ. ಆ ಕಡೆ ಬಸ್ಸು ಅನುಕೂಲ ಇಲ್ಲ" ಎಂದ. "ನಡೆದುಕೊಂಡು ಹೋಗಿ ಬಿಡೋಣ!"

"ಈ ಬಿಸಿಲಿನಲ್ಲಿ! ಅದೆಲ್ಲ ಆಗೋ ಮಾತಲ್ಲ. ನನ್ನ ಸ್ನೇಹಿತನ ಸೈಕಲ್ಲು ತರ್ತೀನಿ. ಅದರಲ್ಲಿ ಹೋಗಿ ಬಿಡೋಣ, ಇರು" ಎಂದು ಅವಳ ಮಾತಿಗೂ ಕಾಯದೇ ವಿದ್ಯಾರ್ಥಿಗಳ ನಡುವೆ ತೂರಿ ಹೋದ.

ಹುಡುಗಿಯರೆಲ್ಲ ಹೊರಟು ಹೋಗಿದ್ದರಿಂದ ಅವಳಿಗೆ ಅಲ್ಲಿ ನಿಂತಿರುವುದು ಪ್ರಯಾಸಕರವಾಗಿ ಕಂಡಿತು. ಅಲ್ಲಲ್ಲಿ ಗುಂಪು ಕೂಡಿದ್ದ ಹುಡುಗರು ಕೊಂಕು ಮಾತು, ಇರಿಯುವ ನೋಟವನ್ನು ಎಸೆಯುತ್ತಲೇ ಇದ್ದರು.

ಸೈಕಲ್ ತಳ್ಳಿಕೊಂಡು ಬಂದ ನಾಗಭೂಷಣ್ "ನಡಿ" ಎನ್ನುತ್ತ ಮುಂದಕ್ಕೆ ಹೊರಟ.

ಸೈಕಲ್ ಸಂದಿ ಗೊಂದಿ ದಾಟಿ ಹೆದ್ದಾರಿಗೆ ಬಂದು ಎಸ್ಟೇಟಿನ ಹಾದಿ ಹಿಡಿದಾಗ "ನೇತ್ರ ಹತ್ತು" ಎಂದು ಸೈಕಲ್ ಏರಿದ.

"ಅಪ್ಪ, ನನ್ನ ಕೈಯಲ್ಲಿ ಖಂಡಿತ ಸಾಧ್ಯವಿಲ್ಲ. ನಾನೆಂದೂ ಕೂತಿಲ್ಲ"

"ಏನು ಹುಡುಗಿ ನೀನು, ಆರಾಮಾಗಿ ಸೈಕಲ್ ತುಳಿದುಕೊಂಡು ಹುಡುಗಿಯರು ಕಾಲೇಜಿಗೆ ಬರ್ತಾರೆ. ನೀನು ನೋಡಿದರೆ ಹಿಂದುಗಡೆ ಕೂತು ಕೊಳ್ಳೋಕೆ ಹೆದರ್ತೀಯ" ಎಂದು ಅಣಕವಾಡಿ ಬಲವಂತಮಾಡಿ ಪ್ರಯಾಸಪಟ್ಟು ನೇತ್ರಳನ್ನು ಹಿಂದೆ ಕ್ಯಾರಿಯರ್ ಮೇಲೆ ಕೂಡಿಸಿಕೊಂಡು ಹೊರಟೇ ಬಿಟ್ಟ.

ಭಯದಿಂದ ನೇತ್ರಳ ಮುಖ ಬಿಳುಪೇರಿತು. ದೇವರ ಜಪ ಮಾಡುತ್ತ ಎಸ್ಟೇಟ್ ತಲುಪುವವರೆಗೂ ಕಣ್ಣುಮುಚ್ಚಿಕೊಂಡು ಕುಳಿತುಬಿಟ್ಟಳು.

"ಇಳಿಯಮ್ಮ ತಾಯಿ ನೇತ್ರಾವತಿ" ಎಂದ ತಕ್ಷಣ ಕಣ್ಣು ಕಣ್ಣು ಬಿಟ್ಟು ಥಟ್ಟನೇ ಧುಮುಕಿದಳು. ಅವಳ ಭಯಗ್ರಸ್ತ ಮುಖ ನೋಡಿ ನಾಗಭೂಷಣ ಬಿದ್ದು ಬಿದ್ದು ನಕ್ಕ. ನೇತ್ರ ಮುಖ ಧುಮ್ಮಿಸಿಕೊಂಡು ಮಾತನಾಡದೆ ಒಳ ಗೋಡಿದಳು.

ರವೀಂದ್ರ ಎದುರಾದ. ಅವಳೆಂದೂ ಅವನೊಂದಿಗೆ ಮಾತನಾಡುತ್ತಿರಲ್ಲಿಲ್ಲ. ಇಲ್ಲಿಗೆ ಬಂದದಾಗಿನಿಂದ ಒಂದೆರಡು ಬಾರಿ ಅಗತ್ಯವಿದ್ದ ಮಾತಿಗೆ ಉತ್ತರಿಸಿರಬೇಕಷ್ಟೇ.

"ಯಾಕೇ, ಕಾಲೇಜು ಇಲ್ಲವಾ?" ಎಂದ ತಾನಾಗಿ ರವೀಂದ್ರ.

ಇಲ್ಲ ಎನ್ನುವಂತೆ ಸಂಕೋಚದಿಂದ ತಲೆಯಾಡಿಸಿದ ನೇತ್ರ ಬೇಗ ಬೇಗ ಒಳಗೆ ಸರಿದು ಹೋದಳು.

ಇವಳು ಇಷ್ಟು ದೂರ ಹೋದ ಮೇಲೆ ಹಿಂದೆ ನಾಗಭೂಷಣ ರವೀಂದ್ರ ನಗು ಕೇಳಿಸಿತು. ಹಿಂದಿರುಗಿ ನೋಡಿದಳು. ನಾಗಭೂಷಣ, ರವೀಂದ್ರ ಇಬ್ಬರೂ ನಗುತ್ತ ಮಾತನಾಡುತ್ತಿದ್ದರು. ನನ್ನ ವಿಷಯಾನೇ ಮಾತಾಡಿಕೊಂಡು ನಗುತ್ತಿರ ಬೇಕು ಎಂದುಕೊಂಡ ನೇತ್ರಳ ಕಣ್ಣಲ್ಲಿ ನೀರಾಡಿತು.

ಕೋಣೆಯಲ್ಲಿ ಹೋಗಿ ಕುಳಿತುಬಿಟ್ಟಳು. ರಾಜಲಕ್ಷ್ಮಿ, ರಂಗರಾವ್ ಮೊಮ್ಮಕ್ಕಳೊಂದಿಗೆ ಎಲ್ಲಿಯೋ ಹೋಗಿದ್ದರು. ಮನೆಯಲ್ಲಿ ಹೆಚ್ಚು ಗದ್ದಲವಿರಲ್ಲಿಲ್ಲ. ತೆಗೆದುಕೊಂಡು ಹೋಗಿದ್ದ ತಿಂಡಿ ಡಬ್ಬಿಯಲ್ಲಿ ಹಾಗೇ ಉಳಿದಿತ್ತು. ಆದರೆ ಅಡಿಗೆಯ ಅಯ್ಯರ್ ಬಂದು ಊಟಕ್ಕೆ ಎಬ್ಬಿಸಿದರು.

ಊಟ ಮಾಡಿ ಕೈಯಲ್ಲಿ ಪುಸ್ತಕ ಹಿಡಿದು ಕುಳಿತಳು.

ಸಂಜೆಯವರೆಗೂ ಓದಿ ಬೇಸರಗೊಂಡು ನೇತ್ರ ಹೊರಗೆ ಬಂದಳು. ಬಂಗ್ಲೆಯ ಸುತ್ತ ಸುತ್ತಾಡಿ ಎಸ್ಟೇಟಿನೊಳಗೆ ಕಟ್ಟಿಸಿದ ಅಂಬಾ ಭವಾನಿ ದೇವಾಲಯಕ್ಕೆ ಹೋದಳು. ಗರ್ಭಗುಡಿಯ ಬಾಗಿಲು ಮುಚ್ಚಿತ್ತು. ಸರಳುಗಳ ನಡುವೆ ದೃಷ್ಟಿ ತೂರಿ ನೋಡಿದಳು ಬೆಳಿಗ್ಗೆ ಹಚ್ಚಿದ್ದ ದೀಪವಿನ್ನೂ ಮಿಣುಕು ಮಿಣುಕಾಗಿ ಉರಿಯುತ್ತಿತ್ತು. ಭಕ್ತಿಯಿಂದ ನಮಸ್ಕರಿಸಿ ಜಗುಲಿಯ ಮೇಲೆ ಕುಳಿತಳು. ತಾತನ ಜ್ಞಾಪಕದಿಂದ ಅವಳ ಕಣ್ಣು ಮುಂಜಾಯಿತು. ಒಡನೆಯೇ ಹೋಗಿ ತಾತನನ್ನು ಕಾಣುವ ಆತುರ ಅವಳಿಗೆ. ಅದು ಅಷ್ಟು ಸುಲಭವಲ್ಲ. ಪರೀಕ್ಷೆ ಹತ್ತಿರವಿದೆ. ಆದಾದ ಮೇಲೆ ಊರಿಗೆ ಹೋಗಬೇಕು. ಎದ್ದು ದೇವರಿಗೆ ಇನ್ನೊಮ್ಮೆ ನಮಸ್ಕರಿಸಿ ಬಂಗ್ಲೆಯ ಕಡೆ ಹೆಜ್ಜೆ ಹಾಕಿದಳು.

ನಾಗಭೂಷಣ ಬಾಗಿಲಿನಲ್ಲೇ ಎದುರಾದ. "ಎಲ್ಲಿ ಹೋಗಿದ್ದೆ? ನನ್ನ ಸೈಕಲ್ ಮೇಲೆ ಕೂಡಿಸಿಕೊಂಡು ಬಂದ ತಪ್ಪಿಗೆ ನನ್ನ ಪುಸ್ತಕಗಳನ್ನೂ ಹೊತ್ತುಕೊಂಡು ಬಂದಿದ್ದೀಯ" ಎಂದ.

"ಹೌದಾ....?" ಎಂದ ನೇತ್ರಾ ತನ್ನ ಕೋಣೆಗೆ ಹೋಗಿ ಪುಸ್ತಕಗಳನ್ನು ತಂದಿತ್ತಳು.

"ಹೌದಾ...." ಎಂದು ನಾಗಭೂಷಣ್ ಹೊರಟ.

ಪಾಪ, ತನ್ನ ಬಗ್ಗೆ ಎಷ್ಟೊಂದು ಆತ್ಮೀಯತೆ ತೋರುತ್ತಾನೆ. ಕಡೆ ಪಕ್ಷ ಒಂದು

ಲೋಟ ಕಾಫಿಯಾದರೂ ಕೊಡಬೇಕಾಗಿತ್ತು. ತಾನು ಹುಟ್ಟಿದಂದಿನಿಂದಲೂ ಏನನ್ನೂ ಪಡೆದುಕೊಂಡು ಬಂದಿಲ್ಲ.

ಅಲ್ಲಿ ಅತ್ತೆಯಿಂದ ಮಾತುಗಳನ್ನು ಕೇಳಬೇಕಾಗಿತ್ತು. ಮಾವನ ಗುಡುಗು, ಇತ್ತೀಚಿನ ಕ್ರೂರ ನೋಟ, ಸುಬ್ಬಣ್ಣನ ಆಸೆಬುರುಕ ಮುಖ ಮಂದಬುದ್ಧಿಯ ರಾಮ ಮತ್ತು ಮೂಗಿ ಕಪಿಲೆಯ ಉಪಟಳ. ಆದರೆ ತಾತನ ಆದರ, ಮಮತೆ ಚೆಲ್ಲುವ ಮಾತುಗಳು ಅವಳನ್ನು ಕೂಗಿ ಕರೆಯುತ್ತಿದ್ದವು ಈ ಸುಖದ ನಡುವೆಯೂ.

ಪರೀಕ್ಷೆ ಮುಗಿಸಿಕೊಂಡು ಬಂದ ಸಂಜೆಯೇ ನೇತ್ರ ತನ್ನ ಬಟ್ಟೆಗಳನ್ನು ಜೋಡಿಸಿಕೊಂಡಳು ತಾತಾನ ಬಳಿಗೆ ಓಡಲು. ಅವಳಿಗಿಂತ ಮುಂಚೆ ಅವಳ ಮನಸ್ಸು ಹಾರಿಕೊಂಡು ಹೋಗಿ ತಾತನನ್ನು ತಲುಪಿತ್ತು.

ಕೋಣೆಯ ಬಳಿ ಹೋಗಿ ನಿಂತ ನೇತ್ರ, "ಅಮ್ಮಾ ...." ಎಂದಳು.

ಮಂಚದ ಮೇಲೆ ಮಲಗಿದ್ದ ರಾಜಲಕ್ಷ್ಮಿ, "ಬಾ ನೇತ್ರ ಒಳಗೆ" ಎಂದರು.

"ಯಾಕಮ್ಮ ಮಲಗಿದ್ದೀರಾ?" ಎಂದಳು ಮಂಚ ಸಮೀಪಿಸುತ್ತ.

"ಯಾಕೋ ತಲೆ ನೋವು ಅಷ್ಟೆ. ಹೇಗೆ ಮಾಡಿದೆ ಪರೀಕ್ಷೆಯಲ್ಲಿ? ಇವತ್ತಿಗೆ ಮುಗಿಯಿತ್ತಲ್ಲ" ಎಂದರು ತಲೆಯನ್ನು ಒತ್ತಿಕೊಳ್ಳುತ್ತ.

ನೇತ್ರ ಅವರ ಮಾತಿಗೆ ಉತ್ತರವೀಯುವುದನ್ನು ಬಿಟ್ಟು "ಅಮ್ಮ, ಅಮೃತಾಂಜನ ಹಚ್ಚಲಾ?" ಎಂದು ಡ್ರಾಯರಿನಲ್ಲಿದ್ದ ಅಮೃತಾಂಜನ ಡಬ್ಬಿಯನ್ನು ಕೈಗೆ ತೆಗೆದುಕೊಂಡಳು.

"ಹಚ್ಚು" ಎಂದು ಅವಳ ಕೈ ಹಿಡಿದು ತಮ್ಮ ಪಕ್ಕದಲ್ಲಿ ಮಂಚದ ಮೇಲೆ ಕೂಡಿಸಿಕೊಂಡರು.

ನೇತ್ರ ಅಮೃತಾಂಜನ ಹಚ್ಚತೊಡಗಿದಾಗ ಅವರಿಗೆ ಹಾಯೆನಿಸಿತು. ಥಟ್ಟನೆ ಮೃದುಲಳ ಜ್ಞಾಪಕ ಬಂತು. ವ್ಯಥೆ ತುಂಬಿದ ಮನ ನೇತ್ರಳನ್ನು ಪಕ್ಕದಲ್ಲೇ ಇರಿಸಿಕೊಳ್ಳಲು ಬಯಸಿತು.

ನೇತ್ರ, ಹಣೆ ಮೇಲೆ ಹಾಗೇ ಕೈ ಇರಿಸಿಕೊಂಡು ಕೂತ್ಕೋ" ಎಂದು ಕಣ್ಣು ಮುಚ್ಚಿ ಮಲಗಿದರು. ನೇತ್ರ ಕೂತೇ ಇದ್ದಳು. ತಾಯಿಯ ಪ್ರೀತಿಯನ್ನೇ ಅರಿಯದ ನೇತ್ರಳಿಗೆ ಆ ಕ್ಷಣಗಳು ಹಾಯೆನಿಸಿದವು.

"ರಾಜು...." ಎಂದುಕೊಂಡು ಒಳಗೆ ಬಂದ ರಂಗರಾವು ಥಟ್ಟನೆ ನಿಂತರು. ನೇತ್ರ ಮೇಲಕ್ಕೆದ್ದಳು.

"ಕೂತ್ಕೋ ಮಗು....ಪರ್ವಾಗಿಲ್ಲ. ಈ ಮನೆಯಲ್ಲಿ ನಿನಗೆ ಯಾವ ವಿಧವಾದ ಸಂಕೋಚವು ಬೇಡ."

ಅದು ಬರೀ ಮೇಲು ಮಾತುಗಳಾಗಿರಲ್ಲಿಲ್ಲ. ಹೃದಯಾಳದಿಂದ ಬಂದ ನುಡಿಗಳಾಗಿದ್ದವು.

ಕಣ್ಣು ತೆರೆದ ರಾಜಲಕ್ಷ್ಮಿ ಕೈ ಹಿಡಿದು ನೇತ್ರಳನ್ನು ಸೊಸೆಯ ಸ್ಥಾನದಲ್ಲಿ ಕೂರಿಸಿದರು.

"ಇವತ್ತು ಬೆಳಗಿನಿಂದಲೇ ತುಂಬ ತಲೆ ನೋವು. ನಮ್ಮ ನೇತ್ರ ಅಮೃತಾಂಜನ ತಿಕ್ಕಿದ ಮೇಲೆ ಸ್ವಲ್ಪ ಕಡಿಮೆಯಾಯಿತು" ಎಂದು ಕ್ಷೀಣವಾಗಿ ನಕ್ಕರು ಗಂಡನ ಕಡೆ ನೋಡುತ್ತ.

ರಂಗರಾವು ತೃಪ್ತಿಯ ನಗು ಸೂಸಿದರು.

ನೇತ್ರ ಮೆಲ್ಲನೆದ್ದು ಹೊರಗೆ ಬಂದಳು. ಅವಳು ಊರಿಗೆ ಹೋಗುವ ವಿಷಯ ತಿಳಿಸದೇ ಹಾಗೆಯೇ ಹಿಂದಿರುಗಿದ್ದಳು.

ಬೆಳಿಗ್ಗೆ ಹೊರಟರೆ ಸರಿಯಾದ ವೇಳೆಗೆ ಬಸ್ಸು ಸಿಕ್ಕಿದರೆ ಮೂರು ನಾಲ್ಕು ಗಂಟೆಗೆ ಹಳ್ಳಿ ತಲುಪಬಹುದಾಗಿತ್ತು.

ನರಸಿಂಹ ಹಳ್ಳಿಗೆ ನೇರವಾದ ರಸ್ತೆ ಇರಲಿಲ್ಲ; ಬಳಸು ದಾರಿ.

ರವೀಂದ್ರನಿಗೆ ಸಂಜೆ ಹುಡುಗರನ್ನು ಜೀಪಿನಲ್ಲಿ ಕರೆದೊಯ್ದು ನಾಲ್ಕಾರು ಮೈಲಿ ಸುತ್ತಿಸಿಕೊಂಡು ಬರುವುದು ದಿನನಿತ್ಯದ ರೂಢಿ, ಕೆಲವೊಮ್ಮೆ ತಪ್ಪಿ ಹೋಗುತ್ತಿತ್ತು. ಇಂದು ನಾಲ್ಕು ಗಂಟೆಗೆ ಕರೆದೊಯ್ದವನು ಇನ್ನೂ ಬಂದಿರಲಿಲ್ಲ.

ರಾಜಲಕ್ಷ್ಮಿ ರಂಗರಾವು ಮಗ, ಮೊಮ್ಮಕ್ಕಳನ್ನು ಎದುರು ನೋಡುತ್ತ ಹಾಲ್‌ನಲ್ಲಿದ್ದ ಬೆತ್ತದ ಛೇರುಗಳ ಮೇಲೆ ಬಂದು ಕುಳಿತರು.

ಅಷ್ಟರಲ್ಲಿ ಬಂದ ನಂಜುಂಡ ಶಾಸ್ತ್ರಿಗಳು ರಂಗರಾವನ್ನು ಸಂಭಾಷಣೆ ಕೋಣೆಗೆ ಕರೆದೊಯ್ದರು.

ರಾಜಲಕ್ಷ್ಮಿ ಒಬ್ಬರೇ ಕುಳಿತಿರುವುದನ್ನು ನೋಡಿ ನೇತ್ರ ಹೊರಗೆ ಬಂದು ಮೆಲ್ಲಗೆ ಮುಂದೆ ಹೋಗಿ ನಿಂತಳು.

ನೇತ್ರ ತಮ್ಮೊಂದಿಗೆ ಏನೋ ಹೇಳಲು ಬಂದಿರುವಳೆಂದು ತಿಳಿದ ರಾಜಲಕ್ಷ್ಮಿ ಮುಗುಳ್ನಗುತ್ತ, "ಅದೇನು ಹೇಳಬೇಕು ಅಂತ ಇದ್ದಿಯೋ ಹೇಳು ಸಂಕೋಚಪಡಬೇಡ" ಎಂದರು.

"ನಾಳೆ ಬೆಳಿಗ್ಗೆ ನಾನು ಊರಿಗೆ ಹೋಗಬೇಕು ಅಂತಿದ್ದೀನಿ. ಕಾಲೇಜಿಗೆ ತಿಂಗಳು ಪೂರಾ ರಜ."

"ಅದನ್ನು ಹೇಳೋಕೆ ಇಷ್ಟು ಸಂಕೋಚವಾ! ಇದುವರೆಗೂ ಪರೀಕ್ಷೆಗೆ ಓದಿದ್ದೀಯಾ. ನಾಲ್ಕು ದಿನ ಸುಧಾರಿಸಿಕೊಂಡು ಹೋಗಿದ್ದರೆ ಆಗಿತ್ತು."

"ತಾತನನ್ನು ನೋಡಿ..." ನೇತ್ರ ಮುಂದಕ್ಕೆ ಮಾತಾಡಲಿಲ್ಲ.

ಅವಳ ಆಸೆಯನ್ನು ಹತ್ತಿಕ್ಕಿ ಅವಳನ್ನು ನಿಲ್ಲಿಸಿಕೊಳ್ಳುವುದು ರಾಜಲಕ್ಷ್ಮಿಗೆ ಇಷ್ಟವಾಗಲಿಲ್ಲ. ಈ ಹುಡುಗಿಗಾಗಿ ಪಾಪ ಜೋಯಿಸರು ಎದುರು ನೋಡುತ್ತಿರಬೇಕು ಎಂದುಕೊಂಡರು.

"ಸರಿ, ಪೂವಯ್ಯನಿಗೆ ಹೇಳ್ತೀನಿ. ನಿನ್ನ, ಸಕಲೇಶಪುರದವರೆಗೆ ಬಂದು ಬಸ್ಸು ಹತ್ತಿಸಿ ಬರ್ತಾನೆ."

ನೇತ್ರಳ ಮುಖ ಅರಳಿತು.

"ನೇತ್ರ, ತಿಂಗಳು ಪೂರಾ ಅಲ್ಲೇ ಇದ್ದು ಬಿಡಬೇಡ. ತಾತನ್ನ ನೋಡ್ಕೊಂಡು ನಾಲ್ಕೈದು ದಿನಗಳಲ್ಲೇ ಬಂದು ಬಿಡು. ಈಗ ಸಂತೋಷ, ಆನಂದರನ್ನು ಸುಧಾರಿಸದೊಂದು ಸಮಸ್ಯೆ."

ಜೀಪ್ ಸದ್ದು ಕೇಳಿ ನೇತ್ರ, ರಾಜಲಕ್ಷ್ಮಿ ದೃಷ್ಟಿ ಹರಿಸಿದರು. ಬಂಗ್ಲೆಯ ಮುಂದೆ ಬಂದು ನಿಂತ ಜೀಪಿನಿಂದ ರವೀಂದ್ರ ಇಳಿದು ಸಂತೋಷ್, ಆನಂದ್‌ರನ್ನು ಇಳಿಸಿಕೊಂಡ.

ನೇತ್ರ ಒಳಕ್ಕೆ ನಡೆದಳು. ಅವಳಿಗೀಗ ಮಕ್ಕಳನ್ನು ಬಿಟ್ಟು ಹೋಗುವುದು ಬಹಳ ಕಷ್ಟವಾಗಿ ಕಂಡಿತು. ಆದರೆ ಎಲ್ಲಕ್ಕಿಂತ ಹೆಚ್ಚಾಗಿ ತಾತನ ಒಲುಮೆ ಅವಳನ್ನು ಕೈ ಬೀಸಿ ಕರೆಯುತ್ತಿತ್ತು.

ಅಯ್ಯರ್ ತಟ್ಟೆ ಹಾಕಿ ಕರೆದಾಗಲೇ ನೇತ್ರ ಪುಟಾಣಿಗಳೊಡನೆ ಹೊರಗೆ ಬಂದಿದ್ದು. ಆಗಲೇ ರಂಗರಾವು, ರಾಜಲಕ್ಷ್ಮಿ, ರವೀಂದ್ರ ತಟ್ಟೆಗಳ ಮುಂದೆ ಕುಳಿತಿದ್ದರು.

ನೇತ್ರ ಮೊದಲು ಅವರುಗಳೊಂದಿಗೆ ಊಟಕ್ಕೆ ಕೂಡಲು ಸಂಕೋಚ ಪಡುತ್ತಿದ್ದಳು. ಆ ಸಂಕೋಚ ಬಹಳ ದಿನ ಉಳಿಯಲ್ಲಿಲ್ಲ. ರಾಜಲಕ್ಷ್ಮಿಯವರ ಬಲವಂತ, ರಂಗರಾವುರವರ ಆತ್ಮೀಯತೆ ಅವಳನ್ನು ಆ ಮನೆಯಲ್ಲಿ ಒಬ್ಬಳನ್ನಾಗಿ ಮಾಡಿತ್ತು. ಆದರೆ ಅವಳೆಂದೂ ಅತಿಕ್ರಮಿಸಿ ನಡೆದುಕೊಂಡಿರಲ್ಲಿಲ್ಲ. ನೇತ್ರಳೇ ಮಕ್ಕಳಿಗೆ ಕೈ ತೊಳೆಸಿ ಕರೆದುಕೊಂಡು ಬಂದಳು.

ನೇತ್ರ ಮನೆಯಲ್ಲಿದ್ದಾಗ ಅವಳೇ ಮಕ್ಕಳಿಗೆ ಊಟ ಮಾಡಿಸುತ್ತಿದ್ದಳು.

ಅವಳು ಕಾಲೇಜಿಗೆ ಹೋದಾಗ ರವೀಂದ್ರನ ಕೈಊಟ. ಇವರಿಬ್ಬರೂ ಇಲ್ಲದಿದ್ದಾಗ ಮಕ್ಕಳಿಗೆ ಊಟ ಮಾಡಿಸುವ ವೇಳೆಗೆ ರಾಜಲಕ್ಷ್ಮಿಗೆ ತಲೆ ಚಿಟ್ಟು ಹಿಡಿದು ಹೊಗುತ್ತಿತ್ತು.

"ನಾಳೆ ನೇತ್ರ ಊರಿಗೆ ಹೋಗ್ತಾಳೆ, ಆಮೇಲೆ ಯಾರು ಊಟ ಮಾಡಿಸ್ತಾರೋ ನೋಡ್ತೀನಿ" ಎಂದರು ರಾಜಲಕ್ಷ್ಮಿ ಅಣಕಿಸುವಂತೆ.

"ನಾವು ಹೋತೀವಿ...." ಇಬ್ಬರೂ ಒಟ್ಟಿಗೆ ಕೂಗಿದರು.

ರಾಜಲಕ್ಷ್ಮಿ ತಲೆಯ ಮೇಲೆ ಕೈ ಹೊತ್ತರು. ನಾಳೆಯಿಂದ ಇವರುಗಳನ್ನು ಹೇಗಪ್ಪ ಸುಧಾರಿಸುವುದು? ಹಿಂದಿನ ಅಳುವೇ ಪುನರಾವರ್ತನೆಯಾದರೆ ಗತಿಯೇನು ಅಂದು ಅಳುಕಿದರು.

ಅವರಿಬ್ಬರಿಗೆ ಊಟ ಮಾಡಿಸಿದ ನೇತ್ರ ತಾನೂ ಊಟ ಮಾಡಿ ಕೋಣೆಗೆ ಹೊರಟಳು.

ತಾತ, ಅಜ್ಜಿ ಕೂಗುತ್ತಿದ್ದರೂ ಆನಂದ್, ಸಂತೋಷ್ ನೇತ್ರಳ ಕೋಣೆಗೆ ಓಡಿದರು.

"ರವಿ, ಅವರನ್ನು ಸ್ವಲ್ಪ ಕರಕ್ಕೊಂಡು ಬಾ" ಎಂದರು ರಂಗರಾವು. ರವೀಂದ್ರ ನೇತ್ರಳ ಕೋಣೆಗೆ ಬಂದಾಗ, ಅವಳ ಮುಂದೆ ವಿಧೇಯ ವಿದ್ಯಾರ್ಥಿಗಳಂತೆ ಇಬ್ಬರೂ ಕುಳಿತಿದ್ದರು. ಅವನಿಗೆ ಅವರು ಕುಳಿತ ಭಂಗಿ ನೋಡಿ ನಗು ಬಂತು.

* * *

ಮೊದಲೇ ನೇತ್ರ ತಾತನಿಗೆ ಪತ್ರ ಬರೆದಿದ್ದರಿಂದ ನರಸಿಂಹ ಜೋಯಿಸರು ಬೆಳಗಿನ ಪೂಜೆ ಮುಗಿಸಿಕೊಂಡು ಊಟಕ್ಕೂ ಸಹ ಹೋಗದೇ ಬಸ್ಸು ನಿಲ್ಲುವ ಜಾಗಕ್ಕೆ ಬಂದು ಹೊಂಗೆ ಮರದ ನೆರಳಿನಲ್ಲಿ ಕುಳಿತುಬಿಟ್ಟಿದ್ದರು.

ಯಾವುದಾದರೂ ಬಸ್ಸೋ, ಲಾರಿಯೋ ಬಂದಾಗಲೆಲ್ಲ ಎದ್ದು ನಿಲ್ಲುತ್ತಿದ್ದರು. ತಮ್ಮ ಆತುರಕ್ಕೆ ಅವರಿಗೆ ನಗು ಬರುತಿತ್ತು. ಕೊನೆಗೆ ನೇತ್ರ ಇದ್ದ ಬಸ್ಸು ಬಂತು. ಅದರೊಳಗಿನಿಂದ ಅವರ ಮುದ್ದಿನ ಮೊಮ್ಮಗಳು ಇಳಿದಳು.

ಇಲ್ಲಿಂದ ಹೋಗೋವಾಗ ಬ್ಯಾಗಿನಲ್ಲಿ ಬಟ್ಟೆ ತುಂಬಿಕೊಂಡು ಹೋಗಿದ್ದಳು. ಈಗ ಅವಳು ಹೊತ್ತು ತಂದಿದ್ದು ಏರ್ ಬ್ಯಾಗ್.

ಮೊಮ್ಮಗಳನ್ನು ಕಣ್ಣು ತುಂಬ ನೋಡಿದರು ಜೋಯಿಸರು. ಇಷ್ಟು ಅಲ್ಪ ಕಾಲದಲ್ಲಿ ಎಷ್ಟು ಬದಲಾವಣೆ! ಒಂದೆರಡು ಬಾರಿ ಹೋಗಿ ಮೊಮ್ಮಗಳನ್ನು ನೋಡಿ ಬಂದಿದ್ದರೂ ಇವೆಲ್ಲ ಗಮನಿಸಿರಲಿಲ್ಲ. ಕಿವಿಯಲ್ಲಿದ್ದ ಎಣ್ಣೆ ಇಳಿದು ಮಂಕಾಗಿದ್ದ ಕೆಂಪು ಓಲೆಗೆ ಬದಲಾಗಿ ತೂಗಾಡುವ ರಿಂಗ್: ಆಗಿನ ಬಿಗಿಯ ಜಡೆಯ ಬದಲಾಗಿ ಅಳ್ಳಕವಾಗಿ ಹೆಣೆದ ಜಡೆ. ಹಣೆಯ ಮೇಲೆ ಮುಂಗುರುಳು, ಕಣ್ಣಿಗೆ ಕಪ್ಪು, ಲಂಗ ದಾವಣಿ ಉಟ್ಟು ಹೋಗಿದ್ದವಳು ಸೀರೆಯ ಹುಡುಗಿಯಾಗಿ ಹಿಂದಿರುಗಿದಳು.

"ತಾತ, ಯಾಕೆ ಹಾಗೆ ನೋಡ್ತೀರಾ?" ಎಂದ ನೇತ್ರ ಅವರನ್ನು ಮಗುವಿನಂತೆ ಅಪ್ಪಿದಳು.

ನೇತ್ರಳ ಕಣ್ಣಿಗೆ ನರಸಿಂಹ ಜೋಯಿಸರು ತೀರಾ ಮುದುಕರಾದಂತೆ ಕಂಡರು. ವಯಸ್ಸಿನಿಂದ ಸವೆದ ದೇಹ ಮೊಮ್ಮಗಳ ಚಿಂತೆಯಿಂದ ಮತ್ತಷ್ಟು ಸವೆದಿತ್ತು.

ನರಸಿಂಹ ಜೋಯಿಸರು ನೇತ್ರಳನ್ನ ಗಂಧರ್ವಗಿರಿಯಲ್ಲಿ ಬಿಟ್ಟು ಬಂದ ಮೇಲೆ ತೀರಾ ಮಂಕಾಗಿದ್ದರು. ಸದಾ ಗುಡಿಯ ಜಗುಲಿಯ ಮೇಲೆ ಕೂತೇ ಕಳೆಯುತ್ತಿದ್ದರು. ಮನೆಯಿಂದ ಯಾರಾದರೂ ಬಂದು ಊಟಕ್ಕೆ ಕರೆದರೆ ಹೋಗಿ ಎರಡು ತುತ್ತು ಉಂಡು ಬರುತ್ತಿದ್ದರು. ಪುನಃ ಮರು ದಿನದವರೆಗೂ ಮನೆಯ ಕಡೆ ತಲೆ ಹಾಕುತ್ತಿರಲಿಲ್ಲ.

ಗಂಧರ್ವಗಿರಿಯಲ್ಲಿ ನೇತ್ರಳನ್ನು ಬಿಟ್ಟು ಬಂದ ಹೊಸದರಲ್ಲಿ ವೆಂಕಟ ರಮಣ ಜೋಯಿಸರು ಪ್ರತ್ಯಕ್ಷವಾಗಿ ತಂದೆಯ ಜೊತೆ ವಾಗ್ಯುದ್ಧ ಹೂಡದಿದ್ದರೂ ಅವರಿವರ ಜೊತೆ ತಂದೆ ಕೇಳುವಂತೆ ರೇಗಾಡಿದ್ದರು.

ಎಲ್ಲಾ ಕೆಲಸವನ್ನೂ ನೇತ್ರ ಪಾಲಿಗೆ ಬಿಟ್ಟು ಬರೀ ಅಡಿಗೆ ಕೆಲಸ ಮಾತ್ರ

ಮಾಡುತ್ತಿದ್ದ ಮಹಾಲಕ್ಷ್ಮಮ್ಮನಿಗೆ ಈಗ ಮೈ ತುಂಬ ಕೆಲಸ, ಜೊತೆಗೆ ಪೆದ್ದ ಮಗ, ಜಗಳ ಗಂಟಿ ಮಗಳನ್ನು ಸುಧಾರಿಸುವ ವೇಳೆಗೆ ಅವರಿಗೆ ಸಾಕಾಗಿ ಹೋಗುತ್ತಿತ್ತು. ಆದ್ದರಿಂದ ಸದಾ ಅವರ ಬಾಯಿ ಬೈಗುಳ ಕಾರ್ಖಾನೆಯಾಯಿತು. ಹೆಚ್ಚಿನ ಒತ್ತಡ ಬಿದ್ದಿದ್ದು ಸುಬ್ಬಣ್ಣನ ಮೇಲೆ. ಅವನು ನೀರು ಸೇದುವುದರ ಜೊತೆಗೆ ಮನೆ ಕೆಲಸವನ್ನೂ ಮಾಡಬೇಕಿತ್ತು. ಅವನಿಗೆ ಅದಕ್ಕಿಂತ ಹೆಚ್ಚಿನ ದುಃಖದ ಸಂಗತಿ, ನೇತ್ರ ದೂರ ಹೊರಟು ಹೋಗಿದ್ದು.

ತಾತ, ಮೊಮ್ಮಗಳು ಮಾತಾನಾಡುತ್ತ ದೇವಸ್ಥಾನದ ಬಳಿ ಬಂದರು. ನೇತ್ರ ಪ್ರದಕ್ಷಿಣೆ ಹಾಕಿ ನಮಸ್ಕಾರ ಮಾಡಿ ಜಗುಲಿಯ ಮೇಲೆ ಕುಳಿತಳು. ತಾತನ ಬಳಿ ಹೆಚ್ಚು ಮಾತನಾಡುವ ಆಸೆ ಅವಳಿಗೆ.

"ಬಾಮ್ಮ, ಮನೆಗೆ ಹೋಗೋಣ. ಈ ತಾತನ್ನ ನೋಡಿ ನಿನ್ನ ಹಸಿವೆ ಮರೆತುಹೋಯಿತಾ?" ಎಂದು ನಗೆಯಾಡಿದರು.

"ನನಗೆ ಹಸಿವೆ ಇಲ್ಲ ತಾತ" ಎಂದು ನೇತ್ರ ತಾತನಿಗೆ ತನ್ನ ಕಾಲೇಜು, ರಾಜಲಕ್ಷ್ಮಿಯವರ ಆದರ, ರಂಗರಾವು ಅವರ ಒಳ್ಳೆಯತನ, ಸಂತೋಷ್, ಆನಂದ್ ತನಗೆ ಹೊಂದಿಕೊಂಡ ಬಗ್ಗೆ ನೂರೆಂಟು ಹೇಳಿದಳು.

ಅಷ್ಟರಲ್ಲಿ ಸುಬ್ಬಣ್ಣನ ಸವಾರಿ ಆಗಮಿಸಿತು. ಅದೇ ಕಮುಟು ವಾಸನೆಯ ಪಂಚೆ, ಅದೇ ಎಣ್ಣೆ ಸೋರುವ ಮುಖ, ಅದೇ ನಗು.

"ಯಾವಾಗ ಬಂದಿದ್ದು?" ಎಂದು ತನ್ನ ಹಲ್ಲುಗಳನ್ನೆಲ್ಲ ಬಿಟ್ಟು ನೇತ್ರಳನ್ನು ಒಂದೇ ಸಮನೆ ನೋಡತೊಡಗಿದ.

ಅಂದಿನ ನೇತ್ರಳಿಗಿಂತ ಇಂದಿನ ನೇತ್ರ ಅವಳ ಕಣ್ಣಿಗೆ ಸುರ ಸುಂದರಿಯಾಗಿ ಕಂಡಳು. ಅಬ್ಬ ಎಷ್ಟು ಚೆನ್ನಾಗಿ ಆಗಿದ್ದಾಳೆ. ಈಗ ಮದುವೆ ಆದರೆ ಇನ್ನು ಚೆನ್ನಾಗಿರುತ್ತೆ ಅಂದುಕೊಂಡ. ಆ ಅಂದುಕೊಳ್ಳುವಿಕೆಯೇ ಅವನಿಗೆ ಕಚಗುಳಿ ಇಟ್ಟಿತ್ತು.

"ನಡೀ, ಮನೆಗೆ ಹೋಗೋಣ" ಎಂದು ಜೋಯಿಸರು ಮೇಲೆಕ್ಕೆದ್ದರು. ನೇತ್ರ ತನ್ನ ಏರ್‌ಬ್ಯಾಗನ್ನು ಭುಜಕ್ಕೆ ತಗಲಿಸಿಕೊಂಡು ಮೇಲೆಕ್ಕೆದ್ದಳು.

"ನಾನು ತರ್ತೀನಿ ಕೊಡು" ಎಂದು ಸುಬ್ಬಣ್ಣ ಬ್ಯಾಗಿಗೆ ಕೈ ಬಾಚಿದರೂ ನೇತ್ರ ಕೊಡದೆ ಮುಂದೆ ನಡೆದಳು.

ನೇತ್ರಳನ್ನು ನೋಡಿ ಮಹಾಲಕ್ಷ್ಮಮ್ಮನಿಗೆ ಹೊಟ್ಟೆಯಲ್ಲಿ ಬೆಂಕಿಬಿದ್ದ ಹಾಗಾಯಿತು. ಇಲ್ಲಿ ಹರಕು ಬಟ್ಟೆಗೂ ಪರದಾಡುತ್ತಿದ್ದವಳು ನೈಲೆಕ್ಸ್ ಸೀರೆಯುಟ್ಟು ಬಂದದ್ದು ಮತ್ತಷ್ಟು ಅಸೂಯೆಗೆ ಕಾರಣವಾಯಿತು.

ಮಂದ ಬುದ್ಧಿಯ ರಾಮ ಕಣ್ಣರಳಿಸಿ ನೋಡಿದ, ಹೊಸಬರನ್ನು ನೋಡಿದಂತೆ. ಕಪಿಲೆಯಂತೂ ಅವಳ ಸೀರೆಯನ್ನು ಮುಟ್ಟಿ ಮುಟ್ಟಿ ನೋಡಿದಳು. ಅವಳಿಂದ ತಪ್ಪಿಸಿಕೊಳ್ಳುವುದೇ ನೇತ್ರಳಿಗೆ ಕಷ್ಟವಾಯಿತು.

ಅತ್ತೆ ತಾನಾಗಿ ಮಾತಾನಾಡಿಸಲ್ಲಿಲ್ಲ ಎಂದು ನೇತ್ರ ತಾನೆ ಮಾತನಾಡಿಸಲು

ಹೋದಳು. ಆಗಲೂ ಮಹಾಲಕ್ಷ್ಮಮ್ಮ ಮುಖ ತಿರುವಿದರೇ ವಿನಾ ಮಾತಾಡಲಿಲ್ಲ. ನೇತ್ರಳಿಗೆ ಪಿಚ್ಚೆನ್ನಿಸಿತು.

ಮೊಮ್ಮಗಳು ಆಗಲೇ ಕೆಲಸ ಮಾಡಲು ಹೊರಟಿದ್ದನ್ನು ನೋಡಿ ಜೋಯಿಸರು, "ಈಗ ತಾನೆ ಬಸ್ಸಿನಲ್ಲಿ ಬಂದಿದ್ದೀಯ. ಸ್ವಲ್ಪ ಸುಧಾರಿಸಿಕೊಂಡು ಬಾ" ಎಂದು ಕೂಗಿ ತಮ್ಮ ಬಳಿ ಕೂಡಿಸಿಕೊಂಡರು. ಸೊಸೆಯ ನಡವಳಿಕೆ ನೋಡಿ ಅವರ ಮನಸ್ಸಿಗೂ ಬೇಜಾರಾಗಿತ್ತು.

ಎಲ್ಲೋ ಹೋಗಿದ್ದ ವೆಂಕಟರಮಣ ಜೋಯಿಸರು ಊಟದ ಹೊತ್ತಿಗೆ ಹಿಂದಿರುಗಿದರು. ಬಿಸಿಲಿನಲ್ಲಿ ಬಂದಿದ್ದರಿಂದ ತಂದೆಯ ಬಳಿ ಕುಳಿತ ನೇತ್ರಳನ್ನು ಥಟ್ಟನೇ ಗುರುತಿಸಲಿಲ್ಲ ಆಮೇಲೆ ಅವರೇ ಆಶ್ಚರ್ಯಗೊಂಡರು. ಇಲ್ಲಿ ಮಂಕಾಗಿದ್ದ ಹುಡುಗಿ ಅಲ್ಲಿಗೆ ಹೋದ ಮೇಲೆ ಸ್ಫಟಿಕದ ಮಣಿಯಾಗಿದ್ದಾಳೆ ಎಂದು ಬಾಯಿ ಚಪ್ಪರಿಸಿದ.

ಮೊಮ್ಮಗಳ ಜೊತೆಯಲ್ಲಿ ಊಟಕ್ಕೆ ಕುಳಿತ ಜೋಯಿಸರು ದಿನಕ್ಕಿಂತ ಎರಡು ತುತ್ತು ಜಾಸ್ತಿಯೇ ಉಂಡರು. ಅವರ ಮನಸ್ಸಿಗೆ ಒಂದು ರೀತಿಯ ಸಮಾಧಾನ ದೊರೆತಿತ್ತು. ಅಲ್ಲಿನ ಊಟಕ್ಕೂ ಇಲ್ಲಿನ ಊಟಕ್ಕೂ ಅಜಗಜಾಂತರ ವ್ಯಾತ್ಯಾಸವಿತ್ತು. ದಪ್ಪಕ್ಕಿಯ ಮಿಡ್ಡೆ ಅನ್ನ, ಹೊನೆಗಾನೆ ಸೊಪ್ಪಿನ ಹುಳಿ, ನೀರು ಮಜ್ಜಿಗೆ ಆದರೂ ನೇತ್ರಳಿಗೇನೂ ಅನ್ನಿಸಲಿಲ್ಲ.

"ಇನ್ನು ಸ್ವಲ್ಪ ಅನ್ನ ಹಾಕಿಸಿಕೋ" ಎಂದು ಬಲವಂತ ಮಾಡಿದ ವೆಂಕಟರಮಣ ಜೋಯಿಸರು, "ಸಾರು ತುಂಬ ಖಾರ. ನೇತ್ರಳಿಗೆ ಒಂದು ಮಿಳ್ಳೆ ತುಪ್ಪ ಹಾಕೇ" ಎಂದು ಮಡದಿಗೆ ಹೇಳಿ ಉಪಚರಿಸಿದರು.

ಗಂಡನ ಮಾತಿನಿಂದ ಮಹಾಲಕ್ಷ್ಮಮ್ಮ ಧುಮುಗುಟ್ಟಿದ್ದರು. ನೇತ್ರ ಬೇಡವೆಂದರೂ ತುಪ್ಪ ತಂದು ಸುರಿದರು. ಅವರು ಗಂಡನಿಗೆ ಒಮ್ಮೊಮ್ಮೆ ಬಹಳ ಹೆದರುತ್ತಿದ್ದರು.

ಊಟ ಮಾಡಿದ ಜೋಯಿಸರು ಮೊಮ್ಮಗಳನ್ನು ಕರೆದುಕೊಂಡು ದೇವಸ್ಥಾನದ ಕಡೆ ಹೊರಟರು.

ವೆಂಕಟರಮಣ ಜೋಯಿಸರು ಹಲ್ಲು ಕಡಿದರೆ, ಮಹಾಲಕ್ಷ್ಮಮ್ಮ ನೆಟಿಗೆ ಮುರಿದು ತಾತ, ಮೊಮ್ಮಗಳಿಗೆ ಶಾಪ ಹಾಕಿದರು.

ಒಂದೆರಡು ದಿನ ಕಳೆಯುವ ವೇಳೆಗೆ ನೇತ್ರಳಿಗೆ ಬೇಸರವಾಗಿ ಹೋಯಿತು. ಸದಾ ಬೈಯುವ ಅತ್ತೆ, ಕೆಕ್ಕರಿಸಿಕೊಂಡು ನೋಡುವ ಮಾವ, ಕಾಟ ಕೊಡುವ ಮಕ್ಕಳು. ಸಾಕಪ್ಪ ಸಾಕು ಎನ್ನಿಸಿ ಬಿಟ್ಟಿತು ಅವಳಿಗೆ. ಆದರೆ ತಾತನ ಪ್ರೀತಿ?

ಅಂದು ಊಟ ಮುಗಿಸಿ ವೆಂಕಟರಮಣ ಜೋಯಿಸರು ಬಂದು ತಂದೆಯ ಮುಂದೆ ಕುಳಿತರು.

"ಅಣ್ಣ, ನೀವು ಮಾಡಿರೋ ಕೆಲಸ ನನಗೆ ಅವಮಾನ. ಇಷ್ಟು ಜನ ಇರೋ ಮನೆಯಲ್ಲಿ ನೇತ್ರಳಿಗೆ ಒಂದು ಹಿಡಿ ಅನ್ನ ಇಲ್ಲವೇ? ಆ ಹುಡುಗೀನ ಕರ್ಕೊಂಡು

ಹೋಗಿ ಅಲ್ಲೆಲ್ಲೋ ಬಿಟ್ಟು, ಊರಿನಲ್ಲಿ ನನಗೆ ತಲೆ ಎತ್ತದ ಹಾಗೆ ಮಾಡಿಬಿಟ್ಟಿದ್ದೀರಿ."

"ಇಲ್ಲಿ ನಮಗೆ ಓದಿಸೋ ಅನುಕೂಲ ಎಲ್ಲಿದೆ? ಆ ಹುಡುಗೀಗೆ ಓದೋ ಅಪೇಕ್ಷೆ ಇದೆ. ಅಲ್ಲಿನ ಜನ ನನಗೇನೂ ತಿಳಿಯದವರಲ್ಲ. ಹೆತ್ತ ಮಗಳಿಗಿಂತ ಚೆನ್ನಾಗಿ ನೋಡ್ಕೋತಾರೆ. ಅದಕ್ಕೆ ಇಲ್ಲಿನ ಜನ ಯಾಕೆ ಅನ್ತಾರೆ? ಗೌಡರ ಮಕ್ಕಳು, ಭಟ್ಟರ ಮಗಳು ಬೇರೆ ಕಡೆ ಇದ್ದು ಓದ್ತಾ ಇಲ್ಲವಾ!?" ಎಂದು ಜೋಯಿಸರು ಮೌನವಾಗಿ ಕುಳಿತರು. ಇನ್ನು ಈ ಬಗ್ಗೆ ಚರ್ಚೆ ಬೇಕಿಲ್ಲ ಎಂಬಂತಿತ್ತು ಅವರ ಮುಖಭಾವ.

"ಇನ್ನು ಯಾಕಪ್ಪ ಅವಳಿಗೆ ಓದು, ವಯಸ್ಸಿಗೆ ಬಂದ ಹುಡುಗಿ. ಬೇರೆ ಕಡೆ ಹೇಗೋ ಎಂತೋ ಯಾರಿಗೆ ಗೊತ್ತು. ಗೋದಾವರಿ ಹೋದ ಮೇಲೆ ಹೇಗೋ ಕಷ್ಟಪಟ್ಟು ಸಾಕಿದ್ದು ಆಯಿತು. ಅವಳ ತಲೆ ಮೇಲೆ ನಾಲ್ಕು ಅಕ್ಕಿ ಕಾಳು ಹಾಕಿ ನಮ್ಮ ಜವಾಬ್ದಾರಿ ಕಳ್ಕೋಳ್ಳೋಣ. ಅಲ್ಲಿಯವರೆಗೂ ಇಲ್ಲೇ ಇರಲೀ. ಅವಳು ಕಾಲೇಜು ಓದಿ ಮಾಸ್ತಾರಿಕೆ ಮಾಡಬೇಕಾಗಿಲ್ಲ."

ಜೋಯಿಸರು ಮಗನ ಮಾತಿಗೆ ಏನೂ ಹೇಳಲ್ಲಿಲ್ಲ. ಕುಟಿಲ ಕಾರ್ಯಾಚರಣೆಯಲ್ಲಿ ಮಗನದು ಎತ್ತಿದ ಕೈ ಎಂದು ಎಂದೋ ಅವರು ಅರಿತಿದ್ದರು.

ಪುಟ್ಟಜ್ಜಿ ಮನೆಗೆ ಹೋಗಿದ್ದ ನೇತ್ರ ಬಂದಳು. ಅವಳು ಆಗ ತಾನೆ ಅರಳಿದ ಗುಲಾಬಿಯಂತೆ ಕಂಗೊಳಿಸುತ್ತಿದ್ದಳು.

"ತಾತ....ಪುಟ್ಟಜ್ಜಿ...." ಎಂದವಳೇ ಮಾವನನ್ನು ನೋಡಿ ಸುಮ್ಮನಾದಳು. ಅಷ್ಟರಲ್ಲಿ ಕೆಲವು ಹುಡುಗರು ಓಡುತ್ತಾ ಬಂದು ದೇವಸ್ಥಾನದ ಮುಂದೆ ಕಾರು ಬಂದು ನಿಂತಿರುವ ಸುದ್ದಿ ಮುಟ್ಟಿಸಿದರು.

ಯಾರೋ ಭಕ್ತಾದಿಗಳು ಮನೆ ದೇವರ ಪೂಜೆಗೆ ಬಂದಿರಬಹುದೆಂದು ವೆಂಕಟರಮಣ ಜೋಯಿಸರು ಮಡಿವಸ್ತ್ರ ಉಟ್ಟು ನಡೆದರು. ಜೋಯಿಸರು ಮೆಲ್ಲಗೆ ಕಾಲೆಳೆಯುತ್ತಾ ದೇವಸ್ಥಾನದ ಕಡೆ ಹೊರಟರು.

ಕಾರಿನ ಬಳಿಯೇ ನಿಂತ ರವೀಂದ್ರ ದೂರದಲ್ಲಿ ಬರುತ್ತಿದ್ದ ಜೋಯಿಸರನ್ನು ಗುರ್ತಿಸಿದ. ಅವನಿಗೆ ನರಸಿಂಹ ಜೋಯಿಸರು ಪರಿಚಯ ಅಷ್ಟಾಗಿ ಇರಲ್ಲಿಲ್ಲ.

ಜೋಯಿಸರು ಹತ್ತಿರಕ್ಕೆ ಹೋಗಿ "ಏನಪ್ಪ ಮಗು. ಮನೆಯಲ್ಲಿ ಎಲ್ಲ ಆರೋಗ್ಯ ತಾನೇ?" ಎಂದರು ಆದರಪೂರ್ವಕವಾಗಿ.

ಇವರು ಗಂಧರ್ವಗಿರಿಯವರೆಂದು ಅರಿತ ವೆಂಕಟರಮಣ ಜೋಯಿಸರು ದೇವಸ್ಥಾನದ ಪ್ರಾಂಗಣದೊಳಕ್ಕೆ ನಡೆದರು.

"ಎಲ್ಲ ಆರೋಗ್ಯ. ನೀವು ಹೇಗಿದ್ದೀರಿ?" ಎಂದ ರವೀಂದ್ರ, "ಅಮ್ಮ ಹಣ್ಣು, ಕಾಯಿ ಕಳಿಸಿಕೊಟ್ಟಿದ್ದಾಳೆ" ಎಂದು ಡಿಕ್ಕಿಯಿಂದ ದೊಡ್ಡ ಪ್ಲಾಸ್ಟಿಕ್ ಬುಟ್ಟಿಯನ್ನು ಹೊರ ತೆಗೆದ.

"ರಂಗ, ತಗೋ ಆ ಬುಟ್ಟಿ" ಎಂದು ಜೋಯಿಸರು ಅಲ್ಲೇ ನಿಂತ ಹುಡುಗನಿಗೆ ಹೇಳಿ, "ಬಾ ರವೀಂದ್ರ. ನಾನು ಅಷ್ಟರಲ್ಲಿ ಮಡಿಯುಟ್ಟು ಬರ್ತೀನಿ" ಎಂದು ಅವನನ್ನು

ಜೊತೆಯಲ್ಲಿ ಕರೆದುಕೊಂಡು ಮನೆಯ ಕಡೆ ನಡೆದರು. ಅವರ ಐಶ್ವರ್ಯಕ್ಕೆ ತಕ್ಕ ಹಾಗೆ ಅತಿಥಿ ಸತ್ಕಾರ ನಡೆಸಲು ಸಾಧ್ಯವಿಲ್ಲದಿದ್ದರೂ ಬಂದವರನ್ನು ಆದರದಿಂದ ಕಾಣಬೇಕೆಂದು ಅವರ ಉದ್ದೇಶ.

ಬಾಗಿಲಿಗೆ ಬಂದ ನೇತ್ರಳಿಗೆ ರವೀಂದ್ರನನ್ನು ನೋಡಿ ಆಶ್ಚರ್ಯ ವಾಯಿತು. ಯಾಕೆ ಬಂದಿರಬಹುದು? ತಾತನನ್ನು ಕರೆತರಲು ಹೇಳಿಕಳಿಸಿರ ಬಹುದೇ ಎಂದು ಯೋಚಿಸುತ್ತ ಬೇಗ ಹೋಗಿ ಕಾಫಿಗಾಗಿ ಸಕ್ಕರೆಯನ್ನು ತಂದಳು. ಆ ಮನೆಯಲ್ಲಿ ಹೆಂಗಸರು ಅಂಗಡಿಗೆ ಹೋಗುವ ಪರಿಪಾಠವಿರಲ್ಲಿಲ್ಲ. ಅತ್ತೆ ಮನೆಯಲ್ಲಿ ಇರಲಿಲ್ಲವಾದ್ದರಿಂದ ತಾನೇ ಬಹಳ ಶ್ರದ್ಧೆವಹಿಸಿ ಕಾಫೀ ಮಾಡಿದಳು. ರವೀಂದ್ರ ಜೋಯಿಸರ ಜೊತೆ ಮಾತನಾಡುತ್ತ ತಾನು ನೇತ್ರಳನ್ನು ಕರೆದೊಯ್ಯಲು ಬಂದಿರುವ ವಿಷಯ ತಿಳಿಸಿದ.

ರವೀಂದ್ರ ಕಾಫೀ ಕುಡಿದು ಮುಗಿಸಿ ಲೋಟ ಕೆಳಗಿಟ್ಟಾಗಲೇ ಅವಳಿಗೆ ಸಮಾಧಾನ.

"ಊಟ..." ಎಂದರು ಜೋಯಿಸರು.

"ನನಗೆ ಹಸಿವಿಲ್ಲ..."

"ಛೆ ಛೆ... ಎಲ್ಲಾದರೂ ಉಂಟೆ. ಪೂಜೆ ಮುಗಿಸಿಕೊಂಡು ಬಂದು ಬಿಡೋಣ. ಆಮೇಲೆ ಊಟ ಮಾಡ್ಕೊಂಡು ಹೊರಟುಬಿಡುವಿರಂತೆ" ಎನ್ನುತ್ತ ಕೊಡ ತೆಗೆದುಕೊಂಡು ಬಾವಿಯ ಬಳಿ ನಡೆದರು.

ನಾಲ್ಕಾರು ಕೊಡ ನೀರು ಸುರಿದುಕೊಂಡ ಜೋಯಿಸರ ಒದ್ದೆ ಪಂಚೆಯನ್ನು ಹಿಂಡಿಹಾಕಿ ಮೊಗಟವನ್ನು ಉಟ್ಟುಕೊಂಡು ಮಣ ಮಣ ಮಂತ್ರ ಹೇಳುತ್ತ ನೇತ್ರಳನ್ನು ಕರೆದು ಏನೋ ಹೇಳಿ ರವೀಂದ್ರನನ್ನು ಜೊತೆಯಲ್ಲಿ ಕರೆದುಕೊಂಡು ದೇವಸ್ಥಾನದ ಕಡೆ ಹೊರಟರು.

ನೇತ್ರ ಅನ್ನ ಮಾಡಿ, ಹುಳಿ ಬಿಸಿ ಮಾಡಿ ಹಪ್ಪಳ ಕರಿದು ಇಟ್ಟಳು. ತಾನು ತಂದಿದ್ದ ಒಂದೆರಡು ಬಟ್ಟೆಗಳನ್ನು ಏರ್ ಬ್ಯಾಗಿಗೆ ಸೇರಿಸಿಟ್ಟಳು. ತಾತ ಸಹ ತನ್ನೊಂದಿಗೆ ಬರುವುದಾಗಿ ತಿಳಿಸಿದ್ದರಿಂದ ದುಃಖಕ್ಕೆ ಕಾರಣವಿರಲ್ಲಿಲ್ಲ. ಈ ಪರಿಸರದಿಂದ ಆದಷ್ಟು ಬೇಗ ದೂರವಾಗುವುದು ಅವಳಿಗೆ ಸಮಾಧಾನಕರ.

ಕಪಿಲೆಯನ್ನು ಹಿಂದಿಟ್ಟುಕೊಂಡು ಮನೆಗೆ ಬಂದ ಮಹಾಲಕ್ಷ್ಮಮ್ಮನಿಗೆ ನಡೆಯುತ್ತಿರುವ ವಿದ್ಯಮಾನಗಳು ಅರ್ಥವಾದವು. ನೇತ್ರ ಹೋಗುವುದು ಅವರಿಗೆ ಸುತರಾಂ ಇಷ್ಟವಿಲ್ಲ. ಸುಬ್ಬಣನಿಗೆ ಬೇಗ ಮದುವೆ ಮಾಡದಿದ್ದರೆ ಬಹಳ ದಿನ ತಮ್ಮ ಮನೆಯಲ್ಲಿ ನಿಲ್ಲುವುದಿಲ್ಲವೆಂದು ಅವರಿಗೆಂದೋ ಗೊತ್ತಿತ್ತು. ಆದರೆ ನಿಸ್ಸಾಹಾಯಕರಾಗಿದ್ದರು. ಮಾವನವರು ಬದುಕಿರುವವರೆಗೂ ನೇತ್ರಳ ಮೇಲೆ ತಮ್ಮ ಅಧಿಕಾರವೇನೂ ನಡೆಯುವುದಿಲ್ಲವೆಂದು ಅವರಿಗೆ ಮನದಟ್ಟಾಗಿತ್ತು.

"ಇನ್ನೂ ರಜ ಬಹಳ ದಿನ ಉಳಿದಿದೆಯಲ್ಲ, ಈಗಲೇ ಏನು ಅವಸರ?"

ಎಂದರು ನೇತ್ರಳ ಮುಂದೆ.

ಅತ್ತೆ ಅಷ್ಟು ಮಾತನಾಡಿಸಿದ್ದೇ ನೇತ್ರಳಿಗೆ ಕೋಡು ಮೂಡಿದಂತೆ ಆಯಿತು. ತನ್ನನ್ನು ಸಂತೋಷ್, ಆನಂದ್ ತುಂಬ ಹಚ್ಚಿಕೊಂಡಿದ್ದು, ಈಗ ಅವರ ಸಲುವಾಗಿಯೇ ಹೊರಡುತ್ತಿರುವ ವಿಷಯವನ್ನು ತಿಳಿಸಿದಳು.

ಅದಕ್ಕೆ ಅವರು, "ನಿನ್ನ ಅಷ್ಟು ಅಕ್ಕರೆಯಿಂದ ನೋಡಿಕೊಳ್ಳೋದು. ದುಡ್ಡು ಕಾಸು ಇಲ್ಲದೆ ಆ ಮಕ್ಕಳನ್ನು ನೋಡಿಕೊಳ್ಳೋಕೆ ಬಿಟ್ಟಿ ಆಳು ಸಿಕ್ಕಿದಂತೆ ಆಯಿತು."

ಮಹಾಲಕ್ಷ್ಮಮ್ಮನ ಬಾಯಿಂದ ವ್ಯಂಗ್ಯವಾಗಿ ಒಂದ ಮಾತುಗಳು ನೇತ್ರಳನ್ನು ಕುಟುಕಿದವು. ಆದರೆ ಒಂದಲ್ಲ ಒಂದು ಕಾರಣಕ್ಕೆ ಅತ್ತೆಯ ವ್ಯಂಗ್ಯ ಮಾತುಗಳನ್ನು ಕೇಳಿ ಅಭ್ಯಾಸವಿದ್ದ ನೇತ್ರ ಸುಮ್ಮನೆ ಹೊರಗೆ ಬಂದಳು.

ವೆಂಕಟರಮಣ ಜೋಯಿಸರು ಎರಡು ಮೂರು ಸಲ ಏನೋ ಹೇಳಲು ಹೊರಟು ತಂದೆಯ ಮುಖ ನೋಡಿ ಸುಮ್ಮನಾದರು.

ಕಾರು ಹೊರಟಾಗ ಮೂಗಿ ಕಪಿಲೆ ತಾನೂ ನೇತ್ರಳ ಜೊತೆ ಹೊರಡುವುದಾಗಿ ಅತ್ತು ಕರೆದು ದೊಡ್ಡ ರಂಪಾಟ ನಡೆಸಿದಳು. ದೇವಸ್ಥಾನದ ಜಗುಲಿಯ ಮೇಲೆ ಕುಳಿತಿದ್ದ ಸುಬ್ಬಣ್ಣ ಜೋರಾಗಿ ಅತ್ತೇ ಬಿಟ್ಟ.

ಕಾರು ರಭಸದಿಂದ ಸಾಗಿತು. ದಾರಿಯುದ್ದಕ್ಕೂ ಜೋಯಿಸರು ಮೊಮ್ಮಗಳಿಗೇನೋ ಹೇಳುತ್ತಿದ್ದರು. ಅವರ ಮಾತುಗಳಲ್ಲಿ ರವೀಂದ್ರನಿಗೆ ಆಸಕ್ತಿ ಇರಲ್ಲಿಲ್ಲ. ಅವನ ಜ್ಞಾನವೆಲ್ಲ ರೂಪಮೆನನ್ ಕಡೆ.

ಕಾರು ಎಸ್ಟೇಟ್ ತಲುಪುವ ವೇಳೆಗೆ ಸಂಜೆಯಾಗಿತ್ತು. ನೇತ್ರ ಒಳಗೆ ಹೋದ ಕೂಡಲೇ ಸಂತೋಷ್, ಆನಂದ್ ಬಂದು ಅವಳನ್ನು ಮುತ್ತಿದರು.

* * *

ದಿನಗಳು ಉರುಳುತ್ತಿದ್ದವು. ಈಗ ನೇತ್ರ ಎರಡನೆಯ ಪಿ.ಯು.ಸಿ ಮುಗಿಸಿ ಡಿಗ್ರಿ ಕ್ಲಾಸಿಗೆ ಕಾಲಿಟ್ಟಿದ್ದಳು. ಈಗ ಅವಳು ಹದಿನಾಲ್ಕರ ಬಾಲೆಯಲ್ಲ, ಹದಿನೇಳರ ಯುವತಿ.

ನಾಗಭೂಷಣ ಡಿಗ್ರಿ ಮುಗಿಸಿ ತಂದೆಗೆ ಅಸಿಸ್ಟೆಂಟ್ ಆಗಿ ಕೆಲಸ ಮಾಡುತ್ತಿದ್ದ. ಸಂತೋಷ್, ಆನಂದ್ ಈಗ ಎಸ್ಟೇಟಿನಲ್ಲಿರೋ ನರ್ಸರಿ ಶಾಲೆಗೆ ಹೋಗುತ್ತಿದ್ದರು. ಅವರಲ್ಲಿ ಮೊದಲಿನ ಮೊಂಡಾಟ, ಅಳು ಇರಲ್ಲಿಲ್ಲ. ಮನೆಯಲ್ಲೆಲ್ಲ ಈಗ ನೇತ್ರಳದೇ ಓಡಾಟ. ಅವಳಿಗೆ ಯಾವ ಅಡ್ಡಿ ಆತಂಕಗಳೇನೂ ಇರಲ್ಲಿಲ್ಲ. ರಾಜಲಕ್ಷ್ಮಿಗಂತೂ ಸ್ವಂತ ಮಗಳಾಗಿ ಬಿಟ್ಟಿದ್ದಳು.

ರಂಗರಾವು ತಮ್ಮ ಪ್ರತಿಯೊಂದು ಕೆಲಸಕ್ಕೂ ನೇತ್ರಳನ್ನೇ ಕೂಗುತ್ತಿದ್ದರು.

ಯಾವುದೋ ವಾರಪತ್ರಿಕೆ ತಿರುವುತ್ತ ಕುಳಿತಿದ್ದ ನೇತ್ರಾವತಿ ರವೀಂದ್ರ ಬಂದದ್ದನ್ನು ನೋಡಿ ಥಟ್ಟನೆ ಎದ್ದಳು. ಈಗ ಇಬ್ಬರ ನಡುವೆ ಯಾವ ಸಂಕೋಚವು ಇರಲ್ಲಿಲ್ಲ. ಕೆಲವೊಮ್ಮೆ ರವೀಂದ್ರ ತಲೆಯ ಮೇಲೆ ಮೊಟಕಿ ಅವಳನ್ನು ಛೇಡಿಸುತ್ತಿದ್ದ. ಆದರೆ ನೇತ್ರ

ಮಾತ್ರ ತಾನು ಅವರ ಮನೆಗೆ ಬಂದು ಅವರ ಸಹಾಯದಿಂದ ಓದುತ್ತಿರುವುದನ್ನು ಮರೆತಿರಲಿಲ್ಲ. ರಂಗರಾವು, ರಾಜಲಕ್ಷ್ಮಿಯನ್ನು ಎಷ್ಟು ಗೌರವದಿಂದ ಕಾಣುತ್ತಿದ್ದಳೋ ರವೀಂದ್ರನನ್ನು ಅಷ್ಟೇ ಗೌರವದಿಂದ ಕಾಣುತ್ತಿದ್ದಳು.

"ನೇತ್ರ ಅಮ್ಮ ಎಲ್ಲಿ?" ಎಂದ ಒಳಗೆ ಬಂದ ರವೀಂದ್ರ.

"ಅವರು ಮೆನನ್ ಎಸ್ಟೇಟಿಗೆ ಹೋದರು" ಎಂದು ಬಂದ ನಗುವನ್ನು ತೋರಗೊಡದಿರಲು ವಾರಪತ್ರಿಕೆಯನ್ನು ಮುಖಕ್ಕೆ ಅಡ್ಡ ಹಿಡಿದುಕೊಂಡಳು.

ರವೀಂದ್ರ ಥಟ್ಟನೆ ವಾರಪತ್ರಿಕೆಯನ್ನು ಕಿತ್ತುಕೊಂಡು "ಯಾಕೆ....?" ಎಂದ ತಮಾಷೆಯಾಗಿ.

"ನೀವು ಯಾವಾಗಲೂ ಮೆನನ್ ಎಸ್ಟೇಟಿನಲ್ಲೇ ಇರ್ತೀರಂತೆ, ಅದಕ್ಕಾಗಿ" ಮುಂದೆ ಹೇಳದೆ ತಲೆ ತಗ್ಗಿಸಿದಳು.

"ಅಬ್ಬ, ಪರ್ವಾಗಿಲ್ಲ ಹುಡುಗಿ....ನಾನು ಯಾವಾಗಲೂ ಮೆನನ್ ಎಸ್ಟೇಟ್‌ನಲ್ಲೇ ಇರ್ತೀನಾ...." ಎಂದು ನಗುತ್ತ ವಾರಪತ್ರಿಕೆಯನ್ನು ಸುತ್ತಿಕೊಂಡ ಅವಳನ್ನು ಹೊಡೆಯಲು.

"ಸಾಕು ನಿಲ್ಲಿಸೋ, ಅವಳು ಹೇಳಿದ್ದರಲ್ಲಿ ಸುಳ್ಳೇನಿದೆ?" ಎನ್ನುತ್ತ ರಾಜಲಕ್ಷ್ಮಿ ಒಳಗೆ ಬಂದರು.

ರವೀಂದ್ರ ಪೇಪರ್ ಟೀಪಾಯಿ ಮೇಲೆ ಹಾಕಿ ಸುಮ್ಮನೆ ಕುಳಿತ.

"ಅಂತೂ ನಿನಗೆ ಸಧ್ಯದಲ್ಲಿ ಕಂಕಣಬಲ ಕೂಡಿಬರೋ ಹಾಗೆ ಇಲ್ಲ. ಅವರು ಪ್ರಿಯಾಳ ಮದುವೆ ಮಾಡದೆ ರೂಪಾಗೆ ಮದುವೆ ಮಾಡಲು ತಯಾರಿಲ್ಲ. ಪ್ರಿಯಾಳ ಮದುವೆ ಪ್ರಯತ್ನ ಕೂಡ ಮಾಡಿದ ಹಾಗಿಲ್ಲ ಒಟ್ಟಿನಲ್ಲಿ" ಏನೋ ಹೇಳಲು ಹೊರಟು ರಾಜಲಕ್ಷ್ಮಿ ಸುಮ್ಮನಾದರು. ಅವರಿಗೆ ಬಹಳ ಬೇಸರವಾಗಿತ್ತು. ಇಷ್ಟೊಂದು ಸುಂದರ ಪುಷ್ಪ ಮಗನನ್ನು ಹೆತ್ತು ಗಂಧರ್ವಗಿರಿಗೆ ಒಡತಿಯಾಗಿ ಪದೇ ಪದೇ ಅವರ ಮನೆ ಬಾಗಿಲಿಗೆ ಹೋಗಿ ಹೆಣ್ಣು ಕೇಳುವುದು ಅವರಿಗೆ ಬಹಳ ಅವಮಾನಕರವಾಗಿ ಕಂಡಿತು.

"ರವೀ, ಇನ್ನು ನಿನ್ನ ಮದುವೆ ವಿಷಯದಲ್ಲಿ ನಾನು ತಲೆ ಹಾಕೋದಿಲ್ಲ. ಮತ್ತು ಮೆನನ್ ಎಸ್ಟೇಟ್‌ನೊಳಕ್ಕೆ ಕಾಲೂ ಇಡೋದಿಲ್ಲ, ನಿನ್ನ ಮದುವೆಗೆ ಬೇಕಾದ ಬಟ್ಟೆ ಬರೆ, ಒಡವೆ, ದುಡ್ಡು ಎಲ್ಲ ಬೀರುವಿನಲ್ಲಿದೆ. ಯಾವಾಗ ಬೇಕಾದರೂ ಮದುವೆ ಮಾಡ್ಕೋ, ಇಲ್ಲ ಹಾಗೆ ಜೀವನಪೂರ್ತಿ ಅವಳ ಜೊತೆ ಅಲೀತಾ ಇದ್ದು ಬಿಡು" ಎಂದು ಹೇಳಿ ಕೋಣೆಯೊಳಕ್ಕೆ ಹೋದರು.

ರವೀಂದ್ರ ಕುಳಿತಲ್ಲಿಂದ ಅಲ್ಲಾಡಲಿಲ್ಲ. ರೂಪ ಮತ್ತು ರವೀಂದ್ರನ ಓಡಾಟಕ್ಕೆ ಮೆನನ್ ಕುಟುಂಬದವರು ಅಡ್ಡಿಪಡಿಸಿರಲಿಲ್ಲ. ಆದರೆ ತಮ್ಮ ದೊಡ್ಡ ಮಗಳು ಪ್ರಿಯಾಳ ಮದುವೆಯಾಗುವವರೆಗೂ ಈ ಮದುವೆ ಅವರಿಗೆ ಸಮ್ಮತಿ ಇರಲಿಲ್ಲ. ಅವನೆಂದಾದರೂ ರೂಪಾಳ ಬಗ್ಗೆ ಬೇಸರ ವ್ಯಕ್ತಪಡಿಸಿದರೆ ಅವಳು ನಕ್ಕು ಸುಮ್ಮನಾಗುತ್ತಿದ್ದಳೇ ವಿನಃ ಮತ್ತೇನೂ ಹೇಳುತ್ತಿರಲಿಲ್ಲ.

ಒಳಗೆ ಬಂದ ರಂಗರಾವು ಮಗನ ಎದುರಿನಲ್ಲೇ ಕುಳಿತರು. ಮಗನ ಮುಖ ಮಂಕಾಗಿರುವುದನ್ನು ಕಂಡು, ರಾಜಲಕ್ಷ್ಮಿ ಮಗನ ಬಳಿ ರೇಗಾಡಿದ್ದಾರೆ ಎಂದುಕೊಂಡರು.

"ನೋಡು ರವಿ, ನೀನು ಪದೇ ಪದೇ ಮೆನನ್ ಎಸ್ಟೇಟ್‌ಗೆ ಹೋಗೋದು ನನಗೆ ಇಷ್ಟವಿಲ್ಲ. ವಯಸ್ಸಿಗೆ ಬಂದ ಹುಡುಗನ ಮನಸ್ಸು ನೋಯಿಸಬಾರದೆಂದು ಇದುವರೆಗೂ ಸುಮ್ಮನಾಗಿದ್ದಾಯಿತು. ನಾನು ಈಗ ನಿಂತ ಗಳಿಗೆಯಲ್ಲಿ ನಿಮ್ಮಿಬ್ಬರ ಮದುವೆ ಮಾಡೋಕೆ ಸಿದ್ಧ. ಅದಕ್ಕೆ ರೂಪ ಒಪ್ತಾಳೇನೋ ಕೇಳು. ನಾನು ಹೆಚ್ಚಿಗೆ ಹೇಳೋಕೆ ಇಷ್ಟಪಡೋಲ್ಲ. ಅವರಿಗಂತೂ ಹೆಣ್ಣು ಮಕ್ಕಳಿಗೆ ಮದುವೆ ಮಾಡಬೇಕು ಅನ್ನೋ ಇಚ್ಛೆ ಇದ್ದ ಹಾಗೆ ಕಾಣೋಲ್ಲ. ಪದೇ ಪದೇ ಮರ್ಯಾದೆ ಬಿಟ್ಟು ಅವರ ಮನೆ ಬಾಗಿಲಿಗೆ ಹೋಗಿ ಹೆಣ್ಣು ಕೇಳೋಕೆ ನಾನು ಸಿದ್ಧವಿಲ್ಲ. ಇನ್ನು ನಿನ್ನಿಷ್ಟ. ನಿನ್ನ ಭವಿಷ್ಯ ನಿನ್ನ ಕೈಯಲ್ಲಿದೆ, ಆಲೋಚಿಸು" ಎಂದು ತಮ್ಮ ಹೇಳಿಕೆ ಮುಗಿಯಿತು ಎನ್ನುವಂತೆ ಎದ್ದು ಹೊರಗೆ ಹೋದರು.

ರವೀಂದ್ರ ಮನಸು ಗೊಂದಲಕ್ಕೆ ಈಡಾಯಿತು. ಅಣ್ಣ, ಅತ್ತಿಗೆಯನ್ನು ಕಳೆದುಕೊಂಡಾಗಲೇ ಅರ್ಧ ಉತ್ಸಾಹ ಕಳೆದುಕೊಂಡಿದ್ದ. ಆನಂದ್, ಸಂತೋಷ್ ಅದು ಅವನ ಜೀವನದ ಚೇತನಗಳಾಗಿದ್ದವು. ಎಲ್ಲಕ್ಕಿಂತ ಹೆಚ್ಚಾಗಿ ತಾಯಿ ತಂದೆಯರ ಚೇತರಿಕೆಗಾಗಿ ಉತ್ಸಾಹ ತುಂಬಿಕೊಂಡಿದ್ದ. ರೂಪ ಅವನ ಹೃದಯದ ಸಾಮ್ರಾಜ್ಞಿಯಾಗಿದ್ದಳು. ಅವರ ಚಿಕ್ಕಂದಿನ ಓಡಾಟ ಪ್ರೇಮಕ್ಕೆ ನಾಂದಿ ಹಾಡಿತ್ತು.

ಮೂರು ನಾಲ್ಕು ದಿನ ರವೀಂದ್ರ ಮೆನನ್ ಎಸ್ಟೇಟಿನ ಕಡೆ ಸುಳಿಯಲ್ಲಿಲ್ಲ. ಎಸ್ಟೇಟಿನ ಕೆಲಸದ ಕಡೆ ಹೆಚ್ಚಿನ ಗಮನ ಕೊಟ್ಟ. ಆದರೆ ತೀರಾ ಮೌನಿಯಾದ.

ಮಗನ ಮನಸ್ಸಿನ ಸಂಕಟ ಅರ್ಥಮಾಡಿಕೊಂಡಿತು ತಾಯಿ ಕರುಳು. ಆದರೆ ಅವರು ಏನೂ ಮಾಡಲಾರದ ಪರಿಸ್ಥಿತಿಯಲ್ಲಿದ್ದರು. ಆದ್ದರಿಂದ ಬಾಯಿ ಬಿಗಿದುಕೊಂಡು ಸುಮ್ಮನಿದ್ದರು.

ಒಂದು ದಿನ ಮಧ್ಯಾಹ್ನ ಎಲ್ಲರೂ ಮನೆಯಲ್ಲೇ ಇದ್ದರು.

"ಯಜಮಾನಿಯಮ್ಮ ಕಾಪಾಡಬೇಕು" ಎಂದು ಓಡಿ ಬಂದಾಗ ರವೀಂದ್ರ ದಡಕ್ಕನೆ ಎದ್ದು ನಿಂತ.

ರಂಗರಾವು, ರಾಜಲಕ್ಷ್ಮಿ ಇಬ್ಬರೂ ಕೋಣೆಯಿಂದ ಧಾವಿಸಿ ಬಂದರು.

ಗುಲಾಬಿ ಗೌರವರ್ಣದ ಲಕ್ಷಣವಾದ ಹೆಂಗಸು. ಅವಳ ಶಾಂತ ಮುಖ, ವಿವಿಧ ಭಾವೋದ್ವೇಗಗಳಿಗೆ ಎಡೆಯಾಗಿತ್ತು. ಮೂಗು, ಮುಖ ಎಲ್ಲ ಅತ್ತು ಅತ್ತು ಕೆಂಪಾಗಿತ್ತು. ಅವಳು ಒಂದೇ ಸಮನೆ ರೋಧಿಸುತ್ತಿದ್ದಳು.

"ಯಾಕೆ ಗುಲಾಬಿ?" ಎಂದರು ಗಾಬರಿಯ ಧ್ವನಿಯಲ್ಲಿ ರಾಜಲಕ್ಷ್ಮಿ.

ಮೆನನ್ ಯಾವುದೋ ಸುಳ್ಳು ಅಪಾದನೆ ಹೊರೆಸಿ ತನ್ನ ಗಂಡನನ್ನು ಎಳೆದೊಯ್ದು ಹೊಡೆದು ಕಳಿಸಿದ್ದನ್ನು ಹೇಳಿಕೊಂಡು ಗೋಳೋ ಎಂದು ಅತ್ತಳು.

ರಂಗರಾವ್‌ಗೆ ಮೆನೆನ್ ಮಾನವೀಯಯತೆಯನ್ನೇ ಮರೆತು ಕೂಲಿಗಳನ್ನು ನಿರ್ದಾಕ್ಷಿಣ್ಯವಾಗಿ ಶಿಕ್ಷಿಸುತ್ತಿದ್ದುದ್ದು ಅರಿಯದ ಸಂಗತಿಯಲ್ಲ.

"ನೀನು ನಡಿ, ನಾನು ಬಂದು ನೋಡ್ತೀನಿ" ಎಂದ ರಂಗರಾವು ಮಗನ್ನ ಕಡೆಗೊಮ್ಮೆ ನೋಡಿ, "ನೀನು ಹೋಗಿ ಡಾಕ್ಟರನ್ನು ಕರ್ಕೊಂಡು ಮಲಾನಿ ಹತ್ತಿರ ಬಾ" ಎಂದು ಹೊರಟರು.

ರಾಜಲಕ್ಷ್ಮಿ ಸುಮ್ಮನೆ ಕುಳಿತುಬಿಟ್ಟರು. ಮೆನನ್‌ನಿಂದ ಅವರಿಗಾಗುತ್ತಿದ್ದ ಅಲ್ಪ ಸ್ವಲ್ಪ ತೊಂದರೆಗಳು ಇತ್ತೀಚೆಗೆ ಜಾಸ್ತಿಯಾಗಿದ್ದವು. ಗಂಡ ಮನಸ್ಸು ಮಾಡಿದರೆ ಅವರ ಅಟ್ಟಹಾಸವನ್ನು ಎಂದೋ ಇಳಿಸುತ್ತಿದ್ದರು. ಆದರೆ ಮಗನ ಮುಖ ನೋಡಿಕೊಂಡು ಸಹನೆ ತಂದುಕೊಂಡು ದಿನಗಳನ್ನು ದೂಡುತ್ತಿದ್ದರು.

ನೇತ್ರ ಮಕ್ಕಳನ್ನು ಕೂಡಿಸಿಕೊಂಡು ಅಕ್ಷರ ತಿದ್ದಿಸುತ್ತಿದ್ದಳು. ಅವರಿಬ್ಬರೂ ಅವಳ ವಿಧೇಯ ವಿದ್ಯಾರ್ಥಿಗಳು.

"ಇನ್ನು ಸಾಕು, ಅಜ್ಜಿ ಹತ್ರ ಹೋಗಿ" ಎಂದು ಅವರನ್ನು ಪುಸಲಾಯಿಸಿ ರಾಜಲಕ್ಷ್ಮಿಯ ಬಳಿ ಕಳುಹಿಸಿ, ತನ್ನ ಓದಿನ ಕಡೆ ಗಮನ ಕೊಟ್ಟಳು.

ಮನೆಯ ವಿದ್ಯಮಾನಗಳೆಲ್ಲ ಅವಳಿಗೆ ಗೊತ್ತಿತ್ತು. ಆದರೆ ಯಾವುದರಲ್ಲೂ ತಲೆ ಹಾಕದೆ ತನ್ನ ಪಾಡಿಗೆ ತಾನಿರುತ್ತಿದ್ದಳು.

ತಂದೆ, ಮಗ ಬರುವ ವೇಳೆಗೆ ರಾತ್ರಿ ಹತ್ತು ಗಂಟೆಯಾಗಿತ್ತು.

ರಾಜಲಕ್ಷ್ಮಿ ಕುಳಿತ ಸ್ಥಳ ಬಿಟ್ಟು ಅಲ್ಲಾಡಿರಲ್ಲಿಲ್ಲ.

"ಯಾಕೆ ಹಾಗೆ ಕೂತುಬಿಟ್ಟೆ? ನಡೀ ಊಟ ಮಾಡೋಣ" ಎಂದು ಹೆಂಡತಿಯ ಭುಜತಟ್ಟಿ ಎಬ್ಬಿಸಿದರು. ಎಷ್ಟೇ ಒತ್ತಡವಿದ್ದರೂ ತಾವು ಸಹಿಸಿ ಕೊಂಡಿರುತ್ತಿದ್ದರೇ ವಿನಃ, ಹೆಂಡತಿಗೆ ಹೇಳಿ ಅವರ ಮನಸ್ಸನ್ನು ನೋಯಿಸಲು ಇಷ್ಟಪಡುತ್ತಿರಲ್ಲಿಲ್ಲ.

ಆಗಲೇ ಮೆಟ್ಟಿಲು ಹತ್ತಿ ಕೋಣೆಗೆ ಹೋಗುತ್ತಿದ್ದ ರವೀಂದ್ರನನ್ನು ಕೂಗಿ ತಡೆದು ನಿಲ್ಲಿಸಿದರು.

"ಯಾಕೆ ಹೊರಟೆ? ಬಾ ಊಟ ಮಾಡೋಣ."

ರವೀಂದ್ರ ಮುಂದಕ್ಕೆ ಹೆಜ್ಜೆ ಇಡದಾದ. ಬಲವಂತವಾಗಿ ಕಾಲೆಳೆದುಕೊಂಡು ಬಂದು ಊಟದ ಮೇಜಿನ ಬಳಿ ಕುಳಿತ.

ಅಯ್ಯರ್ ಬಡಿಸತೊಡಗಿದರು. ರಂಗರಾವಿಗೆ ಮೌನ ಸಹನೀಯವಾಗಲ್ಲಿಲ್ಲ.

"ರೀ ಅಯ್ಯರ್, ನಮ್ಮ ನೇತ್ರಳಿಗೆ ಇನ್ನೂ ಸ್ವಲ್ಪ ತುಪ್ಪ ಹಾಕಿ. ಈ ಹುಡುಗಿ ಇಷ್ಟು ತೆಳ್ಳಗಿದ್ದರೆ ಬಂದ ಹುಡುಗ ಒಪ್ಪಬೇಡವೇ?" ಎಂದರು ಅನ್ನ ಕಲೆಸುತ್ತ.

ಅನ್ನ ಕಲೆಸಿಕೊಂಡು ಬಾಯಿಗಿಟ್ಟುಕೊಂಡಿದ್ದ ನೇತ್ರಳಿಗೆ ನೆತ್ತಿ ಹತ್ತಿತ್ತು. "ನೇತ್ರ ಮೇಲೆ ನೋಡು, ಮೇಲೆ ನೋಡು" ಎಂದು ಎಡಗೈನಿಂದಲೇ ರವೀಂದ್ರ ಅವಳ ತಲೆಯ ಮೇಲೆ ತಟ್ಟಿದ್ದ.

ಮಾತು ಯಾವುದೋ ವಿಷ್ಯದ ಕಡೆ ಸಾಗಿ ಎಲ್ಲರೂ ಪರ್ವಾಗಿಲ್ಲ ಎನ್ನುವ ಮಟ್ಟಿಗೆ ಊಟ ಮಾಡಿದರು.

ಒಬ್ಬೊಬ್ಬರು ಒಂದೊಂದು ಬಗೆ ಯೋಚಿಸುತ್ತ ನಿದ್ದೆ ಮಾಡಿದರು.

* * *

ಮಾರನೆಯ ದಿನ ರವೀಂದ್ರ ಕೋಣೆಗೆ ಬಂದಾಗ ಎತ್ತಲೋ ನೋಡುತ್ತ ಕುಳಿತಿದ್ದ.

"ನಿಮ್ಮನ್ನು ಹುಡುಕಿಕೊಂಡು ಯಾರೋ ಬಂದಿದ್ದಾರೆ" ಎಂದಳು ರಾಗವಾಗಿ, ಅವಳ ಮುಖದ ಮೇಲೆ ತುಂಟ ನಗು ಲಾಸ್ಯವಾಡುತ್ತಿತ್ತು.

ನೇತ್ರಳ ಕಡೆ ಕಣ್ಣು ಹೊರಳಿಸಿದ ರವೀಂದ್ರ "ಯಾರು...?" ಎಂದ.

"ಅವರೇ ಮೇಲಕ್ಕೆ ಬರ್ತಾರೆ ನೋಡಿ" ಎಂದವಳೇ ಹಿಂದಿರುಗಿ ಬಿಟ್ಟಳು.

ಹತ್ತು ನಿಮಿಷ ಕಾದು ನೋಡಿದ. ರೂಪ ಬಂದಿರಬಹುದೆಂದು ಅವನ ಊಹೆ. ಯಾರೂ ಮೇಲಕ್ಕೆ ಬರದಿದ್ದಾಗ ತಾನೇ ಕೆಳಗಿಳಿದು ಹೋದ. ರೂಪ ರಾಜಲಕ್ಷ್ಮಿಯವರ ಬಳಿ ಮಾತನಾಡುತ್ತಿದ್ದಳು.

"ಓಹ್...." ಎಂದು ರವೀಂದ್ರ ತುಟಿ ಕಚ್ಚಿಕೊಂಡ.

ನೇತ್ರ ಅವನ ಕಡೆ ನೋಡಿ ನಕ್ಕಳು. ರೂಪ ಬಂದಿದ್ದು ಅವಳಿಗೆ ಬಹಳ ಸಂತೋಷವಾಗಿತ್ತು. ಬಿಗಿದುಕೊಂಡಿದ್ದ ರವೀಂದ್ರನ ಮುಖ ಸಡಿಲವಾದರೆ ಅಮ್ಮ ಸಮಾಧಾನಕರವಾಗಿ ಉಸಿರಾಡುತ್ತಾರೆ ಎಂಬುದೇ ಅವಳ ಸಮಾಧಾನ.

ನೇತ್ರ ಹೂ ತೋಟದಲ್ಲಿ ಮಕ್ಕಳನ್ನು ಓಡಾಡಿಸಿ ಮನೆಯ ಕಡೆ ತಿರುಗಿದಳು. ರೂಪ, ರವೀಂದ್ರ ಅಡಿಯ ಮೇಲೆ ಅಡಿ ಇಡುತ್ತ ಬರುತ್ತಿದ್ದರು. ರವೀಂದ್ರನ ಮುಖ ಪ್ರಸನ್ನವಾಗಿತ್ತು. ಅವಳ ಮಾತಿಗೆ ಅವನು ಜೋರಾಗಿ ನಗುತ್ತಿದ್ದ.

"ಸದ್ಯ" ಎಂದುಕೊಂಡಳು ನೇತ್ರ ಮನದಲ್ಲೇ.

"ಅಂಕಲ್, ಅಂಕಲ್...." ಎಂದು ಆನಂದ್, ಸಂತೋಷ್ ರವೀಂದ್ರ ಬಳಿ ಓಡಿದರು.

ರವೀಂದ್ರ ಒಬ್ಬರಾದ ಮೇಲೆ ಒಬ್ಬರು ಮಕ್ಕಳನ್ನು ಎತ್ತಿಕೊಂಡು ಮೇಲಕ್ಕೆಸೆದು ಮುತ್ತಿಟ್ಟ. ಆ ಮಕ್ಕಳ ಮೇಲಿರುವ ಅತಿಯಾದ ಒಲವನ್ನು ಅವನ ಮುಖಭಾವ ಸೂಚಿಸುತ್ತಿತ್ತು.

ರೂಪಳ ಮುಖ ಗಂಟಾಯಿತು. ತನ್ನ ಪಾಡಿಗೆ ತಾನು ಹತ್ತಾರು ಹೆಜ್ಜೆ ಮುಂದೆ ಬಂದುಬಿಟ್ಟಳು. ಅವರಿಬ್ಬರ ಪ್ರೀತಿ ಮಧ್ಯೆ ಆ ಮಕ್ಕಳು ದೊಡ್ಡ ಬಿರುಕಾಗಿದ್ದವು. ಎಷ್ಟೇ ಪ್ರಯತ್ನಪಟ್ಟರೂ ರವೀಂದ್ರನ ಒಲವನ್ನು ಪೂರ್ತಿಯಾಗಿ ತಾನು ಪಡೆಯಲಾಗಲ್ಲಿಲ್ಲ ಎಂದು ಆಗಾಗ ಅಸೂಯೆಯಿಂದ ಕೆರಳುತ್ತಲೇ ಇದ್ದಳು.

ಅವಳ ಧೋರಣೆಯನ್ನು ನೋಡಿ ನೇತ್ರಳಿಗೆ ಆಶ್ಚರ್ಯವಾಯಿತು. ಎಂಥವರಿಗಾದರೂ ಮುದ್ದು ಬರಿಸುವಂಥ ಪುಟಾಣಿಗಳ ಬಗ್ಗೆ ಇವಳಿಗೇಕೆ ವಿಲಕ್ಷಣ ಬೇಸರ ಎಂದುಕೊಂಡಳು.

ಅಂದು ಭಾನುವಾರವಾಗಿದ್ದರಿಂದ ಗಂಧರ್ವಗಿರಿಯ ಕೂಲಿಯಾಳುಗಳಿಗೆ ಬಿಡುವು. ಅವರು ಆ ದಿನ ಸಾಮಾನ್ಯವಾಗಿ ಅಲ್ಲಿಂದ ಮೂರು ಮೈಲಿ ದೂರದಲ್ಲಿ ನಡೆಯುವ ಸಂತೆಗೆ ಹೋಗಿ ವಾರಕ್ಕೆ ಬೇಕಾಗುವ ದವಸ, ಧಾನ್ಯವನ್ನು. ತಂದುಕೊಳ್ಳುತ್ತಿದ್ದರು.

ಗಂಧರ್ವಗಿರಿಯ ಶ್ರೀಮಂತಿಕೆಗೆ ಕಾರಣರಾಗಿದ್ದ ಕೂಲಿಯಾಳುಗಳನ್ನು ರಂಗರಾವು ಎಂದೂ ನಿಕೃಷ್ಟವಾಗಿ ಕಾಣುತಿರಲ್ಲಿಲ್ಲ. ಅವರು ಇತರ ಎಸ್ಟೇಟಿನಲ್ಲಿ ದುಡಿಯುವ ಕೂಲಿಯಾಳಿಗಿಂತ ಎರಡರಷ್ಟು ಕೂಲಿ ಪಡೆಯುತ್ತಿದ್ದರು.

ಯಜಮಾನರಿಗೆ ಹೆದರುತ್ತಿದ್ದ ಹೆಚ್ಚಿನ ಕೂಲಿಯಾಳುಗಳು ಸೆರೆಯ ದಾಸರಾಗಿರಲ್ಲಿಲ್ಲ. ಸ್ವಲ್ಪ ಜನ ಕದ್ದು ಮುಚ್ಚಿ ಕುಡಿದರೂ ರಂಗರಾವು ಧ್ವನಿ ಕೇಳಿದ ಕೂಡಲೇ ಅವರ ನಿಶಾ ಇಳಿದುಹೋಗುತ್ತಿತ್ತು.

ನೇತ್ರ ಅಲ್ಲಿದ್ದ ಸಣ್ಣ ಗುಡ್ಡ ಏರಿ ನಿಂತಳು. ಬುತ್ತಿ ಹೊತ್ತುಕೊಂಡು ಹೆಂಡತಿ, ಮಕ್ಕಳನ್ನು ಕಟ್ಟಿಕೊಂಡು ಬಹಳ ಸಡಗರದಿಂದ ಸಂತೆಗೆ ಹೊರಟಿದ್ದರು.

ಮೋಡಗಳಿಲ್ಲದ ನಿರ್ಮಲವಾದ ಆಕಾಶ, ಗಾಳಿ ಸಹ ಹಿತಕರವಾಗಿ ಬೀಸುತ್ತಿತ್ತು. ಸೂರ್ಯ ಮೇಲೇರಿದಂತೆ ಕಿರಣಗಳ ಪ್ರಕಾಶ ಎಸ್ಟೇಟಿನ ತುಂಬೆಲ್ಲ ಹರಡಿಕೊಂಡಿತ್ತು.

ನೇತ್ರಳ ಮುಖ ಪ್ರಫುಲ್ಲಗೊಂಡಿತ್ತು. ಹಕ್ಕಿಗಳಂತೆ ಹಾರಿಕೊಂಡು ಕಷ್ಟ ಕಾರ್ಪಣ್ಯವಿಲ್ಲದೇ ಬದುಕು ಸಾಗಿಸುತ್ತಿರುವ ಕೂಲಿಯಾಳುಗಳನ್ನು ಕಂಡು ಹಿಗ್ಗಿದಳು.

ಟೀ ಗಿಡಗಳ ಬಳಿ ಹೊರಟಿದ್ದ ರವೀಂದ್ರ, ನೇತ್ರಳನ್ನು ನೋಡಿ ನಿಂತ. ದಾವಣಿಯುಟ್ಟು ನಿಂತ ಈಕೆ ಮುಗ್ಧ ನೇತ್ರಳಾ ಇವಳು ಎಂದು ಆಶ್ಚರ್ಯದಿಂದ ದಿಟ್ಟಿಸಿದ.

ಎತ್ತರವಾದ ನಿಲುವು, ನಿಲುವಿಗೆ ತಕ್ಕ ಗಾತ್ರ. ಆ ಹೊಂಗಿರಣಗಳ ಬೊಂಬೆಯೇನೋ ಎಂದು ಭ್ರಮೆಹಿಡಿಸುವ ಮೈ ಕಾಂತಿ, ನೀಳವಾದ ಕೂದಲು, ತಿದ್ದಿ ತೀಡಿದಂಥ ಕಣ್ಣು, ಮೂಗು, ಬಾಯಿ. ಕಿವಿಯಲ್ಲಿ ತೂಗುತ್ತಿದ್ದ ರಿಂಗುಗಳು ಅವಳ ದುಂಡು ಕೆನ್ನೆಯನ್ನೆ ಮೃದುವಾಗಿ ನೇವರಿಸುತ್ತಿದ್ದವು.

ಬೀಸುತ್ತಿದ್ದ ಗಾಳಿಗೆ ಸೀರೆಯ ಸೆರಗು ಪತಾಕೆಯಂತೆ ಹಾರಾಡುತಿತ್ತು. ಅದನ್ನು ಭುಜಕ್ಕೊತ್ತಿ ಹಿಡಿದಿರಿಸಿಕೊಳ್ಳುವ ಪ್ರಯತ್ನ ಮಾಡುತ್ತಲೇ ಇದ್ದಳು.

"ಈ ಬೊಂಬೆಯಂಥ ಹುಡುಗಿಯನ್ನು ಪಡೆಯುವ ಯುವಕ ನಿಜವಾಗಿ ಅದೃಷ್ಟವಂತ" ಎಂದುಕೊಂಡ ರವೀಂದ್ರ.

"ನೇತ್ರ.." ಎಂದು ಕೂಗಿದ.

ಹಾರುತ್ತಿದ್ದ ಸೆರಗನ್ನು ಭುಜಕ್ಕೊತ್ತಿ ರವೀಂದ್ರ ಕಡೆ ತಿರುಗಿದ ನೇತ್ರ ಮೆಲ್ಲನೆ

ಗುಡ್ಡ ಇಳಿದು ಬಂದಳು.

"ಇಲ್ಲಿ ಏನು ಮಾಡ್ತಾ ಇದ್ದೆ?" ಮುಗುಳ್ನಗುತ್ತ ಕೇಳಿದ ರವೀಂದ್ರ.

"ಪ್ರಕೃತಿ ಸೌಂದರ್ಯ ನೋಡಿ ಅನಂದಿಸದಿದ್ದರೆ ನಮಗೆ ಕಣ್ಣುಗಳಿದ್ದೂ ಪ್ರಯೋಜನವಿಲ್ಲ" ಎಂದು ಭಾವುಕಳಾಗಿ ಹೇಳಿದಳು.

"ಅಬ್ಬ, ಕವಿಯತ್ರಿ ಆಗೋಕೆ ಹೊರಟ ಹಾಗಿದೆಯಲ್ಲ" ಅವನ ಮಾತಿನಲ್ಲಿ ತಮಾಷೆಗಿಂತ ಮೆಚ್ಚುಗೆಯೇ ಅಧಿಕವಾಗಿತ್ತು.

ನೇತ್ರ ತಲೆ ತಗ್ಗಿಸಿದಳು. ತನಗೆ ಹಿಂದೆ ಇಂಥ ಪ್ರಕೃತಿ ಪ್ರೇಮ ಇತ್ತೆ? ಅತ್ತೆ ಬೈಗುಳ, ತಾತನ ಅಸಹಾಯಕತೆ, ತನ್ನ ಭವಿಷ್ಯದ ಬಗ್ಗೆ ಚಿಂತೆ ಇವುಗಳ ಮಧ್ಯೆ ತನಗೆಲ್ಲಿ ಇದರ ಕಡೆ ಗಮನ!?

"ಅಮ್ಮ ಎರಡು ಸಲ ನಿನ್ನನ್ನು ಕೇಳಿದರು" ಎಂದು ರವೀಂದ್ರ ಹೇಳಿದ ಕೂಡಲೇ ನೇತ್ರ ಬಂಗಲೆಯ ಕಡೆ ಧಾವಿಸಿದಳು.

ಹುಡುಗರಿಬ್ಬರೂ ನೇತ್ರಳನ್ನು ನೋಡಿದ ಕೂಡಲೆ ಅವಳ ಬಳಿ ಧಾವಿಸಿದರು.

"ಎಲ್ಲಿ ಹೋಗಿದ್ದೆ?" ಎಂದ ಮುದ್ದಾಗಿ ಸಂತೋಷ.

"ತೋಟದಲ್ಲಿ ಒಂದು ಸುತ್ತುಹಾಕ್ಕೊಂಡು ಬರೋಕೆ ಹೋಗಿದ್ದೆ" ಎಂದ ನೇತ್ರ ಅವರನ್ನು ಕರೆದುಕೊಂಡು ಹೋಗಿ ಸ್ನಾನಮಾಡಿಸಿ ಬಟ್ಟೆ ಹಾಕಿ ಕಥೆ ಹೇಳುತ್ತ ತಿಂಡಿ ತಿನ್ನಿಸಿದಳು.

ಆನಂತರ ನೇತ್ರಳ ಮುಂದೆ ಬಣ್ಣದ ಕಾಗದವನ್ನು ತಂದು ಹರಡಿದ ಆನಂದ್ ದೋಣಿಗಾಗಿ ಪೀಡಿಸತೊಡಗಿದ.

ನೇತ್ರ ಕಾಗದವನ್ನು ಅಚ್ಚುಕಟ್ಟಾಗಿ ಹರಿದು ದೋಣಿಮಾಡಿ ಅವರ ಮುಂದಿಟ್ಟಳು. ಸಂತೋಷ್, ಆನಂದ್ ಚಪ್ಪಾಳೆ ತಟ್ಟಿ ಕೇಕೆ ಹಾಕಿದರು.

"ನೋಡಿದೆಯಾ ಮಕ್ಕಳ ಮನಸ್ಸು ಅರ್ಥಮಾಡಿಕೊಳ್ಳಬೇಕಾದರೆ ಕಷ್ಟ. ನಮ್ಮ ನೇತ್ರ ಎಷ್ಟು ಸುಲಭವಾಗಿ ಒಲಿಸಿಕೊಂಡುಬಿಟ್ಟಳು" ಎಂದರು ರಂಗರಾವು ಹೆಂಡತಿಯ ಕಡೆ ನೋಡುತ್ತ.

"ಇನ್ನು ಸಾಕು ಬಾಮ್ಮ. ಆನಂದ್, ನಿಮಗೆ ದೋಣಿ ಮಾಡಿಕೊಟ್ಟು ನೇತ್ರಳ ಕೈಯೆಲ್ಲ ನೋವಾಗಿರಬೇಕು" ಎಂದು ಮೊಮ್ಮಗನನ್ನು ರಮಿಸಿ ಕೂಗಿದಳು.

"ಇದನ್ನೆಲ್ಲ ನೀರಿನಲ್ಲಿ ತೇಲಿ ಬಿಡಬೇಕು" ಎಂದ ಸಂತೋಷ್ ತಾತನ ಕಡೆ ನೋಡಿ.

"ನೀವು ಪೂವಯ್ಯನ ಜೊತೆ ಹೋಗಿ ಫೌಂಟೆನ್‌ನಲ್ಲಿರೋ ನೀರಿನಲ್ಲಿ ಬಿಟ್ಟು ಬನ್ನಿ."

"ಬೇಡಾ ನೇತ್ರಾನೇ ಬೇಕು" ಎಂದ ಸಂತೋಷ್ ಹಟದ ಮುಖ ಮಾಡಿ.

ಒಂದು ಬುಟ್ಟಿಯಲ್ಲಿ ಆ ದೋಣಿಗಳೆಲ್ಲ ಇರಿಸಿಕೊಂಡು ನೇತ್ರ ಇವರುಗಳೊಡನೆ

ಫೌಂಟೇನ್ ಬಳಿ ಹೋದಳು.

ಇವಳು ದೋಣಿಗಳನ್ನು ಬಿಡುವ ಸಂಭ್ರಮದಲ್ಲಿದ್ದಾಗಲೇ ಪೂವಯ್ಯ ಬಂದು "ಅಮ್ಮ, ಜೋಯಿಸರು ಹೇಳಿಕಳಿಸಿದ್ದಾರೆ" ಎಂದ.

ಅವಳ ಕಿವಿಗೆ ಬಿದ್ದಿದ್ದು ಅಷ್ಟೇ ಮಾತುಗಳು. ಹುಡುಗರನ್ನು ವಶಕ್ಕೆ ಒಪ್ಪಿಸಿ ಬಂಗಲೆಯ ಕಡೆ ಓಡಿದಳು.

ಸುಬ್ಬಣ್ಣ ಮತ್ತು ಭೀಮೇಗೌಡರ ಮಗ ಮಂಕಾಗಿ ನಿಂತಿದ್ದರು. ಜೋಯಿಸರು ತೀರಾ ಹಾಸಿಗೆ ಹಿಡಿದು ಬಿಟ್ಟಿರುವ ಸಂಗತಿ ತಿಳಿಸಿದರು.

"ನೇತ್ರ, ಜೋಯಿಸರು ನಿನ್ನ ನೋಡಬೇಕಂತೆ" ಎಂದ ರಂಗರಾವ್ರು.

ನೇತ್ರ, ಮತ್ತು ಇತರರನ್ನು ನಾಗಭೂಷಣ ಜೀಪಿನಲ್ಲಿ ಕರೆದೊಯ್ದು ಸಕಲೇಶಪುರದಲ್ಲಿ ಬಸ್ಸು ಹತ್ತಿಸಿ ಬಂದ. ದಾರಿಯುದ್ದಕ್ಕೂ ಅವಳಲ್ಲಿ ಧೈರ್ಯ ತುಂಬಿ ಸಮಾಧಾನ ಹೇಳಿದ.

ಬಸ್ಸು ಇಳಿದು ಮನೆಯ ಬಳಿ ಧಾವಿಸಿದಾಗ ವಾತಾವರಣ ಎಂದಿನಂತೆ ಮೌನವಾಗೇ ಇತ್ತು.

"ತಾತ....ತಾತ...." ಎಂಬ ಅವಳ ಧ್ವನಿ ನಡು ಮನೆಗೆ ಅಂಟಿಕೊಂಡಂತಿದ್ದ ಕಿರುಕೋಣೆ ತುಂಬಿತ್ತು ಸಣ್ಣ ನರಳಿಕೆಯಿಂದ ಬಾಗಿಲ ಕಡೆ ಮೆಲ್ಲಗೆ ತಲೆ ತಿರುಗಿಸಿದರು.

ಕಿರು ಕೋಣೆಯೊಳಕ್ಕೆ ನುಗ್ಗಿದ ನೇತ್ರ ಥಟ್ಟನೆ ನಿಂತುಬಿಟ್ಟಳು. ಜೋಯಿಸರ ದೇಹ ಬಹಳಷ್ಟು ಜೀರ್ಣಿಸಿತ್ತು. ವರ್ಷಾನುಗಟ್ಟಲೆ ಕಾಯಿಲೆ ಬಿದ್ದವರಂತೆ ಮಂಚ ಹತ್ತಿಬಿಟ್ಟಿದ್ದರು.

"ತಾತ.... ನೀನು ಇಷ್ಟು ಕಾಯಿಲೆ ಮಲಗಿ ಕೂಡ ನನಗೆ ಯಾಕೆ ತಿಳಿಸಲ್ಲಿಲ್ಲ" ಎಂದು ಅವರ ಎದೆಯ ಮೇಲೆ ತಲೆಯಿಟ್ಟು ಬಿಕ್ಕಿಬಿಕ್ಕಿ ಅತ್ತಳು.

ಜೋಯಿಸರ ಜೀರ್ಣವಾದ ಕೈ ನೇತ್ರಳ ತಲೆಯನ್ನು ಮೃದುವಾಗಿ ಸವರಿತು. ಹೆಚ್ಚು ಮಾತನಾಡಲಾರದಷ್ಟು ನಿಶ್ಶಕ್ತರಾಗಿದ್ದರು.

ನೇತ್ರ ಕಣ್ಣೊರೆಸಿಕೊಂಡು ಮಂಚದ ಮೇಲೆ ತಾತನ ಮಗ್ಗುಲಲ್ಲಿ ಕುಳಿತಳು.

"ಹೇ...ಗಿ...ದ್ದೀ...?" ಕ್ಷೀಣವಾಗಿ ಹೊರಟಿತು ಧ್ವನಿ.

"ಚೆನ್ನಾಗಿದ್ದೀನಿ ತಾತ."

ಜೋಯಿಸರ ಕೈ ಮೊಮ್ಮಗಳ ಕಣ್ಣೀರನ್ನು ನಿಧಾನವಾಗಿ ತೊಡೆಯಿತು. ಅವಳ ಭವಿಷ್ಯದ ಯೋಚನೆ ಅವರನ್ನು ಕಾಡುತ್ತಿತ್ತು. ಆದರೂ ತಾನು ನಂಬಿದ ಆ ನರಸಿಂಹ, ಈ ಅನಾಥ ಮಗುವಿಗೆ ಖಂಡಿತ ಅನ್ಯಾಯ ಮಾಡಲಾರನೆಂಬುದೆ ಅವರ ನಂಬಿಕೆ.

ಮಹಾಲಕ್ಷ್ಮಮ್ಮ ಬಂದು ಕಿರುಕೋಣೆಯಲ್ಲಿ ಬಗ್ಗಿ ನೋಡಿ ಗೋಣಗಾಡುತ್ತ ಹಿಂದಿರುಗಿದರು. ಜೋಯಿಸರು ಮಂಚ ಹಿಡಿದು ಮಲಗಿದ ಮೇಲೆ ಗೋಣಗಾಟ ಜಾಸ್ತಿಯಾಗಿತ್ತು.

ರಾಜಲಕ್ಷ್ಮಿ ತೋಟದ ಮೋಸಂಬಿ, ಕಿತ್ತಲೆಯನ್ನು ಬುಟ್ಟಿಗಳಲ್ಲಿ ತುಂಬಿ ನೇತ್ರ ಕೈಯಲ್ಲಿ ಕಳಿಸಿದ್ದರು.

ಸೆರಗಿನಿಂದ ಕಣ್ಣೊರೆಸಿಕೊಂಡ ನೇತ್ರ, "ತಾತ, ಹೊಟ್ಟೆಗೆ ಏನು ತಗೊಂಡೆ?" ಎಂದಳು.

ಜೋಯಿಸರು ಏನು ಇಲ್ಲವೆನ್ನುವಂತೆ ತಲೆಯಾಡಿಸಿದರು. ಮೂರು ದಿನ ಜ್ವರ ಬಂದರೂ ಆರೈಕೆ ಇಲ್ಲದೆ ವಯಸ್ಸಾದ ಜೀವ ಕ್ಷೀಣಿಸಿತ್ತು. ಅವರನ್ನು ಎತ್ತಿ ಕೂಡಿಸಿ ಮಲಗಿಸಿ ಮಾಡುತ್ತಿದ್ದವನು ಸುಬ್ಬಣ್ಣ ಮಾತ್ರ. ಜ್ವರ ನಿಂತ ಮೇಲೆ ಅವನ ಸಹಾಯದಿಂದಲೇ ಸ್ನಾನ ಮಾಡುತ್ತಿದ್ದರು. ಇಂದು ಪೂರ್ತಿ ಸ್ನಾನ ಇರಲ್ಲಿಲ್ಲ. ಹೊಟ್ಟೆಗೂ ಏನೂ ಇಲ್ಲ. ತೀರಾ ನಿತ್ರಾಣವಾಗಿದ್ದರು.

ಮಹಾಲಕ್ಷ್ಮಮ್ಮ ಅಕ್ಕಿ ನುಚ್ಚಿನ ಗಂಜಿ ಮಾಡಿ ತಂದು ತನ್ನ ಜವಾಬ್ದಾರಿ ಮುಗಿಯಿತು ಎನ್ನುವಂತೆ ಅವರ ಕೋಣೆಯಲ್ಲಿ ಇಟ್ಟು ಹೋಗಿದ್ದರು.

"ಹೋಗು ಮಗು, ಕೈ ಕಾಲು ತೊಳೆದುಕೊಂಡು ಹೊಟ್ಟೆಗೆ ಏನಾದರೂ ತಗೋ" ಆಯಾಸದಿಂದ ನುಡಿದರು ಜೋಯಿಸರು.

"ಹೊಟ್ಟೆಗೆ ಏನು ಇಲ್ಲದಿದ್ದರೆ ನಿತ್ರಾಣವಾಗುತ್ತೆ. ಮೊದಲು ನೀನು ಏನಾದರೂ ತಗೋ ತಾತ" ಎಂದಳು ನೇತ್ರ.

"ಮಗು, ನನಗೆ ಸ್ನಾನ ಮಾಡೋಕೆ ಸಹಾಯ ಮಾಡಮ್ಮ" ಅಸಹಾಯಕ ಧ್ವನಿ, ಅವರ ಕಣ್ಣಲ್ಲಿ ನೀರು ಇಣಕಿತು.

ನೇತ್ರ ದುಃಖ ನುಂಗಿಕೊಂಡು ಅವರನ್ನು ಎಬ್ಬಿಸಿ ಮೆಲ್ಲನೆ ಬಾವಿ ಕಟ್ಟೆಯ ಬಳಿ ಕರೆದೊಯ್ದಳು. ಅವಳಿಗೆ ಬುದ್ಧಿ ತಿಳಿದಾಗಿನಿಂದ ಅವರು ಎಂದೂ ಬಿಸಿನೀರಿನಲ್ಲಿ ಮಿಂದವರಲ್ಲ.

ಈಗ ಜ್ವರವೇನು ಇಲ್ಲವೆಂದು ತಿಳಿದ ನೇತ್ರ ಅವರ ಸ್ನಾನಕ್ಕೆ ಅಡ್ಡಿಪಡಿಸಲ್ಲಿಲ್ಲ. ಬಾವಿಕಟ್ಟೆಯ ಬಳಿ ಕೂಡಿಸಿ ತಾನೇ ನೀರು ಸೇದಿ ಅವರ ಸ್ನಾನಕ್ಕೆ ಸಹಾಯ ಮಾಡಿದಳು.

ಮಹಾಲಕ್ಷ್ಮಮ್ಮ ಒಗೆಯುವ ಬಟ್ಟೆಯನ್ನು ಮಂಕರಿಗೆ ತುಂಬಿಕೊಂಡು ಕಂಡೂ ಕಾಣದಂತೆ ಹೊರಟುಬಿಟ್ಟಿದ್ದರು.

ಸುಬ್ಬಣ್ಣ ಅಡಿಗೆ ಮನೆಯಲ್ಲೆಲ್ಲ ತಡಕಾಡಿ ಡಬ್ಬದಲ್ಲಿದ್ದ ಅವಲಕ್ಕಿ ನೆನಸಿ ಬೆಲ್ಲ ಹಾಕಿಕೊಂಡು ತಂದು, ನೇತ್ರ ಬೇಡ ಎಂದ ಮೇಲೆ ನೆನೆಸಿದ್ದ ಅವಲಕ್ಕಿಯನ್ನು ಎಲೆಗೆ ಸುರಿದುಕೊಂಡು ಪಟ್ಟಾಗಿ ಹೊಡೆದ. ರಾತ್ರಿ ಊಟವನ್ನು ನೇತ್ರ ಪುಟ್ಟಜ್ಜಿಯ ಮನೆಯಲ್ಲಿ ಮುಗಿಸಿದಳು.

ಮರುದಿನ ಬೆಳಗ್ಗೆ ರಂಗಾರಾವು, ರಾಜಲಕ್ಷ್ಮಿ ಕಾರಿನಲ್ಲಿ ಬಂದು ಇಳಿದರು.

ಆ ಸಮಯದಲ್ಲಿ ವೆಂಕಟರಮಣ ಜೋಯಿಸರು ಕಪಟ ಪಿತೃಭಕ್ತಿಯನ್ನು ತೋರಿಸಿದರು. ಅವರುಗಳನ್ನು ಗೌರವದಿಂದ ಆಹ್ವಾನಿಸಿ ತಂದೆ ಮಲಗಿದ್ದ

ಕಿರುಕೋಣೆಗೆ ಕರೆದೊಯ್ದು ಕುಳಿತುಕೊಳ್ಳುವಂತೆ ಹೇಳಿದರು.

"ಯಾಕೆ ಹೀಗೆ ಮಲಗಿ ಬಿಟ್ಟಿದ್ದೀರಿ?" ಎಂದರು ರಂಗರಾವು ಕುರ್ಚಿಯ ಮೇಲೆ ಕೂಡುತ್ತ.

ಮಗನ ಸಹಾಯದಿಂದ ಎದ್ದು ಹಿಂದಕ್ಕೆ ಒರಗಿ ಕುಳಿತ ಜೋಯಿಸರು ಮಂದಹಾಸ ಬೀರಿ ಕ್ಷೇಮ ಸಮಾಚಾರ ವಿಚಾರಿಸಿದರು.

ವೆಂಕಟರಮಣ ಜೋಯಿಸರು ತಂದೆಯ ಮಗ್ಗುಲಿನಲ್ಲೇ ಕುಳಿತರು.

ಅಲ್ಲೇ ನಿಂತ ನೇತ್ರಳನ್ನು ಹತ್ತಿರಕ್ಕೆ ಕರೆದ ಜೋಯಿಸರು, ಅವಳ ಕೈಯನ್ನು ತಮ್ಮ ದುರ್ಬಲವಾದ ಕೈಯಲ್ಲಿ ಹಿಡಿದುಕೊಂಡು ಬಗ್ಗಿ ರಾಜಲಕ್ಷ್ಮಿಯವರ ಕೈಯಲ್ಲಿಟ್ಟು, ಅಲ್ಲಿಗೆ ತಮ್ಮ ಕೆಲಸ ಮುಗಿಯಿತು ಎನ್ನುವಂತೆ ಹಿಂದಕ್ಕೆ ಒರಗಿದರು.

ರಾಜಲಕ್ಷ್ಮಿಯವರು ನೇತ್ರಳ ಕೈ ಹಿಡಿದುಕೊಂಡೇ, "ಜೋಯಿಸರೇ, ನೀವು ನೇತ್ರಳ ಬಗ್ಗೆ ಯೋಚನೆ ಇಟ್ಟುಕೊಳ್ಳಬೇಡಿ. ಅವಳು ಮೊದಲು ಓದಿ ತನ್ನ ಆಸೆ ಪೂರೈಸಿಕೊಳ್ಳಲಿ. ಆಮೇಲೆ ಒಳ್ಳೆ ಗಂಡನ್ನು ನೋಡಿ ನಾವೇ ಮದುವೆ ಮಾಡ್ತೀವಿ" ಎಂದರು.

"ಹೌದು ಜೋಯಿಸರೇ, ನೇತ್ರಳ ಬಗ್ಗೆ ನೀವೇನೂ ಯೋಚನೆ ಇಟ್ಟು ಕೊಳ್ಳಬೇಕಾಗಿಲ್ಲ" ಎಂದರು ಭರವಸೆ ಕೊಡುವಂತೆ ರಂಗರಾವು.

"ನೀವುಗಳು ಅಷ್ಟು ಹೇಳಿದ ಮೇಲೆ ನನ್ನ ಚಿಂತೆಗಳೆಲ್ಲ ಬಗೆ ತೀರಿದ ಹಾಗೆಯೇ."

ಜೋಯಿಸರ ಮುಖದ ಮೇಲೆ ಪೂರ್ಣ ನಿತ್ರಾಣ ಕಳೆದು ಸಂತೃಪ್ತಿ ನೆಲೆಸಿತ್ತು.

ವೆಂಕಟರಮಣ ಜೋಯಿಸರ ಮುಖ ವಿವರ್ಣವಾಯಿತು. ತಂದೆ ಸತ್ತ ಮೇಲಾದರೂ ನೇತ್ರ ತಮ್ಮ ಪೋಷಣೆಯಲ್ಲೇ ಬಾಳಬೇಕು ಎಂದು ಆಶಿಸಿದ್ದರು. ಇಂದು ಅವರ ಎಣಿಕೆಯನ್ನು ಜೋಯಿಸರು, ಗಂಧರ್ವಗಿರಿಯ ಒಡತಿಯ ಬರೀ ಕಲ್ಪನೆಯಾಗಿಸಿದ್ದರು.

ರಂಗರಾವುಗಂತೂ ಇನ್ನು ಜೋಯಿಸರು ಬಹಳ ದಿನ ಬದುಕಿಲಾರರು ಎನ್ನಿಸಿತು. ಸಾಯುವ ಕಾಲದಲ್ಲಿ ಮೊಮ್ಮಗಳು ಅವರ ಬಳಿಯಲ್ಲೇ ಇರಲಿ ಎಂದುಕೊಂಡು ಜೋಯಿಸರು ಹುಷಾರಾದ ಕೂಡಲೆ, ಬಂದು ಬಿಡುವಂತೆ ನೇತ್ರಳಿಗೆ ಹೇಳಿ, ಮತ್ತೊಮ್ಮೆ ನೇತ್ರಳ ಬಗ್ಗೆ ಜೋಯಿಸರಿಗೆ ಆಶ್ವಾಸನೆ ಕೊಟ್ಟು ಹೆಂಡತಿಯೊಂದಿಗೆ ಹೊರಟರು.

ಕಾಲೇಜಿನ ಯೋಚನೆಯನ್ನು ಸಂಪೂರ್ಣವಾಗಿ ಬಿಟ್ಟ ನೇತ್ರ ಹಗಲಿರುಳು ತಾತನ ಶುಶ್ರೂಷೆ ಮಾಡತೊಡಗಿದಳು. ಈಗ ಅವಳಿಗೆ ಯಾರ ಕಡೆಯೂ ಗಮನವಿರಲಿಲ್ಲ. ಆದರೆ ವೆಂಕಟರಮಣ ಜೋಯಿಸರು ಅವಳನ್ನು ಬಹಳ ಪ್ರೀತಿಯಿಂದ ನೋಡಿಕೊಳ್ಳುತ್ತಿದ್ದರು.

ಒಂದೆರಡು ಕಾಗದಗಳನ್ನು ಬರೆದು ಜೋಯಿಸರ ಯೋಗಕ್ಷೇಮವನ್ನು ಗಂಧರ್ವಗಿರಿಗೆ ತಿಳಿಸಿದ್ದಳು ನೇತ್ರ.

ಜೋಯಿಸರು ಮೊಮ್ಮಗಳ ಸಹಾಯದಿಂದ ದೇವಸ್ಥಾನದವರೆಗೂ ಹೋಗಲೂ ಸಮರ್ಥರಾಗಿದ್ದರು.

ಆ ದಿನ ತಾವೇ ಮಡಿಯುಟ್ಟು ನರಸಿಂಹ ದೇವರಿಗೆ ಅಭೀಷೇಕ ಮಾಡಿ ದೈನಂದಿನ ಪೂಜೆಯುನ್ನು ಬಹಳ ಭಕ್ತಿಯಿಂದ ಮಾಡಿದ ಜೋಯಿಸರ ಮುಖದ ಮೇಲೆ ನವತೇಜಸ್ಸು ಪ್ರಜ್ವಲಿಸಿತು. ಕಾಲಿಗೆ ಮಣಿದ ಮೊಮ್ಮಗಳನ್ನು ಮನಃಪೂರ್ವಕವಾಗಿ ಹರಿಸಿದರು. ಅವರ ಕಣ್ಣಿಂದ ಜಾರಿದ ಎರಡು ಹನಿಗಳು ನೇತ್ರಳ ಮಂದಲೆಯ ಮೇಲೆ ಬಿತ್ತು. ಅಂದು ರಾತ್ರಿ ಮಲಗುವ ಮುನ್ನ ಮೊಮ್ಮಗಳ ಬಳಿ ಮಾತಾಡಿದರು.

ಬೆಳಿಗ್ಗೆ ಎಷ್ಟು ಹೊತ್ತಾದರೂ ಮಿಸುಕದ ತಾತನ ಶರೀರದ ಮೇಲೆ ಕೈ ಇಟ್ಟ ನೇತ್ರ ಚಿಟ್ಟನೆ ಚೀರಿ ಉರುಳಿದಳು.

ಮಗ, ಸೊಸೆ ಎಂದಿನಿಂದಲೋ ಅವರ ಸಾವನ್ನು ನಿರೀಕ್ಷಿಸುತ್ತಿದ್ದರಿಂದ ಅವರೇನೋ ಹೆಚ್ಚು ದುಃಖಿಸಲ್ಲಿಲ್ಲ. ರಾಮ ಎಲ್ಲಿಗೆ ಹೋಗಿದ್ದನೋ ಜೋಯಿಸರ ಶರೀರಕ್ಕೆ ಅಗ್ನಿಸ್ಪರ್ಶವಾದ ಮೇಲೆಯೇ ಮನೆಗೆ ಹಿಂದಿರುಗಿದ್ದು. ನೇತ್ರಳ ಜೊತೆ ಕಪಿಲೆ ದೊಡ್ಡ ದನಿಯಲ್ಲಿ ಅತ್ತಳು. ತಾಯಿ ಸತ್ತಾಗ ಅರ್ಧ ಅನಾಥಳಾಗಿದ್ದ ನೇತ್ರ ಇಂದು ಪೂರ್ತಿ ಅನಾಥಳಾದಳು.

ತೀರಾ ಮಂಕಾದ ನೇತ್ರ ಮೂಲೆ ಸೇರಿಬಿಟ್ಟಳು. ಅತ್ತೆ ಎಷ್ಟು ಬೈದರೂ ಕಿವುಡಿಯಂತೆ ಮೌನವಾಗಿರತೊಡಗಿದಳು. ಊರವರೆಲ್ಲ ಬಂದು ಸಮಾಧಾನ ಹೇಳಿ ಹೋದರು. ಅವಳಿಗೆ ಯಾರ ಸಮಾಧಾನದ ನುಡಿಗಳೂ ಬೇಕಾಗಿರಲ್ಲಿಲ್ಲ. ಸದಾ ಮಮತೆಯಿಂದ ಸಾಕಿದ ತಾತನ ನೆನಪಿನಲ್ಲಿ ದಿನದೂಡತೊಡಗಿದಳು. ಆ ದಿನಗಳಲ್ಲಿ ವಿಷ್ಯವನ್ನು ಗಂಧರ್ವಗಿರಿಗೆ ತಿಳಿಸಬೇಕೆಂಬ ಪ್ರಜ್ಞೆಯೂ ಇಲ್ಲ ವಾಯಿತು.

ಅವರಿವರು ಬಂದು ಸೇರಿದರು. ಕರ್ಮಾಂತರಗಳೆಲ್ಲ ಮುಗಿದು ಹೋದವು. ಆದರೆ ನೇತ್ರಳ ದುಃಖ ಕಡಿಮೆಯಾಗಲ್ಲಿಲ್ಲ. ಮೂರು ಹೊತ್ತೂ ದೇವಸ್ಥಾನದ ಜಗುಲಿಯ ಮೇಲೆ ಕುಳಿತುಕೊಳ್ಳುವುದೇ ಅವಳ ಕೆಲಸವಾಯಿತು. ಪುಟ್ಟಜ್ಜಿ ಕರೆದೊಯ್ದು ಊಟ ಮಾಡಿಸುತ್ತಿದ್ದರು.

ದೇವಸ್ಥಾನದ ಬಳಿ ಕಾರು ನಿಲ್ಲಿಸಿ ಕೆಳಗಿಳಿದ ರವೀಂದ್ರ ಜಗುಲಿಯ ಮೇಲೆ ಮೊಣಕಾಲಿನ ಮೇಲೆ ತಲೆಇಟ್ಟುಕೊಂಡು ಕುಳಿತ ನೇತ್ರಳನ್ನು ನೋಡಿ ಆಶ್ಚರ್ಯಚಕಿತನಾದ.

ನೇತ್ರ ತಲೆ ಗೂದಲನ್ನು ಸುತ್ತಿ ಗಂಟು ಹಾಕಿದಳು. ಉಟ್ಟಿದ್ದ ಸೀರೆ ಸುಕ್ಕು ಸುಕ್ಕಾಗಿತ್ತು. ದೃಷ್ಟಿ ಶೂನ್ಯದಲ್ಲಿ ನೆಟ್ಟಿತ್ತು.

ರವೀಂದ್ರ ಅವಳ ಹತ್ತಿರ ಹೋಗಿ ನಿಂತರೂ ನೇತ್ರ ತಲೆ ಎತ್ತಲಿಲ್ಲ. ಜೋಯಿಸರ

ಮರಣದ ವಿಷಯ ಅವನಿಗೆ ತಿಳಿದಿರಲ್ಲಿಲ್ಲ. ಈಗ ಎಲ್ಲವನ್ನು ಊಯಿಸಿಕೊಂಡ.

"ನೇತ್ರಾ...." ಎಂದ.

ನೇತ್ರ ಬೆಚ್ಚಿ ಬಿದ್ದವಳಂತೆ ಇವನ ಕಡೆ ತಿರುಗಿದಳು. ಅವಳ ಕಣ್ಣುಗಳು ನೀರಿನ ಕೊಳವಾದವು. ಎರಡು ಕೈಗಳಿಂದ ಮುಖ ಮುಚ್ಚಿಕೊಂಡು ಬಿಕ್ಕಿ ಬಿಕ್ಕಿ ಅಳತೊಡಗಿದಳು.

"ಸಮಾಧಾನ ಮಾಡ್ಕೋ ನೇತ್ರ, ನಮಗೆ ಈ ತನಕ ಯಾಕೆ ವಿಷಯ ತಿಳಿಸಲ್ಲಿಲ್ಲ" ಎಂದ ವ್ಯಾಕುಲದಿಂದ.

ನೇತ್ರಳಿಗೆ ತನ್ನ ತಪ್ಪಿನ ಅರಿವಾಯಿತು. ಆದರೆ ಮಾವ ಕಾಗದ ಬರೆದು ವಿಷಯ ತಿಳಿಸುತ್ತಾರೆಂದುಕೊಂಡಿದ್ದಳು. ಅದು ಸುಳ್ಳಾಗಿತ್ತು.

"ಅಮ್ಮ, ಅಣ್ಣ, ಸಂತೋಷ್, ಆನಂದ್ ಎಲ್ಲ ಹೇಗಿದ್ದಾರೆ?" ಕೇಳಿದಳು ನೇತ್ರ ಸಮಾಧಾನ ಮಾಡಿಕೊಂಡು.

"ಎಲ್ಲಾ ಚೆನ್ನಾಗಿದ್ದಾರೆ. ದಿನಾ ಅಮ್ಮನಿಗೆ ನಿನ್ನದೆ ಯೋಚನೆಯಾಗಿ ಬಿಟ್ಟಿದೆ. ಜೋಯಿಸರು ಹೋಗಿ ಎಷ್ಟು ದಿನವಾಯಿತು? ನೀನು ಬಂದು ಬಿಡಬೇಕಾಗಿತ್ತು."

ಮತ್ತೆ ಬಿಕ್ಕಳಿಕೆ, ಅಳು.

ಪಾಪ ಹುಡುಗಿ ತೀರಾ ನೊಂದಿದ್ದಾಳೆ ಎಂದುಕೊಂಡು ರವೀಂದ್ರ ತಾನೇ ಅವಳ ಕಣ್ಣೀರನ್ನು ಒರಸಿ ತಲೆಸವರಿ ಸಮಾಧಾನ ಮಾಡಿದ

ಅವಳ ಹೃದಯದ ದುಃಖದ ಭಾರ ಎಷ್ಟೋ ಕಡಿಮೆಯಾದಂತೆನ್ನಿಸಿತು.

ನೇತ್ರ ಇನ್ನೊಂದು ತಿಂಗಳಾದ್ರೂ ಇಲ್ಲಿ ಇರಲಿ. ಅಷ್ಟರ ವೇಳೆಗೆ ಚೇತರಿಸಿ ಕೊಳ್ಳುತ್ತಾಳೆ ಎಂದು ಏನೇನೋ ನೆಪ ಹೇಳಿ ರವೀಂದ್ರನನ್ನು ಕಳುಹಿಸಿ ಕೊಟ್ಟರು ವೆಂಕಟರಮಣ ಜೋಯಿಸರು.

ನೇತ್ರಳನ್ನು ತನ್ನವಳನ್ನಾಗಿ ಮಾಡಿಕೊಳ್ಳುವುದು ಹೇಗೆಂದು ವೆಂಕಟ ರಮಣ ಜೋಯಿಸರಿಗೆ ಸಮಸ್ಯೆಯಾಯಿತು. ತಾವೇ ಮದುವೆಯಾಗಲು ಹತ್ತಾರು ಅಡಚಣೆಗಳು. ಈ ವರ್ಷ ಪೂರ್ತಿ ತಾವು ಮಂಗಳಕಾರ್ಯದಲ್ಲಿ ಭಾಗವಹಿಸುವಂತಿಲ್ಲ. ಊರವರು, ಜೋಯಿಸರು ಆತ್ಮೀಯರು ಒಪ್ಪುವುದಿಲ್ಲ, ಇನ್ನು ಮಹಾಲಕ್ಷ್ಮಿ, ಸುಬ್ಬಣ್ಣ ತಿರುಗಿ ಬೀಳುತ್ತಾರೆ. ಆದ್ದರಿಂದ ಸುಬ್ಬಣ್ಣನ ಕೈಯಲ್ಲಿ ತಾಳಿ ಕಟ್ಟಿಸಿ.... ತಮ್ಮ ದುಷ್ಟ ಆಲೋಚನೆಗೆ ತಾವೇ ತಲೆ ದೂಗಿದರು.

ರಾತ್ರಿ ಹೆಂಡತಿಯ ಬಳಿ ಪಿಸುಗುಟ್ಟಿದ್ದರು.

"ಸುಬ್ಬಣ್ಣನಿಗೆ ಮದುವೆ ಮಾಡದಿದ್ದರೆ ಬಹಳ ದಿನ ಇಲ್ಲಿ ಉಳಿಯಲಾರ. ಮನೆ ಕೆಲಸ ನೀನೊಬ್ಬಳೇ ಪೂರೈಸಲಾರೆ. ನೇತ್ರಳೊಡನೆ ಸುಬ್ಬಣ್ಣನಿಗೆ ಯಾಕೆ ಮದುವೆ ಮಾಡಿ ಬಿಡಬಾರ್ದು?"

ಗಂಡನ ದುಷ್ಟ ಆಲೋಚನೆಯ ಅರಿವಿಲ್ಲದ ಮಹಾಲಕ್ಷ್ಮಮ್ಮ ತಲೆಯ ಮೇಲಿನ

ದೊಡ್ಡ ಭಾರ ಇಳಿಸಿದವರಂತೆ ಗಂಡನ ಮಾತಿಗೆ ತಲೆ ದೂಗಿದರು.

ನಿರ್ಲಿಪ್ತಳಾಗಿರುತ್ತಿದ್ದ ನೇತ್ರಳಿಗೆ ಪುಟ್ಟಜ್ಜಿಯಿಂದ ವಿಷಯ ತಿಳಿದಾಗ ಪಾತಾಳಕ್ಕೆ ಕುಸಿದಳು. ಅವಳಿಗೆ ಇದರ ಊಹೆ ಇರಲ್ಲಿಲ್ಲ.

"ಪುಟ್ಟಜ್ಜಿ, ನನಗೆ ಖಂಡಿತ ಮದುವೆ ಬೇಡ" ಎಂದು ಅಳತೊಡಗಿದಳು.

"ಅಯ್ಯೋ ಪುಟ್ಟಿ, ನಾನೇನು ಮಾಡಲಿ ಮಗು? ಆ ವೆಂಕಟರಮಣ ನನ್ನ ಮಾತು ಕೇಳ್ತಾನಾ? ವಿಷಯ ತಿಳಿದ ಕೂಡಲೇ ಛೀಮಾರಿ ಹಾಕಿ ಬೇಡವೋ ಅಂತ ಹೇಳಿದೆ. ಅವನು ಕೇಳೊಲ್ಲಮ್ಮ" ಎಂದು ಪುಟ್ಟಜ್ಜಿ ಕಣ್ಣಲ್ಲಿ ನೀರು ತಂದುಕೊಂಡು ತಮ್ಮ ನಿಸ್ಸಾಹಾಯಕತೆಯನ್ನು ವ್ಯಕ್ತಪಡಿಸಿದರು.

ಮನೆಗೆ ಬಂದ ನೇತ್ರ, "ಅತ್ತೆ, ನಾನು ಖಂಡಿತ ಮದುವೆ ಮಾಡಿಕೊಳ್ಳೋಲ್ಲ" ಎಂದು ಬಿಕ್ಕಳಿಸಿದಳು.

"ಈ ಮಹಾರಾಣಿನ ಕೇಳಿ ಮುಹೂರ್ತ ಇಡ್ತಾರೆ. ನಿಮ್ಮ ತಾತ ಇರೋವರೆಗೂ ನಿನ್ನ ಆಟ ಸಾಗಿತ್ತು. ಇನ್ನು ನನ್ನ ಮುಂದೆ ಸಾಗೋಲ್ಲ. ಸುಬ್ಬಣ್ಣ ಏನಾಗಿದಾನೆ; ಅವನಿಗಿಂತ ಗಂಡು ಬೇಕಾ?" ಎಂದು ಬಾಯಿಗೆ ಬಂದಂತೆ ಅಂದರು.

ಹೆಂಡತಿಯಿಂದ ವಿಷಯ ತಿಳಿದ ವೆಂಕಟರಮಣ ಜೋಯಿಸರು ಬಹಳ ಸಹಾನೂಭೂತಿ ವ್ಯಕ್ತಪಡಿಸುವಂತೆ ಅವಳ ಗಲ್ಲ, ಭುಜ ಮುಟ್ಟಿ, "ನಿನ್ನ ಮದುವೆಯಾಗೋವರೆಗೂ ಅಪ್ಪನ ಆತ್ಮಕ್ಕೆ ಶಾಂತಿ ಇಲ್ಲಮ್ಮ. ನಿಮ್ಮಮ್ಮನ ರಕ್ತ ಹಂಚಿಕೊಂಡು ಹುಟ್ಟಿದವನು ನಾನು. ನಿನಗೆ ಕೆಟ್ಟದ್ದು ಬಯಸ್ತೀನಾ?" ಎಂದರು.

ನೇತ್ರಳ ಅಳು ಅರಣ್ಯರೋಧನವಾಯಿತು. ಮಹಾಲಕ್ಷ್ಮಮ್ಮ ಅವಳನ್ನು ಹೊರಗೆ ಬಿಡದಂತೆ, ಬೇರೆಯವರು ಅವಳ ಬಳಿ ಮಾತನಾಡದಂತೆ ಕಾವಲಿಟ್ಟರು.

ವೆಂಕಟರಮಣ ಜೋಯಿಸರು ತಂದೆಯ ಆಸೆಯನ್ನು ನೆರವೇರಿಸಲು ತಾವು ಈ ಮದುವೆ ಮಾಡುವುದಾಗಿ ಹೇಳಿಕೊಂಡರು. ಜೋಯಿಸರ ಅಂತರಂಗ ಅರಿತ ಭೀಮೆಗೌಡರು ವೆಂಕಟರಮಣ ಜೋಯಿಸರಿಗೆ ಬುದ್ಧಿ ಹೇಳಲು ನಿಷ್ಠೂರಕ್ಕೆ ಗುರಿಯಾದರು.

ಮದುವೆ ನರಸಿಂಹ ದೇವಾಲಯದ ಪ್ರಾಂಗಣದಲ್ಲೇ ನಡೆಯುವಂತೆ ವ್ಯವಸ್ಥೆಗೊಳಿಸಿದ್ದರು. ಮಹಾಲಕ್ಷ್ಮಮ್ಮನ ತವರುಮನೆ ಕಡೆ ನೆಂಟರು ಮನೆ ತುಂಬಿದರು. ಅತ್ತು ಅತ್ತು ಸೋತ ನೇತ್ರ ಮೌನಿಯಾದಳು.

ದೇವರ ಸಮಾರಾಧನೆ, ಊಟ ಎಲ್ಲಾ ಸುಬ್ಬಾಭಟ್ಟರ ಮನೆಯಲ್ಲಿ ಏರ್ಪಾಟಾಗಿತ್ತು. ಯಾವ ಪ್ರತಿಕ್ರಿಯೆಯನ್ನೂ ವ್ಯಕ್ತಪಡಿಸದೇ ತಾವು ಹೇಳಿದಂತೆ ಕೇಳುತ್ತಿದ್ದ ನೇತ್ರಳನ್ನು ನೋಡಿ ಗಂಡ, ಹೆಂಡತಿ ಸಮಾಧಾನದ ಉಸಿರು ಬಿಟ್ಟರು. ಸುಬ್ಬಣ್ಣನಂತೂ ಸಂತೋಷದಿಂದ ಗಾಳಿಯಲ್ಲಿ ತೇಲುತ್ತಿದ್ದ.

ದೇವಸ್ಥಾನದ ಪ್ರಾಂಗಣದಲ್ಲಿ ಹಸಿರು ಚಪ್ಪರ ಕಂಗೊಳಿಸತೊಡಗಿತು. ಊಟಕ್ಕೆ ಹುಡುಗರೆಲ್ಲ ಅಲ್ಲೇ ನೆರೆದು ಬಿಟ್ಟರು.

ಗೌರಿ ಪೂಜೆ, ನಾಂದಿ ಎಲ್ಲ ಮುಗಿಯಿತು. ತಲೆ ಬಗ್ಗಿಸಿಕೊಂಡು ಮಣೆಯ ಮೇಲೆ ಕುಳಿತಿದ್ದ ನೇತ್ರಳ ಕಣ್ಣಿಂದ ಧಾರೆಯಾಗಿ ನೀರು ಹರಿಯುತ್ತಿತ್ತು.

'ಸ್ವಾಮಿ, ಇಷ್ಟು ಅನ್ಯಾಯವಾಗುತ್ತಿದ್ದರೂ ಕಲ್ಲಾಗಿ ಕುಳಿತಿದ್ದೀಯಲ್ಲ. ನಮ್ಮ ತಾತ ಇಷ್ಟು ನಿಷ್ಠೆಯಿಂದ ನಿನ್ನನ್ನು ಸೇವಿಸಿ ನಿನ್ನ ಕೈಗೆ ಒಪ್ಪಿಸಿದಕ್ಕೆ ಇದೇನಾ ಫಲ' ನೇತ್ರಳ ಹೃದಯ ನರಸಿಂಹನಲ್ಲಿ ಮೊರೆಯಿಡುತ್ತಿತು.

"ನಿಲ್ಲಿಸಿ ಈ ಮದುವೆನಾ? ಯಾರ್ರಿ ನಿಮ್ಮನ್ನು ಮದುವೆ ಮಾಡೋಕೆ ಹೇಳಿದ್ದು" ರಂಗರಾವು ಘರ್ಜನೆಗೆ ಇಡೀ ಚಪ್ಪರವೇ ನಡುಗಿತು. ಜನರೆಲ್ಲ ಕುಳಿತ ಕಡೆ ಕಣ್ಣುಗಳನ್ನು ಪಿಳುಕಿಸುತ್ತ ಬೊಂಬೆಗಳಾಗಿಬಿಟ್ಟರು.

ಹಿಡಿದ ಅಂತರಪಟವನ್ನು ಕಿತ್ತು ಎಸೆದ ರಂಗರಾವು, ನೇತ್ರಳ ಕೈ ಹಿಡಿದು ಕೊಂಡು "ಬಾ ಮಗು...." ಎಂದು ಅವಳ ಕುತ್ತಿಗೆಯಲ್ಲಿನ ಹಾರವನ್ನು ತೆಗೆದು ಸುಬ್ಬಣ್ಣನ ಮುಖದ ಮೇಲೆ ಎಸೆದು ಚಪ್ಪರದಿಂದ ಈಚೆಗೆ ಅವಳನ್ನು ಕರೆದುಕೊಂಡು ಬಂದರು.

ರಾಜಲಕ್ಷ್ಮಿಯವರನ್ನು ಕಂಡಕೂಡಲೇ ನೇತ್ರ ಅವರನ್ನು ಅಪ್ಪಿಕೊಂಡು ಬಿಕ್ಕಿ ಬಿಕ್ಕಿ ಅಳತೊಡಗಿದಳು. ರಾಜಲಕ್ಷ್ಮಿಯವರ ಕೈ ಅವಳ ಭುಜವನ್ನು ಸವರುತ್ತಿತ್ತು.

ವೆಂಕಟರಮಣ ಜೋಯಿಸರು ತಮ್ಮ ಸೋದರ ಮಾವನ ಅಧಿಕಾರವನ್ನು ವಹಿಸಿ ಮದುವೆಯನ್ನು ಸಮರ್ಥಿಕೊಳ್ಳಲು ಪ್ರಯತ್ನಪಟ್ಟರು.

"ಮುಚ್ಚಿ ಬಾಯಿ. ನಿಮ್ಮ ತಂದೆ ನೇತ್ರಳನ್ನು ನಮಗೆ ಒಪ್ಪಿಸಿದ್ದಾರೆ. ಅದು ನಿಮ್ಮ ಮುಂದೇನೆ. ನಮಗೆ ಹೇಳದೆ ಕೇಳದೆ ನಿಮ್ಮನ್ನು ಯಾರ್ರಿ ಮದುವೆ ಮಾಡು ಅಂದಿದ್ದು? ಕೈ ಕೋಳಹಾಕಿಸಿ ಬಿಡ್ತಿನಿ, ಹುಷಾರಾಗಿರಿ" ಎಂದು ಬೆದರಿಸಿದರು.

ಶ್ರೀಮಂತ ಗಂಧರ್ವಗಿರಿಯ ಒಡೆಯನ ಮುಂದೆ ಈ ಬಡ ಜೋಯಿಸನ ಆಟ ನಡೆಯಲ್ಲಿಲ್ಲ.

ಪುಟ್ಟಜ್ಜಿಯ ಬಳಿ ಹೋದ ರಂಗರಾವು, "ಅಜ್ಜಿ, ನೀವು ಈ ಹುಡುಗನನ್ನು ಕಳಿಸದಿದ್ದರೆ ನಮ್ಮ ನೇತ್ರಳ ಜೀವನ ಹಾಳಾಗೋದು ಅಲ್ಲದೇ ನಾವು ಜೀವನ ಪೂರ್ತಿ ಕೊರಗಬೇಕಾಗಿತ್ತು. ಅದನ್ನು ತಪ್ಪಿಸಿದ್ದೀರಿ. ನಿಮ್ಮ ಉಪಾಕಾರಕ್ಕೆ ಹೇಗೆ ಕೃತಜ್ಞತೆ ಅರ್ಪಿಸಬೇಕೋ ತಿಳಿಯದು" ಎಂದರು ವಿನಯದಿಂದ.

"ದೊಡ್ಡ ಮಾತಾಯಿತು. ಆ ಹುಡುಗೀನ ಒಳ್ಳೆ ಕಡೆ ಸೇರಿಸಿಬಿಡಿ. ನನಗೆ ಅಷ್ಟೇ ಸಾಕು" ಎಂದರು ಕಣ್ಣೀರು ಮಿಡಿಯುತ್ತ ಪುಟ್ಟಜ್ಜಿ, ನೇತ್ರಳನ್ನು ತುಂಬು ಮನಸಿನಿಂದ ಹರಿಸಿ ಕಳುಹಿಸಿಕೊಟ್ಟರು.

ಮದುವೆಗೆಂದು ಬಂದಿದ್ದ ನೆಂಟರುಗಳೆಲ್ಲ ಯಕ್ಷಿಣಿ ನೋಡುವಂತೆ ನಿಂತಿದ್ದರೇ ವಿನಃ ಒಬ್ಬರು ಮಾತಾಡಲ್ಲಿಲ್ಲ.

ಸುಬ್ಬಣ್ಣ ಚಪ್ಪರದಲ್ಲಿ ಕುಳಿತೇ ಅಳತೊಡಗಿದ.

* * *

ಮದುವೆಯ ಆಘಾತದಿಂದ ಚೇತರಿಸಿಕೊಳ್ಳಲು ನೇತ್ರಳಿಗೆ ತಿಂಗಳೇ ಹಿಡಿಯಿತು. ರಾಜಲಕ್ಷ್ಮಿಯವರ ಮಮತೆ ಬಹಳ ಬೇಗ ಅವಳನ್ನು ಮೊದಲಿನ ಸ್ಥಿತಿಗೆ ತಂದಿತೆಂದೇ ಹೇಳಬೇಕು.

ಈ ವರ್ಷದ ವಿದ್ಯಾಭ್ಯಾಸ ಹಾಳಾಯಿತು. ಆದರೆ ಅವಳು ಧೃತಿಗೆಡಬೇಕಾಗಿರಲಿಲ್ಲ. ಮುಂದಿನ ವರ್ಷ ಮುಂದುವರೆಸಿದರೆ ಆಯಿತು ಎಂದು ರಾಜಲಕ್ಷ್ಮಿಯವರೇ ಧೈರ್ಯ ಹೇಳಿದ್ದರು.

ಒಂದು ದಿನ ಕೋಣೆಯಲ್ಲಿ ಕುಳಿತಿದ್ದ ರವೀಂದ್ರನನ್ನು ಸಂಜೆಯ ಸೊಬಗು ಕೈ ಬೀಸಿ ಕರೆಯಿತು. ಮನೆಯಲ್ಲಿ ಬೇಸರ, ಮನಸ್ಸು ಮುದುಡಿತ್ತು. ಮುಂಬಯಿಗೆ ಹೋಗಿ ವಾರವಾಗಿತ್ತು. ಹೊರಗಿನ ಗಾಳಿಯಲ್ಲಿ ಸುತ್ತಾಡಿಬಂದರೂ ಬೇಸರ ಕೊಂಚ ಕಡಿಮೆಯಾದೀತು ಎಂದುಕೊಂಡು ರವೀಂದ್ರ ಎದ್ದು ಜೀಪಿನಲ್ಲಿ ಕುಳಿತ. ಹುಡುಗರು ನೇತ್ರಳ ಜೊತೆ ಸುತ್ತಾಡಲು ಹೋಗಿದ್ದರು.

ಜೀಪು ಎಸ್ಟೇಟನ್ನು ಹಾದು ಮುಂದಕ್ಕೆ ಹೊರಟಿತು.

ಕಣ್ಣು ಹರಿಸಿದ ಕಡೆ ಪ್ರಕೃತಿ ಸೌಂದರ್ಯ. ಆದರೂ ಆ ಸುಂದರ ನೋಟ ಅವನ ಮನಸ್ಸಿಗೆ ಸಂತೋಷವನ್ನುಂಟುಮಾಡುತ್ತಿರಲ್ಲಿಲ್ಲ. ಒಂಟಿ ತನದ ಬಾಳು ಅವನಿಗೆ ಸಪ್ಪೆ ಎನ್ನಿಸುತ್ತಿತ್ತು.

ಬೆಳಕು ಸರಿದು ಕತ್ತಲೆ ಪ್ರಸರಿಸತೊಡಗಿತ್ತು. ತುಂಬು ಚಂದಿರ ಆಕಾಶದಲ್ಲಿ ಕಾಣಿಸಿಕೊಂಡ. ಜೀಪು ನಿಲ್ಲಿಸಿ ಕೆಳಗಿಳಿದ ರವೀಂದ್ರ ತದೇಕಚಿತ್ತನಾಗಿ ಚಂದಿರನನ್ನೇ ನೋಡಿದ. ಹಾಲು ಚೆಲ್ಲಿದಂತೆ, ಅರಳು ಚೆಲ್ಲಾಡಿದಂತಿದ್ದ ರಾತ್ರಿಯ ಚೆಲುವನ್ನು ಅನುಭವಿಸುವುದರಲ್ಲಿ ಮಗ್ನನಾದ. ಒಂಟಿತನ ಭಾರವಾದ ನಿಟ್ಟುಸಿರೊಂದನ್ನು ಹೊರ ಚೆಲ್ಲಿತ್ತು.

ರವೀಂದ್ರ ಮನೆಗೆ ಬರುವ ವೇಳೆಗೆ ಹನ್ನೊಂದು ದಾಟಿತ್ತು. ರಾಜಲಕ್ಷ್ಮಿ, ರಂಗರಾವು ಆತಂಕದಿಂದಲೇ ಕುಳಿತಿದ್ದರು; ಮಗನ ದಾರಿ ನೋಡುತ್ತ. ಅವನ ಮುಖ ನೋಡಿದ ಮೇಲೆ ಸಮಾಧಾನದ ಉಸಿರು ಬಿಟ್ಟರು.

"ರವಿ, ಜೀಪು ತಗೊಂಡು ಎಲ್ಲಿಗೆ ಹೋಗಿ ಬಿಟ್ಟಿದ್ದೆ?" ಎಂದರು ಬೇಸರದಿಂದಲೇ ರಾಜಲಕ್ಷ್ಮಿ.

"ಎಲ್ಲಿಗೂ ಇಲ್ಲಮ್ಮ, ಹಾಲು ಚೆಲ್ಲಿದಂಥ ಬೆಳದಿಂಗಳು ಹಿತವಾಗಿತ್ತು. ಹಾಗೇ ಸುತ್ತಾಡಿಕೊಂಡು ಬರಲು ಹೋಗಿದ್ದೆ."

ಗಂಡ ಹೆಂಡತಿ ಇಬ್ಬರೂ ಮುಖ ಮುಖ ನೋಡಿಕೊಂಡರು. ಅವರಿಗೆ ಮಗನ ಮದುವೆಯ ವಿಷಯ ದೊಡ್ಡ ತಲೆನೋವಾಗಿತ್ತು. ಮೆನನ್‌ದು ಒಂದೇ ಹಠ– ಪ್ರಿಯಾಳ ಮದುವೆಯಾಗುವರೆಗೂ ರೂಪಾಳ ಮದುವೆ ಮಾಡಲು ಸಿದ್ಧವಿಲ್ಲ. ರೂಪಾಳಿಂದ ಇದಕ್ಕೆ ಪ್ರತಿಭಟನೆ ಇಲ್ಲ. ಈ ಪ್ರೀತಿಗೆ ಸರಿಯಾದ ಅರ್ಥವೇ ಕಾಣಿಸಲ್ಲಿಲ್ಲ ಆ ಗಂಡ ಹೆಂಡತಿಯರಿಗೆ.

ತಮ್ಮ ಕೋಣೆಗೆ ಬಂದು ದಿಂಬಿಗೆ ತಲೆಯಾನಿಸಿದ ರಾಜಲಕ್ಷ್ಮೀ "ಏನೋ ಇವನದು ಅತಿಯಾಯಿತು. ಪ್ರಪಂಚಕ್ಕೆ ಅವಳೊಬ್ಬಳೇ ಹೆಣ್ಣು. ವರ್ಷಾನುಗಟ್ಟಲೆ ಕಾಯೋದು ಅಂದರೆ ಅರ್ಥವೇನು?" ಎಂದು ಸಿಡುಕಿದರು.

"ರಾಜು, ನಮ್ಮ ವಿವಾಹದ ಮೊದಲಿನ ದಿನಗಳನ್ನು ನೆನಸಿಕೊ. ಆಗ ನಮ್ಮಮ್ಮನೂ ಇದೇ ಮಾತು ಹೇಳಿದರು. ಆಗ ನಾನೇನು ಹೇಳಿದೆ ಗೊತ್ತಾ? ನನ್ನ ಬಾಳಿಗೆ ನನ್ನ ಪಾಲಿನ ರಾಜಲಕ್ಷ್ಮಿ ಒಬ್ಬಳೇ ಹೆಣ್ಣು ಅಂತ ಹೇಳಿದ್ದೆ! ಹಾಗೇ ಈಗ ಅವನ ಪಾಲಿಗೆ ರೂಪ ಒಬ್ಬಳೇ ಹೆಣ್ಣು ಅಂತ ಕಾಣಿಸುತ್ತೆ. ಬೆಸೆದ ಎರಡು ಹೃದಯಗಳನ್ನು ಬೇರ್ಪಡಿಸೋಕೆ ನಾವೇಕೆ ಪ್ರಯತ್ನ ಪಡಬೇಕು. ಈ ಮನೆಗೆ ಸೊಸೆ ಒಂದೆರಡು ವರ್ಷ ತಡವಾಗಿ ಬರಬಹುದು."

"ನೀವೇನೋ ಮಗನ ಕೆಲಸಾನ ಸಮರ್ಥಿಸಿಕೊಂಡು ಬಿಟ್ಟಿರಿ. ಆಗ ನಿಮ್ಮ ಜೊತೆ ಸಮುದ್ರದಲ್ಲಿ ಬೀಳೋಕು ನಾನು ಸಿದ್ಧವಾಗಿದ್ದೆ. ಈಗ ರೂಪ ಅವರಪ್ಪನ ಮಾತಿಲ್ಲದೆ ಇವನನ್ನು ಮದುವೆಯಾಗೋಕೆ ಸಿದ್ಧವೇನೋ ಕೇಳಿ. ಅವಳು ಹೇಳಿ ಕೇಳಿ ಮೆನನ್ ಮಗಳು. ಅವಳಪ್ಪನಷ್ಟೇ ಕುಟಿಲತನ ಇವಳಲ್ಲೂ ಇರುತ್ತೆ. ಹೇಗೊ ಗಂಧರ್ವಗಿರಿ ಪಕ್ಕದಲ್ಲೇ ಇದೆ. ಆ ಹೆಣ್ಣು ಈ ಮನೆಗೆ ಬಂದರೆ ವ್ಯಾಪಕವಾಗಿ ಗಂಧರ್ವಗಿರಿ ಕಾರುಬಾರು ಮೆನನ್ ಕೈ ಸೇರುತ್ತೆ ಅಷ್ಟೆ."

ಕೋಣೆಯ ಬಾಗಿಲಿಗೆ ಬಂದ ರವೀಂದ್ರ ಕಿವಿಗೆ ತಾಯಿ ತಂದೆಯರ ಮಾತುಗಳು ಬೀಳದೇ ಹೋಗಲಿಲ್ಲ. ಅವನ ಮನಸ್ಸು ಗೊಂದಲಕ್ಕೊಳಗಾಯಿತು. ರೂಪಳಿಗೆ ಅವನು ಮನಸೋಲದಿದ್ದರೆ ಮೆನನ್ ಕೆಟ್ಟ ವ್ಯಕ್ತಿತ್ವಕ್ಕೆ ರೋಸಿ ಹೋಗುತ್ತಿದ್ದ. ಆದರೆ ಅನುರಾಗದ ಬಲೆಯಲ್ಲಿ ಎಲ್ಲವು ಸುಂದರ.

ತನ್ನ ಕೋಣೆಗೆ ಬಂದ ರವೀಂದ್ರ ಕಿಟಕಿಯ ಬಳಿ ಹೋಗಿ ನಿಂತ. ದೂರದಲ್ಲಿ ನೆಲಕ್ಕೆ ಹಸಿರು ಜಮಖಾನ ಹಾಸಿದಂತೆ ಟೀ ತೋಟ, ಟೀ ಗಿಡಗಳ ಒತ್ತಿನ ಮೇಲೆ ಈ ಕಡೆಗೆ ಬೆಳೆದು ನಿಂತ ಫಲಭರಿತ ಮರಗಳು. ಮನೆಯ ಸುತ್ತಲೂ ಹೂದೋಟ ಆಹ್ಲಾದಕರವಾದ ವಾತಾವರಣ. ಆದರೆ ಯೋಚನೆಗೊಳಗಾಗಿದ್ದ ರವೀಂದ್ರ ಈ ವಾತಾವರಣವನ್ನು ಸವಿಯುವ ಸ್ಥಿತಿಯಲ್ಲಿ ಇರಲಿಲ್ಲ.

ರಾತ್ರಿ ಕಳೆಯುವ ವೇಳೆಗೆ ರವೀಂದ್ರನಿಗೆ ಸಾಕು ಸಾಕಾಯಿತು. ಬೆಳಗಿನ ವೇಳೆಗೆ ಸುಮಾರಾದ ತಲೆನೋವು, ಚಳಿ ಷುರುವಾಯಿತು. ಉಣ್ಣೆಯ ರಗ್ಗು ಹೊದ್ದು ಮಲಗಿ ಬಿಟ್ಟ.

ಇನ್ನೂ ಹೊದ್ದು ಕಣ್ಣುಮುಚ್ಚಿ ಮಲಗಿದ್ದ ಮಗನನ್ನು ನೋಡಿ ರಾಜಲಕ್ಷ್ಮಿಯವರ ತಾಯಿಹೃದಯ ಭಯದಿಂದ ಕಂಪಿಸಿತು. ಸುಧೀಂದ್ರ, ಮೃದುಲ ಮರಣಕ್ಕೆ ಈಡಾದಾಗಿನಿಂದ ಅವರು ಪ್ರತಿಯೊಂದಕ್ಕೂ ಭಯಪಡುತ್ತಿದ್ದರು. ಅದರಲ್ಲಂತೂ ರವೀಂದ್ರನ ಬಗ್ಗೆ ಇಲ್ಲದ ಭಯ ಹಚ್ಚಿಕೊಂಡು ಕೊರಗುತ್ತಿದ್ದರು.

ರಾಜಲಕ್ಷ್ಮಿ ಮಲಗಿದ್ದ ಮಗನ ಹಣೆಯ ಮೇಲೆ ಕೈಯಿಟ್ಟು; "ರವಿ ...." ಎಂದರು ಅಷ್ಟರ ವೇಳೆಗೆ ಅವರ ಕಣ್ಣುಗಳಲ್ಲಿ ನೀರು ಧುಮುಕಲು ಸಿದ್ಧವಾಗಿತ್ತು.

ಮೆಲ್ಲನೆ ಕಣ್ಣು ತೆರೆದ ರವೀಂದ್ರ ತಾಯಿಯ ಮುಖ ನೋಡಿ ಥಟ್ಟನೆ ಎದ್ದು ಕುಳಿತ. ಈಗಾಗಲೇ ಬೆಂದ ತಾಯಿಯ ಹೃದಯವನ್ನು ಸುಮ್ಮನೆ ಭಯಗೊಳಿಸಬಾರದೆಂಬುದೇ ಅವನ ಇಚ್ಛೆ.

ಅವರ ಕೈಯನ್ನು ತನ್ನ ಕೈಯೊಳಗೆ ತೆಗೆದುಕೊಂಡ ರವೀಂದ್ರ ನಸು ನಗುತ್ತ, "ಯಾಕಮ್ಮ ಕಣ್ಣಲ್ಲಿ ನೀರು? ನಾನು ಕಾಲು ಗಂಟೆ ಹೆಚ್ಚಾಗಿ ಮಲಗಿದ್ದಕ್ಕೆ ಇಷ್ಟು ಹೆದರಿಬಿಟ್ಟಿದ್ದೀಯಾ?" ಎಂದ.

"ನೀನೇನೊ ಹಗುರವಾಗಿ ಮಾತಾಡಿಬಿಟ್ಟೆ. ಇನ್ನು ಮೇಲೆ ಹೇಳದೇ ಕೇಳದೇ ಎಲ್ಲೂ ಹೋಗಬೇಡ. ಆರು ಗಂಟೆ ಮೇಲಂತೂ ಜೀಪು, ಕಾರು ಹತ್ತಲೇ ಬೇಡ. ಅವುಗಳ ಸ್ವೀಚ್ ಕೀಗಳನ್ನು ನನ್ನ ಹತ್ರ ತಂದುಕೊಡು ಅಂತ ಪೂವಯ್ಯನಿಗೆ ಹೇಳ್ತೀನಿ. ತಲೆ ಸ್ವಲ್ಪ ಬಿಸಿಯಾಗಿದೆ. ಕಾಫಿ ಕುಡಿದು ಇನ್ನೂ ಸ್ವಲ್ಪ ಹೊತ್ತು ಮಲಗು."

ಮಾತನ್ನು ಕೇಳಿದ ರವೀಂದ್ರ ತಾಯಿಯ ಕೊರಳನ್ನು ತನ್ನ ತೋಳುಗಳಿಂದ ಬಳಸಿ, "ಅಮ್ಮ, ನನ್ನ ಮೇಲೆ ಕೋಪ ಇಲ್ಲ ತಾನೆ?" ಎಂದ

"ಹುಚ್ಚು ಹುಡುಗ! ನಿನ್ನ ಮೇಲೆ ಕೋಪ ಅಂದರೇನೂ? ಮೃದುಲ ಹೋದ ಮೇಲೆ ಮನೆ ಬಣ ಬಣ ಅನ್ನ ತೊಡಗಿದೆ. ಅದನ್ನು ಸಹಿಸಲಾರದೇ ನಿನ್ನ ಮೇಲೆ...." ಎಂದು ರಾಜಲಕ್ಷ್ಮಿ ಮಾತನ್ನು ಅಷ್ಟಕ್ಕೆ ನಿಲ್ಲಿಸಿದರು.

ದೇಹದಲ್ಲಿ ಆಲಸ್ಯವಿದ್ದುದ್ದರಿಂದ ಅವನಿಗೆ ಏಳಬೇಕೆನ್ನಿಸಲ್ಲಿಲ್ಲ.

ಮಧ್ಯಾಹ್ನದ ವೇಳೆಗೆ ಮೈ ಸ್ವಲ್ಪ ಬಿಸಿಯಾಗಿದ್ದರಿಂದ ಎಸ್ಟೇಟ್‌ನಲ್ಲೇ ಇದ್ದ ಡಾಕ್ಟರ್ ಬಂದು ಇಂಜೆಕ್ಷನ್ ಚುಚ್ಚಿ, ಪಿಲ್ಸ್ ಕೊಟ್ಟು ಹೋಗಿದ್ದರು.

ರಾಜಲಕ್ಷ್ಮಿ ಮಗನ ಮುಂದೆಯೇ ಕುಳಿತುಬಿಟ್ಟಿದ್ದರು. ಅವರಿಗೆ ರವೀಂದ್ರ ಎಂದಿನಂತೆ ಎದ್ದು ಓಡಾಡಿದರೆ ಸಾಕಾಗಿತ್ತು. ಟೀ ಎಲೆಗಳನ್ನು ಕೀಳಿಸುತ್ತಿದ್ದ ರಂಗರಾವು ಎರಡು ಸಲ ಮನೆಗೆ ಬಂದು ಹೋಗಿದ್ದರು.

ಮನೆಯಿಂದ ಹೊರಟ ರಂಗರಾವು ಜೀಪಿನಲ್ಲಿ ಕುಳಿತು ನೇರವಾಗಿ ಟೀ ಗಿಡಗಳ ಬಳಿ ಬಂದು ಇಳಿದರು. ಮೇಸ್ತ್ರಿ ನಾನಯ್ಯ ಕೂಲಿ ಆಳುಗಳ ಮೇಲ್ವಿಚಾರಣೆ ನಡೆಸುತ್ತಿದ್ದ.

ಶ್ರೀಮಂತಿಕೆಯ ಆಡಂಬರವಿಲ್ಲದ ಸರಳ ಸ್ವಭಾವದ ಒಡೆಯನನ್ನು ಕಂಡರೆ ಕೂಲಿ ಆಳುಗಳಿಗೆಲ್ಲ ಮೆಚ್ಚುಗೆ. ತಮ್ಮ ಕಷ್ಟ-ಸುಖಗಳನ್ನು ತಂದೆಯ ಬಳಿ ಹೇಳಿಕೊಳ್ಳುವಂತೆ ಅವರ ಬಳಿ ಹೇಳಿಕೊಳ್ಳುತ್ತಿದ್ದರು. ಎಂದೂ ಸೋಮಾರಿಗಳಾಗಿ ಒಡೆಯನಿಗೆ ಎರಡನ್ನು ಬಗೆಯುತ್ತಿರಲ್ಲಿಲ್ಲ.

ಎರಡು ನಿಮಿಷ ನಿಂತಿದ್ದು ರಂಗರಾವು ಮನೆಯ ಕಡೆ ಹೊರಟರು. ಇವರು ಜೀಪು ಅಲ್ಲಿ ಹೋಗಿ ನಿಂತಾಗ ಮೆನನ್‌ರ ಕಾರು ಕಾಣಿಸಿತು. ಭಾವೀ ಅಳಿಯನನ್ನು ನೋಡಿ ಹೋಗಲು ಬಂದಿರಬೇಕೆಂದು ಒಳಗೆ ಬಂದರು.

ಮೆನನ್ ಸಿಗಾರ್ ಸೇದುತ್ತ ಅತಿಥಿಗಳಿಗೆ ಮೀಸಲಾಗಿದ್ದ ಕೋಣೆಯಲ್ಲಿ

ಕೂತಿದ್ದರು. ಅವರ ಮುಂದೆ ಹೊಗೆಯಾಡುತ್ತಿರುವ ಟೀ ಇತ್ತು.

ರಂಗರಾವು ಕೋಣೆ ಪ್ರವೇಶಿಸುತ್ತ, "ಹಲೋ ಮೆನನ್," ಎಂದರು.

ಮೆನನ್ ತಮ್ಮ ವಾಚ್‌ನ ಕಡೆ ನೋಡುತ್ತ ನಕ್ಕು, 'ನಮಗೋಸ್ಕ'ರ ಬಹಳ ಕಾಯಬೇಕಾಯಿತು" ಎನ್ನುತ್ತ ಲೆದರ್‌ಬ್ಯಾಗ್ ಜಿಪ್ ಎಳೆದು ಒಳಗಿನಿಂದ ಆಹ್ವಾನ ಪತ್ರಿಕೆ ಎತ್ತಿ ರಂಗರಾವು ಮುಂದೆ ಹಿಡಿಯುತ್ತ, "ನಮ್ಮ ಪ್ರಿಯಾ, ರೂಪ ಇಬ್ಬರ ಮದುವೆಯೂ ಸೆಟಲ್ ಆಯಿತು. ಮದುವೆ ಇನ್ನು ಎಂಟೇ ದಿನ ಇರೋದು. ನೀವುಗಳೆಲ್ಲ ಕಂಡಿತ ಬರಬೇಕು. ಇಬ್ಬರದು ಲವ್ ಮ್ಯಾರೇಜ್; ನಮಗೆ ವರನನ್ನು ಹುಡುಕೋ ತಾಪತ್ರಯವನ್ನೇ ಕೊಡಲ್ಲಿಲ್ಲ" ಎಂದು ಒಂದೇ ಸಮನೆ ಹೇಳಿ ಮುಗಿಸಿದರು.

ಈ ಷಾಕ್‌ನಿಂದ ರಂಗರಾವು ಚೇತರಿಸಿಕೊಳ್ಳಬೇಕಾಗಿತ್ತು. ಮೆನನ್ ಕೈ ಕುಲುಕಿ ತಮ್ಮ ಸಂತೋಷವನ್ನು ವ್ಯಕ್ತಪಡಿಸಿದರು.

"ಖಂಡಿತ ಮದುವೆಗೆ ಬರಲೇಬೇಕು" ಎಂದವರೇ ಹೊಗೆಯಾಡುತ್ತಿದ್ದ ಟೀಯನ್ನು ಕುಡಿದ ಶಾಸ್ತ್ರಮಾಡಿ ಕೆಳಗಿಟ್ಟು ಮೇಲಕ್ಕೆ ಎದ್ದರು.

ರಂಗರಾವು ತಮಗಾದ ಆಘಾತವನ್ನು ತೋರ್ಪಡಿಸಿಕೊಳ್ಳದೆ ಕಾರಿನವರೆಗೂ ಹೋಗಿ ಬೀಳ್ಕೊಟ್ಟರು.

ಕಾರಿನಲ್ಲಿ ಕುಳಿತ ಮೆನನ್, "ಮದುವೆ ಬಾಂಬೆಯಲ್ಲೇ, ಇಲ್ಲೊಂದು ಪಾರ್ಟಿ ಅಷ್ಟೇ" ಅಂದರು ನಗುತ್ತ.

ನಸುನಗು ಬೀರಿದ ರಂಗರಾವು ತಲೆ ಆಡಿಸಿದರು.

ತಾಯಿಯಿಂದ ಮೆನನ್ ಬಂದಿರುವ ವಿಷಯ ತಿಳಿದ ರವೀಂದ್ರ ಕೆಳಗಿಳಿದು ಬಂದಿದ್ದ. ಅಷ್ಟರಲ್ಲಿ ಮೆನನ್ ತಂದೆಗೆ ಹೇಳುತ್ತಿರುವ ಮಾತುಗಳನ್ನು ಕಿವಿಯಾರೆ ಕೇಳಿದ.

ಅವನ ಹಿಂದೆಯೇ ಬಂದ ರಾಜಲಕ್ಷ್ಮಿ, ಮೆನನ್‌ರನ್ನು ಬೀಳ್ಕೊಟ್ಟು ಬಂದ ರಂಗರಾವು ಒಬ್ಬರ ಮುಖವನ್ನೊಬ್ಬರು ನೋಡಿಕೊಂಡು ಸುಮ್ಮನಾದರು.

ರಾಜಲಕ್ಷ್ಮಿಗೆ ರೂಪಾಳ ಮದುವೆ ಬೇರೆಯವರೊಂದಿಗೆ ನಿರ್ಣಯವಾದುದನ್ನು ಕೇಳಿ ಸಂತೋಷವಾಯಿತು. ಆದರೆ ಹುಡುಗ ಅದನ್ನೇ ಮನಸ್ಸಿಗೆ ಹಚ್ಚಿಕೊಂಡು ಕೊರಗಿದರೇನು ಗತಿ?

ಆದರೆ ನಿಜವಾಗಿ ರಂಗರಾವು ವೇದನೆಗೊಳಗಾದರು. ರೂಪ ಮೆನನ್‌ಳನ್ನು ಅವರೆಂದೂ ಒಪ್ಪಿಕೊಂಡಿರಲ್ಲಿಲ್ಲ. ಆದರೆ ಮಗನು ಪ್ರೀತಿಸಿದ ಹೆಣ್ಣನ್ನು ಸೊಸೆಯಾಗಿ ಸ್ವೀಕರಿಸಲು ಅವರದೇನೂ ಅಡ್ಡಿ ಇರಲ್ಲಿಲ್ಲ. ಜಾತಿ, ಮತ, ಅಂತಸ್ತು, ಬೇರೆ ಯಾವುದಕ್ಕಿಂತಲೂ ಪ್ರೀತಿ ಬಹಳ ದೊಡ್ಡದೆಂದು ಮನಗಂಡಿದ್ದರು.

ಒಂದೆರಡು ನಿಮಿಷ ಅಲ್ಲೇ ನಿಂತಿದ್ದ ರವೀಂದ್ರ ತನ್ನ ಕೋಣೆಯ ಕಡೆ ಹೊರಟ. ಅವನ ಹೃದಯದಲ್ಲಿ ದೊಡ್ಡ ಬಿರುಗಾಳಿಯೆ ಎದ್ದಿತ್ತು. ತನ್ನ ಮೇಲೆ

ಅನುರಾಗದ ಮಳೆ ಸುರಿಸುತ್ತಿದ್ದ ರೂಪ ಥಟ್ಟನೆ ಬೇರೆಯವರ ಕೈ ಹಿಡಿಯಲು ಸಮ್ಮತಿಸಿದ್ದಕ್ಕೆ ಮೆನನ್‌ರವರ ಬಲವಂತ, ಕುತಂತ್ರವೇನಾದ್ರೂ ಕಾರಣವೇ? ಹಾಗಾದರೆ ರೂಪಳಾದರೂ ಪತ್ರ ಮುಖೇನ ತನಗೆ ತಿಳಿಸಬಹುದಾಗಿತ್ತು.

ತಲೆಯ ಮೇಲೆ ಕೈ ಹೊತ್ತು ಕುಳಿತು ಯೋಚನೆಗೊಳಗಾದ.

ರಂಗರಾವು ಮೆಟ್ಟಿಲು ಹತ್ತಿ ಮಗನ ಕೋಣೆಗೆ ಬಂದರು. ಅವನು ಕುಳಿತಿದ್ದ ಭಂಗಿ ನೋಡಿ ಅವರಿಗೆ ಆಶ್ಚರ್ಯವಾಗಲಿಲ್ಲ. ಮನಃಪೂರ್ತಿಯಾಗಿ ಪ್ರೀತಿಸಿದ ಹೆಣ್ಣನ್ನು ಕಳೆದುಕೊಂಡಾಗ ಈ ರೀತಿಯ ಪರಿತಾಪ ಸಾಮಾನ್ಯವಾಗಿತ್ತು.

"ರವಿ, ನಿನ್ನ ಮತ್ತು ರೂಪ ಮಧ್ಯೆ ಏನಾದರೂ ವಿರಸ ಉಂಟಾಗಿತ್ತೆ?" ಎಂದು ಸಮಧಾನದಿಂದ ಕೇಳಿದರು.

ತಲೆ ಎತ್ತಿ ತಂದೆಯ ಕಡೆ ನೋಡಿದ ರವೀಂದ್ರ, "ಇಲ್ಲ" ಎನ್ನುವಂತೆ ತಲೆಯಾಡಿಸಿದ.

"ಮತ್ತೆ ಇದಕ್ಕೆ ಏನನುತ್ತಿ?" ಎಂದು ಲಗ್ನಪತ್ರಿಕೆಯನ್ನು ಮುಂದೆ ಹಾಕಿದರು.

ವಿಷಯ ತಿಳಿದಿದ್ದರಿಂದ ರವೀಂದ್ರ ಅದನ್ನು ತೆಗೆದು ನೋಡುವುದಕ್ಕೆ ಹೋಗಲಿಲ್ಲ.

"ರೂಪ ಇಲ್ಲೇ ಇದ್ದಾಳೆ. ಮೆನನ್ ಏನಾದರೂ ಮಗಳಿಗೆ ಬಲವಂತದಿಂದ ವಿವಾಹ ಮಾಡಲು ಹೊರಟಿದ್ದಾರೋ ಏನೋ" ಎಂದು ಒಂದು ನಿಮಿಷ ಹಾಗೇ ನಿಂತ ರಂಗರಾವು, "ಈಗೇನು ಮಾಡೋಣಾಂತ? ರೂಪ ನಿಜವಾಗಿ ನಿನ್ನ ಪ್ರೀತಿಸಿದ್ದರೆ ಈ ಕ್ಷಣವೇ ಹೋಗಿ ಕರ್ಕೊಂಡು ಬಂದುಬಿಡು. ಮೆನನ್ ಅಲ್ಲ ಇಡೀ ಜಗತ್ತೇ ಅಡ್ಡ ಬಂದರೂ ಸರಿ, ನಾನು ನಿಂತು ನಿಮ್ಮ ಮದುವೆಮಾಡಿ ಅವಳನ್ನು ಸೊಸೆಯಾಗಿ ಗಂಧರ್ವಗಿರಿಗೆ ಬರ ಮಾಡಿಕೊಳ್ಳುತ್ತೇನೆ" ಎಂದರು.

ರವೀಂದ್ರ ಹೆಮ್ಮೆಯಿಂದ ತಂದೆಯ ಕಡೆ ನೋಡಿದ. ಅವರು ಆ ಮಾತುಗಳನ್ನು ಯಾವ ಬಲವಂತಕ್ಕೂ ಒಳಪಟ್ಟು ಆಡಲ್ಲಿಲ್ಲವೆಂದು ಅವರ ಮುಖವೇ ಸಾರುತ್ತಿತ್ತು.

ಪೂವಯ್ಯ ಬಂದು ರೂಪ ಬಂದ ಸುದ್ದಿ ತಿಳಿಸಿದಾಗ ತಂದೆ, ಮಗ ಇಬ್ಬರೂ ಸ್ವಲ್ಪ ಸಮಾಧಾನಕರವಾಗಿಯೇ ಇಳಿದು ಬಂದರು.

ಒಂದೆರಡು ಮಾತು ಆಡಿ ರಾಜಲಕ್ಷ್ಮಿ ಎದ್ದು ಹೋದರು. ರಂಗರಾವು ಎಂದಿನಂತೆ ಮಾತನಾಡಿಸಿ ತಮ್ಮ ಕೆಲಸದತ್ತ ಗಮನ ಕೊಡಲು ಹೋದರು. ಇನ್ನು ಉಳಿದವರು ರೂಪ ಮತ್ತು ರವೀಂದ್ರ.

ರವೀಂದ್ರ ರೂಪಾಳ ಕಣ್ಣಲ್ಲಿ ಕಣ್ಣಿಟ್ಟು ನೋಡಿದ. ಅದರ ಹೊಳಪೇನು ಕಮ್ಮಿಯಾಗಿರಲಿಲ್ಲ. ಮುಖ ಆಗತಾನೇ ಅರಳಿದ ಕೆಂಗುಲಾಬಿಯಂತೆ ನಳ ನಳಿಸುತ್ತಿತ್ತು. ಚಿಂತೆಯ ಸಣ್ಣ ಛಾಯೆ ಅವಳ ಮುಖದಲ್ಲಿ ಸುಳಿದಿತ್ತು.

"ರವೀಂದ್ರ, ಹುಷಾರಿಲ್ಲವಾ?" ಎಂದಳು ಸಹಜವಾಗಿ.

"ಏನಿಲ್ಲ, ಸ್ವಲ್ಪ ತಲೆನೋವಷ್ಟೆ...." ಅವನ ಚೂಪಾದ ನೋಟ ಅವಳ ಹೃದಯವನ್ನು ಬಗೆದು ನೋಡುವಂತಿತ್ತು.

ಅವನ ನೋಟಕ್ಕೆ ಬೆದರಲ್ಲಿಲ್ಲ ರೂಪಾ ಮೆನನ್. ಅವನ ಕೆಲವು ಒಳ್ಳೆಯ ಗುಣಗಳನ್ನು ಅವಳು ದೌರ್ಬಲ್ಯದ ಲಕ್ಷಣಗಳೆಂದುಕೊಂಡಿದ್ದಳು.

"ನಿನ್ನ ಮದುವೆ ವಿಷಯ ಗೊತ್ತಾಯಿತು" ಈ ಮಾತುಗಳನ್ನು ಬಹಳ ಕಷ್ಟಪಟ್ಟು ಆಡಿದ.

"ಓಹ್....ಆಗಲೇ ಡ್ಯಾಡಿ ಬಂದು ಹೇಳೀ ಬಿಟ್ಟಿದ್ದಾರೆ" ಎಂದು ಉದ್ಗರಿಸಿದ ರೂಪ, ತನ್ನ ಮತ್ತು ದೇಸಾಯಿಯ ಕೆಲವೇ ದಿನಗಳ ಪರಿಚಯದಲ್ಲಿ ಒಬ್ಬರನ್ನೊಬ್ಬರು ಮೆಚ್ಚಿಕೊಂಡಿದ್ದು, ಅದಕ್ಕೆ ಮೆನನ್ ಸಂತೋಷದಿಂದ ಸಮ್ಮತಿ ನೀಡಿದ್ದು, ಪ್ರಿಯಾಳ ವಿಷಯ, ಎಲ್ಲವನ್ನೂ ಕೆಲವೇ ಮಾತುಗಳಲ್ಲಿ ಹೇಳಿ ಮುಗಿಸಿದಳು.

ರವೀಂದ್ರ ಹೃದಯ ನೋವಿನಿಂದ ಮಿಲಿಮಿಲಿ ಒದ್ದಾಡಿತು. ಪೇಮ, ಪ್ರೀತಿಯೆಲ್ಲ ತಮ್ಮ ಅನುಕೂಲಕ್ಕೆ ಬಳಸಿಕೊಳ್ಳುವ ಕಪಟ ಸಾಧನೆಗಳೆನ್ನಿಸಿತು.

ತನ್ನ ಮತ್ತು ರೂಪಾಳ ಗೆಳೆತನಕ್ಕೆ ಪ್ರೇಮದ ಬಣ್ಣ ಬಳಿದಿದ್ದು ತನ್ನದೇ ತಪ್ಪೇನೋ. ಆದರೆ ರೂಪಳ ಪಾತ್ರವೂ ಇದರಲ್ಲಿತ್ತು. ಅವಳು ತಾನು ಆನಂದವಾಗಿ ಕಳೆದ ಕ್ಷಣಗಳನ್ನೆಲ್ಲ ನೆನಸಿಕೊಂಡ. ಈಗ ರೂಪ ಒಳ್ಳೆಯ ನಟಿಯಂತೆ ಕಂಡಳು.

"ಕಂಗ್ರಾಜ್ಯುಲೇಷನ್ಸ್" ಎಂದ ಪ್ರಯಾಸದಿಂದ.

"ಥ್ಯಾಂಕ್ಸ್" ಎಂದ ರೂಪ ಏನೇನೋ ಹೇಳುತ್ತಿದ್ದರೂ ಅವನಿಗೊಂದು ಕೇಳಿಸಲ್ಲಿಲ್ಲ. ಅದನ್ನು ಕೇಳಬೇಕೆಂಬ ಇಚ್ಛೆಯೂ ಇರಲ್ಲಿಲ್ಲ. ಬಿರಿದ ಮನ ಆ ಕ್ಷಣದಲ್ಲಿ ಅವನ ಚುರುಕಾದ ಕಿವಿಯನ್ನು ಕಿವುಡಾಗಿಸಿತು.

ಅವಳು ತೆರಳಿದ ಎಷ್ಟೋ ಹೊತ್ತಿನವರೆಗೂ ಕುಳಿತೇ ಇದ್ದ. ಅವನಿಗೆ ರಾಹು ಬಡಿದಂತೆ ಆಗಿತ್ತು.

"ಅಂಕಲ್ ....ಅಂಕಲ್...." ಎಂದು ಸಂತೋಷ್ ಬಂದು ತೊಡೆಯೇರಿದಾಗಲೇ ಅವನಿಗೆ ಬಾಹ್ಯಪ್ರಜ್ಞೆ.

ದೇವರೇ, ಇಂತಹ ಸಮಯದಲ್ಲಿ ನನ್ನ ಮನಸ್ಸಿಗೆ ಧೈರ್ಯ ನೀಡುವಂಥ ಎರಡು ಜೀವಿಗಳನ್ನು ಕಿತ್ತುಕೊಂಡು ನನಗೆಷ್ಟು ಅನ್ಯಾಯ ಮಾಡಿಬಿಟ್ಟೆ. ನೀನು ಮಾಡಿದ ಅನ್ಯಾಯ ಸರಿಪಡಿಸುವುದಕ್ಕೆ ಈ ಎರಡು ಮಕ್ಕಳನ್ನು ಕೊಟ್ಟೆಯಾ?' ಎಂದು ಸಂತೋಷ್ ಕೆನ್ನೆಗೆ ತನ್ನ ಕೆನ್ನೆಯೊತ್ತಿ ಕಣ್ಣು ಮುಚ್ಚಿದ.

ಅವನು ಮುಚ್ಚಿದ ಕಣ್ಣಿಂದ ಹನಿಹನಿಯಾಗಿ ಕಣ್ಣೀರು ಉದುರ ತೊಡಗಿದವು. ಪೂರ್ತಿಯಾಗಿ ರೂಪಳನ್ನು ಅರ್ಥಮಾಡಿಕೊಳ್ಳದೆ ತನ್ನ ಅಮೂಲ್ಯ ಹೃದಯವನ್ನು ಅರ್ಪಿಸಿದಕ್ಕೋ ಇಲ್ಲ, ರೂಪಳಂಥ ಹೆಣ್ಣಿನ ಹೃದಯದಲ್ಲಿನ ಕಪಟ, ಮೋಸ, ವಂಚನೆಯನ್ನು ಕಂಡೋ, ಅಳಿದ ಅಣ್ಣ-ಅತ್ತಿಗೆಯರಿಗೆ ಆಶ್ರುತರ್ಪಣವೋ! ಸಮರ್ಪಣೆಯ ಬಿಂದುಗಳೊ!

"ಅಂಕಲ್, ನೀನು ಅಳ್ತೀಯಾ?" ಎಂದಾಗ ರವೀಂದ್ರ ತನ್ನ ಅವಿವೇಕಕ್ಕೆ ನಾಚಿ ಕಣ್ಣೀರು ತೊಡೆದುಕೊಂಡ.

"ಇಲ್ಲ ಮರಿ" ಎಂದು ಅವಳನ್ನು ಎತ್ತಿಕೊಂಡು ಕೋಣೆಗೆ ನಡೆದ ಹೃದಯ ಅವಮಾನದಿಂದ ದಹಿಸಿಹೊಗುತ್ತಿತ್ತು. ಮೆನನ್ ಅವರಿಗೆ ತೀರಿದ ಅವಮಾನ ಮಾಡಿದ್ದರು. ರಂಗರಾವು ಮನಸ್ಸು ಮಾಡಿದ್ದರೆ ಪ್ರತಿಕಾರ ಎಸಗಬಹುದಿತ್ತು. ಆದರೆ ಅದು ಅವರ ಸ್ವಭಾವಕ್ಕೆ ವಿರುದ್ಧ ಎಲ್ಲಕ್ಕಿಂತ ಹೆಚ್ಚಾಗಿ ಮಗನ ಪರಿಸ್ಥಿತಿ ಬೇಸರ ಉಂಟುಮಾಡಿತ್ತು.

ವರಾಂಡದಲ್ಲಿ ನಿಂತ ರಾಜಲಕ್ಷ್ಮಿ ಕಿಟಕಿಯ ಮುಖಾಂತರ ಹೊರಗೆ ನೋಡುತ್ತಿದ್ದರು. ಅವರ ಮುಖದಲ್ಲಿ ಯಾವ ಭಾವನೆಗಳನ್ನೂ ಗುರ್ತಿಸಲಾಗುತ್ತಿರಲ್ಲಿಲ್ಲ. ರೂಪ ಈ ಮನೆಗೆ ಸೊಸೆಯಾಗಿ ಬರುವುದು ತಪ್ಪಿದ್ದು ಅವರಿಗೆ ಒಂದು ಬಗೆಯಲ್ಲಿ ಸಂತೋಷವೇ. ಆದರೆ ರವೀಂದ್ರ ಇದನ್ನೇ ಮನಸ್ಸಿಗೆ ಹಚ್ಚಿಕೊಂಡು ಕೊರಗಿ ಕೃಷಿಸಿದರೆ? ಅವರ ಎದೆ ಝಲ್ಲೆಂದಿತು.

ಕಿಟಕಿಗೆ ತಲೆಯಾನಿಸಿ ಬಿಕ್ಕಿ ಬಿಕ್ಕಿ ಅಳತೊಡಗಿದರು. ಸುಂದರ ಗಂಧರ್ವಗಿರಿ ನರಕದಂತೆ ಭಾಸವಾಯಿತು. ಸೊಸೆ ಮತ್ತು ಮಗನನ್ನು ತನ್ನೊಳಗೆ ಹುದುಗಿಕೊಂಡ ಗಂಧರ್ವಗಿರಿ ಅವರ ಪಾಲಿಗೆ ಶತ್ರುವಿನಂತೆ ಕಂಡಿತ್ತು.

ರಂಗರಾವು ಅಳುತ್ತಿದ್ದ ಹೆಂಡತಿಯನ್ನು ತಮ್ಮೆದೆಗೆ ಒರಗಿಸಿಕೊಂಡರು. ಅವರ ಕೈ ರಾಜಲಕ್ಷ್ಮಿಯವರ ಮುಂದಲೆಯನ್ನು ಸವರುತ್ತಿತ್ತು. ಆ ಹೆತ್ತ ಕರುಳಿನ ಸಂಕಟವನ್ನು ಅವರು ಅರ್ಥಮಾಡಿಕೊಂಡಿದ್ದರು.

"ರಾಜು, ಪ್ರಪಂಚದಲ್ಲಿ ರವೀಂದ್ರನಿಗೆ ಹೆಣ್ಣುಗಳೇ ಇಲ್ಲವೇ? ಯಾಕೆ ಇಂಥ ಅಳು? ಆಗೋದೆಲ್ಲ ಒಳ್ಳೆಯದಕ್ಕೇ, ಸಮಾಧಾನ ಮಾಡ್ಕೋ" ಎಂದರು. ರಾಜಲಕ್ಷ್ಮಿ ಕಣ್ಣು ಒರೆಸಿಕೊಂಡು; "ನಾನು ರವೀನ ನೋಡ್ತೀನಿ" ಎಂದು ಮೆಟ್ಟಿಲು ಹತ್ತಿ ಮೇಲೆ ನಡೆದರು. ರಂಗರಾವು ನೋಟ ಮಡದಿಯನ್ನು ಹಿಂಬಾಲಿಸಿತು. ಅಷ್ಟರಲ್ಲೆ ರಾಜಶೇಖರ್ ಅಲ್ಲಿಗೆ ಬಂದು ಟೀ ಸೊಪ್ಪಿನ ಮಾರುಕಟ್ಟೆಯ ಬಗ್ಗೆ ಹೇಳುತ್ತ ಕುಳಿತಿದ್ದರಿಂದ ರಂಗರಾವು ಅಲ್ಲೇ ಕುಳಿತು ಕೊಳ್ಳಬೇಕಾಯ್ತು.

ಕಡೆಗೆ ರಾಜಶೇಖರ್ ಹೇಳಿದ ಮಾತುಗಳು ಅವರನ್ನು ಚುರುಕಾಗಿಸಿತು. ರೂಪಾಳ ಭಾವಿ ಪತಿ ದೇಸಾಯಿ ಮಂತ್ರಿಗಳ ಮಗ, ತಮ್ಮ ಸಂಬಂಧ ಉದಾಸೀನ ಮಾಡಿ ಮಂತ್ರಿಗಳಂಥ ದೊಡ್ಡ ವ್ಯಕ್ತಿಗಳನ್ನ ಬೀಗರನ್ನಾಗಿ ಮಾಡಿಕೊಂಡಿದ್ದಾರೆಂದು ರಂಗರಾವಿಗೆ ಅರ್ಥವಾಯಿತು.

ರವೀಂದ್ರ ಈ ಆಘಾತದಿಂದ ತತ್ತರಿಸಿದವನ ಹಾಗೆ ಕಾಣಿಸಿಕೊಳ್ಳದಿದ್ದರೂ ಅಂದಿನಿಂದ ಬರಲು ಷುರುವಾದ ಜ್ವರ ವಾರದವರೆಗೂ ಬಿಡಲ್ಲಿಲ್ಲ. ರಾತ್ರಿಯೆಲ್ಲ ಕನವರಿಸಿಕೊಳ್ಳುತ್ತಿದ್ದ. ತಂದೆ ತಾಯಿ ಕಂಗಾಲಾದರು.

ಒಂದು ವಾರದ ನಂತರ ಜ್ವರ ಕಮ್ಮಿಯಾಗಿ ಅಲ್ಪ ಸ್ವಲ್ಪ ಚೇತರಿಸಿಕೊಂಡ ಮೇಲೆ ರವೀಂದ್ರ ತಲೆಗೆ ಸ್ನಾನಮಾಡಿ ಸೋತವನಂತೆ ಸೋಫಾದ ಮೇಲೆ ಮಲಗಿದ್ದ.

ರಾಜಲಕ್ಷ್ಮಿ ಮಗನಿಗೆ ಎದುರಾಗಿ ಬಂದು ಸೋಫಾದ ಮೇಲೆ ಕುಳಿತರು.

ಇಷ್ಟರಮಟ್ಟಿಗೆ ಚೇತರಿಸಿಕೊಂಡಿದ್ದು ಅವರ ಹೃದಯಕ್ಕೆ ಎಷ್ಟೋ ತಂಪು. ಆದರೆ ಬಿಳಚಿಕೊಂಡಿದ್ದ ಮಗನನ್ನು ನೋಡಿ ಅವರ ಕಣ್ಣಲ್ಲಿ ನೀರಾಡದಿರಲ್ಲಿಲ್ಲ.

ಎಚ್ಚರದಿಂದಲೇ ಇದ್ದ ರವೀಂದ್ರ ತಾಯಿಯ ಬಳೆ ಸದ್ದಿಗೆ ಕಣ್ಣು ತೆರೆದ. ತೆಳುವಾಗಿ ಮುಖದ ಮೇಲೆ ಮುಗುಳ್ನಗೆ ಹಾಯಿಸಿದ. ಸೆರಗಿನಲ್ಲಿ ಕಣ್ಣೀರನ್ನು ಒರೆಸಿಕೊಂಡ ರಾಜಲಕ್ಷ್ಮಿ ಮಗನ ಪಕ್ಕದಲ್ಲಿ ಕುಳಿತು ಮಮತೆಯಿಂದ ಅವನ ಮೈದಡವಿದರು.

ನೇತ್ರಳಿಗೆ ಈ ಸನ್ನಿವೇಶ ಅಪರೂಪವಾಗಿರಲ್ಲಿಲ್ಲ. ರಾತ್ರಿ ಹಗಲೂ ನಿದ್ದೆಗೆಟ್ಟು ಮಗನ ಆರೋಗ್ಯಕ್ಕಾಗಿ ಪರಿತಪಿಸುತ್ತಿರುವ ಆಕೆಯ ಬವಣೆಯನ್ನು ಕಣ್ಣಾರೆ ನೋಡಿದವಳೇ. ಇಂದು ಮಾತ್ರ ಅವಳ ಹೃದಯಲ್ಲಿ ವಿಚಿತ್ರವಾದ ವೇದನೆಯುಂಟಾಯಿತು. 'ತಾಯಿಯ ಕೈನ ಮೃದುಸ್ಪರ್ಶವನ್ನೇ ಅರಿಯದೆ ಬೆಳೆದ ತಾನೆಂಥ ಪಾಪಿಷ್ಟಳು' ಎಂದು ಅಳಿದ ತಾಯಿಯನ್ನು ನೆನಪಿಸಿ ಕೊಂಡಳು.

"ನೇತ್ರ, ಇಲ್ಲಿ ಬಾ" ಎಂಬ ಕರೆ ಕೇಳಿ ಗೆಲುವಿನ ಮುಖವಾಡ ಹಾಕಿಕೊಂಡು ಹೊರಗೆ ಬಂದಳು.

"ಸಕ್ಕರೆ ಕಮ್ಮಿ ಹಾಕಿ ಸ್ವಲ್ಪ ಹಾರ್ಲಿಕ್ಸ್ ಬೆರೆಸಿಕೊಂಡು ಬಾಮ್ಮ" ಎಂದರು ರಾಜಲಕ್ಷ್ಮಿ ಮಗನ ಮೇಲೆ ಕೈಯಾಡಿಸುತ್ತ.

ಐದೇ ನಿಮಿಷದಲ್ಲಿ ನೇತ್ರ ಹಾರ್ಲಿಕ್ಸ್ ಬೆರೆಸಿಕೊಂಡು ಬಂದಳು. ರಾಜಲಕ್ಷ್ಮಿ ಬೇಡವೆಂದ ಮಗನನ್ನು ಗದರಿ ತಾವೇ ಕುಡಿಸಿದರು.

"ನೇತ್ರ ಇಲ್ಲೇ ಕೂತ್ಕೋ. ಯಾಕೆ ಇನ್ನೂ ಇಷ್ಟೊಂದು ನಾಚಿಕೆ ಹೇಗೂ ಬೆಂಗಳೂರಿಗೆ ಬಂದಿದ್ದೀಯ. ಇಲ್ಲೇ ಒಂದು ಗಂಡು ಹುಡುಕಿ ಮದುವೆ ಮಾಡಿಬಿಡ್ತೀನಿ" ಎಂದು ನಗುತ್ತ ನುಡಿದರು. ಸ್ಥಳ ಬದಲಾವಣೆಗಾಗಿ ಎಲ್ಲ ಬೆಂಗಳೂರಿಗೆ ಬಂದಿದ್ದರು.

ರಾಜಲಕ್ಷ್ಮೀಯವರ ಮಾತುಗಳನ್ನು ಕೇಳಿದ ನೇತ್ರ ತಲೆ ತಗ್ಗಿಸಿದಳು. "ಅಮ್ಮ, ಮದುವೆ ವಿಷಯ ಎತ್ತಿದ ಕೂಡಲೇ ನೇತ್ರ ನವ ವಧುವಿನಂತೆ ತಲೆತಗ್ಗಿಸಿ ಬಿಟ್ಟಳು" ಎಂದು ನಗೆಯಾಡಿದ ರವೀಂದ್ರ.

ಮಗನ ಮುಂದೆ ಮದುವೆಯೆಂಬ ಶಬ್ದವನ್ನೇ ಎತ್ತಬಾರದೆಂದು ಕೊಂಡಿದ್ದ ರಾಜಲಕ್ಷ್ಮಿ ಅರಿವಿಲ್ಲದಂತೆ ಅಡಿಬಿಟ್ಟಿದ್ದರು. ಆದರೆ ಮಗ ವಿಚಲಿತನಾಗದೆ ನಗುಮುಖದಿಂದ ಇದ್ದದ್ದು ಅವರಿಗೆ ಸಮಾಧಾನವೆನಿಸಿತು.

ರಾಜಲಕ್ಷ್ಮಿ ಈ ಮಾತನ್ನು ಸುಮ್ಮನೆ ಆಡಿರಲ್ಲಿಲ್ಲ. ರಂಗರಾವು ಈಗಾಗಲೇ ನೇತ್ರಳಿಗೆ ಯೋಗ್ಯ ವರನನ್ನು ಹುಡುಕುತ್ತಿದ್ದರು.

ರಂಗರಾವು ಮೊಮ್ಮಕ್ಕಳೊಂದಿಗೆ ಒಳಗೆ ಬಂದರು. ಆನಂದ್, ಸಂತೋಷ್ ತಾವು ತಂದ ಆಟದ ಸಾಮಾನುಗಳನ್ನು ನೇತ್ರಳಿಗೆ ತೋರಿಸುವಲ್ಲಿ ಮಗ್ನರಾದರು.

"ಸದ್ಯ, ರವಿ ಎದ್ದಿದ್ದಾನ? ನಮ್ಮ ಗುಂಡೂರಾಯ ಹೇಳಿರಲ್ಲಿಲ್ಲವಾ? ಆ ಗಂಡಿನ

ಮನೆಯವರು ಸಾಧ್ಯವಾದರೆ ಹುಡುಗೀನ ಕರ್‍ಕೊಂಡು ಬಂದು ತೋರಿಸಿ ಅಂದರು. ನನಗೆ ರೇಗಿ ಹೋಯಿತು. ಮೊದಲು ಆ ಹುಡುಗನ ಕರ್ಕೊಂಡು ಬಾ. ಆಮೇಲೆ ಮಾತು ಅಂದೆ. ಸರಿಯಪ್ಪ, ಮಧ್ಯಾಹ್ನ ಕರ್ಕೊಂಡು ಬರ್ತೀನಿ ಅಂದಿದ್ದಾನೆ" ಎಂದು ನೇತ್ರಳ ಕಡೆ ತಿರುಗಿದರು. ಅವಳು ಎದ್ದು ಹೋಗುವ ಆತುರದಲ್ಲಿದ್ದಳು. ಅವಳ ಕೈ ಹಿಡಿದುಕೊಂಡು, "ನೇತ್ರ, ಹೇಗೆ ಬಲೆ ಬೀಸಲೇಬೇಕು ಗೊತ್ತ? ಬಂದ ಪುಣ್ಯಾತ್ಮ ಒಂದೇ ಸಲಕ್ಕೆ ಬೀಳಬೇಕು. ಅದು ಹೇಗೆ ಅಂತ ನಮ್ಮ ರಾಜೂನ ಕೇಳು ಹೇಳ್ತಾಳೆ" ಎಂದು ಹೆಂಡತಿಯ ಕಡೆ ತಿರುಗಿ ಕತ್ತು ಕೊಂಕಿಸಿದರು.

"ಛೇ! ಹುಡುಗರ ಮುಂದೆ ನಿಮ್ಮ ಹುಡುಗಾಟ" ಎಂದು ನಸು ಮುನಿಸು ಬೀರಿದರು ರಾಜಲಕ್ಷ್ಮಿ.

"ನಿಮ್ಮಮ್ಮನಿಗೆ ಕೋಪ ಬಂದಾಗ ಬಹಳ ಚೆನ್ನಾಗಿ ಕಾಣಿಸ್ತಾಳೆ, ಅಲ್ಲವೇನೋ ರವಿ!" ಎಂದರು ನಗುತ್ತ.

ರವಿ, ತಂದೆಯ ನಗುವಿಗೆ ತನ್ನ ನಗು ಬೆರಸಿದ. ಆಗ ನೇತ್ರಳಿಗೆ ನಗದೆ ಸುಮ್ಮನಿರಲಾಗಲಿಲ್ಲ.

ಸ್ವಲ್ಪ ಹೊತ್ತು ಅಲ್ಲಿದ್ದು ನೇತ್ರ ತನ್ನ ಕೋಣೆಗೆ ಹೊರಟಳು. ತನಗೆ ಇಂಥ ಆಸರೆ ಕಲ್ಪಿಸಿಕೊಟ್ಟ ತಾತನನ್ನು ಮನಸಾರೆ ಅಭಿನಂದಿಸಿದಳು.

ನೇತ್ರಳಿಗೆ ಈಗ ಬರಲಿರುವ ಗಂಡು ಪದ್ಮನಾಭ. ಬ್ಯಾಂಕಿನಲ್ಲಿ ಉದ್ಯೋಗಿ. ಈಗಿನ ಕಾಲಕ್ಕೆ ಕೈ ತುಂಬ ಎಂದು ಹೇಳಲಾಗದಿದ್ದರೂ ತಕ್ಕಮಟ್ಟಿಗೆ ಸಂಬಳ. ಇವನೇ ದೊಡ್ಡವನು. ಇಬ್ಬರು ತಂಗಿಯರು ಮತ್ತು ತಮ್ಮ ಓದಿನ ಜವಾಬ್ದಾರಿ ಇವನದೇ. ಅವರು ಬರುವ ವೇಳೆಗೆ ನೇತ್ರ ಅಲಂಕೃತಳಾಗಿ ಸಿದ್ಧವಾಗಿದ್ದಳು.

ಗುಂಡೂರಾಯರು ವೇಳೆಗೆ ಸರಿಯಾಗಿ ಗಂಡಿನ ಜೊತೆಗೆ ಅವನ ತಾಯಿ ತಂದೆಯರನ್ನೂ ಕರೆತಂದಿದ್ದರು.

ಗಂಧರ್ವಗಿರಿ ಒಡೆಯರಾದ ರಂಗರಾವು ಬಳಿ ಗಂಡಿನ ತಾಯಿ ತಂದೆಗಳು ಬಹಳ ವಿನಯದಿಂದಲೇ ನಡೆದುಕೊಂಡರು. ಪದ್ಮನಾಭನದು ಬಿಳುಪಿನ ಕೋಲು ಮುಖ, ಚಿಗುರು ಮೀಸೆಯ ತರುಣ. ಅವನು ಬಹಳ ವಿನಯವಂತನೆಂದು ಅವನ ಮುಖವೇ ಸಾರುತ್ತಿತ್ತು.

ರಾಜಲಕ್ಷ್ಮಿ ನೇತ್ರಳನ್ನು ಕರೆತಂದು ತಮ್ಮ ಪಕ್ಕದಲ್ಲಿಯೇ ಕೂಡಿಸಿ ಕೊಂಡರು. ನೇತ್ರಳ ಹೃದಯ ಉದ್ವೇಗದಿಂದ ಹೊಡೆದುಕೊಳ್ಳತೊಡಗಿತು.

ರವೀಂದ್ರ ನೇತ್ರಳ ಕಡೆ ದೃಷ್ಟಿ ಹರಿಸಿದ. ದಾವಣಿಯುಟ್ಟು ಗಂಧರ್ವ ಗಿರಿಗೆ ಕಾಲಿಟ್ಟ ದಿನದಿಂದಲೂ ಇಷ್ಟು ಅಲಂಕಾರದಲ್ಲಿ ಅವನೆಂದೂ ಅವಳನ್ನು ನೋಡಿರಲಿಲ್ಲ.

ದುಂಡು ಮುಖ, ಸುಂದರ ಕಣ್ಣುಗಳು, ತುಂಬು ತೋಳುಗಳು, ದಷ್ಟಪುಷ್ಟವಾದ ಎದೆ, ಮಾಟವಾದ ಮೈಕಟ್ಟು ಅವಳನ್ನು ಮೊದಲದರ್ಜೆಯ ಸುಂದರಿಯರ ಸಾಲಿಗೆ ಸೇರಿಸಿತ್ತು.

ರವೀಂದ್ರ ಮುಖದ ಮೇಲೆ ತೆಳುವಾದ ನಗೆ ಹಾದುಹೋಯಿತು. ಗದ್ದಕ್ಕೆ ಕೈಯೂರಿ ದಿಟ್ಟಿಸಿದ.

"ನೇತ್ರ, ನೀನು ಸುಮ್ಮನೆ ತಲೆ ತಗ್ಗಿಸಿ ಕುಳಿತುಬಿಟ್ಟರೆ ಹೇಗೆ?" ಎಂದು ರಂಗಾರಾವು ಹೇಳಿದಾಗ ರವೀಂದ್ರ ದೃಷ್ಟಿ ಬದಲಿಸಿದ. ರವೀಂದ್ರನ ಕಣ್ಣಿಗೆ ಪದ್ಮನಾಭ ಅಂತಹ ಕಳಪೆಯಾಗಿ ಕಾಣಲ್ಲಿಲ್ಲ.

ಪದ್ಮನಾಭ ಮೊದಲ ನೋಟಕ್ಕೆ ನೇತ್ರಳನ್ನು ಮೆಚ್ಚಿಕೊಂಡ. ಆದರೆ ಈ ಮುಗ್ಧ ಹುಡುಗಿಯನ್ನು ತಾನು ಸುಖವಾಗಿಡಬಲ್ಲೆನೇ ಎಂಬ ಸಂದೇಹ ಅವನನ್ನು ಕಾಡತೊಡಗಿತು.

ಅದಕ್ಕೆ ಕಾರಣ ಇಲ್ಲದಿರಲ್ಲಿಲ್ಲ. ಇಬ್ಬರು ತಂಗಿಯ ಮದುವೆ ತಮ್ಮನ ವಿದ್ಯಾಭ್ಯಾಸ, ತಾಯಿ ತಂದೆಯರ ಪೋಷಣೆ ಎಲ್ಲ ಇವನ ಸಂಬಳದಲ್ಲೇ ಆಗಬೇಕಾಗಿತ್ತು. ಮತ್ತೊ ಯೋಚಿಸಿದ. ಹುಡುಗಿಗೆ ವಿದ್ಯೆ ಇದೆ. ಅವಳಿಗೊಂದು ಕೆಲಸ ಸಿಕ್ಕಿದರೆ ತಾವು ನೆಮ್ಮದಿಯಾಗಿರಬಹುದು ಎಂದುಕೊಂಡ.

ಪದ್ಮನಾಭನ ತಾಯಿ ತಂದೆ ಅಲ್ಲೇ ತಮ್ಮ ಒಪ್ಪಿಗೆಯನ್ನು ತಿಳಿಸಿಬಿಟ್ಟರು. ಇನ್ನು ಪದ್ಮನಾಭನನ್ನು ಕೇಳಬೇಕಾಗಿಯೇ ಇರಲ್ಲಿಲ್ಲ. ಅವನ ರಂಗೇರಿದ ಮುಖವೇ ಅವನ ಒಪ್ಪಿಗೆಯನ್ನು ತಿಳಿಸುತ್ತಿತ್ತು.

ಗಂಡಿನ ಕಡೆಯವರು ಹೊರಟು ಎಷ್ಟೋ ಹೊತ್ತಿನವರೆಗೂ ನೇತ್ರ ಅದೇ ಗುಂಗಿನಲ್ಲೇ ಇದ್ದಳು. ಕಲ್ಪನೆಗೂ ಮೀರಿದ ಸಂತೋಷ ಅವಳಿಗಾಗಿತ್ತು. ಹುಟ್ಟಿದಾಗಿನಿಂದ ಸ್ವಾತಂತ್ರ್ಯವನ್ನೇ ಕಾಣದ ಬಾಳು. ತಾತನ ಆಸರೆಯಲ್ಲಿ ಬೆಳೆಯುತ್ತಿದ್ದಾಗಲೂ ಅವಳಿಗೆ ಏನೇನೂ ಸ್ವಾತಂತ್ರ್ಯವಿರಲ್ಲಿಲ್ಲ. ಈಗ ತನ್ನದೇ ಒಂದು ಮನೆ, ಅಲ್ಲಿ ತನ್ನವರು, ಅಲ್ಲಿಯ ಜನ....ಅವಳ ಹೃದಯ ಅಭಿಮಾನದಿಂದ ತುಂಬಿಹೋಯಿತು.

ರವೀಂದ್ರ, ನೇತ್ರಳನ್ನು ಛೇಡಿಸಲೆಂದು ಕೋಣೆಗೆ ಬಂದ. ಅವಳು ಕುಳಿತ ಭಂಗಿ ನೋಡಿ ಸುಮ್ಮನೆ ನಿಂತ. ಹುಚ್ಚು ಹುಡುಗಿ, ಕಲ್ಪನೆಯ ಹೊಳೆಯಲ್ಲಿ ತೇಲಿ ಹೋಗುತ್ತಿರಬಹುದು ಎಂದುಕೊಂಡ.

ಸಂತೋಷ್, ಆನಂದರ ಗಲಾಟೆ ಅವನನ್ನು ತಟ್ಟಿ ಎಬ್ಬಿಸಿತು. ಒಂದು ಚೆಂಡಿಗಾಗಿ ಇಬ್ಬರೂ ಕಿತ್ತಾಡುತ್ತಿದ್ದರು. ನೇತ್ರ ಪುಸಲಾಯಿಸಿ ಅವರನ್ನು ಸಮಾಧಾನಗೊಳಿಸಿದಳು.

ಕಾಂಪೌಂಡಿನಲ್ಲಿ ನಿಂತು ಮಾತಾಡುತ್ತಿದ್ದ ರಂಗರಾವು, ರಾಜಲಕ್ಷ್ಮಿ ಇವರುಗಳು ಗಲಾಟೆ ಕೇಳಿ ಒಳಗೆ ಬಂದರು. ನೇತ್ರಳನ್ನು ಸತಾಯಿಸಬೇಕೆಂದು ಕೊಂಡು ಬಂದಿದ್ದ ರವೀಂದ್ರನ ಅನಿಸಿಕೆ ಮುರಿದಿಬಿತ್ತು. ಮಗನೊಟ್ಟಿಗೆ ರಂಗಾರಾವು, ರಾಜಲಕ್ಷ್ಮಿ ಅಲ್ಲೇ ಬೆತ್ತದ ಕುರ್ಚಿಗಳ ಮೇಲೆ ಕುಳಿತರು.

ಸಂತೋಷ್, ಆನಂದ್ ಚೆಂಡು ಹಿಡಿದುಕೊಂಡು ನೇತ್ರಳನ್ನು ಕಾಂಪೌಂಡಿಗೆ ಎಳೆದೊಯ್ದರು. ಆ ಎಳೆಯರ ಜೊತೆ ಚೆಂಡಿನ ಆಟದಲ್ಲಿ ನೇತ್ರ ಎಲ್ಲವನ್ನು ಮರೆತಳು. ಅವಳ ಮುಗ್ಧ ಸ್ವಭಾವಕ್ಕೆ ಅದೊಂದು ಉದಾಹರಣೆ.

"ಏನಪ್ಪ ರವೀಂದ್ರ, ಹುಡುಗ ಪರವಾಗಿಲ್ಲವೆ?" ಎಂದರು ರಂಗರಾವು ಮಗನ ಕಡೆ ನೋಡುತ್ತ.

ತಂದೆ ತನ್ನಂಥ ಅನನುಭವಿಯನ್ನು ಕೇಳಿದಕ್ಕೆ ಮನಸ್ಸಿನಲ್ಲೇ ನಕ್ಕ. ಒಂದು ಹೆಣ್ಣಿನ ನಟನೆಯನ್ನು ನಂಬಿ ಮೋಸಹೋದ ತಾನು ಬಹಳ ಅವಿವೇಕಿಯೆಂದೇ ಅವನ ತೀರ್ಮಾನ.

"ನಾನೇನು ಹೇಳಲಣ್ಣ, ಹುಡುಗ ನೋಡೋಕೆ ಪರ್ವಾಗಿಲ್ಲ. ಅಷ್ಟು ಮಾತ್ರ ಹೇಳಬಲ್ಲೆ."

ಜೋಯಿಸರು ನಮ್ಮ ಮೇಲೆ ಬಹಳ ಜವಾಬ್ದಾರಿಯನ್ನು ಹೇರಿ ಹೋಗಿದ್ದಾರೆ. ಅದನ್ನು ಸಮರ್ಥವಾಗಿ ನಿರ್ವಹಿಸದಿದ್ದರೆ ಜೀವನವಿಡೀ ನಾವು ಕೊರಗಬೇಕಾಗುತ್ತೆ. ಗುಂಡಯ್ಯ ಹೇಳೋ ಹಾಗೆ ಸಂಭಾವಿತ ಕುಟುಂಬವಿದ್ದ ಹಾಗೆ ಕಾಣುತ್ತೆ. ಬರೀ ಆ ಹುಡುಗನ ಸಂಬಳದಲ್ಲಿ ಸಂಸಾರ ನಡೆಸಬೇಕು. ಇನ್ನು ಆ ಎರಡು ಹುಡುಗಿಯರ ಮದುವೆ. ಅಂತೂ ಆರ್ಥಿಕ ಮುಗ್ಗಟ್ಟನ್ನು ಎದುರಿಸುತ್ತಿರುವ ಸಂಸಾರ. ಅವರುಗಳು ವರದಕ್ಷಿಣೆಗೆ ಆಸೆ ಪಡ್ತಾರೆ ಅಂದ. ಅದನ್ನು ಕೊಡೋಣ. ಅಂದರೆ ಆ ಹುಡುಗಿ ಸುಖವಾಗಿರಬೇಕು."

"ಮೊದಲು ನೇತ್ರ ಒಪ್ಪಿಕೊಳ್ಳಲಿ. ಆಮೇಲೆ ಯೋಚನೆ. ದಿಕ್ಕಿಲ್ಲದ ಅನಾಥೆ. ನನ್ನ ಇಷ್ಟ ಕೇಳದೆ ಮದುವೆ ಮಾಡಿಬಿಟ್ಟು ಅಂತ ಅವಳು ನೊಂದುಕೊಳ್ಳೋದು ಬೇಡ" ರಾಜಲಕ್ಷ್ಮೀಯವರ ಧ್ವನಿ ಭಾರವಾಯಿತು. ಅವರು ನೇತ್ರಳನ್ನು ಪೂರ್ತಿಯಾಗಿ ಹಚ್ಚಿಕೊಂಡುಬಿಟ್ಟಿದ್ದರು

"ನೀನು ಹೇಳೋದು ಸರಿ. ಅವನೇನೋ ಯಾವಾಗ ಬೇಕಾದರೂ ಮದುವೆಗೆ ತಯಾರು. ಮದುವೆ ಮಾತ್ರ ಗಂಧರ್ವಗಿರಿಯಲ್ಲಿ. ಈ ಮಂಗಳ ಕಾರ್ಯದಿಂದಲಾದರೂ ಅದಕ್ಕೆ ಬಡಿದ ಅನಿಷ್ಟ ಕಳೆಯಲಿ."

ಮಕ್ಕಳ ಜೊತೆ ಆಡುತ್ತಿದ್ದ ನೇತ್ರಳನ್ನು ರಾಜಲಕ್ಷ್ಮಿ ಕಣ್ಣರಳಿಸಿ ನೋಡಿದರು. ತಮ್ಮ ಸೊಸೆ ಮೃದುಲೆಗಿಂತ ಇವಳು ಚೆಲುವೆ ಎಂದುಕೊಂಡರು. ಅವಳ ದೈವದತ್ತ ಚೆಲುವು ಇಂದಿನ ಅಲಂಕಾರದಲ್ಲಿ ಮತ್ತಷ್ಟು ವಿಜೃಂಭಿಸುತ್ತಿತ್ತು. ಜೋಯಿಸರು ಪದೇ ಪದೇ ಮಗಳು ಗೋದಾವರಿಯ ಚೆಲುವಿನ ಬಗ್ಗೆ ಹೇಳುತ್ತಿದ್ದದ್ದು ಅವರಿಗೆ ಜ್ಞಾಪಕ ಬಂತು. ತಾಯಿಯಂತೆ ಮಗಳು ಎಂದು ಕೊಂಡರು.

ರಂಗಾರಾವು ಸ್ವತಃ ತಾವೇ ಗಂಡಿನ ಬಗ್ಗೆ ನೇತ್ರಳನ್ನು ಪ್ರಶ್ನಿಸಿದರು. ಅವಳದು ಒಂದೇ ಉತ್ತರ "ನಿಮ್ಮಿಷ್ಟ" ರಾಜಲಕ್ಷ್ಮೀಯವರು ಕೇಳಿದಾಗ ಅದೇ ಉತ್ತರ.

"ರವೀ, ನೀನಾದರೂ ಅವಳ ಮನಸ್ಸಿನಲ್ಲಿ ಏನಿದೆಯೋ ಕೇಳಿ ತಿಳಿದುಕೋ. ಬರೀ ಕಷ್ಟಗಳನ್ನೇ ಉಂಡು ಬೆಳೆದ ಆ ಹುಡುಗಿಯ ಸಂಕೋಚ ದೂರವಾಗಿಲ್ಲ. ನಾವು ತೀರಾ ದೊಡ್ಡವರು. ನಮ್ಮ ಹತ್ತಿರ ಏನೊ ಹೇಳಲಾರಳು. ನೀನು ಕೇಳು" ಎಂದರು ರಾಜಲಕ್ಷ್ಮಿ.

"ಅಮ್ಮ, ನಾನು ಹತ್ತು ಸಲ ಮಾತಾಡಿಸಿದರೆ ಆ ಹುಡುಗಿ ಒಂದು ಸಲ ಮಾತಾಡೋದು ಕಷ್ಟ. ಏನೋ ಕಾಯಿಲೆ ಮಲಗಿದ ಮೇಲೆ ಅಷ್ಟೋ ಇಷ್ಟೋ ಮಾತಾಡುತ್ತಾಳೆ. ಅಂಥದರಲ್ಲಿ ಮದುವೆಯಂಥ ವಿಷಯದಲ್ಲಿ ಬಾಯಿ ಬಿಡ್ತಾಳ!" ಎಂದ ರವಿಂದ್ರ.

ಆದರೆ ರವೀಂದ್ರ ಸುಮ್ಮನೆ ಕೂಡಲು ಇಷ್ಟಪಡಲಿಲ್ಲ. ಹೇಗಾದರೂ ಅವಳ ಮನಸ್ಸನ್ನು ಅರಿಯಬೇಕು ಎಂದುಕೊಂಡ.

ಗುಂಡುರಾಯ ಎರಡು ಸಲ ಬಂದು ಹೋದ. ರಾಜಲಕ್ಷ್ಮಿಯವರಿಗೆ ಒಪ್ಪಿಗೆ ಕೊಡಲು ಸಾಧ್ಯವಾಗಲಿಲ್ಲ. ಕೆಲವು ದಿನಗಳ ನಂತರ ತಿಳಿಸುವುದಾಗಿ ಹೇಳಿ ಕಳುಹಿಸಿದರು. ಆ ಮಾತು ಕೇಳಿ ತಂದೆ, ಮಗನಿಗೆ ಆಶ್ಚರ್ಯವಾಯಿತು.

"ರಾಜು, ಯಾಕೆ ಹಾಗೆ ಹೇಳಿ ಕಳುಹಿಸಿದೆ?" ಸಂದೇಹಿಸುತ್ತ ಕೇಳಿದರು ರಂಗಾರಾವು .

"ನೋಡೋಣ ಬಿಡಿ. ಜೋಯಿಸರೇನೋ ಬೇಗ ಮದುವೆ ಮಾಡಬೇಕು ಅಂತಿದ್ದರು. ಆದರೆ...." ಮುಂದೆ ಹೇಳದೇ ತಡವರಿಸಿದರು. ಕಣ್ಣಲ್ಲಿ ನೀರು ಕಾಣಿಸಿತು.

ಹೆಂಡತಿಯ ಕಣ್ಣಲ್ಲಿ ನೀರು ಕಂಡ ಕೂಡಲೆ ರಂಗರಾವು ಎದೆಯಲ್ಲಿ ಚಳಕ್ಕೆಂದಿತು. ಇಂದಿಗೂ ಅವರ ಪ್ರೀತಿ ಅಷ್ಟು ಆಳವಾಗಿತ್ತು.

"ಯಾಕೆ ರಾಜು?" ಎಂದು ಹೆಂಡತಿಯನ್ನು ಸಮೀಪಿಸಿದರು.

ಮಗ ತಮ್ಮ ಎದುರಿನಲ್ಲೇ ಇದ್ದಾನೆ ಎಂಬುದನ್ನೇ ಮರೆತಂತೆ ರಾಜಲಕ್ಷ್ಮಿ ಗಂಡನ ಎದೆಯಲ್ಲಿ ತಲೆ ಇಟ್ಟು ಬಿಕ್ಕಿ ಅತ್ತರು. ರವೀಂದ್ರನಿಗೆ ತಾಯಿ ತಂದೆಯರ ಈ ತೆರೆನ ಪ್ರೀತಿಯೇನು ಅಪರೂಪವಲ್ಲ.

"ಛೀ ಹುಚ್ಚಿ...ನಮಗೆ ಒಬ್ಬ ಮಗಳಿದ್ದರೂ ಕೂಡ ಅವಳನ್ನು ಗಂಡನ ಮನೆಗೆ ಕಳಿಸಲೇಬೇಕಾಗಿತ್ತು. ಇನ್ನು ನೇತ್ರಳ ಮದುವೆ ಮಾಡಿ ಕಳಿಸದ್ದಿದ್ದರೇ ಆಗುತ್ತಾ? ಈ ವಯಸ್ಸಿನಲ್ಲಿ ತಾಯಿ ತಂದೆಯರ ಪ್ರೀತಿಗಿಂತ ಅವರುಗಳ ಹೃದಯ ಬೇರೆ ಪ್ರೀತಿಗಾಗಿ ಕಾತರಿಸುತ್ತಿರುತ್ತದೆ. ನಿನಗೆ ಅಷ್ಟೂ ತಿಳಿಯದೆ?"ಎಂದು ಹೆಂಡತಿಯ ಕಣ್ಣೀರನ್ನು ತೊಡೆದು ಸಮಾಧಾನ ಮಾಡಿದರು.

ರವೀಂದ್ರನ ಮದುವೆಯಾಗಿ ಸೊಸೆ ಮನೆಗೆ ಬಂದಿದ್ದರೆ ಆಗ ಇಷ್ಟು ಆತಂಕಪಡಬೇಕಾಗಿರಲಿಲ್ಲವೇನೋ! ರೂಪ ರವೀಂದ್ರನ ಹೆಂಡತಿಯಾಗಿ ಬಂದಿದ್ದರೆ ಚೆನ್ನಾಗಿತ್ತು. ಯಾವುದೂ ನಡೆಯಲಿಲ್ಲ. ಸಧ್ಯದಲ್ಲಂತು ಇವನನ್ನು ಮದುವೆಗೆ ಒಪ್ಪಿಸಲು ಸಾಧ್ಯವಿಲ್ಲ ಎಂದುಕೊಂಡರು ರಂಗರಾವು.

ಈ ಮಧ್ಯೆ ಒಂದೆರಡು ಬಾರಿ ರಂಗಾರಾವು ಗಂಧರ್ವಗಿರಿಗೆ ಹೋಗಿ ಅಲ್ಲಿನ ವಹಿವಾಟನ್ನು ನೋಡಿಕೊಂಡ ಬಂದಿದ್ದರು.

ಬೆಂಗಳೂರಿಗೆ ಬಂದ ರವೀಂದ್ರ ಮೇಲೆ ಹೊರಗೆ ಹೋಗಿರಲಿಲ್ಲ. ಈ ಸಂಜೆ ಎಲ್ಲಾದರೂ ಹೊರಡಲು ನಿರ್ಧರಿಸಿದ. ಉತ್ಸಾಹ ತುಂಬಿಕೊಂಡು ಹೊಸ

ಮನುಷ್ಯನಾಗುವ ನಿರ್ಧಾರವೇನೋ!

ಕೋಣೆಯಿಂದ ಹೊರಬಂದ ರವೀಂದ್ರ ನೀಲಿ ಪ್ಯಾಂಟ್ ತೊಟ್ಟು ಕೇಸರಿ ಬಣ್ಣದ ಉಣ್ಣೆಯ ಸ್ವೆಟರನ್ನು ತೊಟ್ಟುಕೊಂಡಿದ್ದ. ಮಗನ ಸುಂದರ ರೂಪು ತಾಯಿಗೆ ಹೆಮ್ಮೆಯನ್ನು ತಂದಿತು.

"ಅಮ್ಮ, ಹಾಗೇ ತಿರುಗಾಡಿಕೊಂಡು ಸ್ವಲ್ಪ ಹೊತ್ತು ಕಬ್ಬನ್ ಪಾರ್ಕ್‌ನಲ್ಲಿ ಕೂತಿದ್ದು ಬರ್ತೀನಿ.'

"ಒಬ್ಬನೇ ಹೋಗ್ತೀಯಾ?" ಎಂದು ತಾಯಿ ಕೇಳಿದಾಗ ರವೀಂದ್ರನ ಹೃದಯ ಸಣ್ಣಗೆ ನರಳಿತು.

"ನೀನು ಬರೋ ಹಾಗಿದ್ದರೆ ಬಾ" ಎಂದ ಸ್ವಲ್ಪ ಮೃದುವಾಗಿ.

"ಇಲ್ಲಪ್ಪ, ಹೇಗೂ ಮಕ್ಕಳು ಬರ್ತಾರಲ್ಲ, ಅದು ಸರಿ ಹೇಗೆ ಹೋಗ್ತೀ? ಕಾರು ಕೂಡ ಇಲ್ಲ."

ಈಗ ತಾನೆ ಗುಣಮುಖನಾಗಿದ್ದ ಮಗನನ್ನು ಹೊರಗೆ ಕಳುಹಿಸಲು ಅವರು ಹೆದರಿದ ಹಾಗಿತ್ತು. ತಾಯಿಯ ಮಾತಿಗೆ ರವೀಂದ್ರ ಸುಮ್ಮನೆ ನಕ್ಕ.

ಅಷ್ಟು ಹೊತ್ತಿಗೆ ನೇತ್ರ ಮಕ್ಕಳಿಗೆ ಬೇರೆ ಬಟ್ಟೆ ಹಾಕಿ ಅಲಂಕಾರ ಮಾಡಿದಳು.

"ನೀನು ಬಾ" ಎಂದು ನೇತ್ರಳ ಸೆರಗು ಹಿಡಿದ ಸಂತೋಷ್.

"ನೇತ್ರ, ನೀನೂ ಹೋಗಿ ಬಾ" ಎಂದರು ರಾಜಲಕ್ಷ್ಮಿ. ಅವರ ಮಾತಿಗೆ ಎದುರಾಡುವ ಸಾಹಸವಿಲ್ಲದೆ ನೇತ್ರಳೂ ಹೊರಟಳು.

ಬೆಂಗಳೂರಿಗೆ ಬಂದು ಬಹಳಷ್ಟು ದಿನಗಳಾಗಿದ್ದರೂ ಇಂದೇ ಹೊರಗೆ ಬಂದ ಅನುಭವ ನೇತ್ರಳಿಗೆ. ಹಳ್ಳಿಯಲ್ಲಿ ಬೆಳೆದು ಗಂಧರ್ವಗಿರಿ ಸೇರಿದ ನೇತ್ರ ಬೆಂಗಳೂರನ್ನು ಅವರಿವರ ಬಾಯಲ್ಲಿ ಕೇಳಿದ್ದಳು. ಈಗ ಪ್ರತ್ಯಕ್ಷವಾಗಿ ನೋಡುವ ಅವಕಾಶ.

ರವೀಂದ್ರ ಆಟೋವನ್ನು ಕೈ ತಟ್ಟಿ ನಿಲ್ಲಿಸಿ, ನೇತ್ರ ಹುಡುಗರನ್ನು ಹತ್ತಿಸಿ, ತಾನೂ ಹತ್ತಿ ಕುಳಿತ. ಆಟೋ ಸಾಗಿದಂತೆಲ್ಲ ನೇತ್ರ ಮತ್ತು ಹುಡುಗರಿಗೆ ಹೊರಗಿನ ದೃಶ್ಯಗಳನ್ನು ವಿವರಿಸುತ್ತಿದ್ದ.

ಆಟೋ ಕಬ್ಬನ್ ಪಾರ್ಕ್ ಮುಂದೆ ನಿಂತಾಗ ವಾದ್ಯ ಸಂಗೀತ ಕಾರ್ಯಕ್ರಮ ಆರಂಭವಾಗಿತ್ತು. ಇವರುಗಳನ್ನು ಕರೆದೊಯ್ದು ಹುಲ್ಲಿನ ಮೇಲೆ ಕುಳಿತ. ಅಲ್ಲಿ ಸೇರಿದ್ದ ಜನರಲ್ಲಿ ಕೆಲವರು ಪೂರ್ಣವಾಗಿ ಸಂಗೀತ ಕೇಳುವುದರಲ್ಲಿ ತಲ್ಲೀನರಾಗಿದ್ದರೆ, ಇನ್ನು ಕೆಲವರು ನಗುತ್ತ ಪಿಸುಮಾತಿನಲ್ಲಿ ಸಂಭಾಷಣೆ ನಡೆಸುತ್ತಿದ್ದರು. ಜೋಡಿಗಳ ಪಿಸುಮಾತು, ಕಣ್ಣು ಕಣ್ಣಿನ ಬೆರೆತ, ನಗು ಸಾಗಿಯೇ ಇತ್ತು.

ಸಂತೋಷ್, ಆನಂದ್ ತಮ್ಮ ಆಟದಲ್ಲಿ ನಿರತರಾದರು. ನೇತ್ರ ಗದ್ದಕ್ಕೆ ಕೈಯೂರಿ ಸಂಗೀತವನ್ನು ಆಲಿಸುತ್ತ ಹುಡುಗರ ಆಟವನ್ನ ನೋಡುತ್ತಿದ್ದಳು.

"ನೇತ್ರ, ಅಲ್ಲಿ ನೋಡು" ಎಂದ ರವೀಂದ್ರ ಆ ಕಡೆಗೆ ಕೈ ತೋರುತ್ತ.

ನೇತ್ರಳಿಗಂದು ಬಂದಿದ್ದ ಗಂಡು ಪದ್ಮನಾಭ ಕಡಲೆಕಾಯಿ ಒಂದೊಂದೆ ಬಿಡಿಸಿ ಯಾರಿಗೋ ಕಾಯುತ್ತಿರುವಂತಿತ್ತು.

"ಕರೆಯಾಲಾ?" ಎಂದ ರವೀಂದ್ರ ನೇತ್ರಳ ಕಡೆ ಚೇಷ್ಟೇಯ ನೋಟ ಬೀರುತ್ತ.

ನೇತ್ರ ನಾಚಿ ಬೇಡವೆನ್ನುವಂತೆ ಅಲೆಯಾಡಿಸಿದಳು. ರವೀಂದ್ರನ ಕೂಗು ಕೇಳಲಾರದಷ್ಟು ದೂರದಲ್ಲಿ ಕುಳಿತಿದ್ದ ಪದ್ಮನಾಭ.

ಅವನು ಈ ಕಡೆ ತಿರುಗಿದರೆ ಕೈ ಸನ್ನೆಯ ಮುಖಾಂತರವಾದರೂ ಕರೆಯೋಣವೆಂದುಕೊಂಡ ರವೀಂದ್ರ. ಆದರೆ ಆ ಪುಣ್ಯಾತ್ಮ ಈ ಕಡೆ ತಿರುಗಲೆ ಇಲ್ಲ!

ಗಿಡದ ಸುತ್ತಲೂ ಉದ್ದುರಿದ್ದ ಬಣ್ಣದ ಹೂಗಳನ್ನು ಆಯಿದು ತಂದ ಸಂತೋಷ್, ಆನಂದ್ ನೇತ್ರಳ ಬೊಗಸೆಗೆ ಸುರಿದರು. ಆ ಪುಟಾಣಿಗಳ ಸಂತೋಷದಲ್ಲಿ ಪಾಲ್ಗೊಳ್ಳಲು ಅವಳಿಗೆ ಬಹಳ ಇಷ್ಟ.

ಆದರೆ ರವೀಂದ್ರನ ದೃಷ್ಟಿ ಪದ್ಮನಾಭನ ಕಡೆಗೇ ಇತ್ತು. ಸ್ವಲ್ಪ ಹೊತ್ತಿನಲ್ಲೇ ಅಲ್ಲಿಗೆ ಬಂದ ಕೋಮಲಾಂಗಿಯೊಬ್ಬಳು ಪದ್ಮನಾಭನ ಬಳಿ ಮೈಗೆ ಮೈ ತಾಗಿಸುವಂತೆ ಕುಳಿತಳು. ರವೀಂದ್ರನ ದೃಷ್ಟಿ ಚುರುಕಾಯಿತು. ಅವರಿಬ್ಬರ ನಗು, ಮಾತು ನೋಡಿ ಅವರಿಬ್ಬರ ಪರಿಚಯ ಬಹಳ ದೂರ ಬೆಳೆದಿದೆಯೆಂದುಕೊಂಡ. ಮತ್ತೆ ಯೋಚಿಸಿದ. ಪದ್ಮನಾಭನಿಗೆ ಇಬ್ಬರು ತಂಗಿಯರು ಇರುವ ಸಂಗತಿ ಅವನಿಗೆ ತಿಳಿದಿತ್ತು. ಅವನ ತಂಗಿ ಇರಬಹುದೇ?....ಖಂಡಿತ ಸಾಧ್ಯವಿಲ್ಲ. ಈ ದೃಶ್ಯ ನೇತ್ರಳ ಕಣ್ಣಿಗೆ ಬೀಳುವುದು ಅವನಿಗೆ ಬೇಡವಾಗಿತ್ತು.

"ನೇತ್ರ, ಮನೆಗೆ ಹೋಗೋಣ. ಸುಮ್ಮನೆ ಅಮ್ಮ ಗಾಬರಿಪಡ್ತಾಳೆ" ಎಂದು ತಾನೇ ಮೇಲಕ್ಕೆದ್ದು ಅವರುಗಳನ್ನು ಅವಸರಪಡಿಸಿ ಹೊರಡಿಸಿದ. ಮನೆಗೆ ಬಂದಾಗ, ರಾಜಲಕ್ಷ್ಮಿ ರಂಗರಾವು ಇವರುಗಳ ಬರುವನ್ನೇ ಎದುರು ನೋಡುತ್ತ ಕುಳಿತಿದ್ದರು.

ಆನಂದ್, ಸಂತೋಷ್ ಕಬ್ಬನ್ ಪಾರ್ಕಿನ ಸಂಪೂರ್ಣ ಮಾಹಿತಿಯನ್ನು ತಾತನಿಗೆ ಹೇಳತೊಡಗಿದರು. ಮೊಮ್ಮಕ್ಕಳು ಹೇಳುವ ಒಂದೊಂದು ಮಾತನ್ನೂ ಬಹಳ ಉತ್ಸಾಹದಿಂದ ಕೇಳುತ್ತಿದ್ದ ರಂಗರಾವು ಕಾಯುತ್ತಿದ್ದರು.

ಒಂದೆರಡು ದಿನಗಳಲ್ಲೇ ಗಂಧರ್ವಗಿರಿಗೆ ಹಿಂದಿರುಗುವ ನಿಶ್ಚಯ ಮಾಡಿದ್ದರು ರಂಗರಾವು. ಇದಕ್ಕೆ ರಾಜಲಕ್ಷ್ಮಿ ಬದಲು ಹೇಳಲ್ಲಿಲ್ಲ ಯಾವುದೋ ಕೆಟ್ಟ ಗಳಿಗೆಯಲ್ಲಿ ಗಂಧರ್ವಗಿರಿ ಬಗ್ಗೆ ವಿಪರೀತ ಭಾವಿಸಿ ಹೊರಟು ಬಂದಿದ್ದರು. ಈಗ ಅಲ್ಲಿಗೆ ಹೋಗಲು ಅವರ ಹೃದಯ ತವಕಿಸುತ್ತಿತ್ತು.

ಹೊರಡುವುದಕ್ಕೆ ಮುನ್ನ ಮಗನ ಬಳಿ ಏಕಾಂತವಾಗಿ ಮಾತಾನಾಡಲು ನಿರ್ಧರಿಸಿ ರಂಗರಾವು ಮಗನನ್ನು ಕೂಗಿದರು.

"ಅಣ್ಣ ಕರೆದಿರಾ?" ಎನ್ನುತ್ತ ಕೋಣೆಯೊಳಕ್ಕೆ ಬಂದ ರವೀಂದ್ರ. ಹೌದು ಎನ್ನುವಂತೆ ತಲೆಯಾಡಿಸಿದ ರಂಗರಾವು ಕುಳಿತುಕೊಳ್ಳುವಂವೆ ಸನ್ನೆ ಮಾಡಿದರು.

ತಂದೆಯ ಮುಖ ನೋಡಿಯೇ ಅವರು ಏನು ಹೇಳಬಹುದೆಂದು

ಊಹಿಸಿಕೊಂಡು ರವೀಂದ್ರ ಪ್ರೀತಿ, ಹೃದಯಗಳ ಬೆಲೆಯನ್ನು ಅರಿಯದ ರೂಪಳ ಗತಿಸಿದ ಪ್ರೀತಿಗಾಗಿ ಗಂಧರ್ವಗಿರಿ ಮರ್ಯಾದೆಯನ್ನು ಗಾಳಿಗೆ ತೂರಲು ಅವನು ಸಿದ್ಧವಿಲ್ಲ. ಹಾಗೆಯೇ ತಾಯಿ ತಂದೆಯರನ್ನು ನೋಯಿಸಲು ಅವನಿಗೆ ಇಷ್ಟವಿಲ್ಲ. "ಅಣ್ಣ, ನೀವೇನೋ ಆತಂಕಪಡಬೇಕಾಗಿಲ್ಲ. ನಿಮ್ಮ ಊಹೆಗೆ ಮೀರಿ ನಾನು ಚೇತರಿಸಿಕೊಂಡಿದ್ದೀನಿ" ಎಂದು ತಂದೆಯ ಕೈಗಳನ್ನು ಹಿಡಿದುಕೊಂಡು ಮೃದುವಾಗಿ ಅದುಮಿದ.

ರಂಗರಾವು ಎದ್ದು ಮಗನನ್ನು ಗಟ್ಟಿಯಾಗಿ ಅಪ್ಪಿಕೊಂಡರು.

ಮೃದು ಹೃದಯದ ರವೀಂದ್ರನಿಗೆ ರೂಪ ಎಂಥ ಪೆಟ್ಟು ಕೊಟ್ಟಿದ್ದಾಳೆಂದು ಅವರಿಗೆ ಗೊತ್ತು. ತನ್ನಷ್ಟೇ ಬೆಳೆದು ನಿಂತ ತನ್ನ ಪ್ರತಿರೂಪವನ್ನು ಅಪ್ಪುವುದರಲ್ಲಿ ಆ ತಂದೆಗೆ ಸಿಗಬಹುದಾದ ಸಂತೋಷ ವರ್ಣಾತೀತ!

ಕಣ್ಣೊರೆಸಿಕೊಂಡ ರಂಗರಾವು ಮುಖದ ಮೇಲೆ ನಗು ತೇಲಿಸುತ್ತ ಮಗನ ಭುಜ ತಟ್ಟಿ ಹೊರಗೆ ಹೊರಟುಬಿಟ್ಟರು.

ತಂದೆಯ ಸ್ವಾಭಿಮಾನಕ್ಕೆ ಕುಂದುಂಟಾಗದಂತೆ ನಡೆದುಕೊಳ್ಳಬೇಕು. ನಮ್ಮ ತಂದೆ ಕಾಯ್ದುಕೊಂಡು ಬಂದ ಗಂಧರ್ವಗಿರಿಯನ್ನು ಮತ್ತಷ್ಟು ಅಭಿವೃದ್ಧಿಗೊಳಿಸಬೇಕು. ಎಲ್ಲಕ್ಕೂ ಮಿಗಿಲಾಗಿ ತಾಯಿಯ ಪ್ರೀತಿ, ತಂದೆಯ ಆದರ, ಪುಟಾಣಿಗಳ ಮಮತೆಯನ್ನು ಶಾಶ್ವತವಾಗಿ ಉಳಿಸಿಕೊಳ್ಳಬೇಕು. ಎಂದು ದೃಢನಿಶ್ಚಯ ಮಾಡಿದ ರವೀಂದ್ರ.

ಮನೆಯನ್ನು ಆಳಿನ ವಶಕ್ಕೊಪ್ಪಿಸಿ ಎಲ್ಲರೂ ಒಂದೆರಡು ದಿನಗಳಲ್ಲೇ ಕಾರಿನಲ್ಲಿ ಗಂಧರ್ವಗಿರಿಗೆ ಪ್ರಯಾಣ ಬೆಳೆಸಿದರು.

ಗಂಧರ್ವಗಿರಿ ತಲುಪಿದ ಕೂಡಲೇ ಎಲ್ಲರ ಹೃದಯಗಳೂ ಸಂತೋಷದಿಂದ ಅರಳಿದವು. ಅವರ ಮತ್ತು ಅವರುಗಳ ಸಂಬಂಧ ಬಹಳ ಮಧುರವಾದದ್ದು. ಅಷ್ಟೇ ಅಲ್ಲ, ಬಹಳ ಅನ್ಯೋನ್ಯವಾದದ್ದು.

ಈಗ ರವೀಂದ್ರ ಹೊಸ ಮನುಷ್ಯನಾಗಿದ್ದ. ಸದಾ ನಗೆಯನ್ನು ಮಿಂಚಿಸುತ್ತಿದ್ದ. ಎಸ್ಟೇಟನ್ನು, ಪ್ರತಿಯೊಂದು ಕೆಲಸವನ್ನೂ ಶ್ರದ್ಧೆಯಿಂದ ನೋಡುತ್ತ, ಕೆಲಸಗಾರರನ್ನು ಪ್ರೀತಿಯಿಂದ ನೋಡಿಕೊಳ್ಳುತ್ತಿದ್ದ. ಸುಧೀಂದ್ರ, ಮೃದುಲ ಸತ್ತ ಮೇಲೆ ಆ ಮನೆಗೆ ಆವರಿಸಿದ್ದ ಕತ್ತಲು ಸ್ವಲ್ಪ ಕರಗಿ ಬೆಳಕು ಮೂಡ ತೊಡಗಿತ್ತು.

ಆಡಿಪಾಡಿ ನಲಿಯುವ ಪುಟಾಣಿಗಳು, ಅರಳಿದ ಮೊಗದಿಂದ ಓಡಿಯಾಡುವ ನೇತ್ರ, ಚಿಲುಮೆಯ ಬುಗ್ಗೆಯಂತೆ ಕಾಣುವ ರವೀಂದ್ರ. ಯಾವುದಕ್ಕೂ ಕೊರತೆ ಇರದ ಬಾಳು ಮಧುರವೆನಿಸಿತು. ಒಂದು ದಿನ ಗುಂಡಯ್ಯನವರು ಬಂದಾಗ ಆತ್ಮೀಯ ಸ್ವಾಗತ ಲಭಿಸಿತು. ರಂಗರಾವು ಮತ್ತೆರಡು ಗಂಡುಗಳನ್ನು ದೃಷ್ಟಿಯಲ್ಲಿ ಇಟ್ಟುಕೊಂಡರೂ ಪದ್ಮನಾಭ ಬಹಳ ಯೋಗ್ಯನಾಗಿ ಕಂಡಿದ್ದ.

ಹುಡುಗಿ, ಹುಡುಗನ ಒಪ್ಪಿಗೆಯ ಕೆಲಸ ಮುಗಿದಿತ್ತು. ಕೊಡೋ ಬಿಡೋ ಬಗ್ಗೆ ಏನೂ ಮಾತುಕತೆ ಬೇಕಿರಲ್ಲಿಲ್ಲ. ರಂಗರಾವು ಧಾರಾಳಾವಾಗಿ ಕೊಟ್ಟು ಮಾಡಲು

ಸಿದ್ಧವಾಗಿದ್ದರು. ಹಾಗಾದರೆ ಮತ್ತೇನು?

"ರಾಜೂ, ಸುತ್ತಾಡಿಕೊಂಡು ಬರೋಣ ಬಾ" ಎಂದು ಹೆಂಡತಿಯನ್ನು ಬಂಗ್ಲೆಯ ಸುತ್ತಾ ಇದ್ದ ಹೂ ತೋಟದೋಳಕ್ಕೆ ಕರೆದೊಯ್ದರು.

"ಈಗ ಗುಂಡಯ್ಯನವರಿಗೆ ಏನು ಹೇಳಿಕಳಿಸೋಣ?" ಎಂದರು ಹೆಜ್ಜೆ ಹಾಕುತ್ತಲೇ ರಂಗಾರಾವು.

ರಾಜಲಕ್ಷ್ಮಿ ಮಾತಾನಾಡಲ್ಲಿಲ್ಲ. ಯೋಚಿಸುತ್ತಲೇ ನಡೆಯುತ್ತಿದ್ದರು. ಮಗಳಿಗಿಂತ ಹೆಚ್ಚಾಗಿ ಪ್ರೀತಿ ತೋರುವ ನೇತ್ರ ಯಾವ ಕಾರಣಕ್ಕೂ ಕಷ್ಟಕ್ಕೆ ಸಿಕ್ಕುವುದು ಅವರಿಗೆ ಇಷ್ಟವಿಲ್ಲ. 'ಪದ್ಮನಾಭ ಯೋಗ್ಯ. ಒಳ್ಳೆ ಮನೆತನ. ಆದರೆ ಆರ್ಥಿಕವಾಗಿ ಆ ಮನೆಗೆ ಅವನ ಸಂಬಳವೊಂದೇ ಆಧಾರ. ಇನ್ನೂ ಅವರ ಮೇಲೆ ಹೆಚ್ಚಿನ ಹೊರೆ ಇದೆ. ನವವಧುವಾಗಿ ಆ ಮನೆಗೆ ಕಾಲಿಟ್ಟರೆ ಹಕ್ಕಿಯಂತೆ ಹಾಡುವುದಿರಲಿ, ಆ ಜವಾಬ್ದಾರಿಗಳ ಸರಪಣಿಯನ್ನು ಕಂಡೇ ನೇತ್ರ ಹೌಹಾರಿರಬೇಕಾದಿತ್ತು. ಅಷ್ಟಲ್ಲದೇ ಅವನು ಹೆಂಡತಿಯನ್ನು ದುಡಿಯಲು ಹಚ್ಚಬಹುದು. ಎಲ್ಲ ಕಾರಣಗಳಿಂದಲೂ ಹೆಣ್ಣಾಗುವವಳು ಇವಳೇ. ಇಷ್ಟೆಲ್ಲಾ ತಿಳಿದೂ ಸಹ ತಾವು ಹೇಗೆ ಸಂಬಂಧಕ್ಕೆ ಒಪ್ಪಿಗೆ ಕೊಡುವುದು? ತಾವೊಂದು ಹತ್ತು ಬಳುವಳಿಯಾಗಿ ಅವಳ ಹೆಸರಿನಲ್ಲಿ ಬ್ಯಾಂಕಿನಲ್ಲಿ ಇಡಬಹುದು. ಆದಷ್ಟು ಒಡವೆಯನ್ನು ಮಾಡಿಸಿಕೊಡಬಹುದು. ಬ್ಯಾಂಕಿನ ಹಣ ಮನೆಯ ಹೆಣ್ಣು ಮಕ್ಕಳ ಮದುವೆಗೆ ಖರ್ಚಾಗಬಹುದು. ಒಡವೆ ಕೂಡ ಉಳಿಯುತ್ತೆ ಅನ್ನೋ ಗ್ಯಾರಂಟಿ ಏನು?"

"ರಾಜು...." ಎಂದರು ರಂಗಾರಾವು.

ಗಂಡನ ಕಡೆ ದೃಷ್ಟಿ ಹೊರಳಿಸದೆ ರಾಜಲಕ್ಷ್ಮಿ ನಡೆಯುತ್ತಲೇ ಹೇಳಿದರು. "ನನಗೊಂದು ತೋಚ್ತಾನೆ ಇಲ್ಲ. ಅಬ್ಬ! ಹೆಣ್ಣು ಹುಡುಗಿಯ ಮದುವೆ ಎಂದರೇ ದೊಡ್ಡ ಯೋಚನೆಯ ಸರಪಣಿಯನ್ನು ಬಿಗಿದುಕೊಂಡಂತೆ" ಎಂದು ನಿಡಿದಾಗಿ ಉಸಿರು ಬಿಟ್ಟರು.

ಮತ್ತೆ ಅವರೇ ತಮ್ಮ ಮನಸ್ಸಿನಲ್ಲಿ ಸುಳಿದ ವಿಚಾರಗಳನ್ನೆಲ್ಲ ಗಂಡನ ಮುಂದೆ ಬಿಚ್ಚಿಟ್ಟರು.

ರಂಗರಾವು ಹೆಂಡತಿಯ ವಿಚಾರಗಳಿಗೆ ತಲೆದೂಗಿಸಿದರು. ನೇತ್ರಳನ್ನು ಶ್ರೀಮಂತ ಮನೆತನಕ್ಕೆ ಕೊಡಲು ತಮಗೆ ಚೈತನ್ಯವಿದೆ. ಆದರೆ ಶ್ರೀಮಂತಿಕೆಯ ಹಮ್ಮಿನಲ್ಲಿರುವ ಅವರುಗಳು ನೇತ್ರಳನ್ನು ಅನಾಥ ಹೆಣ್ಣೆಂದೇ ಭಾವಿಸುತ್ತಾರೆ. ನೂರಾರು ವ್ಯಂಗ್ಯ ಮಾತುಗಳಿಂದ ಸದಾ ಅವಳನ್ನು ಚುಚ್ಚಿ ನುಡಿಯುತ್ತಾರೆ. ಅಲ್ಪ ಸ್ವಲ್ಪ ಸುಸಂಸ್ಕೃತ ಗಂಡಾದರೆ ಪರವಾಗಿಲ್ಲ. ಪ್ರೀತಿಯಿಂದ ಕಾಣುತ್ತಾನೆ. ಇಲ್ಲ ಅಟ್ಟಹಾಸದ ಗಂಡುಗಳಾದರೆ ಅವಳು ಜೀವನಪೂರ್ತಿ ಕಣ್ಣೀರಿನಲ್ಲಿ ಕೈ ತೊಳೆಯಬೇಕಾಗುತ್ತೆ; ಆಗ?

ತಮ್ಮ ಮನಸ್ಸಿಗೆ ಬಂದಿದ್ದನ್ನು ಹೆಂಡತಿಗೆ ಹೇಳುವುದು ರಂಗರಾವುಗೆ ಸರದಿಯಾಯಿತು.

ಈಗ ರಾಜಲಕ್ಷ್ಮಿ ಗಮನವಿಟ್ಟು ಕೇಳಿದರು. ಗಂಡನ ಮಾತಿನಲ್ಲಿದ್ದ ಸತ್ಯವನ್ನು ಗುರ್ತಿಸಿದ ಅವರು ನೇತ್ರ ಶ್ರೀಮಂತಿಕೆಯನ್ನು ಅನುಭವಿಸದಿದ್ದರೂ ಪರವಾಗಿಲ್ಲ; ಮಧ್ಯಮ ದರ್ಜೆಯ ಪದ್ಮನಾಭನಿಗೆ ಮಡದಿಯಾದರೆ ಎಷ್ಟೋ ವಾಸಿ ಎಂದುಕೊಂಡರು.

"ರಾಜು, ನಾನು ಬದುಕಿರುವವರೆಗೂ ನೇತ್ರಳಿಗೆ ಗಂಧರ್ವಗಿರಿಯೇ ತೌರು ಮನೆ. ಅವಳಿಗೆ ಏನೇನು ಬೇಕೋ ಅದೆಲ್ಲ ಮಾಡೋಣ. ತಂಗಿಯರ ಮದುವೆ ಮಾಡಿದ ಮೇಲೆ ಪದ್ಮನಾಭನಿಗೆ ಅಂಥ ಜವಾಬ್ದಾರಿ ಇರೋಲ್ಲ. ಯಾವುದೂ ಯೋಚನೆ ಮಾಡಿ ಹೇಳು. ಇಷ್ಟ ಇಲ್ಲದಿದ್ದರೆ ಗುಂಡಯ್ಯನಿಗೆ ಸಮಾಚಾರ ತಿಳಿಸಿ ಕಳಿಸಿಬಿಡೋಣ. ಚಿನ್ನದಂಥ ನೇತ್ರಳಿಗೆ ಗಂಡು ಸಿಗೋದೇನು ಕಷ್ಟವಲ್ಲ."

"ಹೇಗಾದ್ರೂ ಆಗ್ಲಿ, ರವೀನ ಒಂದು ಮಾತು ಕೇಳಿ ಬಿಡೋಣ. ಇನ್ನು ಆ ಹುಡುಗಿ ಏನು ಹೇಳೋಲ್ಲ"

ಹೆಂಡತಿಯ ಮಾತು ಸರಿಯೆನ್ನಿಸಿತು. ಗುಂಡಯ್ಯ ಮಾರನೆಯ ದಿನವೇ ಹೊರಡಲಿದ್ದರಿಂದ ಇಂದೇ ತಮ್ಮ ನಿರ್ಣಯ ತಿಳಿಸಬೇಕಾಗಿತ್ತು. ಅಷ್ಟರಲ್ಲೆ ರವೀಂದ್ರ ಅಲ್ಲಿಗೆ ಬಂದ.

"ರವಿ, ಗುಂಡಯ್ಯನಿಗೆ ಏನು ಹೇಳಿಕಳಿಸೋಣ?" ಎಂದು ರಂಗರಾವು ತಮ್ಮ ಮನದಲ್ಲಿ ಸುಳಿದಿದ್ದನ್ನೆಲ್ಲ ಮಗನ ಮುಂದೆ ಬಿಚ್ಚಿಟ್ಟರು..

ಇವರಿಬ್ಬರ ಯೋಚನಾಸರಣಿಯನ್ನು ಬಿಟ್ಟು ತನ್ನದೇ ಸರಣಿಯಲ್ಲಿ ಯೋಚಿಸುತ್ತಿದ್ದ ರವೀಂದ್ರ ಅಂದು ಕಬ್ಬನ್ ಪಾರ್ಕಿನಲ್ಲಿ ಪದ್ಮನಾಭನ ಜೊತೆಯಲ್ಲಿ ಕಂಡ ಹುಡುಗಿ! ಅದೊಂದು ಸಾಧಾರಣವಾದ ವಿಷಯವಾದರೂ ನೇತ್ರಳಂಥ ಮುಗ್ಧ, ಮೃದುಹೃದಯದ ಹುಡುಗಿಯನ್ನು ದೃಷ್ಟಿಯಲ್ಲಿ ಇಟ್ಟುಕೊಂಡು ಯೋಚಿಸಲೇಬೇಕಾಗಿತ್ತು. ಪದ್ಮನಾಭ ನೇತ್ರಳನ್ನು ನೋಡಿದ ರೀತಿಯಲ್ಲಿ ನೆನಪಿಸಿಕೊಂಡರೆ ಅವನು ಮನಃಪೂರ್ತಿ ಮೆಚ್ಚಿಕೊಂಡಿದ್ದ ಹಾಗಿತ್ತು. ಅದನ್ನು ಹೇಳಿಯೂ ಬಿಟ್ಟಿದ್ದಾನೆ. ಆದರೆ.... ಆ ದೃಶ್ಯ ಕಣ್ಣಿಗೆ ಬೀಳದಿದ್ದರೆ ಚೆನ್ನಾಗಿತ್ತೇನೋ? ಹೇಗೆ ಆಗಲೀ, ಅವನನ್ನೇ ವಿಚಾರಿಸಿಬಿಟ್ಟರೆ ಸತ್ಯಾಂಶ ಹೊರ ಬೀಳುತ್ತದೆ ಎಂದುಕೊಂಡು ತಾಯಿ ತಂದೆಗೆ ಮುಚ್ಚಿಡದೆ ಎಲ್ಲ ತಿಳಿಸಿದ.

"ಅಮ್ಮ, ಅವನು ಬೇರೆ ಯುವತಿಯೊಂದಿಗಿದ್ದುದ್ದನ್ನು ನಾನು ತಪ್ಪಾಗಿ ಭಾವಿಸಿಲ್ಲ. ಆದರೆ ಅವನ ವರ್ತನೆ..."

"ರವೀ, ನೀನು ಬಾಯಿ ಬಿಟ್ಟು ಹೇಳಿ ದೊಡ್ಡ ಉಪಕಾರ ಮಾಡಿದೆ. ಟೆಲಿಗ್ರಾಮ್ ಮಾಡಿ ಅವನನ್ನೇ ಕರೆಸೋಣ. ಹೇಗೂ ನಿನ್ನ ಸಮವಯಸ್ಕ ತಾಳ್ಮೆಯಿಂದ ನಿಜಾಂಶ ತಿಳಿ. ಆಮೇಲೆ ಮುಂದಿನ ಯೋಚನೆ. ಇದು ಆಗಲ್ಲಿಲ್ಲ ಅಂದರೆ ನೇತ್ರ ಕಾಲೇಜು ಬಾಗಿಲು ತೆಗೆದ ಕೂಡಲೆ ಕಾಲೇಜಿಗೆ ಹೋಗಲಿ" ಎಂದುಬಿಟ್ಟರು ರಂಗರಾವು.

ನೇತ್ರಳ ಮದುವೆ ಬಗ್ಗೆ ಇಷ್ಟೆಲ್ಲ ಯೋಚನೆ, ಮಾತುಕತೆಗಳು ನಡೆದರೂ ಸಹ ಅವಳಿಗೆ ಅದರ ಗೊಡವೆ ಇಲ್ಲ. ತನ್ನ ಪಾಡಿಗೆ ತಾನು ಎಂದಿನ ನೇತ್ರಳೇ ಆಗಿದ್ದಳು.

ಗುಂಡಯ್ಯನನ್ನು ಎರಡು ದಿನ ನಿಲ್ಲಿಸಿಕೊಂಡು, ಪದ್ಮನಾಭ ಕೂಡಲೇ ಹೊರಟು ಬರುವಂತೆ ಟೆಲಿಗ್ರಾಮ್ ಮಾಡಿದರು. ನೇತ್ರಳಿಗೆ ವಿಷ್ಯ ತಿಳಿದಿರಲ್ಲಿಲ್ಲ.

ಪದ್ಮನಾಭ ಬಂದಿಳಿದ. ರವೀಂದ್ರನೇ ಅವನನ್ನು ಎದುರುಗೊಂಡು ಕರೆತಂದ. ಅವನ ಮುಖಭಾವನೆಗಳನ್ನು ಓದಲು ರವೀಂದ್ರ ಪ್ರಯತ್ನ ಪಟ್ಟ. ಅದರದು ಸಾಧ್ಯವಾಗಲ್ಲಿಲ್ಲ.

"ಅಷ್ಟು ದಿನಗಳ ಒಡನಾಟದಲ್ಲಿ ರೂಪಳ ಮುಖ ಭಾವನೆಗಳನ್ನೇ ಓದಲು ತನ್ನಿಂದ ಸಾಧ್ಯವಾಗಲ್ಲಿಲ್ಲ. ಅಂಥದರಲ್ಲಿ ಪದ್ಮನಾಭನ ಭಾವನೆಗಳನ್ನು ತನ್ನಿಂದ ಓದಲು ಹೇಗೆ ಸಾಧ್ಯ?" ಎಂದು ಮನಸ್ಸಿನಲ್ಲೇ ನಕ್ಕ.

ನೇತ್ರ ಈಗ ಅಂದಿನ ಬಡ ಜೋಯಿಸರ ಮೊಮ್ಮಗಳಾಗಿರಲ್ಲಿಲ್ಲ. ಈಗ ವೇಷಭೂಷಣಗಳಲ್ಲಿ ಅಪಾರ ಮಾರ್ಪಾಟು ಇತ್ತು. ಕಿವಿಗೆ ಮುತ್ತಿನ ಓಲೆ, ಮೂಗುಬೊಟ್ಟು, ಕತ್ತಿನಲ್ಲಿ ಒಂದೆಳೆಯ ಚಿನ್ನದ ಸರ, ಉಡಲು ನೈಲೆಕ್ಸ್ ಸೀರೆಗಳು, ಗಂಧರ್ವಗಿರಿಯ ಸಂಪತ್ತಿಗೆ ಒಪ್ಪುವುಂಥ ಗಾಂಭೀರ್ಯಧ ನಡತೆ. ಬಂಗಲೆ ಬಂದ ಕೂಡಲೇ ಪದ್ಮನಾಭನ ಕಣ್ಣುಗಳು ನೇತ್ರಳನ್ನು ಆರಿಸಿದವು. ಆದರೆ ಅವನ ಕಣ್ಮನ ತಣಿಸಲು ಅವಳು ಕಾದಿರಲ್ಲಿಲ್ಲ.

ರವೀಂದ್ರ ಕೋಣೆಯೊಳಕ್ಕೆ ಬಂದಾಗ ನೇತ್ರ ಬಟ್ಟೆಯ ಮೇಲೆ ಕಸೂತಿ ಬಿಡಿಸುವಲ್ಲಿ ಮಗ್ನಳಾಗಿದ್ದಳು.

ಮನಸ್ಸಿನಲ್ಲೇ ನಕ್ಕ ರವೀಂದ್ರ ನೇತ್ರಳ ಜಡೆ ಜಗ್ಗಿ, "ಏನು ಸಮಾಚಾರ ಹುಡುಗಿ?" ಎಂದ. ರೆಪ್ಪೆಗಳನ್ನು ಪಟಪಟನೆ ಹೊಡೆದ ನೇತ್ರಳ ಮುಖದ ಮೇಲೆ ತೆಳುವಾದ ನಗು ಹಾದುಹೋಯಿತು.

"ಏನೂ ಇಲ್ಲ" ಎಂದಳು.

"ಈಗ ಪದ್ಮನಾಭ ಬಂದಿರೋದು ಯಾಕೆ ಗೊತ್ತ?"

ಗೊತ್ತಿಲ್ಲ ಎನ್ನುವಂತೆ ತಲೆಯಾಡಿಸಿದ ನೇತ್ರ ತಲೆ ತಗ್ಗಿಸಿ ನಿಂತಳು. "ನೇತ್ರ– ನಿನ್ನ ಮನಸ್ಸಿನಲ್ಲಿರೋದನ್ನು ಹೇಳದಿದ್ದರೇ ನಮಗೆ ಹೇಗೆ ಗೊತ್ತಾಗುತ್ತೆ? ಆವತ್ತು ಪ್ರತಿಭಟಿಸದೆ ಸುಬ್ಬಣ್ಣನ ಕೈಯಲ್ಲಿ ತಾಳಿ ಕಟ್ಟಿಸಿಕೊಳ್ಳೊಕೆ ಸಿದ್ಧವಾಗಿದ್ದೆ. ಈಗ ಹಾಗೆ ಆಗೋದು ಬೇಡ. ನಿನ್ನ ಇಷ್ಟಕ್ಕೆ ವಿರೋಧವಾಗಿ ಮದುವೆ ಮಾಡೋಲ್ಲ. ನರಸಿಂಹ ಜೋಯಿಸರು ಸತ್ತ ಮೇಲೆ ಅನಾಥೆ ಆಗಿಬಿಟ್ಟೆ ಅನ್ನೋ ಕಲ್ಪನೆ ನಿನಗಿದ್ದರೆ ತುಂಬ ಕಷ್ಟ. ನಾವೆಲ್ಲ ನಿನ್ನವರೇ. ನಿನ್ನ ಸುಖ, ಒಳಿತು ಬಯಸುವವರೇ. ಈಗ ಹೇಳು, ಮದುವೆ ಬಗ್ಗೆ ನಿನ್ನ ನಿರ್ಣಯ."

ನೇತ್ರ ಹೃದಯದಲ್ಲಿ ಕೃತಜ್ಞತೆಯ ಮಹಾಪೂರವೇ ಉಕ್ಕಿತು. ಆದರೆ ಅದನ್ನು ಭೋರ್ಗರೆಸಲು ಅವಳು ಅಶಕ್ತಳು. ಅವಳ ಕಣ್ಣಿಂದ ಎರಡು ಬಿಂದು ನೆಲಕ್ಕೆ ಉರುಳಿತು.

"ಯಾಕೆ ಕಣ್ಣೀರು?" ಎಂದು ತಾನೇ ಅವಳ ಗಲ್ಲದ ಮೇಲೆ ಪ್ರೀತಿಯಿಂದ

ಬಿದ್ದ ಕಂಬನಿಯನ್ನು ತೊಡೆದ.

ಇನ್ನು ಈ ಹುಡುಗಿಯನ್ನು ಕೇಳಿ ಪ್ರಯೋಜನವಿಲ್ಲವೆಂದುಕೊಂಡು ಪ್ರೀತಿಯಿಂದ ಅವಳ ಭುಜ ತಟ್ಟಿ ಹೊರಗೆ ಬಂದ.

ಗಂಧರ್ವಗಿರಿಯನ್ನು ತೋರಿಸುವ ನೆಪವೊಡ್ಡಿ ಪದ್ಮನಾಭನನ್ನು ರವೀಂದ್ರ ಹೊರಗೆ ಕರೆದೊಯ್ದ. ಏನೇ ಆಗಲೀ, ಅವನ ಬಾಯಿಂದಲೇ ನಿಜವನ್ನು ಹೊರಡಿಸುವ ಉದ್ದೇಶ ಅವನದು.

ಪದ್ಮನಾಭ ಗಂಧರ್ವಗಿರಿಯ ಚೆಲುವನ್ನು ಕಣ್ತುಂಬ ತುಂಬಿಕೊಂಡು ಬರೀ ಬೆಂಗಳೂರು ವಾತಾವರಣದಲ್ಲಿ ಹುಟ್ಟಿ-ಬೆಳೆದು ಅಲ್ಲೇ ನೆಲೆಸಿದ್ದ ಪದ್ಮನಾಭನಿಗೆ ಗಂಧರ್ವಗಿರಿ ಒಂದು ಗಂಧರ್ವಲೋಕದಂತೆ ಭಾಸವಾಗುತ್ತಿತ್ತು. ಪ್ರಕೃತಿಯ ಸೊಬಗನ್ನು ಮನದಣಿಯ ಸವಿಯುತ್ತಿದ್ದ. ಅವನಿಗೆ ಮಾತಿಗಿಂತ ಮೌನವೇ ಪ್ರಿಯವಾಗಿತ್ತು.

"ಹೇಗಿದೆ ನಮ್ಮ ಗಿರಿ?" ಕೇಳಿದ ರವೀಂದ್ರ. ಅವನ ಕೇಳಿಕೆಯಲ್ಲಿ ಹೆಮ್ಮೆ ಇತ್ತು.

ನನಗೆ ಏನು ಹೇಳಬೇಕೋ ತಿಳೀತಾ ಇಲ್ಲ. ನಾನೊಬ್ಬ ಸಾಮಾನ್ಯ ಮನುಷ್ಯ. ಕವಿಯೋ, ಸಾಹಿತಿಯೋ ಆಗಿದ್ದರೆ ಮುಕ್ತಮನಸ್ಸಿನಿಂದ ಪ್ರಕೃತಿ ದೇವಿಯನ್ನು ವರ್ಣಿಸುತ್ತಿದ್ದೆ. ನನ್ನ ಮಾತಿನಲ್ಲಿ ಹೇಳೋದಾದರೆ ಇದು ಧರೆಗಿಳಿದ ಗಂಧರ್ವಲೋಕ. ಹೆಸರಿನಂತೆ ಇದು ಗಂಧರ್ವಗಿರಿಯೇ."

ಸ್ವಲ್ಪ ಹೊತ್ತು ಮೌನವಹಿಸಿದ ರವೀಂದ್ರ ಮುಜುಗರದಿಂದಲೇ ತಾನು ಪ್ರಸ್ತಾಪಿಸಬೇಕೆಂದಿದ್ದ ವಿಷಯಕ್ಕೆ ಬಂದ.

"ನಿಮ್ಮನ್ನು ಕರೆಸಿದ್ದು ಒಂದು ಉದ್ದೇಶಕ್ಕೆ. ದಯವಿಟ್ಟು ತಪ್ಪು ತಿಳ್ಕೋಬಾರ್ದು. ಆವತ್ತು ನಿಮ್ಮ ಜೊತೆಯಲ್ಲಿ ಒಬ್ಬ ಯವತಿಯನ್ನು ನೋಡಿದೆ. ಆದರೆ ಈಗಿನ ಪರಿಸರದಲ್ಲಿ, ಒಂದೇ ಕಡೆಯಲ್ಲಿ ದುಡಿಯುವ ಹೆಣ್ಣು-ಗಂಡು ಸ್ನೇಹದಿಂದ ಸಲಿಗೆಯಿಂದ ಇರುವುದು ತಪ್ಪೇನಿಲ್ಲ. ಅದು ಬರೀ ಸ್ನೇಹ ಆದರೆ ಬಹಳ ಸಂತೋಷ. ನಿಮಗೆ ಗುಂಡಯ್ಯನವರು ನೇತ್ರಳ ವಿಷ್ಯವನ್ನೆಲ್ಲ ತಿಳಿಸಿರಬೇಕು. ತಾಯಿ ತಂದೆಯವರ ಮುಖವನ್ನೇ ಕಾಣದೇ ಬೆಳೆದ ನೇತ್ರಳನ್ನು ಜೋಯಿಸರು ಬಹಳ ಅಕ್ಕರೆಯಿಂದ ಜೋಪಾನ ಮಾಡಿದರು. ಇಲ್ಲೂ ಅಷ್ಟೆ, ಅಮ್ಮ-ಅಣ್ಣ ಹೆತ್ತ ಮಗಳಷ್ಟೇ ಅಕ್ಕರೆ. ಅವಳ ಜೀವನದಲ್ಲಿ ಸ್ವಲ್ಪ ಏರುಪೇರಾದರೂ ನಾವೆಲ್ಲ ಮಾನಸಿಕ ಘರ್ಷಣೆಗೆ ಸಿಕ್ಕಿ ಒದ್ದಾಡಬೇಕಾಗುತ್ತೆ.

ಪದ್ಮನಾಭ ಗೊಂದಲದಲ್ಲಿ ಬಿದ್ದ. ರೀಟಾಳ ವಿಷಯವನ್ನು ಯಾವ ಕಾರಣಕ್ಕೂ ಸಂಸಾರದವರೆಗೂ ತರಲು ಅವನಿಗೆ ಇಷ್ಟವಿಲ್ಲ. ಈಗ ದುರದೃಷ್ಟದಿಂದ ಇವರಿಗೆ ತಿಳಿದುಬಿಟ್ಟಿದೆ. ಬರೀ ಸ್ನೇಹವೆಂದು ಸುಳ್ಳು ಹೇಳಿ ತಪ್ಪಿಸಿಕೊಳ್ಳಬಹುದು.

ಆಮೇಲೆ....ಬೇಡ, ನಿಜ ಸಂಗತಿ ತಿಳಿಸಿಬಿಡೋಣ. ನಾನೇನು ರೀಟಾಳನ್ನು ಮದುವೆಯಾಗಲು ಸಿದ್ಧವಿಲ್ಲ ಎಂದುಕೊಂಡು,

"ಖಂಡಿತ ನೇತ್ರಳಿಗೆ ನನ್ನಿಂದ ಯಾವ ದ್ರೋಹನು ಆಗೋಲ್ಲ. ಸಂಗಾತಿಯಾಗಿ ಸ್ವೀಕರಿಸಿದ ಮೇಲೆ ಅವಳಿಗೆ ಯಾವುದರಲ್ಲೂ ಕೊರತೆಯಾಗದಂತೆ ನೋಡಿಕೊಳ್ಳಬಲ್ಲೆ ಎಂಬ ಭರವಸೆ ಕೊಡಬಲ್ಲೆ. ನನ್ನ ಮತ್ತು ರೀಟಾಳ ಸಂಬಂಧ ಬರೀ ಸ್ನೇಹದಲ್ಲೇ ಉಳಿದಿಲ್ಲ ಮತ್ತೂ ದೂರ ಸಾಗಿದೆ. ಅದರಿಂದ ನನ್ನ ದಾಂಪತ್ಯ ಜೀವನಕ್ಕೇನೂ ಕೆಡುಕಿಲ್ಲ. ಮದುವೆಗಾಗಿ ನಿಂತ ಇಬ್ಬರು ತಂಗಿಯರನ್ನು ಇಟ್ಟುಕೊಂಡು ಬೇರೆ ಜಾತಿಯ ಹೆಣ್ಣಾದ ರೀಟಾಳನ್ನು ಮದುವೆಯಾಗಲೂ ಸಾಧ್ಯವಿಲ್ಲ. ಆ ವಿಷಯ ರೀಟಾಗೂ ಗೊತ್ತಿದೆ. ಅದಕ್ಕೆ ಅವಳ ಸಮ್ಮತಿ ಕೂಡ ಇದೆ. ನನ್ನ ಮದುವೆ ವಿಷಯ ಕೂಡ ಅವಳಿಗೆ ತಿಳಿದಿದೆ. ಇದರಿಂದ ಅವಳಿಗೇನೂ ಬೇಸರವಿಲ್ಲ. ನನಗೆ ಕೆಲಸ ಸಿಕ್ಕುವಲ್ಲಿ ಅವಳದು ಮಹತ್ತರ ಪಾತ್ರ. ಅದಕ್ಕಾಗಿ ಅವಳಲ್ಲಿ ನನಗೆ ಹೆಚ್ಚಿನ ವಾತ್ಸಲ್ಯ. ನನ್ನ ಮತ್ತು ಅವಳ ಮದುವೆ ಆದ ಮೇಲೆ ಪ್ರೀತಿ ವಿರುದ್ಧ ದಿಕ್ಕಿನಲ್ಲಿ ಹರಿದು ನಮ್ಮಿಬ್ಬರ ಸ್ನೇಹ ಕ್ರಮೇಣ ಕಡಿಮೆಯಾಗಬಹುದು. ಇಲ್ಲ, ತುಂಡಾಗಬಹುದು. ಇಲ್ಲ, ಮುಂದುವರಿದರೂ ಮುಂದುವರಿಯಬಹುದು" ಎಂದ.

ಪದ್ಮನಾಭನೇನೋ ಯಾವ ಉದ್ವೇಗಕ್ಕೂ ಒಳಗಾಗದೇ ಸಮಾಧಾನವಾಗಿಯೇ ಹೇಳಿದ್ದ. ಆದರೆ ರವೀಂದ್ರನಿಗೆ ಕೋಪದಿಂದ ಮುಖ ಕೆಂಪಾಯಿತು ಅವನ ಸತ್ಯದ ಹೇಳಿಕೆ, ದಿಟ್ಟತನಕ್ಕೆ ಸಂತೋಷವಾದರೂ ಅವನ ಕೆಟ್ಟ ನೀತಿಯ ಬಗ್ಗೆ ಮೈ ಉರಿಯಿತು.

"ನನ್ನ ಒಬ್ಬನ ಸಂಬಳದಿಂದ ಬೆಂಗಳೂನಲ್ಲಿ ಸುಲಲಿತವಾಗಿ ಜೀವನ ಸಾಗಿಸೋದು ಕಷ್ಟವಾಗುತ್ತೆ. ರೀಟಾನೇ ನೇತ್ರಳಿಗೆ ಎಲ್ಲಾದರೂ ಕೆಲಸ ಕೊಡಿಸಲು ಸಿದ್ಧವಾಗಿದ್ದಾಳೆ. ನೇತ್ರ ಮುಗ್ಧ ಹುಡುಗಿ..."

"ಮುಗ್ಧತೇನ ನೀವು ದುರುಪಯೋಗಪಡಿಸಿಕೊಳ್ಳೊಕೆ ಹೊರಟ್ಟಿದ್ದೀರಿ. ಅವಳಿಗೆ ಹಿಂದು ಮುಂದು ಯಾರು ಇಲ್ಲ. ಮದುವೆಯಾದ ಮೇಲೆ ನಾವು ಅವಳ ಉಸಾಬರಿಗೆ ಬರೋಲ್ಲ. ನಿಮ್ಮ ಹತ್ರ ಜಗಳವಾಡಿ ಹಟ ಮಾಡುವಂಥ ಧೈರ್ಯಸ್ಥೆ ಅವಳಲ್ಲ ಅಂತ ತಾನೇ ನಿಮ್ಮ ಅಭಿಪ್ರಾಯ? ಛೆ! ನಿಮ್ಮ ಮುಖ ನೋಡಿ ನೀವು ಬಹಳ ಸಂಭಾವಿತರು ಅಂತ ಭಾವಿಸಿದ್ದೆ ತಪ್ಪಾಯಿತು" ಎಂದು, ಪದ್ಮನಾಭ ಮಾತು ಪೂರ್ಣಮಾಡುವ ಮುನ್ನವೇ ಕೋಪದಿಂದ ನುಡಿದ ರವೀಂದ್ರ.

"ನೀವು ತಪ್ಪು ತಿಳ್ಕೋಡಬೇಡಿ. ನಾನು ಖಂಡಿತ ನೇತ್ರಳಿಗೆ ಅನ್ಯಾಯ ಮಾಡೋಲ್ಲ."

"ದಯವಿಟ್ಟು ನೀವು ಇನ್ನೇನೋ ಹೇಳಬೇಡಿ. ನೀವು ನಿಜ ಹೇಳಿ ನಮಗೆ ಉಪಕಾರ ಮಾಡಿದ್ದೀರಿ. ಅದಕ್ಕಾಗಿ ನಿಮಗೆ ಧನ್ಯವಾದಗಳು" ಪದ್ಮನಾಭ ರವೀಂದ್ರ ಸಮಾಧಾನ ಸ್ಥಿತಿಗೆ ತರಲು ಎಷ್ಟೋ ಪ್ರಯತ್ನಿಸಿದ. ಆದರೆ ರವೀಂದ್ರ ಪೂರ್ಣ ಮೌನವಹಿಸಿಬಿಟ್ಟ.

ಪದ್ಮನಾಭನಿಗೆ ಬಹಳ ನಿರಾಸೆಯಾಯಿತು. ಗುಂಡಯ್ಯನವರು ಹತ್ತು ಸಾವಿರ ಕೊಡಿಸ್ತೀನಿ ಎಂದು ಹೇಳಿದರು. ಅದರಲ್ಲಿ ಒಬ್ಬ ತಂಗಿಯ ಮದುವೆ ಮಾಡಿ ಜವಾಬ್ದಾರಿ ಕಳೆದುಕೊಳ್ಳಬಹುದು. ಮದುವೆಯಾದ ಮೇಲೆ ಇಬ್ಬರ ದುಡಿತದಿಂದ

ಆರಾಮವಾಗಿರಬಹುದು. ಹೊರಗೆ ರೀಟಾಳ ಸಾನ್ನಿಧ್ಯದಲ್ಲಿ ಮನೆಯಲ್ಲಿ ಮುದ್ದು ಮಡದಿಯ ಜತೆ ದಾಂಪತ್ಯವೆಂದು ನೂರಾರು ಕನಸು ಕಂಡಿದ್ದು. ಈಗ ಭಗ್ನವಾಗಿ ಹೋಯಿತು. ಇನ್ನು ತನ್ನ ಮತ್ತು ನೇತ್ರಳ ಮದುವೆ ಸಾಧ್ಯವಿಲ್ಲ ಎಂದು ನಿಶ್ಚಯಿಸಿಕೊಂಡ.

ಮದುವೆಯ ವಿಷಯವೊಂದು ಬಿಟ್ಟು ಉಳಿದ ವಿಷಯದಲ್ಲಿ ರವೀಂದ್ರ ಆತ್ಮೀಯವಾಗಿಯೇ ವರ್ತಿಸಿದ. ತಮ್ಮ ಇನ್ನೂರು ಎಕರೆ ತೋಟವನ್ನೆಲ್ಲ ತೋರಿಕೊಂಡು ಬಂದ.

ರಾತ್ರಿ ಎಲ್ಲರೂ ಒಟ್ಟಿಗೆ ಊಟಕ್ಕೆ ಕುಳಿತರು. ಈಗ ಪದ್ಮನಾಭನಿಗೆ ಉತ್ಸಾಹದಿಂದ ನೇತ್ರಳ ಮುಖ ನೋಡುವುದಾಗಲಿಲ್ಲ. ರವೀಂದ್ರನಿಗೆ ಬಿಟ್ಟು ಬೇರೆಯವರಿಗೂ ಇವರ ಮಾತುಕತೆಯ ವಿವರ ತಿಳಿದಿರಲಿಲ್ಲ. ನೇತ್ರ ಮಾತ್ರ ಎಂದಿನಂತೆಯೇ ಇದ್ದಳು.

ರವೀಂದ್ರ ತಾಯಿ, ತಂದೆಯರ ಮಲಗುವ ಕೋಣೆಗೆ ಬಂದಾಗ, ಅವರುಗಳು. ಮದುವೆಯ ವಿಷಯವನ್ನೇ ಸಂಭಾಷಿಸುತ್ತಿದ್ದರು. ಅವರಿಗೆಲ್ಲ ಪದ್ಮನಾಭನ ಗಂಭೀರ ನಡತೆ, ವಿನಯವಂತಿಕೆ ಮೆಚ್ಚುಗೆಯಾಯಿತು.

"ಬಾ ರವೀ, ವಿಚಾರಿಸಿದೆಯಾ? ಏನು ಹೇಳಿದೆ?" ಎಂದರು ಮಗನ ಮುಖ ಕಂಡ ಕೂಡಲೇ ರಂಗರಾವು.

ಈ ಮದುವೆ ಬೇಡ ಎಂದರೆ ನೂರೆಂಟು ಪ್ರಶ್ನೆಗಳನ್ನು ಎದುರಿಸಬೇಕಾಗುತ್ತೆ. ಆದರಿಂದ ವಿಷ್ಯ ಅವರ ಮುಂದಿಟ್ಟು ತೀರ್ಮಾನ ಅವರಿಗೆ ಬಿಡೋಣ ಎಂದುಕೊಂಡ.

ನಿಮಿಷ ನಿಮಿಷಕ್ಕೂ ರೂಪಳಿಂದ ಬಿದ್ದ ಹೊಡೆತ ಅವನನ್ನು ಎಚ್ಚರಿಸುತ್ತಲೇ ಇತ್ತು.

ವಿಷಯ ಕೇಳಿದ ರಾಜಲಕ್ಷ್ಮಿ ಖಡಾಖಂಡಿತವಾಗಿ ಈ ಸಂಬಂಧ ಬೇಡ ಎಂದುಬಿಟ್ಟರು.

ಬೇರೆಯವರ ಒತ್ತಾಯವೇನೂ ಇಲ್ಲದಿದ್ದರಿಂದ ಎಲ್ಲರೂ ಈ ವಿಷಯಕ್ಕೆ ಮುಕ್ತಾಯ ಹಾಡಿದರು.

ಮುಖಕ್ಕೆ ಹೊಡೆಯುವ ಹಾಗೆ ಹೇಳದೆ ಗುಂಡಯ್ಯನನ್ನು ಉಪಾಯದಿಂದ ಕಳುಹಿಸಿಕೊಟ್ಟರು. ಇನ್ನು ಪದ್ಮನಾಭನಿಗೆ ಅರಿವು ಇದ್ದುದ್ದರಿಂದ ಏನು ಹೇಳಬೇಕಾಗಿರಲ್ಲಿಲ್ಲ.

* * *

ಕಾಲೇಜು ಬಾಗಿಲು ತೆರೆದ ಕೂಡಲೆ ನೇತ್ರ ಕಾಲೇಜಿಗೆ ಹೋಗ ತೊಡಗಿದಳು. ಅವಳಿಗೆ ಈಗ ವೇಳೆ ಸರಿಯುವುದೇ ಗೊತ್ತಾಗುತ್ತಿರಲ್ಲಿಲ್ಲ. ಕಾಲೇಜು, ಸಹಪಾಠಿಗಳು ಮತ್ತು ಓದಿನ ನಡುವೆ ದಿನಗಳು ನಿಮಿಷಗಳಂತೆ ಕಳೆದುಹೋಗುತ್ತಿದ್ದವು. ಮನೆಗೆ ಬಂದರೆ ಹುಡುಗರ ಆಟಪಾಟ, ತನ್ನ ಅಭ್ಯಾಸದ ನಡುವೆ ತನ್ಮಯಳಾಗಿ ಬಿಡುತ್ತಿದ್ದಳು.

ದಿನಕ್ಕೊಮ್ಮೆಯಾದ್ರೂ ದೇವಾಲಯಕ್ಕೆ ಹೋಗಿ ಬಂದರೇ ಅವಳಿಗೆ ಸಮಾಧಾನ.

ಬೆಳಗಿನ ಹೊತ್ತು ರಂಗರಾವು ತಾವು ಹೋಗುವಾಗ ನೇತ್ರಳನ್ನೂ ತಮ್ಮ ಜೊತೆ ಕರೆದೊಯ್ಯುತ್ತಿದ್ದರು. ಕೆಲವೊಮ್ಮೆ ರಾಜಲಕ್ಷ್ಮಿ ಹುಡುಗರ ಜೊತೆ ದೇವಸ್ಥಾನಕ್ಕೆ ಹೋಗುತ್ತಿದ್ದಳು. ಆಗ ತಾತ, ನರಸಿಂಹ ದೇವರ ಗುಡಿ, ಪುಟ್ಟಜ್ಜಿ, ಮಾವ, ಅತ್ತೆ, ರಾಮು ಕಪಿಲೆ ಎಲ್ಲ ಅವಳ ನೆನಪಿನಲ್ಲಿ ಮೂಡಿ ಬರುತ್ತಿದ್ದರು.

ಬೆಳಿಗ್ಗೆ ಸಕಲೇಶಪುರಕ್ಕೆ ಹೋಗಿದ್ದ ರವೀಂದ್ರ ಸಂಜೆ ಹಿಂದಿರುಗಿ ಬಂದಾಗ ಪೋರ್ಟಿಕೋದಲ್ಲಿ ಬೆತ್ತದ ಕುರ್ಚಿಯ ಮೇಲೆ ಕುಳಿತು ರೂಪ ತಾಯಿಯೊಡನೆ ಸಂಭಾಷಿಸುತ್ತಿರುವುದನ್ನು ಕಂಡ. ಅವಳು ಈಗ ತುಂಬ ಸ್ಥೂಲವಾದ ಹಾಗೆ ಕಾಣಿಸಿದಳು. ಇಳಿಬಿಟ್ಟ ಕೂದಲು, ತುಟಿ ಕೆನ್ನೆಗಳಿಗೆ ಬಣ್ಣ ತೀಡಿದ ಹುಬ್ಬುಗಳು, ಗುಲಾಬಿ ಬಣ್ಣದ ಫಾರಿನ್ ನೈಲೆಕ್ಸ್ ಸೀರೆ, ಅದೇ ಬಣ್ಣದ ಸ್ಲೀವ್‌ಲೆಸ್ ಚೌಲಿ, ನೋಡುವವರ ಮನಸ್ಸನ್ನು ಆಕರ್ಷಿಸಿದರೂ ಅದರ ಹಿಂದಿದ್ದ ಕೆಟ್ಟ ಹೃದಯವನ್ನು ರವೀಂದ್ರನೊಬ್ಬನೇ ಬಲ್ಲ.

ಇವನನ್ನು ನೋಡಿದ ಕೂಡಲೇ, "ಹಲೋ!" ಎಂದಳು ತುಟಿಗಳನ್ನು ಅರಳಿಸುತ್ತ.

ತನ್ನ ಮದುವೆಯ ಆಘಾತದಿಂದ ಅವನು ಖಂಡಿತ ಚೇತರಿಸಿಕೊಳ್ಳಲಾರ ಎಂದು ತಿಳಿದಿದ್ದಳು. ಅದನ್ನು ಮೆನನ್ ಒತ್ತಿ ಒತ್ತಿ ಅವಳಿಗೆ ಹೇಳಿದ್ದರು. ಏನಾದರೂ ಸರಿ ಗಂಧರ್ವಗಿರಿಯ ಪ್ರತಿಭೆಯನ್ನು ಕುಗ್ಗಿಸುವ ಛಲ ಅವರಿಗೆ. ಅದಕ್ಕೆ ಎಷ್ಟೋ ವಿಪತ್ತುಗಳನ್ನು ಒಡ್ಡಿದರು. ಆದರೆ ಪ್ರಮಾಣಿಕರಾದ ಕೆಲಸಗಾರರಿದ್ದುದ್ದರಿಂದ ಸಾಧ್ಯವಾಗಲಿಲ್ಲ. ಸುಧೀಂದ್ರ, ಮೃದುಲ ಸಾವಿನಿಂದ ಗೆಲುವಾಗಿದ್ದ ಮೆನನ್ ರವೀಂದ್ರನ ಕಾರ್ಯತತ್ಪರತೆಯನ್ನು ನೋಡಿ ಕುಗ್ಗಿದರು. ಅವನನ್ನು ಅಳಿಯನನ್ನಾಗಿ ಮಾಡಿಕೊಂಡು ಗಂಧರ್ವಗಿರಿಯನ್ನು ತಮ್ಮ ವಶಪಡಿಸಿಕೊಳ್ಳಲು ಬಯಸಿದ್ದರು. ಅದಕ್ಕಾಗಿಯೇ ಮಗಳ ಆಕರ್ಷಣೆಯಿಂದ ಅವನನ್ನು ಬಗ್ಗಿಸಿದರು. ಆದರೆ ಯಾವುದೋ ಆಮಿಷಕ್ಕೆ ಒಳಗಾಗಿ ಇದನ್ನು ಮರೆತು ಮಂತ್ರಿಗಳ ಸಂಬಂಧ ಬೆಳೆಸಿದ್ದರು. ಆಗ ಕೂಡ ಅವರು ಗಂಧರ್ವಗಿರಿಯ ಕೆಡುಕನ್ನೇ ಬಯಸಿದ್ದರು. ಈ ಮದುವೆಯಿಂದ ರವೀಂದ್ರ ಆಘಾತಕ್ಕೆ ಒಳಗಾಗುತ್ತಾನೆ ಈಗಲೇ ಒಬ್ಬ ಮಗ, ಸೊಸೆಯನ್ನು ಕಳೆದುಕೊಂಡಿರುವ ರಂಗರಾವು, ರಾಜಲಕ್ಷ್ಮಿ ಮತ್ತಷ್ಟು ಕುಗ್ಗಿ ಹೋಗುತ್ತಾರೆ. ಒಡೆಯ ಒಡತಿಯರ ನಿರಾಸಕ್ತಿಯಿಂದ ಕೂಲಿಗಾರರು ಸೋಮಾರಿಗಳಾಗುತ್ತಾರೆ. ಆಗ ನಾವು ಸ್ವಲ್ಪ ಆಮಿಷ ಒಡ್ಡಿದರೆ ಸಾಕು–ಗಂಧರ್ವಗಿರಿ ದಿನದಿಂದ ದಿನಕ್ಕೆ ತನ್ನ ಚೇತನ ಕಳೆದುಕೊಂಡು ನಶಿಸಿಹೋಗುತ್ತದೆ. ಎಂದು ಊಹಿಸಿದ್ದರು. ಇದಕ್ಕೆ ಸರಿಯಾಗಿ ರವೀಂದ್ರ ಮಲಗಿದ್ದು, ಅವರುಗಳು ಬೆಂಗಳೂರಿಗೆ ಹೋಗಿದ್ದು ಇವರ ಊಹೆಗೆ ರೆಕ್ಕೆ ಬಂದಂತೆ ಆಗಿತ್ತು. ಆದರೆ ರವಿಯ ಆಗಮನದಿಂದ ಇವರ ಊಹೆಯೆಲ್ಲ ತಿರುಗುಮುರುಗಾಗಿ ಹೋಗಿತ್ತು.

ಉತ್ಸಾಹದಿಂದ ಬೆತ್ತದ ಚೇರಿನ ಮೇಲೆ ಕುಳಿತ ರವೀಂದ್ರ ಗಾಳಿಗೆ ಹಾರಾಡುತ್ತಿದ್ದ ತನ್ನ ಕೂದಲನ್ನು ಹಿಂದಕ್ಕೆ ತಳ್ಳುತ್ತ ತಾಯಿಯ ಬಳಿ ಏನೋ ಹೇಳಿ ರೂಪಳ ಕಡೆ ತಿರುಗಿ,

"ಯಾವಾಗ ಬಂದಿದ್ದು? ದೆಹಲಿಯ ಹವಾ ನಿಮಗೆ ಒಗ್ಗಿದ ಹಾಗೆ ಕಾಣುತ್ತೆ. ಹೇಗಿದೆ ಮ್ಯಾರಿಡ್ ಲೈಫ್" ಎಂದ.

ರೂಪ ಮೆನನ್‌ಳ ಮುಖದಲ್ಲಿ ವಿಷಾದದ ಚಿಹ್ನೆಯಾಗಲೀ, ನಿರುತ್ಸಾಹದ ಗೆರೆಯಾಗಲಿ ರವೀಂದ್ರನಿಗೆ ಕಾಣಿಸಲ್ಲಿಲ್ಲ. ಅವಳು ರವೀಂದ್ರನ ಮಾತಿಗೆ ಉತ್ತರಿಸದೇ ಸುಮ್ಮನೆ ನಕ್ಕಳು.

"ಸ್ವಲ್ಪ ಮಾತಾಡುತ್ತ ಇರಿ, ಬಂದು ಬಿಟ್ಟೆ" ಎಂದು ರವೀಂದ್ರ ಎದ್ದು ತನ್ನ ಕೋಣೆಯ ಕಡೆ ಹೊರಟ.

ಮೊದನಿಂದಲೂ ರಾಜಲಕ್ಷ್ಮಿಗೆ ರೂಪಳನ್ನು ಕಂಡರೆ ಅಷ್ಟಕಷ್ಟೇ. ಈಗೇನು ಮಾತಾಡಿಯಾರು? ಅವಳು ಹೇಳುತ್ತ ಇದ್ದುದ್ದನ್ನು ಮೌನವಾಗಿ ಕೇಳುತ್ತ ಕುಳಿತರು ಅಷ್ಟೇ.

ಕಡೆಗೆ ಅವಳು ಹೊರಟು ನಿಂತಾಗಲೂ ರವೀಂದ್ರ ಹೊರಗೆ ಬರಲ್ಲಿಲ್ಲ. ರಾಜಲಕ್ಷ್ಮಿ ಸಮಾಧಾನದ ಉಸಿರು ಬಿಟ್ಟರು. ಮಗ ಅವಳ ಮುಖ ನೋಡಿದ ಕೂಡಲೇ ಎಲ್ಲಿ ತುಂಬಿಟ್ಟ ವೇದನೆಯಲ್ಲಿ ಹೊರಚೆಲ್ಲಿ ಬಿಡುತ್ತಾನೋ ಎಂದು ಹೆದರಿದ್ದರು. ರವೀಂದ್ರ ಅವರ ಊಹೆಯನ್ನು ಸುಳ್ಳು ಮಾಡಿದ್ದ.

ತನ್ನ ಕೋಣೆಯೊಳಗೆ ಬಂದ ರವೀಂದ್ರ ಸೋಫಾದ ಮೇಲೆ ಕುಸಿದ. ಅವನಿಗೆ ಕೋಪ, ಬೇಸರ, ಅಸಹ್ಯ ಉಂಟಾಗಿತ್ತು. ನೇತ್ರ ಕಾಫೀ ತಂದಿಟ್ಟಳು ಅವನ ಮುಂದೆ. ಅಡಿಗೆ ಅಯ್ಯರ್‌ಗೆ ಇತ್ತೀಚಿಗೆ ಬೊಜ್ಜು ಬರಲು ಶುರುವಾದುದರಿಂದ ಮಹಡಿ ಮೆಟ್ಟಿಲು ಹತ್ತಲು ಉಬ್ಬಸಪಡುತ್ತಿದ್ದರು. ಆಗೆಲ್ಲ ನೇತ್ರಳೇ ಅವರ ಕಷ್ಟ ತಪ್ಪಿಸಿ ಕಾಫಿ ತರುತ್ತಿದ್ದಳು.

ಕಾಫಿ ಕುಡಿದು ಬಟ್ಟೆ ಬದಲಿಸಿ ಕೆಳಗಿಳಿದು ಬಂದ. ತಾಯಿ ಮಂಕಾಗಿ ಕುಳಿತಿದ್ದುದ್ದನ್ನು ಕಂಡ. ಅಮ್ಮನ ಪಕ್ಕದಲ್ಲಿ ಹೋಗಿ ಕುಳಿತು ಅವಳ ಮುಖವನ್ನು ತನ್ನೆಡೆಗೆ ತಿರುಗಿಸಿಕೊಂಡು, "ಅಮ್ಮ, ನಾನು ಹೇಳೋವರೆಗೂ ನೀನು ಕಣ್ಣು ಮುಚ್ಚಿಕೊಂಡು ಕೂತಿರಬೇಕು" ಎಂದವನೇ ಪುನಃ ಮಹಡಿಗೆ ಓಡಿದ. ರವೀಂದ್ರ ಊರಿನಿಂದ ತಂದಿದ್ದ ನಾಲಕ್ಕು ಪ್ಯಾಕೆಟ್‌ಗಳನ್ನು ಪೂವಯ್ಯನ ಕೋಣೆಯಲ್ಲಿ ಇರಿಸಿದ್ದ. ಆ ಪ್ಯಾಕೆಟ್‌ಗಳಲ್ಲಿ ಒಂದನ್ನು ಆಯ್ದು ಕೈಯಲ್ಲಿ ಹಿಡಿದು ನಾಲ್ಕು ಮೆಟ್ಟಿಲು ಇಳಿದೇ "ಅಮ್ಮ, ಕಣ್ಣು ಮುಚ್ಚಿಕೊಂಡಿದ್ದೀಯಾ ತಾನೇ!" ಎಂದು ಅಲ್ಲಿಂದಲೇ ಕೂಗಿದ.

ಹತ್ತಿರ ಬಂದು ತಾಯಿ ಸರಿಯಾಗಿ ಕಣ್ಣು ಮುಚ್ಚಿಕೊಂಡಿದ್ದಾರೋ ಇಲ್ಲವೋ ಎಂದು ಮತ್ತೊಮ್ಮೆ ಪರೀಕ್ಷಿಸುವವನಂತೆ ನಟಿಸಿ ಪ್ಯಾಕೆಟ್ ಬಿಡಿಸಿ ಅದರಲ್ಲಿದ್ದ ಅಂಜೂರ ಬಣ್ಣದ ರೇಷ್ಮೇ ಸೀರೆಯನ್ನು ತಾಯಿಯ ಭುಜದ ಸುತ್ತ ಹಾಕಿದ.

ರಾಜಲಕ್ಷ್ಮಿ ಮಮತೆಯಿಂದ ಮೃದುವಾಗಿ ಮಗನ ಕೆನ್ನೆಗೊಂದು ಏಟು ಕೊಟ್ಟು ಸೀರೆಯನ್ನು ಮುಟ್ಟಿ ನೋಡಿದರು. ಅವರಿಗೆ ರೇಷ್ಮೆ ಸೀರೆಗಳಿಗೇನೂ ಬರವಿಲ್ಲ. ಆದರೆ ಮಗ ತಂದ ಸೀರೆಯ ಬೆಲೆಯೇ ಬೇರೆ. ಅದಕ್ಕೆ ಬೆಲೆ ಕಟ್ಟಲಾಗದು.

"ಬಹಳ ಚೆನ್ನಾಗಿದೆ ರವೀ" ಎಂದು ಸೀರೆಯನ್ನು ಮುಟ್ಟಿ ನೋಡಿ ತಮ್ಮ ಮೆಚ್ಚುಗೆಯನ್ನು ವ್ಯಕ್ತಪಡಿಸಿದರು ರಾಜಲಕ್ಷ್ಮಿ.

ಮದುವೆ ಸುದ್ದಿ ಎತ್ತಲು ಒಳ್ಳೆಯ ಸಮಯವೆಂದು ಅವರಿಗೆ ಅನ್ನಿಸಿದರೂ ಅನುಮಾನಿಸಿದರು. ತಾಯಿ ಏನೋ ಹೇಳಲು ಹೊರಟಿದ್ದಾರೆ ಎಂಬುದನ್ನು ಅವರ ಮೂಖಭಾವದಿಂದಲೇ ಅರಿತ ರವೀಂದ್ರ,

"ಅಮ್ಮ, ಅದೇನು ಹೇಳಬೇಕು ಅಂತಿದ್ದೀಯಾ ಹೇಳಮ್ಮ" ಎಂದು ತಾಯಿಯ ಮುಖವನ್ನೇ ದಿಟ್ಟಿಸುತ್ತ.

ಮಗ ಹಾಗೆ ಹೇಳಿದರೂ ರಾಜಲಕ್ಷ್ಮಿಗೆ ಹಿಂಜರಿಕೆ. ಮೇಲ್ಮುಖಕ್ಕೆ ಅವನ ಚೇತರಿಸಿಕೊಂಡ ಹಾಗೆ ಕಂಡರೂ ಅವನ ಹೃದಯದ ವೇದನೆ ಕಡಿಮೆಯಾಗಿರಲ್ಲಿಲ್ಲ. ಆದ್ದರಿಂದ ಸ್ವಲ್ಪ ಕಾಲ ಕಳೆಯುವವರೆಗೂ ಮದುವೆ ವಿಷಯ ಎತ್ತಬೇಡ ಎಂದು ರಂಗರಾವು ಹೆಂಡತಿಗೆ ಒತ್ತಿ ಒತ್ತಿ ಹೇಳಿದ್ದರು.

ಕಡೆಗೆ ಪುನಃ ರವೀಂದ್ರನೇ ಒತ್ತಾಯ ಮಾಡಿದ ಮೇಲೆ ಒಲ್ಲದ ಮನಸ್ಸಿನಿಂದಲೇ ತಮ್ಮ ಆಶೆಯನ್ನು ಮಗನ ಮುಂದಿಟ್ಟರು.

"ರವಿ, ಎಷ್ಟೋ ಹೆಣ್ಣಿನ ಕಡೆಯವರು ಸಂಬಂಧ ಬೆಳೆಸಲು ಮುಂದಾಗುತ್ತಿದ್ದಾರೆ. ಚಾಮಯ್ಯ ಮಾವ ಬೇಕಾದಷ್ಟು ಹುಡುಗಿಯರ ಫೋಟೊಗಳನ್ನು ಸಂಗ್ರಹಿಸಿ ಕಳಿಸಿದ್ದಾರೆ. ನೀನು ಅವನ್ನೆಲ್ಲ ನೋಡಿ...."

ತಾಯಿಯ ಮಾತಿಗೆ ನಕ್ಕ ರವೀಂದ್ರ, "ಅಂತೂ ನಿನಗೆ ಬೇಗ ಸೊಸೆಯನ್ನು ಮನೆ ತುಂಬಿಸಿಕೊಳ್ಳುವ ಆಸೆ" ಎಂದು ಎದ್ದು ಹೊರಟೇಬಿಟ್ಟ.

ಮಗ ಏನೊ ಹೇಳದೇ ಎದ್ದು ಹೋಗಿದ್ದು ರಾಜಲಕ್ಷ್ಮಿಯವರಿಗೆ ನಿರಾಸೆಯನ್ನುಂಟುಮಾಡಿದರೂ ಅವನ ನಡತೆ, ನಗು ಅವರಲ್ಲಿ ಆಶಾಕಿರಣ ಮೂಡಿಸಿತು.

ನೇತ್ರಳನ್ನು ಕರೆದು ಪಕ್ಕದಲ್ಲಿ ಕೂರಿಸಿಕೊಂಡು ಒಂದೊಂದೇ ಫೋಟೋ ತೆಗೆದು ಅವಳಿಗೆ ತೋರಿಸತೊಡಗಿದರು.

"ನೇತ್ರ, ಇದರಲ್ಲಿರೋ ಹುಡುಗಿಯರಲ್ಲಿ ಯಾರು ಚೆನ್ನಾಗಿದ್ದಾರೋ ನೋಡು."

ನೇತ್ರಳೇನೋ ಎಲ್ಲ ಫೋಟೋಗಳನ್ನು ಶ್ರದ್ಧೆಯಿಂದ ನೋಡಿದರು. ಆದರೆ ಇಂತಹ ವಿಷಯದಲ್ಲಿ ತನ್ನ ತೀರ್ಮಾನ ಕೊಡುವ ಧೈರ್ಯ ಅವಳಿಗಿರಲ್ಲಿಲ್ಲ.

"ಅಮ್ಮ, ಅವರಿಗೆ ತೋರಿಸಿಬಿಡಿ. ಅವರು ಯಾರನ್ನ ಆಯ್ದು ಕೊಳ್ಳುತ್ತಾರೋ ಆ ಹುಡುಗಿಯನ್ನೇ ಗೊತ್ತು ಮಾಡಿಬಿಡೋಣ" ಎಂದಳು. ಅವಳ ಮುಗ್ಧ ಮಾತಿಗೆ ರಾಜಲಕ್ಷ್ಮಿ ನಗುತ್ತ,

"ನೀನು ಹೋಗಿ ಕೋಣೆಯಲ್ಲಿರೋ ಅವನ ಫೋಟೋ ತಗೊಂಡು ಬಾ" ಎಂದರು. ಯಾವುದೋ ನಿರ್ಧಾರಕ್ಕೆ ಬಂದವರಂತೆ.

ನೇತ್ರ ಸರಸರನೆ ಮಹಡಿ ಹತ್ತಿದಳು. ಮಂಚದ ಪಕ್ಕದ ಟೀಪಾಯಿ ಮೇಲೆ ಫ್ರೇಮಿಗೆ ಜೋಡಿಸಿಟ್ಟ ಫೋಟೋವನ್ನು ತೆಗೆದುಕೊಂಡಳು.

ಅಷ್ಟರಲ್ಲಿ ಕೋಣೆಯೊಳಕ್ಕೆ ಹೆಜ್ಜೆ ಇಟ್ಟ ರವೀಂದ್ರ ನೋಡಿಯೇ ಬಿಟ್ಟ! ಅವಳು ತನ್ನನ್ನು ನೋಡಬಾರದು ಎಂದುಕೊಂಡು ಪಕ್ಕಕ್ಕೆ ಸರಿದು ನಿಂತ. ನೇತ್ರ ಹೋದ ಮೇಲೆ ಕೋಣೆಯೊಳಕ್ಕೆ ಹೋಗಿ ಮಂಚದ ಮೇಲೆ ಉರುಳಿದ. ಇಷ್ಟು ದಿನ ಕಾಣದ ನೇತ್ರ ಸುಂದರ ರೂಪ ಅವನಿಗೆ ಇಂದು ಗೋಚರಿಸಿತು.

ಅವನ ಮುಖದಲ್ಲಿ ಮುಗುಳ್ನಗೆ ಮಿನುಗಿತು. ಅವಳ ಚೆಲುವು, ನಡೆ ನುಡಿಯ ಮಾರ್ದವತೆ ಅವನ ಹೃದಯವನ್ನು ತುಂಬಿಕೊಂಡಿತು. ಪರಿತಪ್ತ ಹೃದಯ ಶಾಂತಿಯ ಅಲೆಗಳ ಸಹಾನೂಭೂತಿಯನ್ನು ಅನುಭವಿಸಿತು.

ಅವಳು ಹೋದ ಎಷ್ಟೋ ಹೊತ್ತಿನವರೆಗೂ ಅದೇ ಗುಂಗಿನಲ್ಲಿದ್ದ. ಅವಳು ನಗು, ಮಾತುಗಳು ಅವನ ಮನಸ್ಸಿನಲ್ಲಿ ಪ್ರತಿಧ್ವನಿಸುತ್ತಿತ್ತು. ತಂಪು ತಂಪಾಗಿ ಅವಳ ರೂಪ ಅವನ ಹೃದಯದಲ್ಲಿ ತುಂಬಿಕೊಳ್ಳತೊಡಗಿತು. ಅವನ ಶೂನ್ಯ ಹೃದಯ ಸಿಂಹಾಸನದಲ್ಲಿ ಹಂತ ಹಂತವಾಗಿ ಪ್ರಸರಿಸತೊಡಗಿದಳು. ನೇತ್ರ. ಅರ್ಥವಾದ, ವಿಶ್ಲೇಷಿಸಲಾರದ ಅವ್ಯಕ್ತವಾದ ಭಾವಗಳು ಅವನ ಎದೆಯೊಳಗಿನಲ್ಲಿ ಹಾದುಹೋದವು.

ನೇತ್ರಳನ್ನು ಇಷ್ಟು ದಿನ ನೋಡುತ್ತಿದ್ದರೂ ಎಂದೂ ಉಂಟಾಗದ ಮಧುರಾನುಭೂತಿ ಇಂದು ಉಂಟಾಗಿದ್ದಕ್ಕೆ ಆಶ್ಚರ್ಯಗೊಂಡ. ಆದರೆ ನೇತ್ರ ತನ್ನ ಭಾವಚಿತ್ರ ಒಯ್ದಿದ್ದೇಕೆ?

ಅವಳ ಮುಗ್ಧ, ಸರಳ ನಡೆ ನುಡಿಗಳನ್ನು ಕಂಡಿದ್ದ ಅವನಿಗೆ ಇದೊಂದು ಸಮಸ್ಯೆಯಾಯಿತು.

ರಾಜಲಕ್ಷ್ಮಿ ಪ್ರತಿಯೊಂದು ಭಾವಚಿತ್ರದ ಪಕ್ಕದಲ್ಲೂ ಮಗನ ಭಾವಚಿತ್ರ ಇರಿಸಿ ತಾವು ನೋಡುವುದಲ್ಲದೆ ನೇತ್ರಳ ಅಭಿಪ್ರಾಯವನ್ನೂ ಕೇಳುತ್ತಿದ್ದರು. ನೇತ್ರಳಿಗೆ ಏನೊ ಹೇಳಲು ಹಿಂಜರಿಕೆ. ಅವರುಗಳು ಎಷ್ಟೇ ಮಮತೆ ತೋರಿದರೂ ಆ ಮನೆಯಲ್ಲಿ ತನ್ನ ಸ್ಥಾನವೇನು ಎಂಬುದನ್ನು ತಾನು ಮರೆತಿರಲ್ಲಿಲ್ಲ.

ಕಡೆಗೆ ರಾಜಲಕ್ಷ್ಮಿ ನಾಲ್ಕೈದು ಫೋಟೋಗಳನ್ನು ಆಯ್ದು ಇಟ್ಟರು. ಮಗ ಇವುಗಳನ್ನು ನೋಡಿ ಒಪ್ಪದಿದ್ದರೆ ಬೇರೆ ಹೆಣ್ಣುಗಳನ್ನು ನೋಡಿದರಾಯಿತೆಂದು ಕೊಂಡರು.

ರವೀಂದ್ರ ಕೆಳಗಿಳಿದು ಬಂದಾಗ ರಾಜಲಕ್ಷ್ಮಿ ಇನ್ನೂ ಫೋಟೋಗಳನ್ನು ಮುಂದೆ ಹಾಕಿಕೊಂಡೇ ಕುಳಿತ್ತಿದ್ದರು. ತಾಯಿಯ ಕೈಯಲ್ಲಿದ್ದ ಫೋಟೋವನ್ನು ನೋಡಿದ ರವೀಂದ್ರ ನೇತ್ರಳ ಕಡೆ ದೃಷ್ಟಿ ಹೊರಳಿಸಿದ.

ಪರೀಕ್ಷಿಸುವಂತೆ ಅವಳ ಕಣ್ಣುಗಳನ್ನೇ ದಿಟ್ಟಿಸಿದ. ಅವಳ ವಿಶಾಲವಾದ ಕಣ್ಣುಗಳಲ್ಲಿ ಕಿಂಚಿತ್ತೂ ಕಪಟವಿಲ್ಲದನ್ನು ಗ್ರಹಿಸಿದ.

"ಅಮ್ಮ, ಮುಗೀತಾ?" ಎಂದ ನಗುತ್ತ.

"ಏನೋ, ನೀನೇ ನೋಡಿ ಒಂದು ನಿರ್ಧಾರಕ್ಕೆ ಬಾ. ನನಗೆ ನೇತ್ರಳಂಥ ಸೊಸೆ ಸಿಕ್ಕಿಬಿಟ್ಟರೆ ಸಾಕು" ಎಂದರು ನೇತ್ರಳನ್ನು ಮೆಚ್ಚುಗೆಯ ದೃಷ್ಟಿಯಿಂದ ನೋಡುತ್ತ. ಅವಳ ಮೇಲೆ ಅವರಿಗೆಷ್ಟು ಅಕ್ಕರೆ ಇದೆ ಎಂಬುದನ್ನು ಅವರ ಕಣ್ಣುಗಳೇ ಸಾರುತ್ತಿದ್ದವು.

ರವೀಂದ್ರ ಆ ಫೋಟೋಗಳನ್ನೆಲ್ಲ ಜೋಡಿಸಿ ಕವರಿಗೆ ಹಾಕಿ ಡ್ರಾಯರಿನಲ್ಲಿಟ್ಟ.

ಅಷ್ಟರಲ್ಲಿ ಪೂವಯ್ಯ ಬಂದು ಟೆಲಿಗ್ರಾಂ ಬಂದಿರುವ ಸಂಗತಿ ಮುಟ್ಟಿಸಿ ರವೀಂದ್ರನ್ನು ಕರೆದೊಯ್ದ.

ರಾಜಲಕ್ಷ್ಮೀಯವರ ಕೊನೆಯ ತಂಗಿ ರೋಹಿಣಿಯ ಗಂಡ ಟೆಲಿಗ್ರಾಂ ಕಳಿಸಿದ್ದ. ರಾಜಲಕ್ಷ್ಮಿಯವರ ವಯಸ್ಸಾದ ತಾಯಿಯ ಸ್ಥಿತಿ ಚಿಂತಾಜನಕವಾಗಿದೆ. ಕೂಡಲೇ ಹೊರಟು ಬಾ ಎಂದು ತಿಳಿಸಿದ್ದ.

ವಿಷಯ ತಿಳಿದ ರಂಗರಾವು ಹೊರಡುವ ಸಿದ್ಧತೆ ನಡೆಸಿದರು. ರವೀಂದ್ರ ದಕ್ಷನಾಗಿದ್ದುದರಿಂದ ಗಂಧರ್ವಗಿರಿ ಬಗ್ಗೆ ಯೋಚಿಸಬೇಕಾಗಿರಲ್ಲಿಲ್ಲ. ಆತಂಕ ಪಡಬೇಕಾಗಿರಲ್ಲಿಲ್ಲವಾದ್ದರಿಂದ ಕೂಡಲೇ ಕಾರಿನಲ್ಲಿ ಹೊರಟರು.

* * *

ಕಾಲೇಜಿಗೆ ರಜೆ ಇದ್ದ ದಿನಗಳಲ್ಲಿ ಕೂಡ ನೇತ್ರ ಬೆಳಕು ಹರಿಯುವ ಮುನ್ನವೇ ಹಾಸಿಗೆ ಬಿಟ್ಟೇಳುತ್ತಿದ್ದಳು. ಅಂದು ಹೊರಗೆ ಬಂದಾಗ ಅಡಿಗೆ ಅಯ್ಯರ್ ಮೆಲುದನಿಯಲ್ಲಿ ಯಾವುದೋ ಕೀರ್ತನೆ ಹಾಡಿಕೊಳ್ಳುತ್ತಿದ್ದರು.

ನೇತ್ರ ಸ್ನಾನ ಮುಗಿಸಿ ಬಂದು ಅಡಿಗೆ ಮನೆಯ ಬಾಗಿಲಲ್ಲಿ ನಿಂತು ಇಣಕಿದಳು. ಅಯ್ಯರ್ ಚಟ್ನಿ ತಿರುವುತ್ತಿದ್ದರೂ ಸಂಗೀತ ಮುಂದುವರಿದೇ ಇತ್ತು! ಅವರ ಸಂಗೀತ ಬಲ್ಲ ರಂಗರಾವು ಅವರ ಕಂಠಶ್ರೀಗೆ ಮಾರುಹೋಗಿ ಬಿಡುವಾಗಿರುವ ಸಮಯದಲ್ಲಿ ಹಾಡಿಸಿ, ಆನಂದಿಸುತ್ತಿದ್ದರು.

ದೇವರ ಕೋಣೆಗೆ ಹೋಗಿ ಕುಂಕುಮ ಇಟ್ಟುಕೊಂಡು ಅಡಿಗೆ ಮನೆಗೆ ಬಂದ ನೇತ್ರ, "ನಾನು ಚಟ್ನಿ ರುಬ್ಬಿ ಕೊಡ್ತೀನಿ, ನೀವು ಸ್ವಲ್ಪ ಹೊತ್ತು ಕೂತು ಹಾಡಿ" ಎಂದಳು.

ಅಯ್ಯರರ ಅಲಾಪನೆ ಮುಗಿಯುವ ವೇಳೆಗೆ ನೇತ್ರ ಚಟ್ನಿ ರುಬ್ಬಿ ಸ್ಟೀಲ್ ಡಬರಿಗೆ ತೆಗೆದು ಮುಚ್ಚಿಟ್ಟು ಕೈ ತೊಳೆದು ಕುಳಿತಳು. ಸಂಗೀತದ ಅರಿವಿಲ್ಲದಿದ್ದರೂ ಅವಳಿಗೆ ಅದನ್ನು ಕೇಳಲು ವಿಶೇಷ ಆಸಕ್ತಿ. ಆಲಾಪನೆಯನ್ನು ಮುಗಿಸಿದ ಅಯ್ಯರ್ ತ್ಯಾಗರಾಜರ ಕೀರ್ತನೆಯನ್ನು ಹಾಡಿದರು. ನೇತ್ರಳ ಕಣ್ಣಲ್ಲಿ ನೀರಾಡಿತು. ಅಂದಿನ ಅವರ ಹಾಡುಗಾರಿಕೆಯ ಮಾಧುರ್ಯವನ್ನು ಹಿಂದೆಂದೂ ಸವಿದಿಲ್ಲವೆನ್ನುವಂತೆ ತನ್ಮಯಳಾಗಿದ್ದಳು.

ಅಯ್ಯರ್ ಹಾಡಿ ಮುಗಿಸಿದರೂ ನೇತ್ರ ತನ್ಮಯತೆಯಿಂದ ಹೊರ ಬಂದಿರಲ್ಲಿಲ್ಲ. ಅವರೇ ಅವಳನ್ನು ಎಚ್ಚರಿಸಬೇಕಾಯಿತು. ಎದ್ದವಳೇ ಅವರ ಕಾಲಿಗೆ ಭಕ್ತಿಯಿಂದ

ನಮಸ್ಕರಿಸಿದಳು.

ಅದೇ ವೇಳೆಗೆ ಅಲ್ಲಿಗೆ ಬಂದಿದ್ದ ರವೀಂದ್ರ ಇವೆಲ್ಲವನ್ನು ನೋಡುತ್ತಿದ್ದ.

ನೇತ್ರ ಬಾಗಿಲ ಕಡೆ ತಿರುಗಿದಾಗ ರವೀಂದ್ರ ಬಾಗಿಲಿಗೆ ಒರಗಿ ನಿಂತಿದ್ದ. ಅವಳ ಗಾಬರಿಯ ಮುಖ ನೋಡಿ ತಾನೇ ಒಳಬಂದ. ಚಿಕ್ಕ ದಣಿಗಳನ್ನು ನೋಡಿ ಅಯ್ಯರ್ ಮೇಲೆಕ್ಕೆದ್ದರು ಕಾಫಿ ಬೆರೆಸಲು.

"ಅಡಿಗೆ ಕೆಲಸಕ್ಕೆ ಬೇರೆ ಯಾರನ್ನಾದರೂ ಗೊತ್ತು ಮಾಡೋಣ. ನಾಳೆಯಿಂದ ನನಗೆ ಸಂಗೀತ ಹೇಳಿಕೊಡೋಕೆ ಷುರುಮಾಡಿ" ಎಂದ ಅಯ್ಯರ್‌ನ್ನು ಉದ್ದೇಶಿಸಿ.

"ಒಳ್ಳೆ ಮಾತು ಹೇಳಿದಿರಿ, ಚಿಕ್ಕರಾಯರೆ!" ಎನ್ನುತ್ತ ಕಾಫಿ ಬೆರೆಸಿ ಅವನ ಮುಂದೆ ಹಿಡಿದರು ಅಯ್ಯರ್.

ಕಾಫಿ ಕುಡಿದು ರವೀಂದ್ರ ಸ್ನಾನಕ್ಕೆ ಹೋದ ಕೂಡಲೇ ನೇತ್ರ ಮಹಡಿ ಹತ್ತಿ ಅವನ ಕೋಣೆಗೆ ಹೋದಳು. ಆನಂದ್, ಸಂತೋಷ್ ಸಿಹಿ ನಿದ್ದೆಯಲ್ಲಿದ್ದರು. ಅವರನ್ನು ಎಬ್ಬಿಸುವುದಕ್ಕೆ ಮನಸ್ಸಾಗದಿದ್ದರೂ ಶಾಲೆಗೆ ಕಳುಹಿಸಬೇಕಾಗಿದ್ದರಿಂದ ಅವರನ್ನು ಎಚ್ಚರಗೊಳಿಸಿದಳು.

ಎಚ್ಚರಗೊಂಡ ಮಕ್ಕಳನ್ನು ಸಮಾಧಾನಪಡಿಸುವ ವೇಳೆಗೆ ರವೀಂದ್ರ ಸ್ನಾನ ಮುಗಿಸಿಕೊಂಡು ಬಂದಿದ್ದ. ತಲೆಗೂದಲನ್ನು ಒರೆಸಿಕೊಳ್ಳುತ್ತ, "ಎದ್ದು ಬಿಟ್ಟಿರಾ" ಎನ್ನುತ್ತ ಪ್ರೀತಿಯಿಂದ ಸಂತೋಷ್ ಕಡೆ ನೋಡಿದ. ಆನಂದನ ಎರಡು ಕೈಗಳೂ ನೇತ್ರಳ ಕುತ್ತಿಗೆಯನ್ನು ಬಳಸಿತ್ತು.

"ಸ್ಕೂಲಿಗೆ ಹೊತ್ತಾಗುತ್ತೆ" ಎಂದು ನೇತ್ರ ಅವರಿಬ್ಬರನ್ನು ಕರೆದೊಯ್ದಳು. ಅಯ್ಯರ್ ಊಟದ ಟೇಬಲಿನ ಮೇಲೆ ತಿಂಡಿಯನ್ನು ಅಣಿ ಮಾಡುತ್ತಿದ್ದರು. ಎಂದಿನಂತೆ ತಲೆತಗ್ಗಿಸಿ ಕುಳಿತ ನೇತ್ರ, ತಿಂಡಿ ತಿನ್ನುವವರೆಗೂ ಅಪ್ಪಿ ತಪ್ಪಿಯೂ ರವೀಂದ್ರನ ಕಡೆ ನೋಡಲಿಲ್ಲ.

ರವೀಂದ್ರ ತಿಂಡಿ ಮುಗಿಸಿ ಎಸ್ಟೇಟ್ ಕಡೆ ಹೊರಟ. ಹುಡುಗರಿಗೆ ಶಾಲೆಯ ಉಡುಪು ತೊಡಿಸಿದ ನೇತ್ರ ಪೂವಯ್ಯನ ಬದಲು ತಾನೇ ಅವರನ್ನು ಶಾಲೆಗೆ ಬಿಡಲು ಹೊರಟಳು.

ಶಾಲೆ ಬಂಗ್ಲೆಯಿಂದ ಸಾಕಷ್ಟು ದೂರದಲ್ಲಿತ್ತು. ಅಲ್ಲಿ ಓದುತ್ತಿರುವವರು ಹೆಚ್ಚಾಗಿ ಕೂಲಿಗಾರರ ಮಕ್ಕಳು. ಕೂಲಿಗಾರರ ಮಕ್ಕಳಿಗೆಂದೇ ಕಟ್ಟಿಸಿದರೂ ಶಾಲೆ ಸುಸಜ್ಜಿತವಾಗಿತ್ತು. ಸಿಮೆಂಟಿನ ಕಟ್ಟಡ, ಒಳಗೆ ಸುಣ್ಣ ಬಣ್ಣಗಳ ಅಲಂಕಾರ, ಹುಡುಗರಿಗೆ ಕೂಡಲು ಬೆಂಚು, ಉಪಾಧ್ಯಾಯರಿಗೆ ಕುರ್ಚಿ, ಮೇಜುಪಟ್ಟಣದ ಸ್ಕೂಲುಗಳನ್ನು ಮೀರಿಸುವಂತಿತ್ತು.

ಶಾಲೆಯಲ್ಲಿ ಮತ್ತೊಂದು ಶಿಸ್ತು, ಪ್ರತಿಯೊಂದು ಮಗುವು ಸಮವಸ್ತ್ರದಲ್ಲೇ ಸ್ಕೂಲಿಗೆ ಬರಬೇಕು; ಮೇಲು ಕೀಳು ಎನ್ನುವುದಕ್ಕೆ ಅವಕಾಶವಾಗುವುದಿಲ್ಲವೆಂಬ ಉದ್ದೇಶದಿಂದ.

ಕೆಲವರು ತಮ್ಮ ದೊಡ್ಡ ಸಂಸಾರದ ಸ್ಥಿತಿಯನ್ನು ತೋಡಿಕೊಂಡು ಸಮವಸ್ತ್ರದ ನೆಪವೊಡ್ಡಿ ಶಾಲೆಯನ್ನೇ ತಪ್ಪಿಸಿದ್ದರು. ಆಗ ರಂಗರಾವು ರೇಗಾಡಿ ಶಾಲೆಯಲ್ಲಿ ಓದುವ ಪ್ರತಿಯೊಂದು ಮಕ್ಕಳಿಗೂ ವರ್ಷಕ್ಕೆ ಒಂದು ಜೊತೆ ಸಮವಸ್ತ್ರ ಕೊಡಲು ನಿರ್ಧರಿಸಿದ್ದರು.

ಎಲ್ಲಕ್ಕಿಂತ ಹೆಚ್ಚಾಗಿ ಶಿಕ್ಷಣ ಇಲಾಖೆಯವರು ನಿಯಮದ ಪ್ರಕಾರ ಐದು ವರ್ಷ ಹತ್ತು ತಿಂಗಳಾದ ಪ್ರತಿಯೊಂದು ಮಗುವನ್ನೂ ಶಾಲೆಗೆ ಸೇರಿಸಲೇಬೇಕೆಂದು ಕಡ್ಡಾಯ ಮಾಡಿದ್ದರು. ಇಲ್ಲದಿದ್ದ ಪಕ್ಷದಲ್ಲಿ ಗಂಧರ್ವಗಿರಿಯಿಂದಲೇ ಹೊರದೂಡುವುದಾಗಿ ಬೆದರಿಕೆ ಹಾಕಿದ್ದರು.

ಶಾಲೆ ಹತ್ತಿರವಾಗುತ್ತಿದ್ದಂತೆ ಹುಡುಗರು ಓಡಿದರು. ನೇತ್ರ ಮುಗುಳು ನಗುತ್ತ ಕೈ ಬೀಸಿ ಎಸ್ಟೇಟಿನ ದೇವಸ್ಥಾನಕ್ಕೆ ಹೊರಟಳು. ನೇತ್ರ ಬರುವ ವೇಳೆಗೆ ಅರ್ಚಕರು ಅರ್ಚನೆ ಮಾಡುತ್ತಿದ್ದರು. ನಿಂತು ತದೇಕಚಿತ್ತಳಾಗಿ ನೋಡ ತೊಡಗಿದಳು.

ರವೀಂದ್ರ ಒಮ್ಮೊಮ್ಮೆ ತಾಯಿಯೊಡನೆ ದೇವಾಲಯಕ್ಕೆ ಬರುತ್ತಿದ್ದ.

ಆದರೆ ಬೆಳಗಿನ ಪೂಜೆಗೆ ಬರುತ್ತಿದ್ದುದ್ದು ಅಪರೂಪ. ಇಂದು ತಂದೆ ಇಲ್ಲದಿದ್ದರಿಂದ ತಾನೇ ಬಂದ. ಅಲ್ಲಿಯೇ ನಿಂತಿದ್ದ ನೇತ್ರಳನ್ನು ನೋಡಿ ಪುನಃ ದೇವರ ಕಡೆ ದೃಷ್ಟಿ ಹೊರಳಿಸಿದ. ಅರ್ಚಕರು ಮಂಗಳಾರತಿ ಕೊಟ್ಟು ಹೂವಿನ ಪ್ರಸಾದವಿತ್ತರು. ಆನಂತರ ರವೀಂದ್ರ ಮೆಟ್ಟಿಲಿಳಿದು ಪ್ರಾಂಗಣದಿಂದ ಹೊರ ನಡೆದ.

ಕೈಯಲ್ಲಿದ್ದ ಹೂವನ್ನು ಏನು ಮಾಡುವುದೆಂದು ಯೋಚಿಸಿದ. ಕೊನೆಗೆ ತನ್ನ ಕಡೆಗೆ ಬರುತ್ತಿದ್ದ ನೇತ್ರಳ ಕೈಗಿತ್ತು "ಮನೆಗೆ ಹೋಗ್ತಾ ಇದ್ದೀಯಾ" ಎನ್ನುತ್ತ ತಾನೂ ಅವಳ ಜೊತೆ ಹೆಜ್ಜೆ ಹಾಕಿದ. ತಂದೆಯಿಂದ ಏನಾದರೂ ಮೆಸೇಜು ಬರಬಹುದು. ಆದ್ದರಿಂದ ಮನೆಯಲ್ಲಿ ಇರುವುದೇ ಒಳ್ಳೆಯದೆಂದು ಅವನ ಉದ್ದೇಶ.

"ನೇತ್ರ, ಬಿ.ಎ ಮುಗಿದ ಮೇಲೆ ಏನು ಮಾಡ್ತೀಯಾ?" ಹೆಜ್ಜೆ ಹಾಕುತ್ತ ಪ್ರಶ್ನಿಸಿದ.

ನೇತ್ರ ಪ್ರಶ್ನಾರ್ಥಕವಾಗಿ ಅವನ ಕಡೆ ನೋಡಿದಳು. ನಾನು ಏನು ಮಾಡಬೇಕೆಂಬ ನಿರ್ಧಾರದಲ್ಲೇ ಇಲ್ಲ. ನೀವುಗಳು ಹೇಗೆ ಹೇಳಿದರೆ ಹಾಗೆ ಎನ್ನುವಂತಿತ್ತು ಮುಖಭಾವ.

"ನಿನ್ನ ಸ್ವಭಾವ ನನಗೆ ಸ್ವಲ್ಪವೂ ಹಿಡಿಸೋಲ್ಲ, ವ್ಯಕ್ತಿತ್ವವೇ ಇಲ್ಲದ ಹಾಗೆ ವರ್ತಿಸುತ್ತೀಯ. ನಿನ್ನ ಭವಿಷ್ಯದ ಬಗ್ಗೆ ನಿನಗೆ ಯೋಚನೆಯೇ ಇಲ್ಲ" ಎಂದ ಸ್ವಲ್ಪ ಖಾರವಾಗಿ. ನೇತ್ರಳ ಮುಖದ ಮೇಲೆ ತೆಳುವಾದ ನಗೆ ಹಾದು ಹೋಯಿತು. "ಖಂಡಿತ ಇಲ್ಲ. ನನ್ನ ಭವಿಷ್ಯದ ಬಗ್ಗೆ ನೀವುಗಳು ಅಷ್ಟು ಕಾಳಜಿ ವಹಿಸಿರುವಾಗ ನಾನು ಯಾಕೆ ಯೋಚಿಸಲಿ? ಯೋಚನೆ ಮಾಡೋಕೆ ತಾನೆ ದಾರಿ ಎಲ್ಲಿದೆ?"

"ಸಿಲ್ಲಿ ಗರ್ಲ್" ಎಂದು ನಗುತ್ತ ತಮಾಷೆಗೆ ಅವಳ ತಲೆಯ ಮೇಲೆ ಮೊಟಕಿದ.

"ಅಮ್ಮ ಬಹಳ ಚಿಂತಿಸುತ್ತಾರೆ. ನೀವು ಬೇಗ ಮದುವೆ ಮಾಡಿಕೊಂಡು ಬಿಡಿ,"

ಈ ಮಾತನ್ನಾಡುತ್ತಿರುವವಳು ನೇತ್ರಳೇನಾ ಎಂಬತೆ ಆಶ್ಚರ್ಯದಿಂದ ಅವಳನ್ನೇ ದಿಟ್ಟಿಸಿದ. ಅಬ್ಬ! ಪರ್ವಾಗಿಲ್ಲ ಹುಡುಗಿ! ಎಂದು ಮನದಲ್ಲೇ ನಕ್ಕ ರವೀಂದ್ರ. ಮೊಂಡು

ಹುಡುಗನಂತೆ “ನಾನು ಖಂಡಿತ ಮದುವೆ ಮಾಡಿಕೊಳ್ಳೋಲ್ಲ” ಎಂದ.

“ಅಯ್ಯೋ, ದಯವಿಟ್ಟು ಹಾಗೆ ಮಾಡಬೇಡಿ. ಅಮ್ಮ ಅದೇ ಚಿಂತೆಯಲ್ಲಿ ಸೊರಗಿಬಿಡ್ತಾರೆ. ರೂಪಳಂಥ ಹೆಣ್ಣಿನ ಪ್ರೀತಿಗಾಗಿ ಅಮ್ಮ ಆಸೆಯನ್ನು ಮಣ್ಣುಪಾಲು ಮಾಡಬೇಡಿ” ಅವಳ ಮಾತಿನಲ್ಲಿ ಬೇಡಿಕೆ ಇತ್ತು.

“ಭಯಪಡಬೇಡ. ಖಂಡಿತ ನಾನು ಮದುವೆ ಆಗ್ತೀನಿ, ಸರೀನಾ” ಎಂದ ರವೀಂದ್ರ.

ಬಾಡಿದ್ದ ಅವಳ ಮುಖದಲ್ಲಿ ನಗು ತೇಲಿತು.

“ಆದರೆ ನನಗೆ ಇಷ್ಟವಾದ ಹುಡುಗಿ ಸಿಕ್ಕಿದಾಗ ಮಾತ್ರ” ಎಂದ ಮತ್ತೆ. ನೇತ್ರಳಿಗೆ ಅದೇನು ಕಷ್ಟವಾಗಿ ಕಾಣಲಿಲ್ಲ. ಇದುವರೆಗೆ ಅಮ್ಮ ತರಿಸಿರುವ ಫೋಟೋದಲ್ಲಿ ಎಲ್ಲರು ಸುಂದರಿಯರೇ. ಅವರಲ್ಲಿ ಒಬ್ಬರನ್ನು ಮೆಚ್ಚಿಕೊಳ್ಳುವುದರಲ್ಲಿ ಸಂದೇಹವಿಲ್ಲ ಅಂದುಕೊಂಡಳು. ನೇತ್ರಳಿಗೆ ಈ ನಿರ್ಧಾರದಿಂದ ಸಂತಸ ಉಂಟಾಗಿತ್ತು.

ಈ ಸಂತೋಷದಲ್ಲಿ ನೇತ್ರ ಬಹಳಷ್ಟು ಮಾತಾಡಿದಳು. ಅವೆಲ್ಲ ಕಾಲೇಜು ವ್ಯಾಸಂಗಕ್ಕೆ ಸಂಬಂಧಪಟ್ಟವು.

ಸಂಜೆಯ ವೇಳೆಗೆ ತಂತಿ ಸಂದೇಶ ಬಂದಿತು. ರಾಜಲಕ್ಷ್ಮಿಯ ತಾಯಿಯ ಸ್ಥಿತಿ ಸುಧಾರಿಸಿದ್ದರೂ ತಾವು ಊರಿಗೆ ಬರಲು ಒಂದೆರಡು ದಿನಗಳಾಗಬಹುದೆಂದು ರಂಗಾರಾವು ತಿಳಿಸಿದ್ದರು.

ಬೆಳಗಿನಿಂದಲೇ ಚಿಟಚಿಟ ಪ್ರಾರಂಭವಾದ ಮಳೆ. ಸಂಜೆಯ ವೇಳೆಗೆ ಜೋರಾಗಿ ಸುರಿಯಲು ಪ್ರಾರಂಭವಾಯಿತು. ರವೀಂದ್ರ ಕೂಡ ಮನೆಯಲ್ಲೆ ಇದ್ದ, ಹುಡುಗರ ಜೊತೆ ಆಡಿ ದಣಿದ ರವೀಂದ್ರ ಅಯ್ಯರ್ ಕಡೆ ನೋಡಿದ. 'ಪಾಪ, ಆರಾಮವಾಗಿ ಕುಳಿತಿದ್ದಾರೆ. ಅವರನ್ನು ಯಾಕೆ ಕಾಡಬೇಕು' ಎಂದ ನೇತ್ರಳ ಕಡೆ ನೋಡಿ ಕಾಫಿಬೇಕೆಂದು ಸನ್ನೆಮಾಡಿ.

ನೇತ್ರ ಕಾಫಿ ಮಾಡಲು ಎದ್ದು ಹೋದಳು. ಅವಳಿಗೂ ಅಯ್ಯರ್ ಬಗ್ಗೆ ಅಪಾರವಾದ ಸಹಾನೂಭೂತಿ. ಕಾಫಿಯನ್ನು ರವೀಂದ್ರನೊಬ್ಬನಿಗೆ ತರಲಿಲ್ಲ. ಅಯ್ಯರ್, ಪೂವಯ್ಯನಿಗೂ ತಂದಿದ್ದಲದೆ ಹುಡುಗರಿಗೆ ಹಾರ್ಲಿಕ್ಸ್ ಬೆರೆಸಿ ಕೊಂಡು ಬಂದಳು.

ರವೀಂದ್ರ ಒಮ್ಮೆ ಕಾಫಿ ಗುಟುಕರಿಸಿ ಚಪ್ಪರಿಸಿ ಅಯ್ಯರ್ ಕಡೆ ತಿರುಗಿದ. ನಿಮಗಿಂತ ಚೆನ್ನಾಗಿ ಕಾಫಿ ಮಾಡೋದನ್ನೆ ಕಲಿತುಬಿಟ್ಟಿದ್ದಾಳೆ ಈ ಹುಡುಗಿ ಎಂದು ಹೇಳುವಂತಿತ್ತು. ಅವನ ಮುಖಭಾವ ಅಯ್ಯರ್ ಅರ್ಥಮಾಡಿಕೊಂಡವರಂತೆ ದೊಡ್ಡ ನಗೆ ನಕ್ಕರು.

ಇದೇ ವೇಳೆಗೆ ಮಳೆಯಲ್ಲೇ ಬಂದ ರಾಜಶೇಖರ್ ಬಹಳ ಗಾಬರಿಗೊಂಡಂತಿದ್ದರು.

ಮುಖದ ಮೇಲೆ ಹರಿಯುತ್ತಿದ್ದ ಮಳೆಯ ನೀರನ್ನು ಸಹ ತೊಡೆದುಕೊಳ್ಳದೇ ಏದುಸಿರು ಬಿಡುತ್ತಿದ್ದರು. ಅವರ ಹಿಂದೆಯೇ ಬಂದ ಕಿಷನ್ ಮತ್ತು ಅವನ ಹೆಂಡತಿ ಜೋರಾಗಿ ಅಳತೊಡಗಿದರು.

"ಏನು....ಏನಾಯಿತು?" ಎಂದು ಗಾಬರಿಯಿಂದ ಕೇಳಿದ ರವೀಂದ್ರ. ಅವನು ಗಂಧರ್ವಗಿರಿಯ ಪೂರ್ಣ ಜವಾಬ್ದಾರಿ ಯಾವಾಗಲೂ ಹೊತ್ತಿರಲ್ಲಿಲ್ಲ. ತಂದೆ ಅಥವಾ ಅಣ್ಣನ ಮೇಲ್ವಿಚಾರಣೆಯಲ್ಲಿ ಕೆಲಸ ಮಾಡುತ್ತಿದ್ದ. ಈಗ ಅವನ ಮೇಲ್ವಿಚಾರಣೆಯಲ್ಲಿ ಅನಾಹುತಗಳಾಗುವುದು ಅವನಿಗೆ ಬೇಕಿರಲ್ಲಿಲ್ಲ.

ರಾಜಶೇಖರ್ ಬಾಯಿ ಬಿಡುವುದಕ್ಕೆ ಮುನ್ನವೇ ಕಿಷನ್ ಹೆಂಡತಿ ಗೋಳಾಡುತ್ತ ತಮ್ಮ ಮಗಳನ್ನು ಮೆನನ್ ಎಸ್ಟೇಟಿನ ಮೇಸ್ತ್ರೀ ಎಳೆದೊಯ್ದದ್ದನ್ನು ಅಳುತ್ತಲೇ ಹೇಳಿದಳು.

ಕೋಪದಿಂದ ರವೀಂದ್ರನ ಕತ್ತಿನ ನರಗಳು ಬಿಗಿದುಕೊಂಡವು. ಆಗೊಮ್ಮೆ ಈಗೊಮ್ಮೆ ಇಂಥ ಘಟನೆಗಳು ನಡೆದಾಗ ರಂಗರಾವು ಹೇಗೋ ನಿರ್ವಹಿಸುತ್ತಿದ್ದರು. ಈಗ ಏನು ಮಾಡಬೇಕೆಂಬುದೇ ಅವನಿಗೆ ತೋರಲ್ಲಿಲ್ಲ. ಕೈ ಕೈ ಹಿಸುಕಿಕೊಂಡು ಶತಪಥ ಹಾಕಿದ. ಕಡೆಗೆ ರಾಜಶೇಖರ್ ಕಡೆ ನೋಡಿದ.

"ನಾನು ಹೋಗಿ ಮೆನನ್ ಹತ್ತಿರ ಮಾತಾಡಿ ಬರ್ತೀನಿ. ಆ ಮೇಸ್ತ್ರೀ ಅವರ ಬಲಗೈ ಇದ್ದಂತೆ, ಅವರು ಸಾಧಾರಣವಾಗಿ ಅವನನ್ನು ಬಿಟ್ಟು ಕೊಡೋಲ್ಲ. ಒಂದು ಹಣ ಕದಿಯೋಕೆ ಗಂಧರ್ವಗಿರಿಯೊಳಕ್ಕೆ ಬಂದಾಗ ನಿಮ್ಮಣ್ಣನ ಕೈಗೆ ಸಿಕ್ಕಿ ಹಾಕಿಕೊಂಡು ಬಿಟ್ಟ. ಆವತ್ತು ಅವರ ಕೈಯಲ್ಲಿ ಬಿದ್ದ ಹೊಡೆತಗಳನ್ನು ಅವನು ಬದುಕಿರೋವರೆಗೂ ಮರೆಯುವ ಹಾಗಿಲ್ಲ. ಈಗ ಪುನಃ ಷುರು ಮಾಡಿದ್ದಾನೆ ಅವನ ಭಂಡಾಟವನ್ನ" ಎಂದರು ರಾಜಶೇಖರ್.

"ನೀವು ಒಬ್ಬರೇ ಬೇಡ; ನಾನು ಬರ್ತೀನಿ ನಡೆಯಿರಿ" ಎಂದು ರೈನ್ ಕೋಟ್ ತರಲು ತಾನೇ ಕೋಣೆಗೆ ಹೋದ. ಮೆನನ್ ಕೆಟ್ಟ ಸ್ವಭಾವದ ಪರಿಚಯ ಅವನಿಗೆ ಆಗಿತ್ತು. ಆದ್ದರಿಂದ ತೋಟಾ ತುಂಬಿದ ಪಿಸ್ತೂಲೊಂದನ್ನು ಒಳ ಜೇಬಿಗೆ ಸೇರಿಸಿ ರೈನ್ ಕೋಟು ಹಾಕಿಕೊಂಡ.

ಕೋಣೆಯ ಬಾಗಿಲಿಗೆ ಬಂದ ನೇತ್ರಳ ಕಣ್ಣಲ್ಲಿ ನೀರಾಡಿತು. ರಂಗರಾವು, ರಾಜಲಕ್ಷ್ಮಿ ಇಲ್ಲದೆ ಇರುವಾಗ ಅವರ ಏಕೈಕ ಕಣ್ಮಣಿ ಇಂಥ ಮಳೆಯಲ್ಲಿ ಮೆನನ್‌ರ ಎಸ್ಟೇಟಿಗೆ ಹೋಗುವುದು ಅವಳಿಗೆ ಬೇಡವೆನ್ನಿಸಿತು.

ಬಾಗಿಲಿಗೆ ಬಂದ ರವೀಂದ್ರ ಕಣ್ಣೀರಿನ ಕೊಳಗಳಾಗಿದ್ದ ನೇತ್ರಳ ಭಯಗ್ರಸ್ಥ ಮುಖವನ್ನು ನೋಡಿ ಮುಗುಳ್ನಕ್ಕು, "ಯಾಕೆ, ಇಷ್ಟು ಹೆದರಿಬಿಟ್ಟಿದ್ದೀಯಾ? ನಾನೇನು ಹುಲಿ ಬೋನಿನೊಳಕ್ಕೆ ಹೋಗ್ತಾ ಇದ್ದೀನಾ? ಹಾಗೆ ಹೋದರೂ ಏನು ಭಯವಿಲ್ಲ. ನಾನು ಗಂಧರ್ವಗಿರಿ ಹುಲಿ, ರಂಗರಾವು ಮಗ ಗೊತ್ತಾ?" ಎಂದು ಅವಳ ಬೆನ್ನು ಸವರಿ ಧೈರ್ಯ ಹೇಳಿ ಹೊರಟ.

ನೇತ್ರ ಗದ್ದಕ್ಕೆ ಕೈಯಾನಿಸಿ ಕುಳಿತುಬಿಟ್ಟಳು. ಆ ಆಘಾತಕ್ಕೊಳಗಾಗಿ ಸುಧೀಂದ್ರ, ಮೃದುಲ ಸಾಯುವಲ್ಲಿ ಮೆನನ್ ಕೈವಾಡವಿತ್ತು ಎಂಬುದನ್ನು ಯಾರೋ ಬಾಯಿಂದ ಕೇಳಿಬಿಟ್ಟಿದ್ದಳು. ಅದರಲ್ಲಿ ನಿಜಾಂಶ ಇತ್ತೊ ಇಲ್ಲವೋ; ಆದರೆ ನೇತ್ರಳಿಗಂತೂ ಅವರನ್ನು ಕಂಡರೆ ಕೆಟ್ಟ ಭಯ.

ಇರುಳು ಪೂರ್ತಿಯಾಗಿ ಮುತ್ತಿತ್ತು, ಜೊತೆಗೆ ಧಾರಾಕಾರವಾದ ಮಳೆ ಹೊರಗೆ ಜೀರುಂಡೆಗಳ ಸದ್ದು. ಮನದಲ್ಲಿ ಭೀಕರ ಭಯದ ನೆರಳು. ಹುಡುಗರಿಗೆ ಊಟ ಮಾಡಿಸಿ ಮಲಗಿದಳು. ಪೂವಯ್ಯ, ಅಯ್ಯರ್ ಮೌನವಾಗಿ ಕುಳಿತಿದ್ದರು. ಅವರ ಮನದಲ್ಲೂ ಭಯದ ನೆರಳು ಸುಳಿದಿತ್ತು. ನೂರಾರು ಕೂಲಿಯಾಳುಗಳು ಕೆಲಸ ಮಾಡುವ ಗಂಧರ್ವಗಿರಿಯಲ್ಲಿ ಈ ಸಣ್ಣಪುಟ್ಟದ್ದೆಲ್ಲ ಇದ್ದದ್ದೆ. ಆದರೆ ದೊಡ್ಡ ಧಣಿಗಳು ಊರಲ್ಲಿ ಇದ್ದಿದ್ದರೆ ಇವು ಯಾವುದಕ್ಕೂ ಅವರು ಹೆದರುತ್ತಿರಲ್ಲಿಲ್ಲ. ರವೀಂದ್ರ ಇನ್ನೂ ಹುಡುಗ. ಸರಿಯಾಗಿ ಹಿಂದು ಮುಂದು ಗೊತ್ತಿಲ್ಲ. ಆ ಮೆನನ್ ಮಾವನಾಗಬೇಕಾಗಿದ್ದಂಥ ಮನುಷ್ಯ. ಇವರಿಬ್ಬರ ನಡುವೆ ಆಗಬಹುದಾದ ವಿವಾಹ ಯಾವ ಘಟ್ಟ ಮುಟ್ಟುವುದೋ ಏನೋ ಎಂದು ಎಲ್ಲರೂ ಯೋಚಿಸತೊಡಗಿದರು.

ರವೀಂದ್ರನಿಗೆ ಏನಾದರೂ ಆದರೆ ಇಡೀ ಗಂಧರ್ವಗಿರಿಯೇ ನೀರಿನಲ್ಲಿ ಮುಳುಗಿದಂತೆ; ಇದರ ಅಸ್ತಿತ್ವ ಸಹ ಉಳಿಯಲಾರದು ಎಂಬ ಭಾವನೆಗೊಳಪಟ್ಟಿದ್ದಳು ನೇತ್ರ. ಹುಡುಗರಿಗೆ ಸರಿಯಾಗಿ ಹೊದ್ದಿಸಿ ಹೊರಗೆ ಬಂದು ಕುಳಿತಳು. ಅಯ್ಯರ್, ಪೂವಯ್ಯ ಕುಳಿತ ಭಂಗಿಯನ್ನು ಬದಲಾಯಿಸಿರಲ್ಲಿಲ್ಲ. ಜೀಪು ಬಂಗ್ಲೆ ಮುಂದೆ ಬಂದು ನಿಂತಾಗ ಹನ್ನೆರಡು ಹೊಡೆದಿತ್ತು. ರವೀಂದ್ರ, ರಾಜಶೇಖರ್ ಜತೆ ಕರಿಂ, ಕಿಷನ್ ಇಬ್ಬರೂ ಇಳಿದರು. ಅವರುಗಳ ಮುಖದ ಮೇಲೆ ಗೆಲುವಿನ ಛಾಯೆ ಇತ್ತು. ಅವರ ಮಾತುಗಳಿಂದಲೇ ಕಿಷನ್ ಮಗಳನ್ನು ಕರೆ ತಂದು ಮನೆಯಲ್ಲಿ ಬಿಟ್ಟಿದ್ದಾರೆಂದು ತಿಳಿದುಕೊಂಡಳು.

ರಾಜಶೇಖರ್, ರವೀಂದ್ರ ಬೆಳಕು ಹರಿಯುವವರೆಗೂ ಮಾತಾನಾಡುತ್ತಿದ್ದರು. ಮೊದಲು ಜಬರುದಸ್ತು ಮಾಡಿದ ಮೆನನ್ ಕಡೆಗೆ ವಿನಯದ ನಾಟಕವಾಡಿ ಕೊರವನನ್ನು ಕರೆಸಿ ಛೀಮಾರಿ ಹಾಕಿ ತಾನು ಬಹಳ ಸಭ್ಯ ಎನಿಸಿಕೊಂಡಿದ್ದ.

ರಾಜಶೇಖರ್ ಮನೆಗೆ ಹೋದ ಮೇಲೆ ರವೀಂದ್ರ ಕೋಣೆಗೆ ಹೋಗಿ ಬೇರೆ ಉಡುಪು ತೊಟ್ಟು ಪಕ್ಕದ ಮಂಚ ನೋಡಿದ. ಹುಡುಗರು ಇರಲ್ಲಿಲ್ಲ, ನೇತ್ರಳ ಬಳಿ ಮಲಗಿರಬೇಕು ಎಂದುಕೊಂಡು ಮಂಚದ ಮೇಲೆ ಉರುಳಿದ.

ಸದ್ದು ಕೇಳಿ ಪಕ್ಕಕ್ಕೆ ತಿರುಗಿದ, ನೇತ್ರ ಕೈಯಲ್ಲಿದ್ದ ಟ್ರೇಯನ್ನು ಟೀಪಾಯಿ ಮೇಲೆ ಇಟ್ಟಳು. ಟೋಸ್ಟ್ ಮಾಡಿದ ಬ್ರೆಡ್ ಮತ್ತು ಬಿಸಿ ಕಾಫಿ ಇತ್ತು.

ರಾತ್ರಿ ತಾನು ಊಟ ಮಾಡಿಲ್ಲವೆನ್ನುವುದು ಅವನಿಗೆ ಜ್ಞಾಪಕ ಬಂತು. ನೇತ್ರಳ ಜಾಣ್ಮೆಗೆ ತಲೆದೂಗಿ ಎದ್ದು ಕುಳಿತ. ಅವಳ ಮುಖವನ್ನು ನೋಡಿ ಇವಳು ಇಡೀ ರಾತ್ರಿ ಮಲಗಿಯೇ ಇಲ್ಲ ಎಂದುಕೊಂಡು,

"ನೇತ್ರ, ನೀನು ಮಲಗೇ ಇಲ್ಲವಾ?" ಎಂದು ಕೇಳಿದ.

ಇಲ್ಲ ಎನ್ನುವಂತೆ ತಲೆಯಾಡಿಸಿದಳು. ರವೀಂದ್ರ ಕ್ಷೇಮವಾಗಿ ಮನೆಗೆ ಹಿಂದಿರುಗಿದ್ದರಿಂದ ಅವಳ ಮನಸ್ಸಿಗೆ ಕವಿದಿದ್ದ ಭೀತಿಯ ಭೂತ ಸರಿದು ಸಂತೋಷಚಿತ್ತಳಾಗಿದ್ದಳು.

ಬ್ರೆಡ್ ತಿಂದು ಕಾಫಿ ಕುಡಿದು ರವೀಂದ್ರ ರಗ್ ಹೊದ್ದು ಮಲಗಿದ. ನಿದ್ದೆ ಅವಳ ಬಳಿ ಸುಳಿಯಲ್ಲಿಲ್ಲ. ರೂಪಾಳ ಮದುವೆ ಬೇರೆಯವರೊಡನೆ ನಡೆದಿದ್ದು ಗಂಧರ್ವಗಿರಿಗೆ ಎರಗಿದ್ದ ಪೀಡೆ ಪರಿಹಾರವಾದಂತೆ ಆಗಿತ್ತು. ಅಮ್ಮ, ಅಣ್ಣ ತಿಳಿದೂ ಸಹ ಎಂಥ ತ್ಯಾಗಕ್ಕೆ ಸಿದ್ಧರಾಗಿದ್ದರು! ತಾನು ನೊಂದುಕೊಳ್ಳಬಾರದೆಂದು ಮಾರಿಯಂಥ ರೂಪಳನ್ನು ಮನೆಯ ಸೊಸೆಯಾಗಿ ಸ್ವೀಕರಿಸಲು ಸಿದ್ಧರಾಗಿದ್ದರು. ಅಣ್ಣ ಹೇಳುವ ಹಾಗೆ ಜಾತಿ, ಮತ, ಅಂತಸ್ತು, ಐಶ್ವರ್ಯ ಎಲ್ಲಕ್ಕಿಂತ ಪ್ರೀತಿ ದೊಡ್ಡದೇನೋ! ಅವನಿಗೆ ನಗು ಬಂತು. ತನ್ನ ಮತ್ತು ರೂಪಳ ಪ್ರೀತಿ..... ಹುಚ್ಚುತನವೆನಿಸಿತು.

* * *

ಮೊದಲ ಟರ್ಮ್ ಪರೀಕ್ಷೆ ಮುಗಿದು ಕಾಲೇಜಿಗೆ ರಜೆ ಬಂದಿತ್ತು. ನೇತ್ರ ಹೂ ತೋಟದಲ್ಲಿ ಅಡ್ಡಾಡುತ್ತಿರುವಾಗ ನಾಗಭೂಷಣ ಕಾಣಿಸಿದ.

"ಏನು ನೇತ್ರ, ಹೇಗೆ ಮಾಡಿದ್ದೀಯಾ ಪರೀಕ್ಷೆಯಲ್ಲಿ?" ಎಂದು ನಗುತ್ತ ಪ್ರಶ್ನಿಸಿದ.

"ಪರ್ವಾಗಿಲ್ಲ, ಮೊದಲ ಟರ್ಮ್ ತಾನೇ?" ಎಂದಳು.

ನಾಗಭೂಷಣ ಈಗ ಮೈಸೂರಿನಲ್ಲಿ ಅವರ ಅಕ್ಕನ ಮನೆಯಲ್ಲಿದ್ದು ವಿದ್ಯಾಭ್ಯಾಸ ಮುಂದುವರಿಸುತ್ತಿದ್ದ. ಇಲ್ಲೊಂದು ಆರು ತಿಂಗಳು ತಂದೆಯ ಕೈ ಕೆಳಗೆ ಕೆಲಸ ಮಾಡಿದ್ದ. ಅವನ ನಿರುತ್ಸಾಹ ಕಂಡೇ ರಂಗರಾವು ಅವನನ್ನು ಮುಂದಕ್ಕೆ ಓದಲು ಪ್ರೋತ್ಸಾಹಿಸಿದರು.

"ಅದು ಸರಿ, ನಿನ್ನ ಮದುವೆ ವಿಷಯ ಏನಾಯಿತು?" ಎಂದ. ತಂದೆಯ ಮುಖಾಂತರ ಅವನಿಗೆ ವಿಷಯವೆಲ್ಲ ತಿಳಿದಿತ್ತು. ಆದರೆ ನೇತ್ರಳ ಬಾಯಿಂದ ಹೊರಡಿಸುವ ಹಂಚಿಕೆ.

"ಗೊತ್ತಿಲ್ಲ..."

"ನಿನ್ನ ಮದುವೆ ವಿಷಯ ನಿನಗೇ ಗೊತ್ತಿಲ್ಲವೇ? ನೀನು ತುಂಬ ಘಾಟಿ" ಎಂದ.

"ಖಂಡಿತ ನನಗೆ ಗೊತ್ತಿಲ್ಲ. ಬೇಕಾದರೆ ಅಮ್ಮನನ್ನೇ ವಿಚಾರಿಸು."

"ಅದು ಎಲ್ಲಾದರೂ ಹೋಗಲಿ. ನಾನು ಈಗ ಹುಡುಗನ್ನ ಹುಡುಕಿಕೊಂಡು ಬಂದಿದ್ದೀನಿ."

"ದಮ್ಮಯ್ಯ ಬೇಡಪ್ಪ . ಈ ವರ್ಷ ಮುಗಿದು ಹೋಗಲಿ ಆಮೇಲೆ ಹೇಗಾದರೂ ಆಗಲಿ."

ಹತ್ತು ನಿಮಿಷ ಎಷ್ಟೋ ಮಾತುಗಳನ್ನು ಆಡಿದರು. ನಾಗಭೂಷಣ ಮೈಸೂರು ಕಾಲೇಜಿನ ವಿಷಯವನ್ನು ಸಂಕ್ಷಿಪ್ತವಾಗಿ ವಿವರಿಸಿದ.

ರವೀಂದ್ರ ಮತ್ತು ನೇತ್ರಳ ಮದುವೆ ಇರುವಷ್ಟು ಅಂತಸ್ತಿನ ಅಂತರ ಇವರಿಬ್ಬರ ನಡುವೆ ಇರಲ್ಲಿಲ್ಲ. ಅದರಲ್ಲೂ ಇಬ್ಬರೂ ವಿದ್ಯಾರ್ಥಿಗಳು, ಮುಕ್ತ ಮನಸ್ಸಿನಿಂದ

ಸಂಭಾಷಿಸಲು ಇದೊಂದೆ ಸಾಕು.

ನಾಗಭೂಷಣ ರಾಜಲಕ್ಷ್ಮಿಯವರನ್ನು ನೋಡಲು ಬಂದಿದ್ದರಿಂದ ನೇತ್ರ ಜೊತೆ ಬಂಗಲೆ ಕಡೆ ಹೆಜ್ಜೆ ಹಾಕಿದ. ಇವರಿಬ್ಬರೂ ಬಂದಾಗ ರವೀಂದ್ರ ಪೋರ್ಟಿಕೋದಲ್ಲಿ ನಿಂತಿದ್ದ. ನಗು ನಗುತ್ತ ನಾಗಭೂಷಣನೊಡನೆ ಸಂಭಾಷಿಸುತ್ತಿದ್ದ ನೇತ್ರಳನ್ನು ನೋಡಿ ಅವನಿಗೆ ಕೋಪ ಬಂದಿರಲ್ಲಿಲ್ಲ. ಈ ಹುಡುಗಿ ನನ್ನ ಹತ್ತಿರ ಮಾತಾಡೊಕೆ ಅಷ್ಟು ಹಿಂಜರಿಯುತ್ತಾಳೆ. ಆದರೆ ನಾಗಭೂಷಣನೊಡನೆ ಎಷ್ಟೊಂದು ಹರಟುತ್ತ ಇದ್ದಾಳಲ್ಲ. ಎಂಬ ಅಸೂಯೆ ಕಾಡಿತು. ಮರುಗಳಿಗೆಯೇ ತನ್ನ ಅವಿವೇಕತನಕ್ಕೆ ತಾನೇ ನಕ್ಕ. "ಓಹ್ ಭೂಷಣ, ಯಾವಾಗ ಬಂದೆ? ಬಾ" ಎಂದು ಸ್ವಾಗತಿಸಿದ.

"ನೆನ್ನೆ ಬಂದೆ, ಅಮ್ಮ ಇಲ್ಲವಾ?" ಎನ್ನುತ್ತ ಒಳಗೆ ಬಂದು ಸೋಫಾ ಮೇಲೆ ಕುಳಿತ. ಆ ಮನೆಗೆ ಅವನು ಪರಿಚಿತ. ಅವನಿಗೇನು ಉಪಚಾರ ಬೇಕಿರಲ್ಲಿಲ್ಲ. ನೇತ್ರ ರಾಜಲಕ್ಷ್ಮೀಯವರಿಗೆ ಸುದ್ದಿ ಮುಟ್ಟಿಸಲು ಒಳ ನಡೆದಳು. ದೇವರ ಕೋಣೆಯಲ್ಲಿದ್ದ ರಾಜಲಕ್ಷ್ಮಿ ಪೂಜೆ ಮುಗಿಸುವವರೆಗೂ ನೇತ್ರ ಸುಮ್ಮನೆ ನಿಂತಿದ್ದಳು.

ವಯಸ್ಸು ಕಳೆದರೂ ಯೌವ್ವನ ಮಾಸದ ಶರೀರ ರಾಜಲಕ್ಷ್ಮೀಯವರದು. ಅದಕ್ಕೆ ಸರಿಯಾಗಿ ಮೈ ತುಂಬ ಜಗಜಗಿಸುವ ಆಭರಣಗಳು. ಇಷ್ಟು ಸೌಂದರ್ಯವತಿಯಾಗಿ ಮಿನುಗುವ ಹೆಣ್ಣು ಹದಿನೆಂಟರ ವಯಸ್ಸಿನಲ್ಲಿ ಹೇಗಿದ್ದಿರಬಹುದು ಎಂದು ಅವರನ್ನು ನೋಡಿದ ಪ್ರತಿಯೊಬ್ಬರೂ ಯೋಚಿಸಬೇಕಾಗುತ್ತಿತ್ತು!

ಪೂಜೆ ಮುಗಿದ ನಂತರ ಅವರ ಕಾಲಿಗೆ ಎರಗಿದ ನೇತ್ರ ಅವರು ಕೊಟ್ಟ ಪ್ರಸಾದವನ್ನು ಸ್ವೀಕರಿಸಿ, "ಅಮ್ಮ, ನಾಗಭೂಷಣ್ ಬಂದಿದ್ದಾರೆ" ಎಂದಳು.

"ಬಂದೆ, ಒಂದು ನಿಮಿಷ" ಎಂದು ಮತ್ತೆ ದೇವರಿಗೆ ನಮಸ್ಕರಿಸಿ ಹೊರಗೆ ಬಂದರು.

ರವೀಂದ್ರನ ಜೊತೆ ಮಾತಾನಾಡುತ್ತಿದ್ದ ನಾಗಭೂಷಣ ರಾಜಲಕ್ಷ್ಮಿಯವರನ್ನು ಕಂಡ ಕೂಡಲೇ ಎದ್ದು ನಿಂತ.

"ಕೂತುಕೋ, ಯಾವಾಗ ಬಂದೆ?" ಎನ್ನುತ್ತ ಮಗನ ಪಕ್ಕದಲ್ಲಿ ಕುಳಿತರು.

ಅಯ್ಯರ್ ಮಾಡಿಕೊಟ್ಟ ಕಾಫಿಯನ್ನು ನೇತ್ರಳೇ ತಂದು ಕೊಟ್ಟಳು. ಕಾಲೇಜಿನ ಬಗ್ಗೆ, ಲೆಕ್ಚರರ್ಸ್ ಬಗ್ಗೆ ಹೇಳುತ್ತ ಕುಳಿತ ನಾಗಭೂಷಣ ತನ್ನ ತಾಯಿಯ ಬಳಿ ಹೆಚ್ಚು ಮಾತನಾಡಲು ಪ್ರಯಾಸಪಡುತ್ತಿದ್ದ ಅವನು ಇಲ್ಲಿ ನಿರರ್ಗಳವಾಗಿ ಮಾತನಾಡುತ್ತಿದ್ದ. ತನ್ನ ಸಮಸ್ಯೆಗಳನ್ನು ಅವರ ಮುಂದಿಟ್ಟು ಪರಿಹಾರ ಕೇಳುತ್ತಿದ್ದ.

"ಇನ್ನೇನು ಈ ವರ್ಷಕ್ಕೆ ಮುಗಿಯಿತು. ಮುಂದೆ ಏನು ಮಾಡ್ತೀಯಾ" ಎಂದು ರಾಜಲಕ್ಷ್ಮಿ ಕೇಳಿದರು.

"ನೀವು ಒಪ್ಪಿ ಇಲ್ಲಿ ಕೆಲಸ ಕೊಟ್ಟರೆ ನಾನು ರವೀಂದ್ರ ಅವರಿಗೆ ಅಸಿಸ್ಟೆಂಟ್ ಆಗಿ ಕೆಲಸ ಮಾಡ್ತೀನಿ. ಕೆಲಸ ಕೊಟ್ಟ ಯಜಮಾನನಿಗೆ, ಅನ್ನ ಕೊಡ್ಡೋ ಗಂಧರ್ವಗಿರಿಗೆ ಎಂದೂ ದ್ರೋಹ ಬಗೆಯದ ಪ್ರಾಮಾಣಿಕವಾಗಿ ಕೆಲಸ ಮಾಡ್ತೀನಿ."

ಅವನಿಗೆ ಗಂಧರ್ವಗಿರಿ ಮತ್ತು ಅವರ ಒಡೆಯನ ಮೇಲಿದ್ದ ಅಭಿಮಾನವನ್ನು ಅವನ ಕಣ್ಣುಗಳೇ ಸಾರುತ್ತಿದ್ದವು.

ರಾಜಲಕ್ಷ್ಮಿ ಏನೋ ಹೇಳಲು ಹೊರಟಾಗ ತಡೆದ ನಾಗಭೂಷಣ.

ಅಮ್ಮ ನೀವು ಏನೂ ಹೇಳಬೇಡಿ. ಈ ಸ್ವರ್ಗಾನ ಬಿಟ್ಟು ಕೃತ್ರಿಮ ಜೀವನಕ್ಕೆ ನನ್ನನ್ನು ದೂಡಬೇಡಿ. ನೀವು ಕೆಲಸ ಕೊಟ್ಟರೂ ಸರಿ, ಇಲ್ಲದಿದ್ದರೂ ಸರಿ, ನಾನು ಗಂಧರ್ವಗಿರಿನ ಬಿಟ್ಟು ಎಲ್ಲೂ ಹೋಗೋಲ್ಲ" ಎಂದ. ಅವನ ಮಾತಿನಲ್ಲಿ ದೃಢ ನಿಶ್ಚಯವಿತ್ತು.

ಆ ಅಭಿಯಾನ ರಾಜಲಕ್ಷ್ಮೀಯವರಿಗೆ ಅಪ್ಯಾಯಮಾನವಾಗಿತ್ತು. ಪ್ರತಿಯೊಬ್ಬರನ್ನು ಆಕರ್ಷಿಸುವ ಗಂಧರ್ವಗಿರಿಯನ್ನು ಪಡೆದ ನಾವೇ ಧನ್ಯರು ಎಂದುಕೊಂಡರು.

ಅಷ್ಟರಲ್ಲಿ ಒಳಗೆ ಬಂದ ವ್ಯಕ್ತಿಯನ್ನು ನೋಡಿ ಮೂವರು ಒಬ್ಬರ ಮುಖವನ್ನೊಬ್ಬರು ನೋಡಿಕೊಂಡರು. ಆ ವ್ಯಕ್ತಿಯ ಗುರುತು ಹತ್ತಲು ರಾಜಲಕ್ಷ್ಮೀಯವರಿಗೆ ಒಂದೆರಡು ನಿಮಿಷಗಳು ಹಿಡಿದವು.

"ಓಹ್....ಬನ್ನಿ. ನೀವು ನರಸಿಂಹ ಜೋಯಿಸರ ಮಕ್ಕಳು ವೆಂಕಟರಮಣ ಜೋಯಿಸರಲ್ಲವೇ...?" ಎಂದು ಉದ್ಗರಿಸಿದರು.

ದಷ್ಟಪುಷ್ಟವಾಗಿದ್ದ ವೆಂಕಟರಮಣ ಜೋಯಿಸರು ಇಂದು ಮೂಳೆ ಬಿಟ್ಟುಕೊಂಡು ಬಡಕಲಾಗಿದ್ದರು. ಅಂದಿನ ದರ್ಪ ಇಂದು ಅವರ ಮುಖದ ಮೇಲಿರಲ್ಲಿಲ್ಲ. ತೀರಾ ಸೋತವರಂತೆ ಕಂಡರು.

ಇವರು ನೇತ್ರಳ ಸೋದರಮಾವನೆಂದು ಊಹಿಸಿಕೊಳ್ಳಲು ರವೀಂದ್ರನಿಗೆ ಹೆಚ್ಚು ವೇಳೆ ಬೇಕಾಗಲ್ಲಿಲ್ಲ. ಅವನ ಅಗತ್ಯ ಅಲ್ಲಿರಲಿಲ್ಲವಾದ್ದರಿಂದ ನಾಗಭೂಷಣನ ಜೊತೆ ಹೊರಗೆ ಬಂದ.

ಬಹಳ ಅಳುಕುತ್ತಲೇ ವೆಂಕಟರಮಣ ಜೋಯಿಸರು ಸೋಫಾದ ಮೇಲೆ ಕುಳಿತರು. ನೇತ್ರ ಎಲ್ಲಿದ್ದಾಳೆಂದು ಕೇಳುವ ಆಸೆಯಾಯಿತು. ಆದರೆ ಕೇಳಲಾರದೆ ಸುಮ್ಮನೆ ಕುಳಿತರು.

ಅಡಿಗೆ ಮನೆಯಲ್ಲಿ ಅಯ್ಯರ್ ಮತ್ತು ಪೂವಯ್ಯನಿಗೆ ಏನೊ ಹೇಳಿದ ರಾಜಲಕ್ಷ್ಮಿ ಕ್ಷೇಮ ಸಮಾಚಾರವನ್ನು ವಿಚಾರಿಸಿದರು. ತಮ್ಮ ಹೆಂಡತಿ ಹಾಸಿಗೆ ಹಿಡಿದು ಮಲಗಿರುವ ಸುದ್ದಿಯನ್ನು ಬಹಳ ನೋವಿನಿಂದ ಹೇಳಿಕೊಂಡರು. ಡಾಕ್ಟರ್ ಹೇಳಿಕೆ ಪ್ರಕಾರ ಆಕೆ ತುಂಬ ದಿನ ಉಳಿಯುವುದಿಲ್ಲವೆಂದೂ ಕಡೆಯದಾಗಿ ನೇತ್ರಳನ್ನು ನೋಡಲು ಪರಿತಪಿಸುತ್ತಿರುವಳೆಂದು ಹೇಳಿದರು.

ರಾಜಲಕ್ಷ್ಮಿ ಅವರ ಮಾತಿಗೆ ಏನೂ ಹೇಳಲ್ಲಿಲ್ಲ. ನೇತ್ರಳನ್ನು ಅವರ ಜೊತೆ ಕಳಿಸಲು ಅವರು ಸಿದ್ಧರಿರಲ್ಲಿಲ್ಲ.

ಪೂವಯ್ಯನಿಂದ ವಿಷಯ ತಿಳಿದು ಬಂದ ನೇತ್ರ ಮಾವನನ್ನು ನೋಡಿ ಸುಮ್ಮನೆ ನಿಂತು ಬಿಟ್ಟಳು. ಅವರ ಕೃಷಿಸಿಹೋದ ಶರೀರವನ್ನು ನೋಡಿ "ಮಾವ..." ಎಂದು

ಬಿಕ್ಕಳಿಸಿದಳು.

ವೆಂಕಟರಮಣ ಜೋಯಿಸರು ಎದ್ದು ನೇತ್ರಳ ಬಳಿ ಹೋಗಿ,

"ಸಮಾಧಾನ ಮಾಡ್ಕೋ ಮಗು. ನಾವು ಏನೋ ದುಡುಕಿಬಿಟ್ಟೆವು ಅಂತ ನೀನು ನಮ್ಮನ್ನೆಲ್ಲ ಮರೆತುಬಿಡೋದೆ?" ಎಂದರು.

ಎಷ್ಟಾದರೂ ರಕ್ತ ಸಂಬಂಧ, ಸ್ವಂತ ಸೋದರಮಾವ. ತನ್ನನ್ನು ಅಕ್ಕರೆಯಿಂದ ಸಲಹಿದ ತಾತನ ಮಗ ಎಂಬ ಮಮತೆ ಎಲ್ಲಿ ಹೋದೀತು. ಸ್ವಲ್ಪ ಸಮಯದ ನಂತರ ವೆಂಕಟರಮಣ ಜೋಯಿಸರ ಸ್ನಾನ, ಪೂಜೆ, ಊಟ ಎಲ್ಲ ಆಯಿತು. ಪುನಃ ತಮ್ಮ ಬೇಡಿಕೆಯನ್ನು ರಾಜಲಕ್ಷ್ಮಿಯವರ ಮುಂದಿಟ್ಟರು.

ರಂಗಾರಾವು ಯಾವುದೋ ಮೀಟಿಂಗ್ ಸಲುವಾಗಿ ಚಿಕ್ಕಮಗಳೂರಿಗೆ ಹೋಗಿದ್ದರು. ಅವರಿಲ್ಲದೆ ರಾಜಲಕ್ಷ್ಮಿ ಈಗ ಏನೂ ಹೇಳುವಂತೆ ಇರಲ್ಲಿಲ್ಲ. ಈಗ ಕಳಿಸೋಕೆ ಆಗೋಲ್ಲ ಎಂದು ಹೇಳಲೂ ಸಾಧ್ಯವಿರಲ್ಲಿಲ್ಲ.

"ನೋಡಿ ಅವರಿಲ್ಲ, ನಾನು ಏನು ಹೇಳೋಕು ಸ್ವತಂತ್ರಳಲ್ಲ. ಅವರು ನಾಳೆ ರಾತ್ರಿ ಬರ್ತಾರೆ. ಅಲ್ಲಿಯವರೆಗೂ ಇರೀ, ಇಲ್ಲ ನೀವು ಹೋಗಲೇಬೇಕಾದರೆ ಹೋಗಿ; ಅವರು ಬಂದ ಮೇಲೆ ನೇತ್ರಳನ್ನು ಕಳುಹಿಸಿ ಕೊಡ್ತೀನಿ."

ವೆಂಕಟರಮಣ ಜೋಯಿಸರಿಗೆ ಏನು ಹೇಳಬೇಕೋ ತೋರಲ್ಲಿಲ್ಲ. ಮನೆಯ ಪರಿಸ್ಥಿತಿ ತೀರಾ ಹದಗೆಟ್ಟು ಹೋಗಿತ್ತು. ಆದ್ದರಿಂದ ಅವರು ನೇತ್ರಳನ್ನು ಕರೆದೊಯ್ಯಲೇಬೇಕಾಗಿತ್ತು. ಇಲ್ಲಿ ಜೋರು ಮಾಡಿ ಕರೆದೊಯ್ಯವಂತಿರಲ್ಲಿಲ್ಲ. ತನ್ನ ಜೋರಿಗೆ ಮಣಿಯುವವರೂ ಇಲ್ಲ; ನೇತ್ರ ಬರೋದು ಇಲ್ಲ. ಆದ್ದರಿಂದ ತಾಳ್ಮೆ ವಹಿಸೋದೆ ಸರಿ ಎಂದುಕೊಂಡು,

"ಅಮ್ಮ, ನಾನು ಹೋಗಿ ನೇತ್ರ ಬರೋ ವಿಷಯ ಅವಳಿಗೆ ತಿಳಿಸ್ತಿನಿ ನೀವು ಖಂಡಿತ ಕಳುಹಿಸಿಕೊಡಬೇಕು" ಎಂದರು.

ಆ ಮಾತಿಗೆ ರಾಜಲಕ್ಷ್ಮಿ ತಲೆಯಾಡಿಸದರೇ ವಿನಃ ಮಾತಿನ ಭರವಸೆ ಕೊಡಲ್ಲಿಲ್ಲ. ಏಕೆಂದರೆ ಗಂಡ ಒಪ್ಪಿಗೆ ಕೊಟ್ಟು ಅಲ್ಲಿಗೆ ನೇತ್ರಳನ್ನು ಕಳಿಸುವರೆಂಬ ನಂಬಿಕೆಯಿರಲ್ಲಿಲ್ಲ. ಅದೂ ಅಲ್ಲದೆ ವೆಂಕಟರಮಣ ಜೋಯಿಸರ ಬಗ್ಗೆ ರಂಗರಾವುಗೆ ಸದಭಿಪ್ರಾಯವಿರಲ್ಲಿಲ್ಲ. ಮಗನ ಬಗ್ಗೆ ನಂಬಿಕೆ ಇದ್ದಿದ್ದ ಜೋಯಿಸರು ನೇತ್ರಳನ್ನೇಕೆ ತಮಗೆ ಒಪ್ಪಿಸಿ ಹೋಗುತ್ತಿದ್ದರು? ಈ ಪುಣ್ಯಾತ್ಮ ಸದ್ದು ಗದ್ದಲವಿಲ್ಲದೆ ನಮಗೂ ತಿಳಿಸದೆ ಇದ್ದಕ್ಕಿದ್ದಂತೆ ಮದುವೆ ಮಾಡೋಕೆ ಯಾಕೆ ಹೋಗ್ತಾ ಇದ್ದರು? ಇದ್ದಷ್ಟು ದಿನ ಒಮ್ಮೆಯಾದ್ರೂ ಸುಳಿಯದವರು ಈಗ ಯಾಕೆ ಬಂದರು? ಯೋಚನೆಯಿಂದ ರಾಜಲಕ್ಷ್ಮಿ ತಲೆ ಬಿಸಿಯಾಯಿತು.

ಬೆಳಿಗ್ಗೆ ವೆಂಕಟರಮಣ ಜೋಯಿಸರು ಹೊರಡುವುದಕ್ಕೆ ಮುನ್ನ ನೇತ್ರಳ ಮುಂದೆ ಹೆಂಡತಿಯ ಸ್ಥಿತಿಯನ್ನು ಹೇಳಿಕೊಂಡು ಖಂಡಿತಾ ಬಂದು ಹೋಗಬೇಕೆಂದು ಹೇಳಿದರು. ಅದಲ್ಲದೆ ಈಗ ಸುಬ್ಬಣ್ಣನಿಗೆ ಮದುವೆಯಾದ ಸುದ್ದಿಯನ್ನು ತಿಳಿಸಿದರು.

ಮೂಗಿ ಕಪಿಲೆಯನ್ನೇ ಅವನ ಕೊರಳಿಗೆ ಕಟ್ಟಿದ್ದನ್ನು ಬಣ್ಣಿಸಿದರು.

ಮಾವನ ಎಲ್ಲ ಮಾತುಗಳನ್ನು ಮೌನವಾಗಿ ಕೇಳಿದ ನೇತ್ರ ಅವರ ಮಾತಿಗೆ ಮೌನವಾಗಿ ತಲೆಯಾಡಿಸಿದಳು. ತಾತ ಸತ್ತ ಮೇಲೆ ಅವಳಿಗೆ ಆ ಮನೆಯ ಸಂಬಂಧ ಬೇಡವಾಗಿತ್ತು. ಈಗ ಅತ್ತೆ ಕಾಯಿಲೆ ಎಂದು ತಿಳಿದ ಮೇಲೆ ಒಮ್ಮೆ ಹೋಗಿ ನೋಡಿ ಬರಬೇಕೆಂದುಕೊಂಡಳು. ಅವರು ಎಷ್ಟೇ ಅಂದಿರಲಿ, ಆಡಿರಲಿ, ಊಟ ಹಾಕಿ ಪೋಷಿಸಿದರೆ. ಅವರಿಗೆ ತಾನು ಏನು ಮಾಡದಿದ್ದರೂ ಕಾಯಿಲೆಯಾಗಿ ಹಾಸಿಗೆ ಹಿಡಿದು ಮಲಗಿರುವ ಅವರ ಹಂಬಲಿಕೆಯನ್ನು ಈಡೇರಿಸುವುದು ತನ್ನ ಕರ್ತವ್ಯವೆಂದುಕೊಂಡಳು. ಇದನ್ನು ಸಂಜೆ ನಾಗಭೂಷಣನ ಮುಂದೆ ಹೇಳಿದಳು.

ಈ ವಿಷಯ ರಾಜಲಕ್ಷ್ಮಿಯವರ ಕಿವಿಗೆ ಮುಟ್ಟಲು ತಡವಾಗಲ್ಲಿಲ್ಲ. ಎಷ್ಟಾದರೂ ರಕ್ತ ಸಂಬಂಧ, ಸ್ವಂತ ಸೋದರತ್ತೆ ಕಾಯಿಲೆ ಮಲಗಿರುವಾಗ ಹೋಗಿ ನೋಡಿಬರಬೇಕೆಂದು ಬಯಸುವುದು ಸಹಜ. ಅವರು ಬಂದ ಮೇಲೆ ವಿಷಯ ತಿಳಿಸಿ ಕಳುಹಿಸಿಕೊಡಬೇಕೆಂದುಕೊಂಡರು.

ವಿಷಯ ತಿಳಿದ ರಂಗರಾವು ಅವಳನ್ನು ಕಳಿಸೋಕೆ ಸಾಧ್ಯವೇ ಇಲ್ಲ. ಅವರು ಮನುಷ್ಯತ್ವ ಇಲ್ಲದ ಸ್ವಾರ್ಥ ಸಾಧನೆ ಇಲ್ಲದೇ ಯಾವ ಕೆಲಸವನ್ನೂ ಮಾಡುವವರಲ್ಲ.. ಮನೆಯಲ್ಲಿ ದುಡಿಯೋಕೆ ಯಾರು ಇಲ್ಲವೇನೋ. ಅದಕ್ಕೆ ಕರೆದೊಯ್ಯಲು ಬಂದಿದ್ದಾರೆ. ಹಾಗೆ ಹೀಗೆ ಎಂದು ಹಾರಾಡಿದರು.

ಕಡೆಗೆ ರಾಜಲಕ್ಷ್ಮಿ ನೇತ್ರ ಸೋದರತ್ತೆಯನ್ನು ನೋಡಬೇಕೆಂದಿರುವ ವಿಷಯವನ್ನು ತಿಳಿಸಿ ಹಾಗೊ ಹೀಗೋ ಮಾಡಿ ಒಪ್ಪಿಸಿದ್ದರು. ರಾಜಶೇಖರ್ ಜೊತೆ ಅವಳನ್ನು ಕಳುಹಿಸಿಕೊಡುವುದೆಂದು ನಿಶ್ಚಯವಾಯಿತು. ರಂಗಾರಾವಿಗೆ ಜರೂರಾದ ಕೆಲಸವಿದ್ದುದ್ದರಿಂದ ಅವರು ಹೊರಡುವುದಕ್ಕೆ ಸಾಧ್ಯವಿರಲ್ಲಿಲ್ಲ. ರವೀಂದ್ರ ಇರಲೇಬೇಕಾಗಿತ್ತು. ಕಡೆಗೆ ನಾಗಭೂಷಣ್ ತಾನು ಕರೆದೊಯ್ಯುವುದಾಗಿ ಹೇಳಿದಾಗ ಸಮ್ಮತಿ ಸೂಚಿಸಿದರು.

ನಾಗಭೂಷಣ ನೇತ್ರರನ್ನು ಹೊತ್ತ ಬಸ್ಸು ನರಸಿಂಹಪುರದಲ್ಲಿ ಅವರನ್ನು ಇಳಿಸಿ ಧೂಳು ಚೆಲ್ಲುತ್ತ ಮುಂದಕ್ಕೆ ಹೋಯಿತು.

ನೇತ್ರಳ ಮುಖ ಮುದಗೊಂಡಿತು. ತಾನು ಹುಟ್ಟಿ ಬೆಳೆದ ಊರು. ಈ ಪರಿಸರವೆಲ್ಲ ಅವಳ ನೆನಪಿನ ಮೂಲೆಯಲ್ಲಿ ಶಾಶ್ವತವಾಗಿ ನೆಲೆಸಿತು. ದೇವಸ್ಥಾನದ ಬಳಿ ಬಂದಾಗ ಜಗುಲಿಯ ಮೇಲೆ ಕೂತಿದ್ದ ಪುಟ್ಟಜ್ಜಿಯನ್ನು ನೋಡಿ ಓಡಿದಳು. ಅವಳಲ್ಲಿ ಎಂದೂ ನೋಡದ ಉತ್ಸಾಹ ಕಂಡ ನಾಗಭೂಷಣ ಆಶ್ವರ್ಯ ಚಕಿತನಾದ.

ಹಣೆಯ ಮೇಲೆ ಕೈ ಇಟ್ಟು ಪಿಳುಕಿಸಿ ನೋಡಿದ ಪುಟ್ಟಜ್ಜಿ, "ಓಹ್...ನಮ್ಮ ಜೋಯಿಸರ ಮೊಮ್ಮಗಳು ನೇತ್ರನಾ! ಚೆನ್ನಾಗಿದ್ದೀಯ ಮಗು. ಯಾಕೆ ಪುನಃ ಇಲ್ಲಿಗೆ" ಎನ್ನುತ್ತ ಪ್ರೀತಿಯಿಂದ ಅವಳ ಮೈದಡವಿದರು.

ಅವರ ಕೊನೇ ಮಾತಿನಿಂದ ನಾಗಭೂಷಣನಿಗೆ ಷಾಕ್ ಆಯಿತು. ಪುಟ್ಟಜ್ಜಿಯ ಬಗ್ಗೆ ಹಿಂದೆ ಒಂದು ಸಲ ನೇತ್ರ ಹೇಳಿಕೊಂಡಿದ್ದಳು. ಅಷ್ಟು ಒಳಿತು ಬಯಸುವ

ಅವರ ಬಾಯಿಂದ ಈ ಮಾತು ಬರಬೇಕಾದರೆ ಅವಳು ಇಲ್ಲಿಗೆ ಬಂದಿದ್ದೇ ತಪ್ಪು ಎನಿಸಿತು.

ಸುಮ್ಮನೆ ನಿಂತಿದ್ದ ನಾಗಭೂಷಣನನ್ನು ನೋಡಿ ನೇತ್ರಳಿಗೆ ಪಿಚ್ಚೆನಿಸಿತು. ಪುಟ್ಟಜ್ಜಿಗೆ ಹೇಳಿ ಗರ್ಭಗುಡಿಯ ಮುಚ್ಚಿದ್ದ ಬಾಗಿಲಿನ ಕಿಂಡಿಯಿಂದ ನೋಡಿದಳು. ತಾತನ ಕಾಲದಲ್ಲಿ ಸದಾ ಉರಿಯುತ್ತಿದ್ದ ದೀಪ ಇಂದು ಆರಿ ಹೋಗಿತ್ತು. ಗಂಧ, ಹೂಗಳಿಂದ ಪರಿಮಳ ಬೀರುತ್ತಿದ್ದ ಗರ್ಭಗುಡಿ ಈಗ ಧೂಳಿನಿಂದ ಕೂಡಿದ ಕತ್ತಲೆಯ ಮನೆಯಾಗಿತ್ತು. ಆ ಕತ್ತಲಲ್ಲಿ ಸ್ವಾಮಿಯ ವಿಗ್ರಹವು ಸರಿಯಾಗಿ ಕಾಣಲಿಲ್ಲ. ಅವಳ ಕಣ್ಣಲ್ಲಿ ನೀರಾಡಿತು. ತಾನು ತಾತನ ಸನ್ನಿಧಿಯಲ್ಲಿ ಇಲ್ಲಿ ಕಳೆದ ದಿನಗಳು ಎಷ್ಟು ಅಮೂಲ್ಯವೆಂದು ಕೊಂಡು ನಮಸ್ಕಾರ ಹಾಕಿ ಹೊರಗೆ ಬಂದಳು.

"ಪುಟ್ಟಜ್ಜಿ, ದಿನಾ ಇಲ್ಲಿ ಪೂಜೆ ಮಾಡೋಲ್ಲವಾ?" ಅವಳ ಧ್ವನಿ ನೋವಿನಿಂದ ತುಂಬಿತ್ತು.

ಪುಟ್ಟಜ್ಜಿ ಭಾರವಾದ ನಿಟ್ಟುಸಿರು ಬಿಟ್ಟು ಹೇಳಿದರು,

"ಪೂಜೆ ಆರ್ಚನೆಯೆಲ್ಲ ನಿಮ್ಮ ತಾತನ ಕಾಲದಲ್ಲೇ ಹೋಯಿತು. ವೆಂಕಟರಮಣ ಯಾರಾದರೂ ಪೂಜೆಗೆ ಬಂದರೆ ಮಾತ್ರ ಗುಡಿ ಕಡೆ ತಲೆ ಹಾಕ್ತಾನೆ. ಅದೂ ತಟ್ಟೆ ಕಾಸಿನ ಆಸೆಗೆ. ಇನ್ನು ಊರವರ ಭಯಕ್ಕೆ ಶನಿವಾರವೊಂದು ದಿನ ನಮ್ಮಪ್ಪನ ತಲೆಗೆ ನೀರು ಕಾಣಿಸುತ್ತಾನೆ, ಅಷ್ಟೆ. ದೇವರ ದೀಪಕ್ಕೆ ಕೊಡೋ ಎಣ್ಣೇನ ಅಡುಗೆಗೆ ಬಳುಸ್ಕೋತಾನೆ. ಅವರವರು ತಂದು ಕೊಡೋ ಹೂ ಅವನಿಗೆ ಹಿತವಾದ ಮುಡಿಗೆ ಏರಿಸುತ್ತಾನೆ."

ನೇತ್ರಳಿಗೆ ಇನ್ನು ಅಲ್ಲಿ ನಿಲ್ಲಲಾಗಲಿಲ್ಲ. ಪ್ರಾಂಗಣದಿಂದ ಹೊರಗೆ ಬಂದಳು.

"ನೇತ್ರ, ನಾನು ಹೋಗಿ ಮಡಿಯುಟ್ಟು ಅಡಿಗೆಗೆ ಇಡ್ತೀನಿ. ಬಂದವರನ್ನು ಉಪವಾಸ ಇರಿಸೋದು ಚೆನ್ನಾಗಿರೋಲ್ಲ. ಆ ಮಗೂನ ಕರ್ಕೊಂಡ ಬಾ" ಎಂದು ಜಗುಲಿ ಇಳಿದು ಬೆನ್ನು ಬಾಗಿಸಿಕೊಂಡು ಮನೆಯ ಕಡೆ ಹೊರಟರು ಪುಟ್ಟಜ್ಜಿ.

ಅವರು ಹೋಗುವುದನ್ನೇ ನೋಡುತ್ತ ನಿಂತ ನಾಗಭೂಷಣ. ಈ ಹಿರಿಯ ಜೀವ ಎಷ್ಟು ಕಷ್ಟ ಸುಖಗಳನ್ನು ಕಂಡಿದೆಯೋ ಎಂದುಕೊಂಡ.

"ಬನ್ನಿ ಹೋಗೋಣ" ಎಂದಳು ನೇತ್ರ.

ನೇತ್ರಳ ಲೆದರ್‌ಬ್ಯಾಗ್ ನಾಗಭೂಷಣನ ಕೈಯಲ್ಲಿತ್ತು. ಹುಟ್ಟಿ ಬೆಳೆದ ಊರು, ಪರಿಚಿತ ಜನ. ದಾರಿಯಲ್ಲಿ ಎದುರಾದ ಹುಡುಗರಲ್ಲಿ ಮಿಕಿ ಮಿಕಿ ನೋಡತೊಡಗಿದ್ದರು. ಅಂದಿನ ಚೀಟಿ ಲಂಗ, ದೈನ್ಯ ಮುಖದ ನೇತ್ರಳನ್ನು ನೋಡಿದವರು ಇಂದು ಅವಳನ್ನು ಗುರ್ತಿಸಲಾರರು. ಅಷ್ಟು ಬದಲಾವಣೆಯಾಗಿತ್ತು ಅವಳಲ್ಲಿ.

ಮನೆಯ ಬಳಿ ಹೋದಾಗ ಅಲ್ಲಿ ಒಂದು ರೀತಿಯ ಸ್ಮಶಾನ ಮೌನ ನೆಲೆಸಿತ್ತು. ನೇತ್ರ ಒಳಕ್ಕೆ ಹೋದಳು. ಮನೆಯಲ್ಲಿ ಯಾರ ಸುಳಿವು ಕಾಣಲಿಲ್ಲ.

ವರಾಂಡದ ಪಕ್ಕದಲ್ಲಿದ್ದ ಕೋಣೆಗೆ ಬಗ್ಗಿ ನೋಡಿದಳು. ಮೊದಲೇ ಕತ್ತಲೆಯ

ಕಿರುಕೋಣೆ. ಇದ್ದ ಒಂದು ಸಣ್ಣ ಕಿಟಕಿಯನ್ನು ಮುಚ್ಚಿಬಿಟ್ಟಿದ್ದರು. ಒಂದು ವಿಧವಾದ ವಾಸನೆ ಅವಳ ಮೂಗಿಗೆ ಬಡಿಯಿತು. ಕಣ್ಣರಳಿಸಿ ನೋಡಿದಳು, ಹಳೇ ಮಂಚದ ಮೇಲೆ ಯಾರೋ ಮಲಗಿದ್ದ ಹಾಗೆ ಕಂಡಿತು.

"ಅತ್ತೆ....ಅತ್ತೆ..." ಎಂದಳು ತುಸು ಇಣುಕಿ.

ಮಂಚದ ಮೇಲೆ ಮಲಗಿದ್ದ ಆಕೃತಿ ಚಲಿಸಿತು. ಮುಲುಕಾಟ ಪ್ರಾರಂಭವಾಯಿತು.

ನೇತ್ರ ಹಿಂದಿರುಗಿ ನೋಡಿದಳು; ನಾಗಭೂಷಣ ಕಾಣಲಿಲ್ಲ, ಹೊರ ಬಾಗಿಲಿಗೆ ಬಂದು ಇಣುಕಿದಳು. ಪಕ್ಕದಲ್ಲಿದ್ದ ಲೆದರ್‌ಬ್ಯಾಗ್ ಇಟ್ಟುಕೊಂಡು ಜಗುಲಿಯ ಮೇಲೆ ಕುಳಿತಿದ್ದ. ಅವಳು ಅವನನ್ನು ನೋಡಲು ಸೇರಿದ್ದ ಹುಡುಗರ ಕಡೆ ದೃಷ್ಟಿ ಬೀರಿದ್ದ.

ಪುನಃ ಒಳಕ್ಕೆ ಬಂದ ನೇತ್ರ, "ಅತ್ತೆ...ಅತ್ತೆ" ಎಂದಳು.

"ಯಾರು ನೇತ್ರನಾ...." ಮಂಚದ ಮೇಲೆ ಮಲಗಿದ್ದ ಆಕೃತಿ ಅತಿ ಕ್ಷೀಣ ಧ್ವನಿಯಲ್ಲಿ ಕೇಳಿತು.

ಅತ್ತೆಯೇ ಮಲಗಿರೋದು ಎಂದು ನಿಶ್ಚಯವಾದ ಕೂಡಲೆ ನೇತ್ರ ಕೋಣೆಯೊಳಕ್ಕೆ ನುಗ್ಗಿ ಕಿಟಕಿಯನ್ನು ತೆರೆದಳು.

ಮಹಾಲಕ್ಷ್ಮಮ್ಮ ಎಲುಬಿನ ಹಂದರವಾಗಿ ಮಲಗಿದ್ದರು. ಅವರನ್ನು ಗುರ್ತಿಸುವುದೇ ಅವಳಿಗೆ ಕಷ್ಟವಾಯಿತು.

ಮೃದು ಹೃದಯದ ನೇತ್ರ ಅವರ ಕೈಗಳನ್ನು ಹಿಡಿದುಕೊಂಡು ಬಿಕ್ಕಿ ಬಿಕ್ಕಿ ಅತ್ತಳು.

ಮಹಾಲಕ್ಷ್ಮಮ್ಮ ಕ್ಷೀಣಸ್ವರದಲ್ಲಿ ಏನೇನೋ ಹೇಳುತ್ತಿದ್ದರು. ಅದರಲ್ಲಿ ಗಂಡನ ಮೇಲಿನ ಅಪರಾಧದ ದೊಡ್ಡ ಪಟ್ಟಿಯೇ ಇತ್ತು. ಅದರಲ್ಲಿ ಕೆಲವು ನೇತ್ರಳಿಗೆ ಅರ್ಥವಾದವು. ಮಿಕ್ಕವುಗಳ ತಲೆ ಬುಡವೇ ಗೊತ್ತಾಲ್ಲಿಲ್ಲ. ಅಂತೂ ಈ ದುರ್ದಶೆ ಪ್ರಾರಂಭವಾಗಿ ವರ್ಷವೇ ಆಯಿತು ಎಂಬುದು ಮಾತ್ರ ಅವಳಿಗೆ ತಿಳಿಯಿತು.

"ಕಪಿಲ ಎಲ್ಲಿ?" ಎಂದಳು ಸಾವರಿಸಿಕೊಳ್ಳುತ್ತ.

ಪಕ್ಕಕ್ಕೆ ಕೈ ತೋರಿದ ಮಹಾಲಕ್ಷ್ಮಮ್ಮ, ಅವಳು ಬೇರೆ ಇರುವುದಾಗಿ ಹೇಳಿದರು. ರಾಮ ಆರು ತಿಂಗಳಿನಿಂದ ಪತ್ತೆಯೇ ಇಲ್ಲವೆಂದು ತಿಳಿಸಿದರು.

ಇದೆಂಥ ಸಂಕಟವೆಂದುಕೊಂಡಳು ನೇತ್ರ. ದೇವಸ್ಥಾನದ ಸ್ಥಿತಿ ನೆನಪಾಯಿತು. ತಾತ ಬದುಕಿದ್ದ ಕಾಲದಲ್ಲಿ ಸ್ವಾಮಿಯ ವಿಗ್ರಹ ಗಂಧ, ಹೂ, ಅರ್ಚನೆ, ಪೂಜೆಯಿಂದ ಕಳಕಳಿಸುತ್ತಿತ್ತು. ಆಗ ಅಲ್ಲಿ...ಇಲ್ಲಿ...ಇದು ಕಾಕತಾಳೀಯವೇನೋ ಎಂದುಕೊಂಡಳು. ಅದನ್ನೆಲ್ಲ ಸೂಕ್ಷ್ಮವಾಗಿ ಅವಲೋಕಿಸಿ ಅರ್ಥಮಾಡಿಕೊಳ್ಳುವಷ್ಟು ಚೈತನ್ಯ ಅವಳಿಗಿರಲಿಲ್ಲ.

ಥಟ್ಟನೆ ನಾಗಭೂಷಣನನ್ನು ಜ್ಞಾಪಿಸಿಕೊಂಡು ಹೊರಗೆ ಬಂದಳು. ಆಗ ಕೂತಿದ್ದವನು ಈಗ ನಿಂತಿದ್ದ.

"ಬನ್ನಿ ಒಳಗೆ" ಎಂದು ಕರೆದಳು.

ಏನು ವಿಷ್ಯ ಎನ್ನುವಂತೆ ನೋಡಿದನೇ ವಿನಃ ಒಂದು ಹೆಜ್ಜೆಯನ್ನು ಮುಂದಕ್ಕೆ

ಇಡಲ್ಲಿಲ್ಲ.

ಮನೆಯಲ್ಲಿ ಹೊಸದಾಗಿ ಎದ್ದ ಗೋಡೆಯನ್ನು ಗಮನಿಸಿದ ನೇತ್ರ ಕಪಿಲೆ ಇಲ್ಲೇ ಪಕ್ಕದಲ್ಲಿರಬಹುದೆಂದುಕೊಂಡಳು.

ಅಲ್ಲೇ ನಿಂತಿದ್ದ ಹುಡುಗರನ್ನು ನೋಡಿ ಹೊರಗೆ ಬಂದ ಕಪಿಲೆ ನಾಗಭೂಷಣನನ್ನು ನೋಡಿ ಗದ್ದಕ್ಕೆ ಕೈ ಇಟ್ಟು ನಿಂತಳು. ಮತ್ತೆ ಬಗ್ಗಿ ನೋಡಿದಳು. ನೇತ್ರಳನ್ನು ನೋಡಿದ ಕೂಡಲೇ ಅವಳ ಮುಖ ಅರಳಿತು. ಒಂದೇ ಬಾರಿಗೆ ಓಡಿ ಬಂದು ಅವಳ ಕೈ ಹಿಡಿದಳು. ಅಷ್ಟೇ ಬೇಗ ಅವಳ ಓಲೆ, ಸರ, ಸೀರೆಯ ಮೇಲೆ ಅಸೂಯೆ ಮೆಚ್ಚುಗೆಗಳ ಸಮ್ಮಿಳಿತ ಭಾವನೆಯಿಂದ ಕೈಯಾಡಿಸುತ್ತ ತನ್ನದೇ ಭಾಷೆಯಲ್ಲಿ ಏನೋ ಹೇಳಿದಳು; ಏನೋ ಕೇಳಿದಳು.

ಈಗ ಅವಳ ಭಾಷೆಯನ್ನು ಅರ್ಥಮಾಡಿಕೊಳ್ಳುವುದು ನೇತ್ರಳಿಗೆ ಕಷ್ಟವೆನ್ನಿಸಿತು. ನಾಗಭೂಷಣ ಮಾತ್ರ ತಮಾಷೆ ಕಂಡವನಂತೆ ತುಂಬ ನಗು ಬೀರುತ್ತ ನಿಂತ.

ಕಪಿಲೆ ನೇತ್ರಳ ಕೊರಳಲ್ಲಿದ್ದ ಸರವನ್ನು ಹೊರಗೆ ತೆಗೆದು ಮಾಂಗಲ್ಯ ಇಲ್ಲದ್ದು ನೋಡಿ ಜೋರಾಗಿ ನಕ್ಕು, "ನಾನು ನಿನಗೆ ಮದುವೆಯಾಗಿದೆ ಅಂದುಕೊಂಡೆ" ಎಂದ ತನ್ನ ಭಾಷೆಯಲ್ಲೇ ಹೇಳಿದಳು. ಕಪಿಲೆ ನಾಗಭೂಷಣನನ್ನು ತೋರಿಸಿ ವಿಚಾರಿಸಿದಳು. ನಾಗಭೂಷಣನ ಬಗ್ಗೆ ಹೇಳುವ ವೇಳೆಗೆ ನೇತ್ರಳಿಗೆ ಸಾಕಾಗಿ ಹೋಯಿತು.

ಜಗುಲಿಯ ಮೇಲಿದ್ದ ಲೆದರ್‌ಬ್ಯಾಗ್ ತೆಗೆದುಕೊಂಡು ನೇತ್ರಳ ಕೈ ಹಿಡಿದುಕೊಂಡು ನಾಗಭೂಷಣನನ್ನು ಬರುವಂತೆ ಸನ್ನೆ ಮಾಡಿ ಒಳಗೆ ಕರೆದೊಯ್ದಳು.

ಮಣ್ಣಿನ ಮನೆಯಾದರೂ ಕಪಿಲೆ ಬಹಳ ಅಚ್ಚುಕಟ್ಟಾಗಿ ಇಟ್ಟುಕೊಂಡಿದ್ದಳು. ನೆಲವನ್ನು ಸೆಗಣಿಯಿಂದ ಸಾರಿಸಿ ಅಂಚಿನಲ್ಲಿ ರಂಗೋಲಿ ಹಾಕಿದ್ದಳು. ಹೊಸಲಿಗೆ ಕೆಮ್ಮಣ್ಣಿನ ಸಾರಣಿ. ಮನೆ ಬಹಳ ಒಪ್ಪವಾಗಿತ್ತು. ಇದ್ದ ಕೆಲವು ಕಂಚಿನ ಪಾತ್ರೆಗಳು ಥಳಥಳ ಹೊಳೆಯುತ್ತಿದ್ದವು. ಮಾಡಿದ್ದ ಅಡಿಗೆಯನ್ನು ಓರಣವಾಗಿ ಮುಚ್ಚಿಟ್ಟಿದ್ದಳು.

ಕಪಿಲೆ ಚಾಪೆ ಹಾಸಿ ಕುಳಿತುಕೊಳ್ಳುವಂತೆ ಹೇಳಿದಳು. ನಾಗಭೂಷಣನಿಗೂ ನಿಂತು ಸಾಕಾಗಿತ್ತು. ಗೋಡೆಗೊರಗಿ ಕುಳಿತುಬಿಟ್ಟ.

ಒಲೆಗೆ ಸೌದೆ ಹಾಕಿ ಹೊತ್ತಿಸಿ ಕಾಫಿ ಮಾಡಿಕೊಟ್ಟ ಕಪಿಲೆ ಕಂಚಿನ ಚೆಂಬಿನಲ್ಲಿದ್ದ ನೀರು ತಂದು ನಾಗಭೂಷಣನ ಮುಂದಿಟ್ಟು ಎದ್ದು ಮುಖ ತೊಳೆಯುವಂತೆ ಆಗ್ರಹಪಡಿಸಿದಳು. ನಾಗಭೂಷಣ ಅವಳ ಹೇಳಿಕೆಯಂತೆ ಅಲ್ಲಿದ್ದ ಸಣ್ಣ ಹಿತ್ತಲಿನಲ್ಲಿ ಮುಖ ತೊಳೆದ. ಅಷ್ಟರಲ್ಲಿ ಅವಳು ತಂದುಕೊಟ್ಟ ಮಡಿವಸ್ತ್ರದಲ್ಲಿ ಒರೆಸಿಕೊಂಡು ಒಳಗೆ ಬಂದ.

ಕಪಿಲೆ ಚಾಪೆಯ ಮೇಲೆ ಕನ್ನಡಿ, ಬಾಚಣಿಕೆ ತಂದಿಟ್ಟಳು. ಮೂಗ ಹುಡುಗಿಯಾದರೂ ಅವಳ ಚುರುಕಿಗೆ ನಾಗಭೂಷಣ ಬೆರಗಾದ.

ಥಳಥಳನೇ ಹೊಳೆಯುವ ಕಂಚಿನ ಲೋಟಗಳಲ್ಲಿ ಕಾಫಿ ತಂದಿಟ್ಟಳು. ಇಬ್ಬರ ಹೊಟ್ಟೆಯೂ ಚುರುಗುಟ್ಟುತ್ತಿತ್ತು. ಅದರ ರುಚಿ, ಬಿಸಿ ಗಮನಿಸದೇ ಕುಡಿದರು.

ಅದೇ ಒಲೆಯ ಮೇಲೆ ಅನ್ನಕ್ಕಿಟ್ಟು ಕಪಿಲೆ ಹೊರಡಲು ಎದ್ದ ನೇತ್ರಳನ್ನು ಕೈ ಹಿಡಿದು ಕೂಡಿಸಿದಳು. ಮನೆ ಯಾಕೆ ಬಿಟ್ಟು ಬೇರೆ ಇದ್ದೀಯಾ ಎಂದು ನೇತ್ರ ಪ್ರಶ್ನಿಸಿದಳು. ಅವಳು ತನ್ನ ಮೂಕ ಭಾಷೆಯಲ್ಲಿ ಏನೇನೋ ಉತ್ತರಿಸಿದಳು.

ಅನ್ನವಾದ ನಂತರ ಎಲೆ ಹಾಕಿ ಇಬ್ಬರಿಗೂ ಬಡಿಸಿದಳು. ಹಲಸಿನಕಾಯಿ ಹುಳಿ, ಮಾವಿನಕಾಯಿ ಉಪ್ಪಿನಕಾಯಿ, ದಪ್ಪಕ್ಕಿಯ ಮಿಡ್ಡೆ ಅನ್ನ. ಹಸಿದಿದ್ದ ಇಬ್ಬರೂ ಏನನ್ನೂ ಗಮನಿಸದೆ ತಿಂದರು.

“ನೇತ್ರ...ನೇತ್ರ...” ಎಂಬ ಕೂಗು ಕೇಳಿ ಬಂದಾಗ ಇದು ಮಾವನ ಕೂಗೆಂದುಕೊಂಡು ಹೊರಗೆ ಬಂದಳು. ಆ ಕಡೆಯ ಬಾಗಿಲಿನಲ್ಲಿ ವೆಂಕಟರಮಣ ಜೋಯಿಸರು ನಿಂತಿದ್ದರು. “ನೀನು ಅವಳ ಮನೆಗೆ ಯಾಕೆ ಹೋದೆ....” ಎಂದು ಅವರ ಮುಖ ಭಾವದಿಂದಲೇ ತಿಳಿದಳು.

ವೆಂಕಟರಮಣ ಜೋಯಿಸರು ಮಗಳ ಕೈನಿಂದ ತಪ್ಪಿಸಿಕೊಳ್ಳುವವರಂತೆ ಒಳಗೆ ನುಸುಳಿದರು. ಮಗಳಿಗೆ ಅವರು ಎಷ್ಟು ಹೆದರುತ್ತಾರೆ ಎಂಬುದನ್ನು ಆ ಒಂದು ಘಟನೆಯಿಂದಲೇ ತಿಳಿಯಬಹುದಾಗಿತ್ತು.

ತಾನು ನೋಡುತ್ತಿರುವುದು ವಿಚಿತ್ರವಾದ ನಾಟಕವೆನ್ನಿಸಿತು. ನಾಗಭೂಷಣನಿಗೆ. ಸಹ ಆದಷ್ಟು ಬೇಗ ಇಲ್ಲಿಂದ ಕಾಲು ಕಿತ್ತರೆ ಸಾಕೆನ್ನಿಸಿತು.

ನೇತ್ರ ನಾಗಭೂಷಣರನ್ನು ಹತ್ತಿರ ಕೂಡಿಸಿಕೊಂಡು ವೆಂಕಟರಮಣ ಜೋಯಿಸರು ಮನಕರಗುವಂತೆ ತಮ್ಮ ಕಷ್ಟಗಳನ್ನು ತೋಡಿಕೊಂಡರು. ಕಾಲೇಜು ಬಾಗಿಲು ತೆಗೆಯುವವರೆಗಾದರೂ ನೇತ್ರ ಇಲ್ಲಿ ಇರಲಿ ಎಂದು ಹೇಳಿದರು. ತಮಗೆ ಅವಳನ್ನು ಇಲ್ಲಿ ಬಿಟ್ಟು ಹೋಗಲು ಇಷ್ಟವಿಲ್ಲವೆಂದು ನೇತ್ರಳಿಗೆ ಕಣ್ಣಿನಲ್ಲೇ ಹೇಳಿದ.

ಅತ್ತೆ ಮಾವನ ಸ್ಥಿತಿ ನೋಡಿ ಕರಗಿ ಹೋಗಿದ್ದ ನೇತ್ರ ಅತ್ತೆ ಚೇತರಿಸಿ ಕೊಳ್ಳುವವರೆಗೂ ಇದ್ದು ಬರುತ್ತೇನೆ ಎಂದಳು. ನಾಗಭೂಷಣನಿಗೆ ಏನೂ ಹೇಳಲಾಗಲಿಲ್ಲ. ತಾನು ಮಾತ್ರ ಆ ದಿನವೇ ಹೊರಟುಬಿಟ್ಟ.

ವೆಂಕಟರಮಣ ಜೋಯಿಸರು ತಾವೇ ಹೋಗಿ ಅವನನ್ನು ಬಸ್ಸಿಗೆ ಹತ್ತಿಸಿ ಬಂದರು.

ಅಡಿಗೆ ಮನೆಯಲ್ಲಿ ಹರಡಿದ್ದ ಪಾತ್ರೆಗಳನ್ನೆಲ್ಲ ಸರಿಯಾದ ಸ್ಥಳದಲ್ಲಿಟ್ಟು ನೋಡುವಂತೆ ಮಾಡಬೇಕಾದರೆ ನೇತ್ರ ಬಹಳ ಶ್ರಮವಹಿಸಬೇಕಾಯಿತು. ಅವಳಿಗೆ ಕೆಲಸ ಮಾಡಿ ರೂಢಿಯೇ ತಪ್ಪಿ ಹೋಗಿತ್ತು. ಅತ್ತೆಗೆ ಗಂಜಿ ಮಾಡಿ ಕುಡಿಸಿ, ಅನ್ನ ಸಾರು ಮಾಡಿ ಸೋತವಳಂತೆ ಕುಳಿತುಬಿಟ್ಟಳು.

ಅಡಿಗೆ ಮಾಡಿ ಕಾದುಸಾಕಾದ ಪುಟ್ಟಜ್ಜಿ ಕಾಲೆಳೆದುಕೊಂಡು ತಾವೇ ಬಂದರು. ಜೋಯಿಸರು ಸತ್ತ ಮೇಲೆ ಅವರು ಆ ಮನೆಯ ಕಡೆ ತಲೆ ಹಾಕಿಯೇ ಇರಲಿಲ್ಲ. ಇಂದು ನೇತ್ರಳಿಗಾಗಿ ಬಂದಿದ್ದರು.

“ಲೇ ನೇತ್ರ....” ಎಂದು ಕೂಗಿಕೊಂಡೇ ಒಳಗೆ ಬಂದರು. ನಡೆದು ಬಂದ

ದಣಿವಿನ ಜೊತೆ ನಿಂತುಕೊಳ್ಳಲು ನಿತ್ರಾಣ. ಕಂಬಕ್ಕೆ ಒರಗಿ ಕುಳಿತುಬಿಟ್ಟರು. ಮನೆಯಲ್ಲೆಲ್ಲ ಕಣ್ಣಾಡಿಸಿ ನೋಡಿದರು. ನರಸಿಂಹ ಜೋಯಿಸರ ಹೆಂಡತಿ ಬದುಕಿದ್ದಾಗ ಹೆಚ್ಚಿನ ಶ್ರೀಮಂತಿಕೆ ಇಲ್ಲದಿದ್ದರೂ ಎಷ್ಟು ವೈಭವವಾಗಿತ್ತು. ಸದಾ ಬಂದು ಹೋಗುವ ಅತಿಥಿಗಳು, ಬಂಧುಗಳು, ಜೋಯಿಸರ ಕಂಠದಿಂದ ಹೊರಡುತ್ತಿದ್ದ ಮಂತ್ರಗಳು, ಯಾವಾಗಲೂ ವ್ರತ ಪೂಜೆ ಏನಾದರೊಂದು ನಡೆಯುತ್ತಲೇ ಇತ್ತು. ಆಗ ಹಳ್ಳಿಯ ಜನ ಇದನ್ನು ದೇವರ ಗುಡಿಯೆಂದೇ ಭಕ್ತಿಯಿಂದ ಕಾಣುತ್ತಿದ್ದರು. ಈಗ....ಭಾರವಾದ ನಿಟ್ಟುಸಿರು ಬಿಟ್ಟರು.

ನೇತ್ರ ಬಂದು ಪುಟ್ಟಜ್ಜಿಯ ಬಳಿ ಕುಳಿತಳು.

"ಯಾಕೆ ಬರಲ್ಲಿಲ್ಲ?"

"ಕಪಿಲೆ ಬಲವಂತ ಮಾಡಿ ಕರ್ಕೊಂಡು ಹೋಗಿ ಊಟ ಹಾಕಿಬಿಟ್ಟಳು. ಈಗ ಬರೋಣ ಅಂತ ಇದ್ದೆ. ನನ್ನ ಜೊತೆಯಲ್ಲಿ ಬಂದಿದ್ದರಲ್ಲ ನಾಗಭೂಷಣ, ಅವರು ಬಸ್ಸಿಗೆ ಹೋದರು."

"ನಿನಗೆ ಶಾಲೆನೋ ಸ್ಕೂಲೋ ಅದೇನೋ ಅನ್ನಾರಲ್ಲ, ಅದು ಇಲ್ಲವಾ?" ಎಂದರು. ನೇತ್ರ ಅವನ ಜೊತೆ ಹೊರಡದೆ ಉಳಿದಿದ್ದು ಅಸಮಾಧಾನವಾಗಿದೆ ಎಂಬುದನ್ನು ಮಾತನಾಡಿದ ರೀತಿಯೇ ತಿಳಿಸುತ್ತಿತ್ತು.

"ಈಗ ರಜ. ಅತ್ತೆ ಸ್ವಲ್ಪ ಗುಣವಾದ ಕೂಡಲೇ ಹೊರಟು ಬಿಡ್ತೀನಿ." ಪುಟ್ಟಜ್ಜಿ ಎದ್ದು ಮಹಾಲಕ್ಷ್ಮಮ್ಮ ಮಲಗಿದ್ದ ಕೋಣೆಗೆ ಹೋದರು. ಅವರು ಆಕೆಯನ್ನು ನೋಡಿ ಬಹಳ ದಿನಗಳಾಗಿತ್ತು.

"ಮಹಾಲಕ್ಷ್ಮಿ....ಹೇಗಿದ್ದೀಯಾ?" ಎಂದರು ಧ್ವನಿ ಎತ್ತರಿಸಿ.

"ಸಾಯಲಿಲ್ಲ ಪುಟ್ಟಜ್ಜಿ. ಬದುಕಿದ್ದೀನಿ ಅಷ್ಟೆ" ಎಂದರು ಕ್ಷೀಣವಾಗಿ ಮಹಾಲಕ್ಷ್ಮಮ್ಮ. "ಎಲ್ಲ ಕರ್ಮ....ಮಾಡಿದ್ದು, ಅನುಭವಿಸಲೇಬೇಕು" ಎಂದುಕೊಳ್ಳುತ್ತಲೇ ಹೊರಗೆ ಬಂದುಬಿಟ್ಟರು.

ಶಲ್ಯ ಹೆಗಲ ಮೇಲೆ ಹಾಕಿಕೊಂಡು ಮೂಗಿಗೆ ನಶ್ಯ ಏರಿಸುತ್ತ ಮನೆಯೊಳಕ್ಕೆ ಬಂದ ವೆಂಕಟರಮಣ ಜೋಯಿಸರು ಪುಟ್ಟಜ್ಜಿಯನ್ನು ಕೆಕ್ಕರಿಸಿಕೊಂಡು ನೋಡುತ್ತ ಹಿತ್ತಲ ಕಡೆ ಹೊರಟರು.

ರಂಗರಾವುಗೆ ಸುದ್ದಿ ಮುಟ್ಟಿಸಿ ನೇತ್ರಳ ಮದುವೆ ಸುಬ್ಬಣ್ಣನೊಡನೆ ನಡೆಯ ದಂತೆ ಮಾಡಲು ಪುಟ್ಟಜ್ಜಿಯೇ ಕಾರಣ ಎಂಬುದು ವೆಂಕಟರಮಣ ಜೋಯಿಸರಿಗೆ ಗೊತ್ತಿತ್ತು. ಆದರೆ ಪುಟ್ಟಜಿಗೆ ಏನು ಮಾಡಲೂ ಅವರಿಂದ ಸಾಧ್ಯವಿಲ್ಲ. ಪುಟ್ಟಜ್ಜಿಯ ಮೇಲೆ ಹಳ್ಳಿಯ ಜನಕ್ಕೆ ಬಹಳ ಅಭಿಮಾನ. ಪ್ರತಿಯೊಬ್ಬರು ಅವರ ಯೋಗಕ್ಷೇಮ ವಿಚಾರಿಸಿ ತಮ್ಮ ಕೈಯಲ್ಲಾದ ಸಹಾಯ ಮಾಡುತ್ತಿದ್ದರು.

"ಏಳೇ ಪುಟ್ಟಿ ಹೋಗೋಣ" ಎಂದು ನೇತ್ರಳನ್ನು ಕರೆದರು.

ನೇತ್ರ ಎದ್ದು ಹೋಗಿ ತಾನು ಪುಟ್ಟಜ್ಜಿಯ ಮನೆಗೆ ಹೋಗುವ ವಿಷಯವನ್ನು

ಅತ್ತೆಗೆ ಹೇಳಿದರು.

"ಬೇಗ ಬಂದು ಬಿಡ್ತೀಯಾ?"

"ಇಲ್ಲವೇ! ಅವಳು ಊಟ ಮಾಡಿ ಅಲ್ಲೇ ಮಲಗುತ್ತಾಳೆ" ಅಂದು ಪುಟ್ಟಜ್ಜಿಯೇ ಹೊರಗಿನಿಂದ ಹೇಳಿದಳು

ಪುಟ್ಟಜ್ಜಿಯ ಕಿವಿ ಈ ವಯಸ್ಸಿನಲ್ಲೂ ಎಷ್ಟು ಚುರುಕು ಎಂದುಕೊಂಡಳು ನೇತ್ರ.

"ಅವರಿಗೆ ಬಡಿಸಿಯಾದರೂ ಹೋಗು" ಎಂದರು ಮಹಾಲಕ್ಷ್ಮಮ್ಮ. "ಬಡಿಸಿಕೊಂಡು ಊಟ ಮಾಡ್ತಾನೆ ಬಿಡು. ಇಷ್ಟು ದಿನ ಇವಳೇ ಇದ್ದಳಾ? ಅವಳು ತಾನೇ ಎಷ್ಟು ದಿನ ಇರ್ತಾಳೆ?" ಎಂದು ತಾವೇ ಹೇಳಿದರು ಪುಟ್ಟಜ್ಜಿ. "ಬಾರೇ ನೇತ್ರ, ನನಗೆ ಹೆಚ್ಚು ಹೊತ್ತು ನಿಲ್ಲಲ್ಲಿಕ್ಕೆ ಆಗೋಲ್ಲ" ಎಂದು ನೇತ್ರಳನ್ನು ಕರೆದುಕೊಂಡು ಹೊರಟೇಬಿಟ್ಟರು.

ಹಿತ್ತಲಿನಲ್ಲಿದ್ದ ವೆಂಕಟರಮಣ ಜೋಯಿಸರು ಎಲ್ಲ ಕೇಳಿಸಿಕೊಂಡಿದ್ದರು. ಕೋಪದಿಂದ ಹಲ್ಲು ಕಡಿಯುತ್ತಲೇ ಒಳಗೆ ಬಂದರು. "ಎಂಥೆಂಥವರೋ ಸಾಯುತ್ತಾರೆ. ಆದರೆ ಈ ಮುದಕಿ ಸಾಯಲಿಲ್ಲವಲ್ಲ!" ಎಂದು ಜೋರಾಗಿಯೇ ಗೊಣಗಿದರು.

ಅದನ್ನು ಮಹಾಲಕ್ಷ್ಮಮ್ಮ ಕೇಳಿಸಿಕೊಂಡರೂ ತುಟಿ ಎರಡು ಮಾಡಲ್ಲಿಲ್ಲ ತಮ್ಮ ಹದಗೆಟ್ಟ ಪರಿಸ್ಥಿತಿಗೆ ಗಂಡನ ಕಲ್ಯಾಣ ಗುಣಗಳೇ ಕಾರಣ ಎಂದು ಅವರಿಗೆ ತಿಳಿದಿತ್ತು.

ನರಸಿಂಹ ಜೋಯಿಸರು ಬದುಕಿರುವವರೆಗೆ ಸ್ವಲ್ಪ, ಸ್ವಲ್ಪ ಕೆಟ್ಟಿದ್ದರೂ ಚೌಕಟ್ಟಿನಲ್ಲೇ ಇದ್ದರೂ ವೆಂಕಟರಮಣ ಜೋಯಿಸರು. ಆದರೆ ತಂದೆ ಸತ್ತ ಕೂಡಲೆ ಅವರು ಪೂರ್ಣ ಸ್ವತಂತ್ರರಾದರು. ಮೊದಲೇ ದೇವರು, ಪೂಜೆ ಎಂದರೆ ವಿಶ್ವಾಸವಿರಲಿಲ್ಲ. ಈಗ ಮತ್ತಷ್ಟು ಉದಾಸೀನ ಮಾಡಿದರು. ಹಳ್ಳಿಯವರ ಭಯಕ್ಕೆ ಮತ್ತು ದೇವಸ್ಥಾನದಿಂದ ಸಿಗುತ್ತಿದ್ದ ಆದಾಯಕೋಸ್ಕರ ದೇವಸ್ಥಾನಕ್ಕೆ ಬಂದು ಮಾಡುತ್ತಿದ್ದರು. ಇದು ಅವರ ಪಾಲಿಗೆ ಕೂಲಿಗಾಗಿ ಮಾಡುವ ಚಾಕರಿಯಾಗಿತ್ತು.

ಹಳ್ಳಿಯವರಿಗೆ ಇವರೊಂದು ತಲೆನೋವಾದರು. ಆದರೆ ನರಸಿಂಹ ಜೋಯಿಸರ ಮೇಲಿನ ಗೌರವಕ್ಕೆ ಸಹಿಸಿಕೊಂಡಿದ್ದರು. ಕಡೆಗೆ ಸುಬ್ಬಣ್ಣನ ಮೇಲ್ವಿಚಾರಣೆಗೆ ದೇವಸ್ಥಾನವನ್ನು ಒಪ್ಪಿಸಿಕೊಂಡಿದ್ದರು. ಆಗ ಕೂಡ ವೆಂಕಟರಮಣ ಜೋಯಿಸರು ಸುಬ್ಬಣ್ಣನ ಮೇಲೆ ಜೋರು ಮಾಡಿ ದೇವಸ್ಥಾನ ಆದಾಯವನ್ನು ಕಬಳಿಸತೊಡಗಿದರು. ಆಗ ಸುಬ್ಬಣ್ಣ ದೇವಸ್ಥಾನಕ್ಕೆ ಹೋಗುವುದನ್ನು ನಿಲ್ಲಿಸಿ ಹೊಟ್ಟೆಪಾಡಿಗೆ ದಾರಿಯನ್ನು ಕಂಡುಕೊಂಡ. ಆದ್ದರಿಂದ ಮನೆ ಪಾಲಾಯಿತು. ಏನೇನೋ ನಡೆದುಹೋಯಿತು. ಮನೆ ಪಾಲಾಗುವಾಗ ದೊಡ್ಡ ಗಲಾಟೆಯೇ ನಡೆದುಹೋಯಿತು. ಮೂಗಿ ಕಪಿಲೆ ಕಾಳಿಯಾಗಿ ನಿಲ್ಲದಿದ್ದರೆ ಅದು ಸಾಧ್ಯವಾಗುತ್ತಿರಲ್ಲಿಲ್ಲ. ಮಗಳ ಜೋರು, ಹಳ್ಳಿಯವರ ಬುದ್ಧಿವಾದಕ್ಕೆ ಮಣಿದ ವೆಂಕಟರಮಣ ಜೋಯಿಸರು ಮನೆಯಲ್ಲಿ ಅರ್ಧಭಾಗಕ್ಕೆ ಗೋಡೆ ಹಾಕಿಸಿ, ಮಗಳ ಅಳಿಯನ ಸ್ವಾಧೀನಕ್ಕೆ ಬಿಟ್ಟು ಕೊಟ್ಟರು. ಅಲ್ಲದೆ ಪಾತ್ರೆ

ಪರಡಿಗಳನ್ನು ಪಾಲು ಮಾಡಬೇಕಾಯಿತು.

ಅಲ್ಲಿ ಇಲ್ಲಿ ತಿರುಗಾಡಿ ಹೊಟ್ಟೆ ಹಸಿದಾಗ ಮನೆ ಕಡೆ ಬರುತ್ತಿದ್ದ ರಾಮ ಒಂದು ದಿನ ಇದ್ದಕ್ಕಿದ್ದಂತೆ ಕಾಣೆಯಾದ. ಸ್ವಲ್ಪ ದಿನ ಹುಡುಕಿದ ವೆಂಕಟರಮಣ ಜೋಯಿಸರು ಪೀಡೆ ಪರಿಹಾರವಾಯಿತೆಂದು ಸುಮ್ಮನಾಗಿಬಿಟ್ಟರು. ಅದೇ ಕೊರಗಿನಿಂದ ಮಂಚ ಹಿಡಿದ ಮಹಾಲಕ್ಷ್ಮಮ್ಮ ದಿನ ದಿನಕ್ಕೆ ಕೃಶವಾಗತೊಡಗಿದ್ದರು.

ವೆಂಕಟರಮಣ ಜೋಯಿಸರಿಗೆ ತಲೆಚಿಟ್ಟು ಹಿಡಿದು ಮನೆಗೆ ಬರುವುದನ್ನೇ ಕಡಿಮೆ ಮಾಡಿದ್ದರು. ಹಳ್ಳಿಯ ಅರ್ಚಕರಾಗಿ ಮಿತಿಮೀರಿ ವರ್ತಿಸುವಂತಿರಲ್ಲಿಲ್ಲ. ಆದ್ದರಿಂದ ಅವರು ಮನೆಗೆ ಬರಬೇಕಾಗಿತ್ತು. ಮಂಚ ಹಿಡಿದ ಹೆಂಡತಿ, ಹದಗೆಟ್ಟ ಸಂಸಾರ ನೋಡಿ ಅವರಿಗೆ ಹುಚ್ಚು ಹಿಡಿದಂತೆ ಆಗಿತ್ತು. ಕೊರಗಿನ ಜೊತೆಗೆ ದುರ್ವ್ಯಸನಗಳಿಂದ ಅಂಟಿದ ಕಾಯಿಲೆಯಿಂದ ಅವರ ಶರೀರ ರೋಗದ ಗೋಡೆಯಾಯಿತು. ಅವರೂ ದಿನದಿನಕ್ಕೆ ಕ್ಷೀಣಿಸತೊಡಗಿದ್ದರು. ಆಗ ನೇತ್ರಳ ಜ್ಞಾಪಕ ಮಾಡಿಕೊಂಡು ಮೊಂಡು ಧೈರ್ಯದಿಂದ ಗಂಧರ್ವಗಿರಿಗೆ ಹೋಗಿದ್ದಕ್ಕೆ ಫಲ ಸಿಕ್ಕಿತ್ತು. ಆದರೆ ನೇತ್ರಳನ್ನು ಇಲ್ಲೇ ನಿಲ್ಲಿಸಿಕೊಳ್ಳಲು ಏನು ಮಾಡಬೇಕೆಂದು ಅರಿಯದೆ ಒದ್ದಾಡ ತೊಡಗಿದರು.

"ಏನಾದರೂ ಹೊಟ್ಟೆಗೆ ತಗೊಂಡ್ಯೇನೆ?" ಎಂದು ಕುಳಿತ ಕಡೆಯಿಂದಲೇ ಧ್ವನಿ ಎತ್ತರಿಸಿ ಹೆಂಡತಿಯನ್ನು ಕೇಳಿದರು.

"ಹ್ಞೂಂ, ನೇತ್ರ ಗಂಜಿ ಮಾಡಿಕೊಟ್ಟಳು." ಅಷ್ಟಕ್ಕೆ ತಮ್ಮ ಕರ್ತವ್ಯ ಮುಗಿಯಿತು ಎನ್ನುವಂತೆ ತಟ್ಟೆ ಹಾಕಿಕೊಂಡು ಕುಳಿತು ಅನ್ನ, ಸಾರು ಪಾತ್ರೆಗಳನ್ನು ತಂದಿಟ್ಟುಕೊಂಡು. ತಾವೇ ಬಡಿಸಿಕೊಂಡು ಊಟ ಮಾಡತೊಡಗಿದರು. ಡರ್ರನೆ ತೇಗಿ ತಟ್ಟೆ ತೊಳೆದು ಗೋಮ ಹಚ್ಚಿ, ಹಾಸಿಗೆ ಉರುಳಿಸಿಕೊಂಡು ಮಲಗಿದರು.

ಬಹಳ ಹೊತ್ತು ಹೊರಳಾಡಿಸಿದರು. ನಿದ್ದೆ ಬರಲ್ಲಿಲ್ಲ. ಅವರಿಗೆ ತಟ್ಟನೆ ಒಂದು ಯೋಚನೆ ಹೊಳೆಯಿತು. ಆ ಹಳೆಯ ಶಾಲೆಗೆ ನರಹರಿ ಎಂಬ ಅಧ್ಯಾಪಕ ಬಂದಿದ್ದ. ಅವನಿಗೆ ಮದುವೆ ವಯಸ್ಸು ಮೀರಿದ್ದರೂ ಮದುವೆಯಾಗಿರಲ್ಲಿಲ್ಲ. ಅವನನ್ನು ವಿಚಾರಿಸಿ ನೇತ್ರಳ ಮದುವೆ ಮಾಡಿ ಮನೆಯಲ್ಲೇ ಇಟ್ಟುಕೊಂಡರೆ....ಅದೆಲ್ಲ ಸಾಧ್ಯವಿಲ್ಲ. ಮೊದಲ ಒಂದು ಸಲ ಏರ್ಪಾಟು ಮಾಡಿ ಅವಲಕ್ಷಣ ಅನಿಸಿಕೊಂಡಿದ್ದು ಆಗಿದೆ. ಹಣವಿರುವ ದೊಡ್ಡ ಜನ ಕೈಗೆ ಬೇಡಿಹಾಕಿಸೋಕು ಹಿಂದೆಗೆಯೋಲ್ಲ. ಆದ್ದರಿಂದ ನೇತ್ರಳನ್ನು ಒಳ್ಳೆಯ ಮಾತುಗಳಿಂದ ತಮ್ಮವಳನ್ನಾಗಿ ಮಾಡಿಕೊಳ್ಳಬೇಕು. ಏನೇನೊ ಯೋಚನೆ, ಆಸೆ ನಿರಾಸೆಗಳ ತಾಕಲಾಟ. ಅಂತೂ ಇಂತೂ ಯಾವಾಗಲೋ ನಿದ್ದೆ ಮಾಡಿದರು.

ತಾತ ಸತ್ತಾಗಿನಿಂದ ನಡೆದ ಘಟನೆಗಳನ್ನೆಲ್ಲ ಪುಟ್ಟಜ್ಜಿ ನೇತ್ರಳಿಗೆ ಹೇಳಿದ್ದೇ ಅಲ್ಲದೆ ನೀನು ಬಂದು ತಪ್ಪು ಕೆಲಸ ಮಾಡಿದೆ ಎಂದು ಛೀಮಾರಿ ಹಾಕಿದರು.

ನೇತ್ರಳ ಮನಸ್ಸು ದ್ವಂದ್ವದಲ್ಲಿ ಸಿಕ್ಕಿಕೊಂಡು ಒದ್ದಾಡತೊಡಗಿತು. ಹೇಗೊ ಬಂದದ್ದು ಆಗಿದೆ. ನಾಕ್ಕೈದು ದಿನ ಇದ್ದು ಹೊರಟುಬಿಡುವುದು ಎಂದು ನಿರ್ಧರಿಸಿಕೊಂಡಳು.

ನಾಗಭೂಷಣ ಬಂದವನೇ ರಾಜಲಕ್ಷ್ಮಿಯವರಿಗೆ ಎಲ್ಲ ಸಂಗತಿಯನ್ನು ತಿಳಿಸಿದ. ನೇತ್ರಳ ಅತ್ತೆ ಸಂಪೂರ್ಣವಾಗಿ ಮಂಚ ಹಿಡಿದಿರುವ ವಿಷ್ಯವನ್ನೂ ತಿಳಿಸಿದ.

"ಹೇಗಾದರೂ ರಕ್ತ ಸಂಬಂಧ, ಒಂದು ನಾಲ್ಕು ದಿನ ಇದ್ದು ಬರಲಿ, ನಮಗಂತೂ ಅವಳಿಲ್ಲದೆ ಬೇಜಾರಾಗಿಬಿಟ್ಟಿದೆ. ಆನಂದ್, ಸಂತೋಷರಂತೂ "ನೇತ್ರ ಯಾವಾಗ ಬರ್ತಾಳೆ, ನೇತ್ರ ಯಾವಾಗ ಬರ್ತಾಳೆ" ಅನ್ನೋ ಪಲ್ಲವಿ ಷುರು ಮಾಡಿದ್ದಾರೆ. ಇನ್ನು ನಾಲ್ಕೈದು ದಿನ ಹೇಗಿರೋದು?'

ರಾಜಲಕ್ಷ್ಮಿಯವರ ಮಾತು ಕೇಳಿ ನಾಗಭೂಷಣ ಆಶ್ಚರ್ಯಗೊಂಡ. ಅವರುಗಳು ನೇತ್ರಳನ್ನು ಸ್ವಂತ ಮಗಳಿನಂತೆ ಪ್ರೀತಿಸುತ್ತಿರುವ ಸಂಗತಿ ಅವನಿಗೆ ಗೊತ್ತಿತ್ತು. ಮತ್ತು ಅವಳ ಮದುವೆ, ಭವಿಷ್ಯಕ್ಕಾಗಿ ಹೆಚ್ಚಿನ ದುಡ್ಡು ವ್ಯಯ ಮಾಡಲು ಅವರು ಸಿದ್ಧ ಎಂಬುದನ್ನು ಮನಗೊಂಡಿದ್ದ. ಆದರೆ ಒಂದು ದಿನ ಅವಳನ್ನು ಬಿಟ್ಟು ಇರಲು ಇಷ್ಟು ಒದ್ದಾಡುವರಲ್ಲ ಇದು ಯಾವ ಜನ್ಮದ ಸಂಬಂಧ? ಇವರ ಬಗ್ಗೆ ಏನಾದರೂ ಊಹಿಸಲು ಸಾಧ್ಯವೇ? ಎಲ್ಲ ಕಾಲವೇ ನಿರ್ಧರಿಸುತ್ತದೆ. ನಾನು ಯಾಕೆ ತಲೆಕೆಡಿಸಿಕೊಳ್ಳಬೇಕು ಎಂದು ಸುಮ್ಮನಾದ.

"ನೇತ್ರ ಕಾಗದ ಬರೀತೀನಿ ಅಂದಳಾ?" ಅಂದರು ರಾಜಲಕ್ಷ್ಮಿ.

"ಏನೋ ಹೇಳಲಿಲ್ಲ...." ಅವನ ಮಾತಿನಿಂದ ಅವರಿಗೆ ನಿರಾಶೆ ಆಯಿತು. ತುಸು ಬೇಜಾರಿನಿಂದಲೇ ಹೇಳಿದರು, "ನೀನಾದರೂ ಪತ್ರ ಬರೀ ಅಂತ ಹೇಳಬೇಕಾಗಿತ್ತು. ಪಾಪ, ಆ ಹುಡುಗಿಗೆ ಅದೆಲ್ಲ ತೋಚುತ್ತೋ ಇಲ್ಲವೋ!" "ಅವಳಿಗೆ ತೋಚದಿದ್ದರೂ ಅಲ್ಲಿ ಪುಟ್ಟಜ್ಜಿ ಅಂತ ಒಬ್ಬರು ಇದ್ದಾರೆ. ಅವರ ಬುದ್ಧಿ ಬಹಳ ಚುರುಕು. ಅವರೇ ಹೇಳಿ ಕಾಗದ ಬರೆಸುತ್ತಾರೆ. ಇವಳು ಅಲ್ಲಿಗೆ ಹೋಗಿದ್ದೇ ಅವರಿಗೆ ಸರಿ ಹೋಗಲ್ಲಿಲ್ಲ."

"ಅವರ ಹತ್ತಿರ ನೀನೆ ಮಾತಾಡಬೇಕಾಗಿತ್ತು. ಆ ಅಜ್ಜಿ ಹುಡುಗನನ್ನು ಕಳುಹಿಸಿ ನಮಗೆ ಸುದ್ದಿ ಮುಟ್ಟಿಸದಿದ್ದರೇ ನೇತ್ರಳ ಮದುವೆ ಎಂದೋ ಸುಬ್ಬಣ್ಣನ ಜೊತೆ ನಡೆದುಹೋಗಬೇಕಾಗಿತ್ತು."

ನೇತ್ರ ಇಲ್ಲದ್ದು ಆ ಮನೆಯಲ್ಲಿ ಒಂದು ರೀತಿಯ ಮೌನದ ಛಾಯೆ ಹರಡಿತು. ಅಡಿಗೆ ಅಯ್ಯರ್, ಪೂವಯ್ಯ ಕೂಡ ನೇತ್ರ ಎಂದು ಬರುತ್ತಾಳೆಂದು ವಿಚಾರಿಸುವವರೇ. ಬೆಳಗಿನ ಪೂಜೆಗೆ ರಂಗರಾವು ಹೊರಟಾಗ ಹತ್ತಿಕ್ಕಲಾರದ ಬೇಸರದಿಂದ ಒದ್ದಾಡುತ್ತಿದ್ದರು. ಆ ಮುಂದೆ ತಮ್ಮ ಬೇಸರವನ್ನು ತೋಡಿಕೊಳ್ಳುತ್ತಿದ್ದರು.

ರಂಗರಾವು ಮನೆಗೆ ಬಂದಾಗ ರಾಜಲಕ್ಷ್ಮಿ ಮಲಗಿಬಿಟ್ಟಿದ್ದರು. ಆ ವೇಳೆಯಲ್ಲಿ ಅವರೆಂದೂ ಮಲಗಿದ್ದವರೇ ಅಲ್ಲ. ಆತಂಕದಿಂದಲೇ ಕೋಣೆಯೊಳಕ್ಕೆ ಧಾವಿಸಿದರು. ಹೆಂಡತಿಯ ಪಕ್ಕ ಮಂಚದ ಮೇಲೆ ಕುಳಿತು ತಲೆಯ ಮೇಲೆ ಕೈ ಇಟ್ಟು "ಹುಷಾರಾಗಿದ್ದೀಯ ತಾನೇ!" ಎಂದರು.

"ಯಾಕೋ ಬೇಸರದ ತಲೆನೋವು. ಆ ಹುಡುಗಿ ಹೆಚ್ಚು ಮಾತಾನಾಡಿಸದಿದ್ದರೂ ಅವಳ ಮುಖ ನೋಡ್ತಾ ಇದ್ದರೆ ಒಂದು ವಿಧವಾದ ನೆಮ್ಮದಿ. ನನ್ನ ಕೈನಲ್ಲಿ ಆಗೋಲ್ಲ.

ಯಾರನ್ನಾದರೂ ಕಳಿಸಿ ನೇತ್ರಳನ್ನು ಕರೆಸಿಬಿಡಿ."

ಹೆಂಡತಿಯ ಮಾತು ಕೇಳಿ ಆ ಕ್ಷಣದಲ್ಲಿ ಅವರಿಗೆ ನಗು ಬಂದರೂ ಅವಳ ಬಯಕೆ ತಪ್ಪಲ್ಲವೆಂದುಕೊಂಡರು. ಹೆಣ್ಣು ಮಕ್ಕಳಿಲ್ಲದ ತಮಗೆ ಮೃದುಲ ಸೊಸೆಯಾಗಿ ಬಂದಾಗ ಅಕ್ಕರೆಯ ದಿನಗಳು ಹರ್ಷದಿಂದ ಉರುಳಿ ಹೋದವು. ಅವಳ ಆಗಲಿಕೆಯ ಆಘಾತಕ್ಕೆ ಸಿಕ್ಕಿ ನರಳುತ್ತಿದ್ದಾಗ ನೇತ್ರ ಬಂದಳು. ಅವಳ ಮೃದು ಸರಳ ನಡತೆ ಎಣೆಯಿಲ್ಲದ ಆತ್ಮೀಯತೆ ಎಲ್ಲರೂ ಆಕರ್ಷಿತರಾಗಿದ್ದರು. ಈಗ ಅವಳನ್ನು ಬೇರೆ ಎನ್ನುವುದಕ್ಕೆ ಯಾರ ಹೃದಯಗಳೂ ಒಪ್ಪುತ್ತಿರಲಿಲ್ಲ. ಅವಳ ಮುಗ್ಧ ಪ್ರೀತಿಯ ಅವಶ್ಯಕತೆ ಎಲ್ಲರಿಗೂ ಇತ್ತು.

"ಹುಚ್ಚಿ, ಅವಳು ಹೋಗಿ ಇನ್ನೂ ಎರಡು ದಿನಗವಾಗಿಲ್ಲ. ಅಪರೂಪಕ್ಕೆ ಹೋಗಿದ್ದಾಳೆ. ಒಂದೆಂಟು ದಿನ ಇದ್ದು ಬರಲಿ" ಎಂದು. ಮೃದುವಾಗಿ ಹೆಂಡತಿಯ ಬೆನ್ನನ್ನು ತಟ್ಟಿದರು.

ರಾಜಲಕ್ಷ್ಮಿಯ ಮುಖ ಮಂಕಾಯಿತು. ತಮಗೇಕೆ ಇಂಥ ಅಕ್ಕರೆ ನೇತ್ರಳ ಮೇಲೆ? ಆ ಹುಡುಗಿ ಎರಡು ದಿನ ಹಳ್ಳಿಗೆ ಹೋಗಿದ್ದಕ್ಕೆ ತಮಗೆ ಸಹಿಸಲು ಸಾಧ್ಯವಿಲ್ಲ. ಇನ್ನು ಮದುವೆ ಮಾಡಿ ಅತ್ತೆ ಮನೆಗೆ ಕಳಿಸಿಬಿಟ್ಟರೆ? ಅಷ್ಟರಲ್ಲಿ ರವಿ ಏನಾದರೂ ಮದುವೆಯಾಗಿ ಸೊಸೆ ಮನೆಗೆ ಬಂದಿದ್ದರೇ ಪರ್ವಾಗಿಲ್ಲ ಎಂದು ಯೋಚಿಸಿದರು.

"ಏನು ಯೋಚನೆ ಮಾಡ್ತೀಯಾ?"

"ನೇತ್ರಳ ಮದುವೆ ಮಾಡಿದ ಮೇಲೆ ಹೇಗೆ ಅಂತ ಯೋಚಿಸುತ್ತಾ ಇದ್ದೆ."

"ನಿನಗೆ ಆ ಯೋಚನೆ ಬೇಡ. ನೇತ್ರಳಿಗೆ ಮದುವೆ ಮಾಡಿ ಅವಳನ್ನೂ ಅವಳ ಗಂಡನನ್ನೂ ಗಂಧರ್ವಗಿರಿಯಲ್ಲೇ ಇರಿಸಿಕೊಳ್ಳೋಣ. ಆಗ ಮಕ್ಕಳಿಲ್ಲ ಅಂತ ಪರಿತಪಿಸುತ್ತಿದ್ದಾಗ ದೇವರಂತೆ ಬಂದ ಜೋಯಿಸರು ನಾಗರ ಪ್ರತಿಷ್ಠೆ ಮಾಡಿದ ಮೇಲೆ ಸುಧೀಂದ್ರ, ರವೀಂದ್ರ ಹುಟ್ಟಿದರು. ಈಗ ಇನ್ನೊಂದು ರೂಪದಲ್ಲಿ ನೇತ್ರಳನ್ನು ನಮಗೆ ಕೊಡುಗೆಯಾಗಿ ಕೊಟ್ಟಿದ್ದಾರೆ."

ಈ ಮಾತುಗಳು ರಂಗರಾವು ಅಂತರಂಗದಿಂದ ಬಂದಿದ್ದವು. ಅವರಿಗೆ ನೇತ್ರಳ ಮೇಲಿರುವ ಅಕ್ಕರೆ ಈ ಮಾತುಗಳನ್ನು ಆಡಿಸಿದವು.

ದಂಪತಿಗಳು ಹೀಗೆ ಎಷ್ಟೋ ಮಾತಾಡಿದರು. ಅದರಲ್ಲಿ ಕೆಲವು ರವೀಂದ್ರನ ಭವಿಷ್ಯಕ್ಕೆ ಸಂಬಂಧಿಸಿದವು. ಅವನು ಮದುವೆಯ ಬಗ್ಗೆ ಸುಮುಖನಾಗಿರುವ ವಿಷಯ ಹೆಂಡತಿಯಿಂದ ತಿಳಿದ ಮೇಲೆ ಅವರಿಗೆಷ್ಟೋ ನೆಮ್ಮದಿಯಾಗಿತ್ತು.

"ಚಾಮಯ್ಯನಿಗೆ ಕಾಲ್ ಮಾಡಿ ಕರೆಸಲಾ?"

"ಸ್ವಲ್ಪ ತಾಳಿ. ರಾಜಶೇಖರಯ್ಯನವರ ಮಧ್ಯಸ್ಥಿಕೆಯಲ್ಲಿ ಒಂದೆರಡು ಹೆಣ್ಣಿನ ಮನೆಯವರು ಹೇಳಿ ಕಳಿಸಿದ್ದಾರೆ. ನಾನು ಸರಿಯಾಗಿ ರವೀಂದ್ರನ ಬಳಿ ಮಾತಾಡಿ ಯಾವುದು ತಿಳಿಸ್ತೀನಿ. ಅವನ ಒಪ್ಪಿಗೆ ಇಟ್ಟು ಮದುವೆ ಮುಗಿಸಿಬಿಡಬಹುದು."

ಹೆಂಡತಿಯ ಮಾತು ಅವರಿಗೆ ಸರಿಯೆನ್ನಿಸಿತು.

"ಏಳು, ಸ್ವಲ್ಪ ಅಡ್ಡಾಡಿಕೊಂಡು ಹುಡುಗರನ್ನು ಕರೆದುಕೊಂಡು ಬರೋಣ" ಎಂದು ಹೆಂಡತಿಯನ್ನು ಎಬ್ಬಿಸಿಕೊಂಡು ಹೊರಗೆ ಬಂದರು. ಟೀ ಎಲೆಗಳನ್ನು ತೂಕ ಮಾಡಿಸಲು ಹೋಗಿದ್ದ ರವೀಂದ್ರ ಇನ್ನೂ ಮನೆಗೆ ಬಂದಿರಲಿಲ್ಲ.

ಇಬ್ಬರೂ ಮನೆಯ ಮುಂದಿನ ಹೂ ತೋಟ ಹಾದು ಹಣ್ಣಿನ ತೋಟದಲ್ಲಿ ಕಾಲಿಟ್ಟರು. ಸೊಂಪಾಗಿ ಬೆಳೆದು ನಿಂತ ಮರಗಳನ್ನು ನೋಡಿದರೆ ಈ ದಂಪತಿಗಳಿಗೆ ಬೆಳೆದು ನಿಂತ ಮಗನನ್ನು ನೋಡಿದಷ್ಟೆ ಸಂತೋಷ. ಹಣ್ಣುಗಳನ್ನು ಕಣ್ಣರಳಿಸಿ ನೋಡಿ ಮುಂದೆ ಸಾಗಿದರು.

ಆ ವೇಳೆಗೆ ಶಾಲೆಯಿಂದ ಹುಡುಗರನ್ನು ಆಟಕ್ಕೆ ಬಿಟ್ಟಿದ್ದರು. ಹುಡುಗರು ಆಟದಲ್ಲಿ ಮಗ್ನರಾಗಿದ್ದರು. ಸಮವಸ್ತ್ರದಲ್ಲಿದ್ದ ಹುಡುಗರು ಮಧ್ಯೆ ಮೇಲು-ಕೀಳು ಎಂಬ ಅಂತರ ಬರುವಂತೆ ಇರಲ್ಲಿಲ್ಲ. ಅವರೆಲ್ಲ ಗಂಧರ್ವಗಿರಿಯ ಮಡಿಲಿನಲ್ಲಿ ಬೆಳೆಯುತ್ತಿರುವ ಮಕ್ಕಳು. ಅದರಲ್ಲಿ ಸಂತೋಷ್, ಆನಂದ್ ಕೂಡ ಇದ್ದರು. ಅವರಿಗೇನೋ ಪ್ರತ್ಯೇಕತೆ ತೋರಬಾರದೆಂದು ಉಪಾಧ್ಯಾಯರಿಗೆ ಮೊದಲೇ ರಂಗರಾವು ಆದೇಶ ವಿತ್ತಿದ್ದರು.

ದೂರದಲ್ಲಿ ನಿಂತೇ ಆಡುತ್ತಿದ್ದ ಹುಡುಗರನ್ನು ವೀಕ್ಷಿಸಿದರು. ಇಲ್ಲಿರುವ ಹೆಚ್ಚಿನ ಕೂಲಿಗಳಿಗೆ ಅಕ್ಷರ ಜ್ಞಾನವೇ ಇಲ್ಲ. ಹೆಂಗಸರಂತೂ ಸ್ಕೂಲಿಗೆ ಹೋಗಿದ್ದೇ ಇಲ್ಲ. ಈಗ ಅವರ ಮಕ್ಕಳುಗಳಾದರೂ ವಿದ್ಯಾವಂತರಾಗುತ್ತಿದ್ದಾರಲ್ಲ ಎಂಬ ನೆಮ್ಮದಿ. ಇದಕ್ಕೆ ಕಾರಣರಾದ ಗಂಧರ್ವಗಿರಿಯ ದಣಿಯವರು, ಅವರಿಗೆ ದೇವರ ಸಮಾನ ಆ ಪ್ರೀತಿ ಅಭಿಮಾನ, ಕೃತಜ್ಞತೆಯೇ ಮೆನನ್ ಕುಟಿಲತೆಯನ್ನು ಗೆದ್ದು ನಿಂತಿತ್ತು.

ಕಷ್ಟ ಕೋಟಲೆ ಅರಿಯದ ಮುಗ್ಧ ಮನಸ್ಸಿನ ಮಕ್ಕಳ ಆಟ ನೋಡುತ್ತ ಬಹಳ ಹೊತ್ತು ನಿಂತರು. ಶಾಲೆಯ ಬೆಲ್ ಆದ ಕೂಡಲೇ ಹುಡುಗರು ಪುಸ್ತಕದ ಚೀಲಗಳನ್ನು ಹೊತ್ತು ಮನೆಯ ಕಡೆ ಓಡ ತೊಡಗಿದರು. ಸಂತೋಷ್, ಆನಂದ್ ಒಬ್ಬರ ಕೈ ಮತ್ತೊಬ್ಬರು ಹಿಡಿದುಕೊಂಡು ಓಡಿ ಬರುತ್ತಿದ್ದರು. ಇಬ್ಬರನ್ನು ಕಂಡು ಹತ್ತಿರ ಬಂದ ಹುಡುಗರನ್ನು ಅಜ್ಜಿ ತಾತನಿಗೆ ತೆಕ್ಕೆ ಬಿದ್ದರು.

ಮಕ್ಕಳ ಕೊಳೆ ಬಟ್ಟೆಯನ್ನು ಗಮನಿಸದೆ ರಂಗರಾವು ಅವರನ್ನು ಎತ್ತಿಕೊಂಡರು.

"ಅಜ್ಜಿ, ನೇತ್ರ ಬಂದಳಾ?" ಅಜ್ಜಿಯ ಭುಜ ಸವರುತ್ತ ಪ್ರಶ್ನಿಸಿದ ಆನಂದ್.

"ಇಲ್ಲ ಮರಿ, ಅವರ ಅತ್ತೆಗೆ ಜ್ವರ ವಾಸಿ ಆದ ಕೂಡಲೇ ಬಂದು ಬಿಡ್ತಾಳೆ."

"ನಮಗೆ ಈಗಲೇ ನೇತ್ರ ಬೇಕು." ಸಂತೋಷನ ಪಲ್ಲವಿ.

"ಬೇಡ ಸುಮ್ಮನೆ ಇರಮ್ಮ. ನಾಳೆ ರವಿ ಅಂಕಲ್‌ನ ಕಳಿಸಿ ಕರೆಸಿ ಬಿಡೋಣ. ಸಂತೋಷ ಅಳ್ತಾನೆ ಅಂದರೆ ಓಡಿ ಬಂದುಬಿಡುತ್ತಾಳೆ." ತಾತನ ಮಾತಿನಲ್ಲಿ ನಂಬಿಕೆ ಇಡದ ಸಂತೋಷ್ "ಖಂಡಿತ ಬರ್‍ತಾಳ?" ಎಂದ.

"ಖಂಡಿತ. ನೇತ್ರಳಿಗೆ ನಿನ್ನ ಕಂಡರೆ ಎಷ್ಟೊಂದು ಪ್ರೀತಿ. ನೀನು ಅಳ್ತೀಯ ಅಂತ ಗೊತ್ತಾದರೆ ಓಡಿ ಬಂದು ಬಿಡ್ತಾಳೆ' ಎಂದರು ರಮಿಸುವ ಧ್ವನಿಯಲ್ಲಿ.

"ಹಾಗಾದರೆ ರಾತ್ರಿ ಯಾರು ಕತೆ ಹೇಳೋದು?" ಆನಂದ್ ಪ್ರಶ್ನೆ.

"ನಾನು ಹೇಳ್ತೀನಿ...." ಎಂದರು ಮೊಮ್ಮಗನ ಕೆನ್ನೆ ಸವರುತ್ತ ರಾಜಲಕ್ಷ್ಮಿ.

"ಅಜ್ಜಿಗೆ ಕತೆ ಹೇಳೋಕೆ ಬರೋಲ್ಲ. ರಾಮ ಹೇಗೆ ತಾಟಕಿನ ಕೊಂದ ಹೇಳು ನೋಡೋಣ!"

ರಾಜಲಕ್ಷ್ಮಿಗೆ ಕಕ್ಕಾಬಿಕ್ಕಿಯಾಯಿತು.

"ನಿನಗೆ ಗೊತ್ತೇ ಇಲ್ಲ" ಎಂದ ಅನಂದ್ ಅಜ್ಜಿಯ ಸೊಂಟದಿಂದ ಇಳಿದು ಬಿಲ್ಲು ಹಿಡಿದುಕೊಂಡ, ಹಾಗೆ ನಟನೆ ಮಾಡಿ ಅಭಿನಯ ಪೂರ್ವಕವಾಗಿ ತೋರಿಸಿದ. ಆಗ ಅವನ ಮುಖದಲ್ಲಿ ಗಾಂಭೀರ್ಯ ತುಂಬಿತ್ತು.

ರಾಜಲಕ್ಷ್ಮಿ ಮೊಮ್ಮಗನನ್ನು ಹತ್ತಿರಕ್ಕೆ ಸೆಳೆದುಕೊಂಡು ಎರಡು ಕೆನ್ನೆಗೂ ಅಕ್ಕರೆಯಿಂದ ಮುತ್ತಿಟ್ಟು "ನೇತ್ರ, ನಿಮಗೆ ಇದೆಲ್ಲ ಹೇಳಿ ಕೊಟ್ಟಿದ್ದಾಳಾ?" ಎಂದರು ಮೆಚ್ಚುಗೆಯಿಂದ.

ಮೊಮ್ಮಕ್ಕಳನ್ನು ಕರೆದುಕೊಂಡು ಮನೆಗೆ ಬಂದಾಗ ರವೀಂದ್ರ ಕುಳಿತು ರೇಡಿಯೋ ಗ್ರಾಮ್ ಹಚ್ಚಿದ್ದ.

"ಹೋಗಿ, ಪೂವಯ್ಯ ಕೈ ಕಾಲು ತೊಳೆಸಿ ಬೇರೆ ಬಟ್ಟೆ ಹಾಕ್ತಾನೆ" ಎಂದ ಮಕ್ಕಳನ್ನು ಕಳಿಸಿ ರಾಜಲಕ್ಷ್ಮಿ ಅಲ್ಲಿಯೇ ಕುಳಿತರು.

"ಬೇಡ, ನಾನು ಹೋಗೋಲ್ಲ...." ಎಂದ ಆನಂದ್. ಅವನ ಜೊತೆ ಸಂತೋಷ್ ಕೂಡ ಮುಖ ತಿರುಗಿಸಿ ನಿಂತ.

ನಗುತ್ತ ಮೇಲೆದ್ದ ರವೀಂದ್ರ "ನಾನು ತೊಳಿಸ್ತೀನಿ ಬನ್ನಿ" ಎಂದು ಮುತ್ತಿಟ್ಟು ಕರೆದೊಯ್ದ.

"ನೇತ್ರ ಇರಬೇಕು, ಇಲ್ಲ ರವಿ ಇರಬೇಕು. ಇಲ್ದಿದ್ದರೇ ಇವರನ್ನು ಸುಧಾರಿಸೋದೆ ಕಷ್ಟ."

ಹೆಂಡತಿಯ ಮಾತು ರಂಗರಾವನ್ನು ಗೊಂದಲಕ್ಕೆ ಕೆಡವಿದರೂ ಆಶಾಕಿರಣ ಮಿನುಗಿತು. ಅವರ ತುಟಿಗಳ ಮೇಲೆ ಮಂದಹಾಸ ಮೂಡಿತು. ಆದರೆ ಬಾಯಿ ಬಿಟ್ಟು ಆಡಲು ಬಯಸಲ್ಲಿಲ್ಲ.

ರವೀಂದ್ರ ತಾನೆ ಮಕ್ಕಳ ಬಟ್ಟೆ ಬದಲಾಯಿಸಿ ತಲೆ ಬಾಚಿ ಕರೆದುಕೊಂಡು ಬಂದ. ಅಯ್ಯರ್ ಬಿಸ್ಕತ್, ಹಾಲು ತಂದಿಟ್ಟು ಹೋದರು.

"ರವೀ, ನಾಳೆ ನೇತ್ರಳಿಂದ ಪತ್ರ ಬರದಿದ್ದರೆ ನೀನೆ ಹೋಗಿ ಕರೆದುಕೊಂಡು ಬಂದುಬಿಡು. ನನಗೇಕೋ ವೆಂಕಟರಮಣ ಜೋಯಿಸರ ಮೇಲೆ ನಂಬಿಕೆ ಇಲ್ಲ. ಪಾಪಾ ಆ ಹುಡುಗಿ ನೊಂದುಕೋಬಾರ್ದು ಅನ್ನೋ ಉದ್ದೇಶ ಇಟ್ಟುಕೊಂಡು ಕಳಿಸಿದ್ದೇನೆ ವಿನಃ ಅವರಿಗೋಸ್ಕರವಲ್ಲ."

ರವೀಂದ್ರ ತಲೆ ಎತ್ತಿ ತಂದೆಯ ಕಡೆ ನೋಡಿದ. ಅವರು ಸಹಜವಾಗಿ ಆ ಮಾತುಗಳನ್ನು ಆಡಿದ್ದರು. ಅದರ ಹಿಂದೆ ಯಾವುದೋ ಉದ್ದೇಶವಿರುವ ಹಾಗೆ

ಕಾಣಿಸಿತು.

ತಿರುಗಿ ರಂಗರಾವು ತಾವೇ ಹೇಳಲು ಮುಂದಾದರು.

"ಬೇರೆ ಯಾರನ್ನಾದರೂ ಕಳಿಸಿದರೆ ಆ ಜೋಯಿಸ ಇನ್ನೇನಾದರೂ ನೆಪ ಒಡ್ಡಬಹುದು. ಆದ್ದರಿಂದಲೇ ನಿನ್ನನ್ನು ಹೋಗು ಅಂತ ಹೇಳ್ತಾ ಇರೋದು. ನೀನಾದರೂ ಜೋರು ಮಾಡಿ ಕರೆತರಬಹುದು. ಬೇರೆ ಯಾರಾದರೂ ಹೋದರೆ ಹೇಗೆ ಜೋರು ಮಾಡೋಕೆ ಸಾಧ್ಯ? ಆ ಹುಡುಗಿ ಬಾಯಿ ಬಿಟ್ಟು ಏನೂ ಆಡೋಲ್ಲ."

ರವೀಂದ್ರ ತಂದೆಯ ಮಾತಿಗೆ ಸರಿ ಎನ್ನುವಂತೆ ತಲೆಯಾಡಿಸಿ ಎದ್ದು ಹೋದ.

ಕೋಣೆಗೆ ಬಂದು ಕಿಟಕಿಯಲ್ಲಿ ನೋಟವನ್ನು ಹಾಯಿಸಿದ. ಪ್ರಕೃತಿ ರಮ್ಯವಾಗಿದ್ದರೂ ಮನಸ್ಸು ಮುದುಡಿತು. ಧಡಧಡನೆ ಕೆಳಗಿಳಿದು ಬಂದ. ಇನ್ನೂ ಅಜ್ಜಿ, ಮೊಮ್ಮಕ್ಕಳ ಮಾತುಕತೆ ಮುಗಿದಿರಲ್ಲಿಲ್ಲ.

"ಅಮ್ಮ, ಸುಮ್ಮನೆ ಸ್ವಲ್ಪ ದೂರ ಸುತ್ತಾಡಿ ಬರ್ತೀನಿ" ಎಂದು ಮಕ್ಕಳನ್ನು ಕರೆದು ಕಾರಿನ ಕೀ ತೆಗೆದುಕೊಂಡು ಹೊರನಡೆದ.

ರವೀಂದ್ರನೊಡನೆ ಸುತ್ತಾಡುವುದೆಂದರೆ ಹುಡುಗರಿಗೆ ಖುಷಿ. ಅವನ ಹಿಂದೆ ನಗೆಯುತ್ತಲೇ ಓಡಿದರು. ಇಬ್ಬರನ್ನೂ ಕೂಡಿಸಿ ತಾನೂ ಕುಳಿತ ಕಾರನ್ನು ಸ್ಟಾರ್ಟ್ ಮಾಡಿಕೊಂಡು ಹೊರಟ ರವೀಂದ್ರ. ಇಂದೇಕೋ ನೇತ್ರಳ ನೆನಪು ಪದೇ ಪದೇ ಕಾಡುತ್ತಿತ್ತು. ತಾನೇನಾದರೂ ನೇತ್ರಳನ್ನು ಪ್ರೀತಿಸುತ್ತ ಇದ್ದೀನ? ಒಂದು ಸಲ ಹೃದಯಕ್ಕಾದ ಪೆಟ್ಟೇ ಇನ್ನು ವಾಸಿಯಾಗಿಲ್ಲ. ಈಗ ಪುನಃ! ಆದರೆ ರೂಪಳಿಗೂ, ನೇತ್ರಳಿಗೂ ಇರುವ ಅಂತರ ಭೂಮಿಗೂ ಆಕಾಶಕ್ಕೂ ಇರುವಷ್ಟು!

ಅವನ ಮನಸ್ಸು ನಕ್ಕಿತು. ಒಂದು ದಿನ ರೂಪಳನ್ನು ಬಾಹುಗಳಲ್ಲಿ ಬಂಧಿಸಿ ಹೇಳಿದ್ದ 'ರೂಪ, ನನ್ನ ಪ್ರೀತಿಯೆಲ್ಲ ನಿನ್ನದೇ. ಇದು ಯಾವ ಸಮಯದಲ್ಲಾಗಲೀ ಬೇರೆಯವರ ಪಾಲಾಗಲು ಸಾಧ್ಯವಿಲ್ಲ' ಎಂದು. ಆದರೆ ಇಂದು ತನ್ನ ಹೃದಯ ಅಳಿಸಿಹೋದ ರೂಪಳ ಪ್ರತಿಬಿಂಬದ ಜಾಗದಲ್ಲಿ ನೇತ್ರಳು ತುಂಬಿಕೊಳ್ಳುತ್ತಿದ್ದಾಳಲ್ಲ. ಈ ಪ್ರೀತಿ, ಪ್ರೇಮಕ್ಕೆ ಏನರ್ಥ? ಇದೊಂದು ಅನರ್ಥವಷ್ಟೇ. ಇಷ್ಟು ಬೇಗ ತನ್ನ ಹೃದಯ ಬದಲಾವಣೆಗೆ ಒಪ್ಪಿಕೊಳ್ಳುವುದಕ್ಕೆ ರೂಪಳೇ ಕಾರಣ. ಅವಳು ಎಲ್ಲ ಮರೆತು ಅಪರಿಚಿತಳಂತೆ ಲಗ್ನಪತ್ರಿಕೆ ಕೊಟ್ಟು ನಗುನಗುತ್ತ ಮದುವೆಗೆ ಕರೆದಳಲ್ಲ, ಅದಕ್ಕೆ ಇದು ಪ್ರತಿಕಾರವೋ....?

"ಅಂಕಲ್, ಅಂಕಲ್ ಇಲ್ಲಿ ನೋಡು...." ಎಂದು ಇಬ್ಬರೂ ಒಟ್ಟಿಗೆ ಕೇಕೆ ಹಾಕಿ ಚಪ್ಪಾಳೆ ತಟ್ಟಿ ಅವನ ಯೋಚನಾತರಂಗಕ್ಕೆ ತಡೆ ಹಾಕಿದರು. ದಿನವೂ ನೋಡದ ದೃಶ್ಯಗಳೇ! ಆದರೂ ಮಕ್ಕಳ ಮನಸ್ಸಿಗೆ ಅದೆಷ್ಟು ಅಪ್ಯಾಯ ಮಾನ!

ಕಾರಿನ ವೇಗವನ್ನು ಕಡಿಮೆ ಮಾಡಿದ. ಅವನು ಮುಂದೆ ಮೆನನ್ ಎಸ್ಟೇಟನ್ನು ಹಾದು ಹೋಗಬೇಕಾಗಿತ್ತು. ಅದು ಅವನಿಗೆ ಇಷ್ಟವಿಲ್ಲ. ತಿರುವಿಗೆ ಹೋದ ಕೂಡಲೇ ಕಾರನ್ನು ಹಿಂದಿರುಗಿಸಿದ.

ಅವನ ಭುಜದ ಮೇಲೆ ಕೈ ಹಾಕಿದ ಆನಂದ್, "ಇನ್ನು ಹೋಗೋಣ" ಎಂದ.

"ಬೇಡಮ್ಮ ತಾತ ಬಯ್ಯುತ್ತೆ, ಅಜ್ಜಿ ಹೊಡೆಯುತ್ತೆ" ಎಂದ ಅವನ ಗಲ್ಲದ ಮೇಲೆ ಕೈಯಾಡಿಸುತ್ತ.

"ಏನೂ ಇಲ್ಲ, ಏನೂ ಇಲ್ಲ."

"ಇಲ್ಲೊಂದು ತಮಾಷೆ ತೋರಿಸ್ತೀನಿ ತಾಳಿ" ಎಂದು ಕಾರನ್ನು ಮುಂದೆ ಓಡಿಸಿದ. ದಾರಿಯನ್ನು ದೊಡ್ಡ ಮರದ ಮೇಲಿದ್ದ ಕೋತಿಗಳ ಹಿಂಡನ್ನು ನೋಡಿ ಆನಂದ್ ಕಾರನ್ನು ನಿಲ್ಲಿಸುವಂತೆ ಹಟ ಮಾಡಿದ. ರವೀಂದ್ರ ಕಾರನ್ನು ಪಕ್ಕಕ್ಕೆ ನಿಲ್ಲಿಸಿ ತಾನೂ ಇಳಿದು ಅವರನ್ನೂ ಇಳಿಸಿದ. ದೊಡ್ಡ ಕಪಿಗಳು ಗಂಭೀರವಾಗಿ ಕೂತಿದ್ದರೆ ಸಣ್ಣ ಕೋತಿಗಳು ಒಂದು ಮತ್ತೊಂದಿಗೆ ಆಟವಾಡುತ್ತ ಕೊಂಬೆಯಿಂದ ಕೊಂಬೆಗೆ ಹಾರುತ್ತಿದ್ದವು.

ಚಪ್ಪಾಳೆ ತಟ್ಟಿದ ಹುಡುಗರ ಕೈ ಕಡೆ ನೋಡಿ ಕೋತಿಗಳು ಅವರ ಬರೀ ಕೈಗಳನ್ನು ನೋಡಿ ನಿರಾಸೆಯಿಂದ ತಮ್ಮ ಆಟದಲ್ಲಿ ಮಗ್ನವಾದವು.

ಮತ್ತೆ ರವೀಂದ್ರನ ಮನದಲ್ಲಿ ಮಧುರವಾದ ಭಾವನೆಗಳು ಹುಟ್ಟಿಕೊಂಡು ಅವನ ಹೃದಯವನ್ನು ಮೃದುಗೊಳಿಸಿದವು. ಬೇಸಿಗೆಯ ಕಾಲದಲ್ಲಿ ಬತ್ತಿ ಹೋದ ಹೊಳೆಯಂತೆ ಇಂಗಿ ಹೋಗಿದ್ದ ಪ್ರೀತಿಯ ಸೆಲೆ ತಾನು ಇನ್ನೂ ಜೀವಂತವಾಗಿದ್ದೀನಿ ಏನ್ನುವಂತೆ ಉಕ್ಕಿತು.

ಎಲ್ಲಿಂದಲೋ ಗಾಳಿ ಭರ್ರನೆ ಬೀಸಿತು. ಕೋತಿಗಳ ಆಟದಲ್ಲಿ ಮಗ್ನರಾಗಿದ್ದ ಹುಡುಗರು ಓಡಿ ಬಂದು ರವೀಂದ್ರನ ಕಾಲುಗಳನ್ನು ತಬ್ಬಿದರು.

"ನಡೆಯಿರಿ ಹೋಗೋಣ...." ಎಂದು ಅವರನ್ನು ಕಾರಿಗೆ ಹತ್ತಿಸಿ ತಾನೂ ಕುಳಿತು ಸ್ಟಾರ್ಟ್ ಮಾಡಿದ.

ಅಂದು ರಾತ್ರಿ ಮೊಳೆದೆತ್ತರದ ಸುಪ್ಪತ್ತಿಗೆಯಲ್ಲಿ ಮಲಗಿದರೂ ರವೀಂದ್ರನಿಗೆ ನಿದ್ದೆ ಬರಲ್ಲಿಲ್ಲ. ಪಕ್ಕದ ಮಂಚದ ಮೇಲೆ ಮಲಗಿದ್ದ ಹುಡುಗರು ಸಹ ಒಂದೆರಡು ಸಲ "ನೇತ್ರ, ನೇತ್ರ" ಎಂದು ಕನವರಿಸಿದಾಗ ತನ್ನ ಹೃದಯದಿಂದ ಕೂಗನ್ನೇ ಅವರೂ ನುಡಿದರು ಎನ್ನುವಂತೆ ಆ ಮುದ್ದು ಮುಖಗಳನ್ನು ತಡವಿ ಪ್ರೀತಿಯಿಂದ ಹಣೆಗಳಿಗೆ ಚುಂಬಿಸಿದ.

ಬೆಳಗಿನ ಜಾವದ ವೇಳೆಗೆ ನಿದ್ರಿಸಿದ ರವೀಂದ್ರ ಬಹಳ ತಡವಾಗಿ ಎದ್ದ. ಇಂದೇನು ಅಂತಹ ಕೆಲಸ ಕಾರ್ಯಗಳಿಲ್ಲದಿದ್ದರಿಂದ ಮತ್ತೆ ಮಲಗುವ ಪ್ರಯತ್ನ ಮಾಡಿದ.

ರಾಜಲಕ್ಷ್ಮಿ ಬಂದು "ರವಿ..." ಎಂದರು.

ತಾಯಿಯ ಆತಂಕ ಗಮನಿಸಿದ ರವಿ ನಗುತ್ತ, "ನನಗೆ ಇನ್ನೂ ನಿದ್ದೆ ಬರ್ತಾ ಇದೆ" ಎಂದ.

"ಸದ್ಯ ಮಲಗು. ನಿನ್ನ ಯಾರು ಬೇಡ ಅನ್ತಾರೆ" ಎಂದು ಮೊಮ್ಮಕ್ಕಳನ್ನು ಎಬ್ಬಿಸುವ ಪ್ರಯತ್ನಪಟ್ಟರು.

ಆದರೆ ಅವರು ಮಿಸಿಕಾಡಲ್ಲಿಲ್ಲ. ಒಬ್ಬರೊನ್ನೊಬ್ಬರು ತಬ್ಬಿ ಮಲಗೇ ಇದ್ದರು. ಕೊನೆಗೆ ರವೀಂದ್ರನೇ ಅವರನ್ನು ಎಬ್ಬಿಸಬೇಕಾಯಿತು.

ತಾಯಿ ಮತ್ತು ಮಕ್ಕಳು ಅತ್ತ ನಡೆದ ನಂತರ ಪುನಃ ಮಲಗಿಬಿಟ್ಟ. ಜುಮ್ಮೆನಿಸುವ ಮಧುರ ನಾದದಲ್ಲಿ ತೇಲಿಹೋದ.

ರವೀಂದ್ರನೇನೋ ನೇತ್ರಳನ್ನು ಮೆಚ್ಚಿಕೊಂಡ. ಅವಳ ಸರಳ ನಡೆ ನುಡಿ, ಆದರ್ಶ ಅವಳ ಮೇಲೆ ಗೌರವವನ್ನು ಹುಟ್ಟಿಸಿದವು. ಅವನ ಹೃದಯ ದೇಗುಲದಲ್ಲಿ ನೇತ್ರಳ ಪ್ರತಿಷ್ಠಾಪನೆ ಆಗಿಹೋಗಿತ್ತು.

ಆದರೆ ನೇತ್ರಳ ಬಗ್ಗೆ ಅವನಿಗೆ ಸಂಶಯವೇ. ಅವಳು ಖಂಡಿತ ತನ್ನನ್ನು ಪ್ರೀತಿಸುವ ಸಾಹಸ ಮಾಡಲಾರಳು. ಅವಳಿಗೆ ನಮ್ಮ ಮೇಲಿರುವುದು ಬರೀ ಕೃತಜ್ಞತೆ ಮಾತ್ರ. ಅದಲ್ಲದೆ ತನ್ನ ಮತ್ತು ರೂಪಳ ಪ್ರೇಮವ್ಯವಹಾರ ಅವಳಿಗೆ ಗೊತ್ತು. ಆದರೂ ಮನದ ಮೂಲೆಯಲ್ಲೊಂದು ಆಶಾಕಿರಣ.

ಬಾಲಸೂರ್ಯ ಉದಯಿಸುವಾಗ ರಾತ್ರಿ ಚಂದ್ರನ್ನ ಮಂಕಾಗಿ ಸರಿದು ಹೋಗುವಂತೆ ನೇತ್ರಳ ಬಿಂಬ ಅವನ ಹೃದಯದಲ್ಲಿ ಸ್ಫುಟವಾದಂತೆ ಮೊದಲ ಪ್ರೇಮಪ್ರಕರಣ ಮಂಕಾಗಿ ಮರೆಯಾಗತೊಡಗಿತು.

ಮುಚ್ಚಿದ ಅವನ ಕಣ್ಣುಗಳ ತುಂಬೆಲ್ಲ ನೇತ್ರಳ ಚಿತ್ರವೆ. ಬೇಗುದಿಗೊಂಡಿದ್ದ ಅವನ ಹೃದಯ ತಂಪಾಯಿತು. ಅರಿಯದಂತೆ ನಿದ್ರೆ ಅವರಿಸಿತು.

ಎರಡು ಸಲ ಕೋಣೆಯವರೆಗೂ ಬಂದ ಪೂವಯ್ಯ ಇಣಕಿ ನೋಡಿ ಇಳಿದು ಹೋದರು. ರಾಜಲಕ್ಷ್ಮಿ ಮತ್ತೊಮ್ಮೆ ತಾವೇ ಬಂದು ನೋಡಿ ಹೋದರು.

ಏನೇ ಆಗಲಿ, ಇಂದು ನಾಳೆಯೊಳಗೆ ಮದುವೆ ವಿಷಯ ಪ್ರಸ್ತಾಪಿಸಿ ಬಿಡಬೇಕೆಂದುಕೊಂಡರು.

ರವೀಂದ್ರ ಮೈ ಮುರಿದು ಎದ್ದಾಗ ಹನ್ನೊಂದು ಗಂಟೆ. ಆರೋಗ್ಯವಾಗಿದ್ದ ದಿನಗಳಲ್ಲಿ ಎಂದೂ ಅಷ್ಟು ತಡವಾಗಿ ಎದ್ದಿದ್ದೇ ಇಲ್ಲ. ಇಂದು ತಡವಾಗಿ ಎದ್ದರೂ ಅವನ ಮನ ಉಲ್ಲಾಸವಾಗಿತ್ತು.

ಮಗನ ಮುಖದ ಮೇಲಿನ ಉತ್ಸಾಹ ಕಂಡರೇ ರಾಜಲಕ್ಷ್ಮಿ ಈಗ ಮದುವೆಯ ಪ್ರಸ್ತಾಪಕ್ಕೆ ಒಳ್ಳೆಯ ಸಮಯವೆಂದುಕೊಂಡರು. ಮನಸ್ಸಿಗೆ ಬಂದದ್ದನ್ನು ಕಾರ್ಯಗತಗೊಳಿಸಲು ತವಕಿಸಿದರು.

ಮಗ ತಿಂಡಿ ತಿನ್ನುವವರೆಗೂ ಸುಮ್ಮನಿದ್ದ ರಾಜಲಕ್ಷ್ಮಿ, "ರವೀ, ಸ್ವಲ್ಪ ಬಾ. ನಿನ್ನ ಹತ್ರ ಮಾತಾಡಬೇಕು" ಎಂದು ತಮ್ಮ ಕೋಣೆಗೆ ಹೋದರು.

ರವಿ ಮನಸ್ಸಿನಲ್ಲೇ ನಗುತ್ತ ತಾಯಿಯನ್ನು ಹಿಂಬಾಲಿಸಿದ. ಅವರು ಯಾರ ವಿಷ್ಯ ತನ್ನ ಬಳಿ ಪ್ರಸ್ತಾಪಿಸಬೇಕೆಂದಿದ್ದಾರೆ ಎಂಬುದನ್ನು ಅವನು ಮೊದಲೇ ಅರಿತಿದ್ದ.

ತಾಯಿ ಡ್ರಾಯರಿನಲ್ಲಿಟ್ಟಿದ್ದ ಫೋಟೋ ಕಟ್ಟನ್ನು ತೆಗೆದುಕೊಂಡು ಬಂದಾಗ, "ಅಮ್ಮ, ನನಗೆ ಆ ಅಷ್ಟು ಫೋಟೋಗಳನ್ನೂ ನೋಡೋದು ಅಂದರೆ ಬೇಸರ; ನೀನೆ ನೋಡಿ ಆರಿಸಿಬಿಡು" ಎಂದ.

"ರವಿ ಹಳೆ ರಾಗ ಬೇಡ. ನಿನಗೆ ಇಷ್ಟ ಇಲ್ಲದ ಹುಡುಗೀನ ಮದುವೆ ಮಾಡಿಸೋಕೆ ನಾವು ಸಿದ್ಧರಿಲ್ಲ. ನಿಮ್ಮಣ್ಣ ಅಂತೂ ಮೊದಲೇ ಒಪ್ಪೋಲ್ಲ. ಬರಿ ಫೋಟೋ ನೋಡಿಬಿಟ್ಟರೆ ಆಗೋಗುತ್ತ! ನೀನು ಫೋಟೋದಲ್ಲಿ ಮೆಚ್ಚಿದ ಹುಡುಗೀನ ಕರೆಸಿ ಕಣ್ಣಾರೆ ನೋಡೋದು. ಆಮೇಲೆ ಮುಂದಿನ ವಿಷಯ."

ರವೀಂದ್ರ ಸುಮ್ಮನೆ ಕುಳಿತ ಅವನ ಹೃದಯದ ಕೂಗನ್ನು ಬಿಡಿಸಿ ಹೇಳುವುದು ಕಷ್ಟವಾಯಿತು.

"ಅಮ್ಮ, ನನಗೆ ಒಂದು ವಾರ ಅವಕಾಶ ಕೊಡು. ಅಷ್ಟರಲ್ಲಿ ಖಂಡಿತ ನನ್ನ ನಿರ್ಣಯ ತಿಳಿಸ್ತೀನಿ."

ಮಗನ ಮಾತಿನಿಂದ ರಾಜಲಕ್ಷ್ಮಿಯ ಮುಖ ಮಂಕಾಯಿತು. ಅವನು ಆದಷ್ಟು ಬೇಗ ಮದುವೆಯಾಗಬೇಕೆಂಬುದೇ ಅವರ ಇಚ್ಛೆ. ಮೆನನ್ ಅವರೊಡನೆ ಅಟ್ಟಹಾಸದಿಂದ ರವೀಂದ್ರನ ಬಗ್ಗೆ ನೂರೆಂಟು ಮಾತುಗಳನ್ನು ಕಲ್ಪಿಸಿ ಆಡಿದ್ದರು. ಅದನ್ನು ಕೂಲಿಯವರ ಮುಖಾಂತರ ಕೇಳಿದ್ದರು. ಇದು ತೀರಾ ಅವಮಾನಕರ ವಿಷಯವಾಗಿತ್ತು. ಅದನ್ನು ಬಾಯಿಬಿಟ್ಟು ಮಗನ ಬಳಿ ಹೇಗೆ ಹೇಳಿಯಾರು?

ಎದ್ದ ರವೀಂದ್ರ ತಾಯಿಯ ಕೈ ಹಿಡಿದುಕೊಂಡು ಹೇಳಿದ, "ಅಮ್ಮ, ನಿನ್ನ ಮಗ ಖಂಡಿತ ಮದುವೆ ಆಗ್ತಾನೆ. ಅವನೇನು ಸನ್ಯಾಸಿಯಲ್ಲ, ಯಾವುದು ಬೇಡವೆನ್ನುವ ವಯಸ್ಸೂ ಅಲ್ಲ. ಕೇವಲ ಒಂದು ವಾರ ಮಾತ್ರ ನನಗೆ ಅವಕಾಶ ಕೊಡು" ಎಂದು ತಾಯಿಯ ಕೈಯನ್ನು ತುಟಿಗೆ ಒತ್ತಿಕೊಂಡು ಹೊರ ನಡೆದ.

ತಾನು ಒಪ್ಪಿದ ಯಾವ ಹೆಣ್ಣನ್ನು ತಾಯಿ, ತಂದೆ ನಿರಾಕರಿಸುವುದಿಲ್ಲ. ಗಂಧರ್ವಗಿರಿಗೆ ಮುಂದಿನ ಒಡತಿಯಾಗಿ ಬರಲು ಕನ್ಯೆಯರು ಸಾಲುಗಟ್ಟಿ ನಿಂತಿರುವ ವಿಷಯ ಅವನಿಗೆ ಗೊತ್ತು. ಹೆಣ್ಣು ಹೆತ್ತ ತಾಯಿ ತಂದೆಯ ರಿಂದ ಪ್ರತಿ ದಿನ ತನ್ನ ತಂದೆಗೆ ಬರುವ ಪತ್ರಗಳನ್ನು ಓದಿ ಬಲ್ಲ. ಆದರೇನು....?

* * *

ನೇತ್ರಳ ಆರೈಕೆಯಿಂದ ಮಹಾಲಕ್ಷ್ಮಮ್ಮ ತಾವೇ ಎದ್ದು ಕೂಡುವ ಮಟ್ಟಿಗಾದರೂ ಆದರು. ಗಂಡನ ಪ್ರೀತಿ, ಆರೈಕೆಗಳನ್ನೇ ಕಾಣದ ಅವರು ಹೇಗಾದರೂ ನೇತ್ರಳನ್ನು ಇಲ್ಲೇ ನಿಲ್ಲಿಸಿಕೊಳ್ಳಬೇಕೆಂದುಕೊಂಡರು. ಆ ಬಯಕೆಯೇ ನೇತ್ರಳ ಮೇಲೆ ಮಾತಿನ ಮಳೇ ಸುರಿಸಲು ಪ್ರೇರಕವಾಯಿತು. ಸದಾ ನೇತ್ರಳನ್ನು ಹೊಗಳುವುದು, ಅವಳ ದಕ್ಷತೆಯನ್ನು ಮೆಚ್ಚುವುದು, ತಾವು ಹಿಂದೆ ಅವಳನ್ನು ಉದಾಸೀನ ಮಾಡಿದ ಬಗ್ಗೆ ಪಶ್ಚಾತ್ತಾಪ ಪಡುವುದು. ಇದು ಯಥಾವಿಧಿಯಾಗಿ ಸಾಗತೊಡಗಿತು.

ಮುಗ್ಧ ನೇತ್ರ ಅತ್ತೆಯ ನಲ್ಮೆಯ ಮಾತುಗಳಲ್ಲಿ ತನ್ನನ್ನೇ ಮರೆತಳು. ಅದರಲ್ಲೂ ಮಾವನ ಬದಲಾದ ನಡವಳಿಕೆ, ದೈನ್ಯ ಮುಖಭಾವ ಅವಳನ್ನು ಅಲ್ಲಿ ನಿಲ್ಲಿಸಿತ್ತು. ಅಡಿಗೆ ಕೆಲಸ! ಮುಗಿಸಿದ ನೇತ್ರ ಅತ್ತೆಯ ಬಳಿ ಬಂದಳು.

"ಆಯಿತಾ ನೇತ್ರ ಕೆಲಸ ನೀನು ಬರದೆ ಇದ್ದರೆ ಇಷ್ಟೊತ್ತಿಗೆ ನಾನು ಸತ್ತು ಹೋಗ್ತಾ ಇದ್ದೆ" ಎಂದಿನ ಪಲ್ಲವಿ ಅವರ ಬಾಯಿಂದ ಹೊರಬಿತ್ತು.

ಆ ಮಾತನ್ನು ಒದೇ ಪದೇ ಕೇಳುತ್ತಿದ್ದರೂ ಅದು ಅವಳ ಮುಗ್ಧ ಮನಸ್ಸಿಗೆ ಅಪ್ಯಾಯಮಾನವಾಗಿತ್ತು.

ನೇತ್ರಳ ಕೈ ಹಿಡಿದು ಪಕ್ಕದಲ್ಲಿ ಕೂಡಿಸಿಕೊಂಡ ಮಹಾಲಕ್ಷ್ಮಮ್ಮ ಕಣ್ಣಲ್ಲಿ ನೀರು ತುಂಬಿಕೊಂಡು "ನೇತ್ರ, ನನ್ನ ಬಿಟ್ಟು ಎಲ್ಲೂ ಹೋಗಬೇಡಮ್ಮ, ನೀನು ಹೊರಟು ಹೋದರೆ ನಾನು ಸತ್ತು ಹೋಗ್ತೀನಿ" ಎಂದರು.

ಅವರ ಮಾತಿನಿಂದ ನೇತ್ರಳ ಎದೆ ಧಸಕ್ಕೆಂದಿತು. ಅನಾಥಳಾದ ತನ್ನನ್ನು ಅಕ್ಕರೆಯಿಂದ ಪೋಷಿಸಿದ ಗಂಧರ್ವಗಿರಿ ಅವಳ ಕಣ್ಮುಂದೆ ಬಂದು ನಿಂತಿತು. ರಾಜಲಕ್ಷ್ಮಿ, ರಂಗಾರಾವು ಅವರ ಪ್ರತಿಬಿಂಬಗಳು ಅವನ ಮನಃ ಪಟಲದ ಮೇಲೆ ಸುಳಿಯಿತು. ಅವರುಗಳನ್ನು ಬಿಟ್ಟು ತಾನಿರಲಾರೆ. ಆದರೆ....ಇಲ್ಲಿನ ಪರಿಸ್ಥಿತಿ....? ಅದು ಅವರ ಹಣೆಯ ಬರಹವೆಂದ ಝಾಡಿಸಿಬಿಡುವುದು ಸುಲಭವಲ್ಲ. ತನ್ನನ್ನು ಪ್ರೀತಿಯಿಂದ ಎತ್ತಿ ಸಾಕಿ ಬೆಳೆಸಿದ ತಾತನ ಕುಡಿ ಈ ಮಾವ. ಈ ಮನೆ ಹಾಳಾದರೆ ತಾತನ ಆತ್ಮಕ್ಕೆ ಶಾಂತಿ ಇಲ್ಲ. ದೇವರೇ ಎಂದು ಮೂಕವಾಗಿ ರೋಧಿಸಿದಳು.

"ನನಗೆ ಮಾತು ಕೊಡು ನೇತ್ರ; ಇಲ್ಲಿಂದ ಎಲ್ಲಿಗೂ ಹೋಗುವುದಿಲ್ಲ ಅಂತ...." ಎಂದು ದೈನ್ಯದಿಂದ ಕೇಳಿದರು ಮಹಾಲಕ್ಷ್ಮಮ್ಮ. ಗೊಂದಲಕ್ಕೆ ಈಡಾದ ನೇತ್ರಳಿಗೆ ಮಾತಾಡುವುದೇ ಕಷ್ಟವಾಯಿತು. ತಾತ ತನ್ನನ್ನು ಗಂಧರ್ವಗಿರಿಯ ಒಡೆಯ, ಒಡತಿಯರಿಗೆ ಒಪ್ಪಿಸಿ ಹೋಗಿದ್ದಾರೆ. ತಾನು ಈಗ ಸ್ವತಂತ್ರ್ಯವಾಗಿ ಏನು ಹೇಳಲು ಸಾಧ್ಯ?

"ಅತ್ತೆ...." ಎಂದು ಮುಂದೆ ಮಾತನಾಡದೆ ಸುಮ್ಮನಾದಳು. ಅಸಹಾಯಕ ಸ್ಥಿತಿಯಲ್ಲಿ ಮಲಗಿರುವ ಅವರ ಮನಸ್ಸನ್ನು ನೋಯಿಸಲು ಅವಳಿಗೆ ಇಷ್ಟವಿಲ್ಲ. ಹಾಗೆಂದು ಇಲ್ಲಿ ಇರಲೂ ಅವಳಿಗೆ ಅಸಾಧ್ಯ.

"ಲೇ ನೇತ್ರ....ಏನು ಮಾಡ್ತಾ ಇದ್ದೀಯಾ" ಎನ್ನುತ್ತಲೇ ಪುಟ್ಟಜ್ಜಿ ಬಂದು ಕೋಣೆಯಲ್ಲಿ ಇಣುಕಿದರು.

ಮಹಾಲಕ್ಷ್ಮಮ್ಮನವರಿಗೆ ಆ ಸಮಯದಲ್ಲಿ ಅವರು ಬಂದಿದ್ದು ಸರಿಯೆನಿಸಲ್ಲಿಲ್ಲ. ಆದರೆ ಅದನ್ನು ಬಾಯಿ ಬಿಟ್ಟು ಆಡಲಾರರು. ಅವರಿಗೆ ಪುಟ್ಟಜ್ಜಿಯ ಬಾಯಿಯ ಪರಿಚಯವಾಗಿತ್ತು.

"ಬಾ ಪುಟ್ಟಜ್ಜಿ..." ಎನ್ನುತ್ತಲೇ ನೇತ್ರ ಮೇಲಕ್ಕೆದ್ದಳು.

"ಅಡಿಗೆ ಆಯಿತು ತಾನೆ" ಎಂದು ಕಣ್ಣರಳಿಸಿ ಕೇಳಿದರು.

"ಆಯಿತು..."

"ಸರಿ ಬಾ...." ಎಂದು ಮಾತಿಗೆ ಅವಕಾಶ ಕೊಡದೆ ಅವಳನ್ನು ಕರೆದೊಯ್ದರು. ನೇತ್ರ ಅತ್ತೆಗೆ ಹೇಳಿ ಅವರ ಜೊತೆ ಹೊರಟಳು. ಅವಳಿಗೆ ಪುಟ್ಟಜ್ಜಿಯ ಮೇಲೆ ಅತಿಯಾದ ಅಭಿಮಾನ. ಚಿಕ್ಕ ಮಗುವಿನಿಂದ ಅವರ ಕೈ ತುತ್ತು ಉಂಡು, ಅವರ ಅಕ್ಕರೆಯ ನುಡಿಗಳನ್ನು ಕೇಳಿ ಬೆಳೆದಿದ್ದಳು. ಅಲ್ಲದೆ ಸುಬ್ಬಣ್ಣನೊಡನೆ ನಡೆಯಬೇಕಾದ ತನ್ನ ಮದುವೆಯನ್ನು ತಪ್ಪಿಸಿ ತನ್ನನ್ನು ಪಾರುಮಾಡಿದರು ಅವರೇ ಎನ್ನುವ ಪೂಜ್ಯ ಭಾವನೆ.

"ಅಜ್ಜಿ....ನೀವು...." ಪುಟ್ಟಜ್ಜಿಯ ಮನೆಗೆ ಬಂದ ನೇತ್ರ ಕೂಡಲೇ ಏನೋ ಹೇಳಲು ಹೊರಟಳು. ಆದರೆ ಅವಳಿಂದ ಹೇಳಲಾಗಲ್ಲಿಲ್ಲ. ಊರಿನವರ ದಯೆಯಿಂದ ಬದುಕುತ್ತಿದ್ದ ಪುಟ್ಟಜ್ಜಿಗೆ ತಾನು ಬಂದಾಗಿನಿಂದ ಹೊರೆಯಾಗಿರುವೆನೇನೋ ಅನ್ನಿಸಿತು.

ನೇತ್ರಳ ಮುಖಭಾವದಿಂದಲೇ ಅವಳು ಹೇಳಬೇಕಾದ ಮಾತಿನ ಸುಳಿವನ್ನು ಕಂಡುಕೊಂಡು ಪುಟ್ಟಜ್ಜಿ "ನೀನು ಏನೂ ಹೇಳಬೇಡ. ನೀನು ಇನ್ನೆಷ್ಟು ದಿನ ತಾನೆ ಇಲ್ಲಿ ಇರ್ತೀಯಾ" ಎಂದರು.

"ಅಜ್ಜಿ, ಅತ್ತೆ ನನ್ನ ಇಲ್ಲೆ ಇರು ಅನ್ತಾಳೆ." ನೇತ್ರಳ ಮಾತು ಕೇಳಿದ ಕೂಡಲೇ ಪುಟ್ಟಜ್ಜಿನ ಕೋಪ ಎಲ್ಲೆ ಮೀರಿತ್ತು. ವೆಂಕಟರಮಣ ಜೋಯಿಸರು ತಂದೆ ಬದುಕಿರುವಾಗಲೇ ನೇತ್ರಳನ್ನು ತಮ್ಮ ಎರಡನೆ ಹೆಂಡತಿಯಾಗಿ ಸ್ವೀಕರಿಸಲು ಸಿದ್ಧವಿದ್ದ ಸಂಗತಿ ಅವರಿಗೆ ಗೊತ್ತಿತ್ತು.

"ಛೆ, ಅವಳಿಗೆ ಯಾಕೆ ಇಂಥ ಬುದ್ಧಿ? ಹೆತ್ತ ಮಗಳಿಗೆ ಅವರ ಗುಣ ಸರಿ ಹೋಗದೇ ದೂರ ಇದ್ದಾಳೆ. ಇನ್ನು ನಿನ್ನನ್ನು ಇಲ್ಲಿ ಕೊಳೆ ಹಾಕೋಕೆ ನೋಡ್ತಾಳೆ. ಎಂಥಾ....ದುಷ್ಟ ಹೆಣ್ಣು."

ನೇತ್ರಳಿಗೆ ಪುಟ್ಟಜ್ಜಿಯ ಮಾತಿನ ತಲೆ ಬುಡವೊಂದು ಅರ್ಥವಾಗಲ್ಲಿಲ್ಲ. ಮಾವ, ಅತ್ತೆ ಈಗ ಒಳ್ಳೆಯವರಾಗಿದ್ದರೂ ಯಾಕೆ ಇವರಿಗೆ ಕೋಪ ಎಂದುಕೊಂಡಳು.

"ಲೇ ಹುಡುಗಿ, ನೀನು ಆದಷ್ಟು ಬೇಗ ಹೊರಟು ಬಿಡು. ಇಲ್ಲದಿದ್ದರೆ ಆ ಮನೆಹಾಳು ವೆಂಕಟರಮಣಿ ನಿನ್ನ ಹಾಳು ಮಾಡಿ ಬಿಡ್ತಾನೆ."

ಪುಟ್ಟಜ್ಜಿ ಹೇಳಿದ ರೀತಿ ನೋಡಿ ನೇತ್ರ ನಡುಗಿದಳು. ಪೂರ್ತಿ ವಿಷಯ ಪುಟ್ಟಜ್ಜಿಯ ಬಾಯಿಂದ ಕೇಳಿದ ಮೇಲೆ ಪಾತಾಳಕ್ಕೆ ಇಳಿದು ಹೋದಳು. ಅಜ್ಜಿ ಕೊಟ್ಟಿದ್ದ ತಿಂಡಿಯನ್ನು ಮುಂದಿಟ್ಟುಕೊಂಡೇ ಅಳಲು ಪ್ರಾರಂಭಿಸಿದಳು.

"ಯಾಕೆ ಅಳ್ತಿ ಸುಮ್ಮನಿರು. ಈ ಪುಟ್ಟಜ್ಜಿ ಬದುಕಿರೋವರೆಗೂ ಆ ವೆಂಕಟರಮಣನ ಕೈಯೇನೂ ಸಾಗೋದಿಲ್ಲ. ಒಂದೆರಡು ದಿನ ಇದ್ದು ನಿನ್ನ ಪಾಡಿಗೆ ನೀನು ಹೊರಟುಬಿಡು ಎಂದು ತಮ್ಮ ಸೀರೆಯ ಸೆರಗಿನಿಂದ ಕಣ್ಣೊರಸಿ ಸಮಾಧಾನ ಮಾಡಿದರು.

ನೇತ್ರಳಿಗೆ ಮನೆ ಕಡೆ ಹೋಗಲು ಭಯವಾಯಿತು. ಎರಡು ಸಲ ವೆಂಕಟರಮಣ

ಜೋಯಿಸರು, ಮಹಾಲಕ್ಷ್ಮಮ್ಮ ಹೇಳಿ ಕಳಿಸಿದರೂ ಹೋಗದೆ ಸುಮ್ಮನೆ ಕುಳಿತಳು.

"ಅಜ್ಜಿ, ನೇತ್ರಳನ್ನು ಹುಡ್ಕೊಂಡು ಯಾರೋ ಬಂದಿದ್ದಾರೆ" ಎಂದು ಒಬ್ಬ ಹುಡುಗ ಬಂದು ಹೇಳಿದ,

ಅವನ ಮಾತು ಕೇಳಿದ ಕೂಡಲೆ ನೇತ್ರಳ ಮುದುಡಿದ ಮುಖ ಅರಳಿತು. ಆನಂದ ಅವಳ ಹೃದಯದಲ್ಲೆಲ್ಲ ತುಂಬಿತು. ಪುಟ್ಟಜ್ಜಿಯ ಜೊತೆ ತಾನೂ ಬಾಗಿಲಿಗೆ ಬಂದಳು. ರವೀಂದ್ರ ಅಷ್ಟು ದೂರದಲ್ಲಿ ಬರುತ್ತಿದ್ದ. ರವೀಂದ್ರನನ್ನು ನೋಡಿದ ಸಂತೋಷದಲ್ಲಿ ನೇತ್ರ ಪುಟ್ಟಜ್ಜಿಯ ಮಾತುಗಳನ್ನು ಕೇಳುವ ಸ್ಥಿತಿಯಲ್ಲಿರಲ್ಲಿಲ್ಲ.

ಅವಳ ಮೈ ಸಂತೋಷದಿಂದ ನಡುಗುತ್ತಿತ್ತು. ಅವರುಗಳು ತನ್ನ ಬಗ್ಗೆ ತೋರಿಸುತ್ತಿರುವ ಆದರ, ಅನುಕಂಪಕ್ಕೆ ಯಾವ ರೀತಿ ಕೃತಜ್ಞತೆ ತಿಳಿಸಬೇಕೋ ಅವಳಿಗೆ ತಿಳಿಯದಾಗಿತ್ತು.

ರವೀಂದ್ರ ತೀರ ಹತ್ತಿರ ಬಂದಾಗ ನೇತ್ರ ತಲೆ ತಗ್ಗಿಸಿದಳು. ಆದರೂ ಬಾಯಿ "ಬನ್ನಿ...." ಎಂದು ಉಪಚರಿಸಿ ಕರೆಯಿತು.

"ಬಾಪ್ಪ..." ಎಂದು ಆತ್ಮೀಯತೆಯಿಂದ ಕರೆದು ಪುಟ್ಟಜ್ಜಿಯು ತಮ್ಮ ಹಳೆಜಾಕಾಯಿ ಪೆಟ್ಟಿಗೆಯ ಮೇಲಿದ್ದ ಸಾಮಾನನ್ನು ಸರಿಸಿ ರವೀಂದ್ರನಿಗೆ ಕೂಡಲು ಸ್ಥಳ ಮಾಡಿಕೊಟ್ಟರು.

ಷೂ ಹೊರಗಡೆ ಕಳಚಿಟ್ಟು ಬಾಗಿಲು ಹಣೆಗೆ ಬಡಿಯದಂತೆ ತಲೆ ಬಗ್ಗಿಸಿಕೊಂಡು ಒಳಗೆ ಬಂದ ರವೀಂದ್ರ ಪುಟ್ಟಜ್ಜಿ ತೋರಿಸಿದ ಪೆಟ್ಟಿಗೆಯ ಮೇಲೆ ಕೂಡುತ್ತ, "ಹೇಗಿದ್ದೀ ನೇತ್ರ! ನಮ್ಮ ಜ್ಞಾಪಕ ಇದೆ ತಾನೇ?" ಎಂದ. ಅವನ ಮಾತಿನಲ್ಲಿ ವ್ಯಂಗ್ಯವಿರಲಿಲ್ಲ. ಛೇಡಿಸುವ ತುಂಟತನವಿತ್ತು.

ನೇತ್ರ ಗಾಬರಿ, ಆತಂಕ ಬೆರೆತ ನೋಟದಲ್ಲಿ ರವೀಂದ್ರನನ್ನು ನೋಡಿದಳು. ಇನ್ನು ಹತ್ತಾರು ಜನ್ಮಗಳು ಕಳೆದರೂ ಮರೆಯಲಾರೆನೆನ್ನುವಂತಹ ಕೃತಜ್ಞತೆ ಇತ್ತು ಅವಳ ನೋಟದಲ್ಲಿ.

ಪುಟ್ಟಜ್ಜಿ ಗಡಿಬಿಡಿಯಿಂದ ಮಣ್ಣಿನ ಒಲೆಗೆ ಇದ್ದಲು ತುಂಬಿ ಬೀಸ ತೊಡಗಿದರು. ಹೊಗೆ ಆ ಸಣ್ಣ ಮನೆಯಲ್ಲೆಲ್ಲ ಆವರಿಸಿತ್ತು.

ರವೀಂದ್ರನಿಗೆ ಕೆಮ್ಮಿನ ಜೊತೆ ಕಣ್ಣಿನಲ್ಲಿ ನೀರು ತುಂಬಿಕೊಂಡಿತು.

"ನೇತ್ರ, ಆ ಮಗು ಜೊತೆ ದೇವಸ್ಥಾನದವರೆಗೂ ಹೋಗಿ ಬಾ, ನಾನು ಅಷ್ಟರಲ್ಲಿ ಕಾಫಿ ಮಾಡ್ತೀನಿ" ಎಂದರು ಪುಟ್ಟಜ್ಜಿ.

ಪುಟ್ಟಜ್ಜಿಗೆ ಮನದಲ್ಲೇ ಧನ್ಯವಾದ ಅರ್ಪಿಸುತ್ತ ರವೀಂದ್ರ ಮೇಲೆಕ್ಕೆದ್ದ. ಆ ಉಸಿರು ಕಟ್ಟಿಸುವ ವಾತಾವರಣದಲ್ಲಿ ಅವನಿಗೆ ಮಾತನಾಡಲೇ ಕಷ್ಟವಾಗಿತ್ತು.

ಆ ಪುಟ್ಟ ಮನೆ ಒಳಗೆ ಇದ್ದಲು ಒಲೆ ಬೀಸುತ್ತ ಕುಳಿತಿದ್ದ ಪುಟ್ಟಜ್ಜಿ, ಬಾಗಿಲಲ್ಲಿ ಮಿಕಿ ಮಿಕಿ ನೋಡುತಿದ್ದ ಹುಡುಗರ ತಂಡ! ರವೀಂದ್ರ ತಲೆ ಬಗ್ಗಿಸಿ ಹೊರೆಗೆ ನಡೆದ.

ನೇತ್ರ ಸಂಕೋಚಿಸುತ್ತಲೇ ಹೊರಗೆ ಬಂದಳು. ಅವನನ್ನು ಮನೆಗೆ ಕರೆದೊಯ್ಯುವುದು ಮೊದಲ ಕರ್ತವ್ಯವಾಗಿತ್ತು.

"ಹೇಗಿದ್ದಾರೆ ನಿಮ್ಮತ್ತೆ....?" ಎಂದು ರವೀಂದ್ರನೇ ಕೇಳಿದ ಹೆಜ್ಜೆ ಹಾಕುತ್ತ.

"ಈಗ ಪರ್ವಾಗಿಲ್ಲ. ಅಮ್ಮ, ಅಪ್ಪ, ಸಂತೋಷ್, ಆನಂದ್ ಎಲ್ಲ ಹೇಗಿದ್ದಾರೆ?"

"ಎಲ್ಲ ಚೆನ್ನಾಗಿದ್ದಾರೆ. ನೀನು ಯಾಕೆ ಪತ್ರ ಬರೆಯಲಿಲ್ಲ?" ಆ ಮಾತಿನಲ್ಲಿ ಅಧಿಕಾರವಿತ್ತು.

"ಬೇಗ ಹೊರಟುಬಿಡಬೇಕು; ರೆಡಿ ತಾನೆ!" ಎಂದ ರವೀಂದ್ರ

ನೇತ್ರ ಮಾತನಾಡದಿದ್ದುನ್ನು ಕಂಡು ಅವನಿಗೆ ರೇಗಿ ಹೋಯಿತು.

"ಕಾರು ಹತ್ತು ಹೊರಟುಬಿಡೋಣ" ಅವನ ಮಾತಿನಲ್ಲಿ ಕೋಪ ನೇತ್ರಳಿಗೆ ಅರಿವಾಗದೇ ಹೋಗಲ್ಲಿಲ್ಲ. ಅವಳು ಸಹ ಗಂಧರ್ವಗಿರಿಗೆ ಹೊರಡಲು ತುದಿಗಾಲಿನಲ್ಲಿ ನಿಂತಳು.

"ಮಾವ....ಅತ್ತೆಗೆ..."

ಇವಳು ಇನ್ನೇನ್ನೋ ಪುರಾಣ ಹೇಳಲು ಹೊರಟಿದ್ದಾಳೆ ಎಂದುಕೊಂಡ ರವೀಂದ್ರ.

"ಮಾವ....ಅತ್ತೆ....ಅದೆಲ್ಲ ಒಂದೂ ಬೇಡ. ಅಪ್ಪ ಕೂಡಲೇ ಕರ್‍ಕೊಂಡು ಬಾ ಎಂದಿದ್ದಾರೆ" ಎಂದ. ಅವನ ಕೋಪ ನೋಡಿ ನೇತ್ರಳಿಗೆ ನಗು ಬಂತು.

ಆ ವೇಳೆಗೆ ಇಬ್ಬರೂ ದೇವಸ್ಥಾನದ ಸಮೀಪ ಬಂದಿದ್ದರು. ನೇತ್ರ ದಿನವೂ ದೇವಾಲಯದ ಪ್ರಾಂಗಣವನ್ನು ಚೊಕ್ಕಟ ಮಾಡುತ್ತಿದ್ದರಿಂದ ಅದು ನೋಡುವಂತೆ ಆಗಿತ್ತು.

ವಿಷಯ ತಿಳಿದ ಸುಬ್ಬಣ್ಣ ಗೂಟಕ್ಕೆ ನೇತು ಹಾಕಿದ್ದ ಬೀಗದ ಕೈ ತೆಗೆದುಕೊಂಡು ಬಂದು ಗರ್ಭಗುಡಿಯ ಬಾಗಿಲನ್ನು ತೆಗೆದು ಮಣ ಮಣ ಮಂತ್ರ ಹೇಳಿ ಮಂಗಳಾರತಿ ತಟ್ಟೆಯನ್ನು ತಂದು ಇವರ ಮುಂದೆ ಹಿಡಿದ. ಸುಬ್ಬಣ್ಣನ ಮುಖ ನಿರ್ವಿಕಾರಚಿತ್ತವಾಗಿತ್ತು.

ರವೀಂದ್ರ ನೋಟನ್ನ ಮಂಗಳಾರತಿ ತಟ್ಟೆಗೆ ಹಾಕಿ ಕಣ್ಣಿಗೊತ್ತಿಕೊಂಡ. ನೇತ್ರ ಕೂಡ ಭಕ್ತಿಯಿಂದ ಕಣ್ಣಿಗೊತ್ತಿಕೊಂಡಳು.

ಸುಬ್ಬಣ್ಣ ಗರ್ಭಗುಡಿಯ ಬಾಗಿಲು ಹಾಕಿ ಬೀಗದ ಕೈಯನ್ನು ಸೊಂಟಕ್ಕೆ ಸಿಕ್ಕಿಸುತ್ತ, "ನೇತ್ರ, ಅವರನ್ನು ಕರ್‍ಕೊಂಡು ಮನೆಗೆ ಬಾ" ಎಂದ ರವೀಂದ್ರನ ಕಡೆ ತಿರುಗಿ, "ಬಡವರ ಮನೆಯವರೆಗೂ ಪಾದ ಬೆಳೆಸಬೇಕು" ಎಂದ ಬಗ್ಗಿಸಿದ ತಲೆಯನ್ನು ಮೇಲೆಕ್ಕೆತ್ತದೆ.

"ಆಗಲಿ, ಅದಕ್ಕೇನು ಧಾರಾಳವಾಗಿ. ಆದರೆ ಬೇಗ ಕಳುಹಿಸಿಕೊಟ್ಟು ಬಿಡಬೇಕು' ಎಂದ ರವೀಂದ್ರ ಮುಖದ ಮೇಲೆ ನಗುವನ್ನು ತಂದುಕೊಂಡು.

"ಆಗಲಿ ಬನ್ನಿ..." ಎಂದು ಮುಂದಕ್ಕೆ ಹೊರಟ ಸುಬ್ಬಣ್ಣ. ಹಿಂದಕ್ಕೆ ತಿರುಗಿ ಸಹ ನೋಡದೆ, "ಈಗ ನೇತ್ರನ್ನ ಕರ್‍ಕೊಂಡು ಹೋಗ್ತೀರಾ?" ಎಂದ.

ಹೌದು ಎನ್ನುವಂತೆ ರವೀಂದ್ರ ತಲೆಯಾಡಿಸಿದ. ಸುಬ್ಬಣ್ಣ ತಲೆ ಎತ್ತಿದರೆ ತಾನೆ ಅವನ ಸನ್ನೆಯ ಇಂಗಿತವನ್ನು ಅರಿಯವುದಕ್ಕೆ.

ಪುನಃ ರವೀಂದ್ರ, "ಹೌದು. ಈಗಲೇ ಹೊರಟು ಬಿಡಬೇಕು" ಎಂದು ಹೇಳಿದ.

ಈ ಮಾತಿಗೆ ಸುಬ್ಬಣ್ಣ ಪ್ರತಿಕ್ರಿಯೆ ತೋರಲಿಲ್ಲ. ಅವನ ಮುಖದಲ್ಲಿ ಈಗ ಮೊದಲಿನ ಗೆಲುವಿರಲಿಲ್ಲ. ಹೆಚ್ಚು ಮಾತನಾಡದೆ ಸಂಸಾರ ನಡೆಸಲು ಸಾಕಷ್ಟು ದುಡಿದು ತರುತ್ತಿದ್ದ. ಹೆಂಡತಿ ಕಪಿಲೆ ಮೂಗಿಯಾಗಿದ್ದುದ್ದರಿಂದ ಹೆಚ್ಚಿಗೆ ಮಾತನಾಡಲು ಅನುಕೂಲವಿರಲಿಲ್ಲ. ಬೆಳೆದ ಗಡ್ಡವನ್ನು ತಿಂಗಳಿಗೊಮ್ಮೆ ತೆಗೆಸುತ್ತಿದ್ದ. ಒಟ್ಟಿನಲ್ಲಿ ಸಂಭಾವಿತ ವ್ಯಕ್ತಿ ಎನ್ನಿಸಿಕೊಂಡಿದ್ದ.

ವಾಚ್ ಕಡೆ ನೋಡಿದ ರವೀಂದ್ರ, "ನೇತ್ರ, ಬೇಗ ಹೊರಟು ಬಿಡಬೇಕು. ನಿಮ್ಮತ್ತೆ, ಮಾವನಿಗೆ ಹೇಳಿಬಿಡು" ಎಂದ ಪ್ಯಾಂಟಿಗೆ ಕೈ ಸೇರಿಸುತ್ತ.

"ಬನ್ನಿ...." ಎನ್ನುತ್ತ ಮುಂದೆ ಹೊರಟಳು ನೇತ್ರ.

ಬಾಗಿಲಿನಲ್ಲಿ ನಿಂತ ಪುಟ್ಟಜ್ಜಿ ಗೊಜ್ಜು ಅವಲಕ್ಕಿ, ಕಾಫಿ ಮಾಡಿದ್ದರು. ಅವರು ಬಡಿಸಿದ್ದನ್ನು ರವೀಂದ್ರ ಬೇಡ ಎನ್ನದೆ ತಿಂದು ಅವರಿಂದ ಸಹಬಾಷ್ ಗಿರಿ ಗಿಟ್ಟಿಸಿದ.

ಮನೆಗೆ ಬಂದ ವೆಂಕಟರಮಣ ಜೋಯಿಸರಿಗೆ ಯಾರಿಂದಲೋ ವಿಷಯ ತಿಳಿಯಿತು.

ಕೋಪದಿಂದ ಶತಪತ ಹಾಕತೊಡಗಿದ್ದರು. ನೇತ್ರ ಹೊರಡುವುದು ಅವರಿಗೆ ಸಮಾಧಾನಕರವಾದ ಸಂಗತಿ ಆಗಿರಲಿಲ್ಲ. ಅವಳ ಮನಸ್ಸನ್ನು ಪೂರ್ತಿಯಾಗಿ ಒಲಿಸಿಕೊಳ್ಳುವಷ್ಟರಲ್ಲಿ ಇವನು ಬರಬೇಕೆ? ಹೇಗೂ ವಯಸ್ಸಿಗೆ ಬಂದ ಹುಡುಗ. ನಿನ್ನ ಜೊತೆಯಲ್ಲಿ ಕಳಿಸೋಕೆ ಆಗೊಲ್ಲ ಎಂದು ಖಡಾ ಖಂಡಿತವಾಗಿ ಹೇಳಿಬಿಡೋದು ಎಂಬ ನಿರ್ಧಾರಕ್ಕೆ ಬಂದರು.

ಸುಬ್ಬಣ್ಣ, ಕಪಿಲೆ ಬಾಗಿಲಿನಲ್ಲೇ ಕಾದಿದ್ದು ಇವರಿಬ್ಬರನ್ನೂ ಒಳಗೆ ಕರೆದೊಯ್ದರು.

ನಾಗಭೂಷಣ ಕಪಿಲೆಯ ಅತಿಥಿ ಸತ್ಕಾರವನ್ನು ಮೊದಲೇ ಚಾಚೂ ತಪ್ಪದೆ ಹೇಳಿ ನಕ್ಕಿದ್ದರಿಂದ ರವೀಂದ್ರ ಆಶ್ಚರ್ಯವನ್ನಾಗಲಿ, ಆತಂಕವನ್ನಾಗಲಿ, ಪಡುವಂತಿರಲಿಲ್ಲ. ಅವರ ರೀತಿ ಒರಟಾದರೂ, ಕಣ್ಣುಗಳಲ್ಲಿ ಅಸಹನೆ ಇದ್ದರೂ ಆತ್ಮೀಯತೆಯನ್ನು ಕಾಣದೆ ಇರಲಾಗಲಿಲ್ಲ.

ರವೀಂದ್ರ ತುದಿಗಾಲಿನಲ್ಲಿ ನಿಂತಿದ್ದರಿಂದ ಹೆಚ್ಚು ಹೊತ್ತು ಕೂಡುವುದಕ್ಕೆ ಆಗಲಿಲ್ಲ. ಹೊರಟ ರವೀಂದ್ರನನ್ನು ಕೈ ಹಿಡಿದು ನಿಲ್ಲಿಸಿದ ಕಪಿಲೆ ನೇತ್ರಳ ಕಡೆ ತೋರಿಸಿ ಮದುವೆ ಮಾಡಿಕೊಳ್ಳುತ್ತೀಯಾ? ಎಂದು ಅಭಿನಯ ಪೂರ್ವಕವಾಗಿ ಕೇಳಿದಳು.

ರವೀಂದ್ರನ ಮುಖದ ಮೇಲೆ ನಗುಚೆಲ್ಲಿತು. ಮೌನವಾಗಿ ಹೌದು ಎನ್ನುವಂತೆ ತಲೆಯಾಡಿಸಿದ. ಮೆಚ್ಚಿಗೆಯಿಂದ ಕಪಿಲೆ ಯಾವ ಸಂಕೋಚಕ್ಕೂ ಒಳಗಾಗದೆ ಅವನ

ಬೆನ್ನ ಮೇಲೆ ಒಂದು ಗುದ್ದು ಕೊಟ್ಟೇ ಬಿಟ್ಟಳು.

ನೇತ್ರ ಊರಿಗೆ ಹೊರಡುವ ವಿಷಯ ತಿಳಿದು ಮಹಾಲಕ್ಷ್ಮಮ್ಮ ಸಮಾಧಾನ ಗೊಂಡರೂ ಅವಳ ಕೈ ಹಿಡಿದುಕೊಂಡು ತಾವು ಪೂರ್ಣವಾಗಿ ಗುಣ ಹೊಂದುವವರೆಗೂ ಇರುವಂತೆ ಕೇಳಿಕೊಂಡರು.

ವೆಂಕಟರಮಣ ಜೋಯಿಸರೊಡನೆ ಮಾತನಾಡುತ್ತಿದ್ದ ರವೀಂದ್ರನೂ ಈ ಮಾತುಗಳನ್ನು ಕೇಳಿಸಿಕೊಂಡ. ಜೋಯಿಸರ ಮಾತಿನಿಂದಲೇ ಅವನ ಮುಖ ಕೆಂಪಾಗಿತ್ತು. ಆದರೂ ಕೋಪ ಹತ್ತಿಕ್ಕಬೇಕಾದದ್ದು ಅವನ ಕರ್ತವ್ಯವಾಗಿತ್ತು.

ಸಂಬಂಧವಿಲ್ಲದವರೊಡನೆ ವಾಗ್ಯುದ್ಧ ಅವನಿಗೆ ಬೇಕಾಗಿರಲಿಲ್ಲ.

"ನಮ್ಮವಳು ಇನ್ನೂ ಹುಷಾರಾಗಿಲ್ಲ. ಏನೋ ನಮ್ಮ ತಂದೆ ಅವಳ ಓದಿನ ನೆಪಕ್ಕಾಗಿ ಅಲ್ಲಿ ಬಿಟ್ಟರೆ, ನೀವುಗಳು ಅದನ್ನೇ ದೊಡ್ಡದನ್ನಾಗಿ ಮಾಡಿಕೊಂಡು ಆ ಹುಡುಗೀನ ನಿಮ್ಮಲ್ಲೇ ಇರಿಸಿಕೊಳ್ಳೋ ಪ್ರಯತ್ನ ಮಾಡ್ತಾ ಇದ್ದೀರಿ. ನೇತ್ರಳಿಗೂ ನಿಮಗೂ ಏನು ಸಂಬಂಧ? ಆವತ್ತು ನಿಮ್ಮ ತಂದೆ ಮದುವೆಯಲ್ಲಿ ನುಗ್ಗಿ ಹುಡುಗೀನ ಕರ್ಕೊಂಡು ಹೋದರು. ಈಗಿನ್ನೂ ಅವಳು ಬಂದು ಹತ್ತು ದಿನ ಆಗಿಲ್ಲ. ನೀವು ಆಗಲೆ ಕರ್ಕೊಂಡು ಹೋಗೋಕೆ ಬಂದಿದ್ದೀರಿ. ಅವಳು ಜೋಯಿಸರ ಮನೆತನದ ಹುಡುಗಿ. ನಮಗೆ ಮಾನ, ಮರ್ಯಾದೆ ಹೆಚ್ಚು."

ವೆಂಕಟರಮಣ ಜೋಯಿಸರ ಬಾಯಿಂದ ಬಡಬಡನೆ ಮಾತುಗಳು ಹೊರಬಿದ್ದವು.

ರವೀಂದ್ರನಿಗೆ ತಂದೆ ಹೇಳಿದ್ದು ನಿಜವೆನಿಸಿತು. ನಾಗಭೂಷಣ ರಾಜಶೇಖರಯ್ಯನನ್ನು ಕಳಿಸಿದ್ದರೆ ದಬಾಯಿಸಿ ಕಳುಹಿಸಿಬಿಡುವಂಥ ಜನರೇ ಇವರು ಜೋಯಿಸರು. ಜೋಯಿಸರು ಹೇಳುವುದರಲ್ಲಿ ಯಥಾರ್ಥವಿದ್ದರೂ ಅವನು ಒಪ್ಪಿಕೊಳ್ಳಲು ಸಿದ್ಧವಾಗಿರಲ್ಲಿಲ್ಲ.

ಈ ಮಾತುಗಳು ತನಗೆ ಸಂಬಂಧವಿಲ್ಲವೆನ್ನುವಂತೆ ಎದ್ದು ನಿಂತು "ನೇತ್ರ" ಎಂದ.

ಅವನ ಕೂಗು ಅವಳನ್ನು ಹೊರಗೆ ಎಳೆ ತಂದಿತು.

"ನಡೀ ಹೊತ್ತಾಯಿತು...." ಎಂದ ಅವಳ ಮುಖ ನೋಡುತ್ತ.

ನೇತ್ರ ಗಳುವಿನ ಮೇಲೆ ಹರಡಿದ್ದ ಎರಡು ಸೀರೆಯನ್ನು ಎಳೆದು ತಾನು ತಂದಿದ್ದ ಏರ್‌ಬ್ಯಾಗ್‌ನಲ್ಲಿಟ್ಟು, ಕಿರುಕೋಣೆಗೆ ಹೋಗಿ, ಮತ್ತೇನೋ ತಂದಿಟ್ಟು 'ಆಯಿತು ನಡೆಯಿರಿ' ಎನ್ನುವಂತೆ ನೋಡಿದಳು.

ರವೀಂದ್ರ ಎರಡು ಹೆಜ್ಜೆ ಮುಂದಿಟ್ಟ. ಹೋಗಿ ಬರುವುದಾಗಿ ನಿಂತ ಕಡೆಯಿಂದಲೇ ಅತ್ತೆಗೆ ತಿಳಿಸಿದ ನೇತ್ರ ಮಾವನ ಕಡೆ ನೋಡಿದಳು. ಕೋಪದಿಂದ ಅವನ ಕಣ್ಣುಗಳು ಕೆಂಡವಾಗಿತ್ತು.

"ನೇತ್ರ, ಎಲ್ಲಿಗೂ ಹೋಗಕೂಡದು...." ಎಂದು ಜೋರಾಗಿ ಗರ್ಜಿಸಿದರು. ರವೀಂದ್ರ ಹಿಂದಿರುಗಿ ನೋಡಿದ. ನೇತ್ರ ನಿಂತ ಕಡೆಯಲ್ಲೇ ಹೆದರಿ ನಡುಗುತ್ತಿದ್ದಳು.

"ಯಾಕೆ ಹಾಗೆ ನಿಂತೆ, ಬಾ" ಎಂದು ನೇತ್ರಳ ಬಳಿಗೆ ಬಂದ ರವೀಂದ್ರ ಅವಳ ಭುಜದ ಮೇಲೆ ಕೈ ಹಾಕಿ ಕರೆದೊಯ್ಯಲು ಮುಂದಾದ.

"ಬಿಡೋ ಅವಳನ್ನು; ಕರ್ಕೊಂಡು ಹೋಗೋಕೆ ನೀನು ಯಾರೋ" ಎಂದು ಗರ್ಜಿಸುತ್ತಲೇ ಅಡ್ಡ ಬಂದು ನಿಂತರು ವೆಂಕಟರಮಣ ಜೋಯಿಸರು.

ರವೀಂದ್ರನಿಗೆ ಒಂದು ನಿಮಿಷ ಯೋಚಿಸುವಂತಾಯ್ತು. ಹೌದು ನೇತ್ರಳನ್ನು ಕರೆದೊಯ್ಯಲು ತನಗೆ ಯಾವ ಅಧಿಕಾರ? ಒಡನೇ ಮುಗುಳು ನಗು ತೇಲಿತು.

"ಇಲ್ಲದ ಚರ್ಚೆಗೆ ಅವಕಾಶ ಮಾಡಿಕೊಡಬೇಡಿ. ನಾನು ಯಾರು ಅಂತ ನಿಮಗೆ ಗೊತ್ತು. ಸ್ವಲ್ಪ ದಿನ ಕಾದರೆ ಇನ್ನೂ ಸ್ವಲ್ಪ ವಿಷಯ ತಿಳಿಯಬಹುದು" ಎಂದ ಅವಳ ಭುಜದ ಮೇಲಿದ್ದ ಕೈಯನ್ನು ಸರಿಸದೆ.

ಅಷ್ಟರಲ್ಲಿ ವೇಳೆಗೆ ಸರಿಯಾಗಿ ಪುಟ್ಟಜ್ಜಿ ಅಲ್ಲಿಗೆ ಬಂದರು.

"ಸಾಕು ಮಾಡೋ ನಿನ್ನ ಜೋರು! ಹಳ್ಳಿಯವರು ಮಕದ ಮೇಲೆ ಉಗಿದು ಆಚೆಗೆ ದಬ್ಬಿಯಾರು" ಎಂದು ವೆಂಕಟರಮಣ ಜೋಯಿಸರನ್ನು ತಮ್ಮ ನಿಶ್ಯಕ್ತ ಕೈನಿಂದಲೇ ಸರಿಸಿ, "ಇನ್ನು ನಡಿಯಿರಿ ನೀವು" ಎಂದರು.

ನೇತ್ರಳ ಕಣ್ಣಂಚಿನಲ್ಲಿ ನೀರು ಇಣಕಿತು. ಗಂಧರ್ವಗಿರಿ ಜನ ತನಗಾಗಿ ಎಷ್ಟೆಲ್ಲ ಸಹಿಸಬೇಕಾಯಿತು ಎಂದು ಅವಳ ಮನ ಮರುಗಿತು.

ಕಾರಿನ ಬಳಿ ರವೀಂದ್ರ, "ಅಜ್ಜಿ, ನೀವೂ ಬಂದು ಬಿಡಿ. ಆ ಪುಣ್ಯಾತ್ಮ ನಿಮಗೇನಾದ್ರೂ ತೊಂದರೆ ಮಾಡಬಹುದು" ಎಂದ.

ಬೊಚ್ಚು ಬಾಯಿ ಅಗಲಿಸಿ ಜೋರಾಗಿ ನಕ್ಕ ಪುಟ್ಟಜ್ಜಿ, "ಆ ಮೂಳ ನನಗೇನು ಮಾಡಿಯಾನು? ನನಗೂ ವಯಸ್ಸಾಯ್ತು. ಇನ್ನೆಷ್ಟು ದಿನ ಇದ್ದೇನು? ಈ ಹುಡುಗೀನ ಮಾತ್ರ ಇಲ್ಲಿಗೆ ಕಳುಹಿಸಬೇಡಿ" ಎಂದರು. ಅವರ ಕಣ್ಣಂಚಿನಲ್ಲಿ ನೀರು ಇಣಕಿತು. ನಗುವಿನಿಂದ ಪ್ರಾರಂಭವಾದ ಮಾತು ಕಣ್ಣೀರಿನೊಂದಿಗೆ ಮುಕ್ತಾಯವಾಯಿತು.

ಕಾರು ಕಣ್ಮರೆಯಾಗುವವರೆಗೂ ಪುಟ್ಟಜ್ಜಿ ದೇವಸ್ಥಾನದ ಮೇಲೆ ಬಂದು ಕುಳಿತು, 'ಸ್ವಾಮಿ, ನರಸಿಂಹ ಜೋಯಿಸರು ಬಹಳ ಭಕ್ತಿಯಿಂದ ನಿನ್ನ ಸೇವೆ ಮಾಡಿದ್ದಾರೆ. ಆ ಹುಡುಗಿಯ ಕೈ ಬಿಡದೇ ಕಾಪಾಡು' ಎಂದು ಮನದಲ್ಲೇ ಬೇಡಿಕೊಂಡರು.

ಕಾರು ಸಕಲೇಶಪುರದ ಬಳಿಗೆ ಬರುವ ವೇಳೆಗೆ ಕತ್ತಲು ಆವರಿಸಿಬಿಟ್ಟಿತ್ತು. ನೇತ್ರ ಮೌನವಾಗಿ ಕುಳಿತಿದ್ದಳು. ಒಂದು ಕಡೆ ತನ್ನ ಮೇಲೆ ಅವರುಗಳು ತೋರುತ್ತಿದ್ದ ಆದರಕ್ಕಾಗಿ ಸಂತೋಷಗೊಂಡರೆ, ಮತ್ತೊಂದು ಕಡೆ ಅತ್ತೆ, ಮಾವನ ಸ್ವಭಾವ ಅರಿತೂ ಸಹ ತಾನೂ ಹೋಗಿದ್ದಕ್ಕಾಗಿ ತನ್ನ ಅವಿವೇಕವನ್ನು ತಾನೇ ದೂಷಿಸಿಕೊಳ್ಳುತ್ತಿದ್ದಳು.

ಹೋಟೆಲ್ ಮುಂದೆ ಕಾರು ನಿಲ್ಲಿಸಿದ ರವೀಂದ್ರ.

"ಇಳಿ ನೇತ್ರ, ಹೊಟ್ಟೆ ಚುರುಗುಟ್ಟುತ್ತ ಇದೆ" ಎಂದ.

ನೇತ್ರ ಮೌನವಾಗಿ ಇಳಿದು ಅವನನ್ನು ಹಿಂಬಾಲಿಸಿದಳು.

"ನೀನು ಹೀಗೆ ಮುದುರಿ ತಲೆ ತಗ್ಗಿಸಿ ಕೂತು ಬಿಟ್ಟರೆ ಇಲ್ಲಿನ ಜನ ಹುಡುಗೀನ ಎಲ್ಲೋ ಹಾರಿಸಿಕೊಂಡು ಬಂದುಬಿಟ್ಟಿದ್ದಾನೆ ಅಂದುಕೊಂಡು ಬಿಟ್ಟಾರು" ಎಂದು ರವೀಂದ್ರ ತಮಾಷೆ ಮಾಡಿದ.

ಅವನ ಮಾತಿಗೆ ನೇತ್ರ ನಗದೆ ಇರಲಾಗಲ್ಲಿಲ್ಲ. ಮತ್ತೆ ಮೌನ ದೂರ ಸರಿಯಿತು. ಮಾತು, ಕಾಲೇಜಿನ ವಿಷಯ, ಆನಂದ, ಸಂತೋಷರ ವಿಷಯಕ್ಕೆ ಹೋಗಿದ್ದರಿಂದ ಇಬ್ಬರೂ ಮನಬಿಚ್ಚಿ ಮಾತಾಡಿದರು.

ಗಂಧರ್ವಗಿರಿಯ ಜನರ ಪರಿಚಯ ಹೆಚ್ಚು ಕಡಿಮೆ ಶ್ರೀಮಂತರಿಗೇ ಅಲ್ಲದೆ ಸಾಮಾನ್ಯ ಜನಕ್ಕೂ ಇತ್ತು. ಕಾರಣ ಅವರ ಉದಾರಶೀಲತೆ, ಸಜ್ಜನಿಕೆ, ಆಡಂಬರರಹಿತ ನಡವಳಿಕೆ, ಜನಸಾಮಾನ್ಯರಲ್ಲೂ ಬೆರೆತುಹೋಗುವಿಕೆ. ಆದರೆ ಈಗ ಹೋಟೆಲ್‌ನಲ್ಲಿ ಪರಿಚಯದ ವ್ಯಕ್ತಿ ಇಲ್ಲದಿದ್ದರಿಂದ ರವೀಂದ್ರ ನಿರಾಳವಾಗಿ ತಿಂಡಿ ತಿಂದು, ಬಿಲ್ಲು ತೆತ್ತು ಹೊರಗೆ ಬಂದ.

ಕಾರು ಎಸ್ಟೇಟಿನ ಕಡೆ ಧಾವಿಸಿತು. ಸಕಲೇಶಪುರ ಬಿಟ್ಟು ನಾಲ್ಕು ಮೈಲಿ ಮುಂದಕ್ಕೆ ಹೋದ ಕೂಡಲೆ ಅನಿರೀಕ್ಷಿತವಾಗಿ ಕಾರಿನ ಟೈರ್ ಪಂಕ್ಚರ್ ಆಯಿತು. ಅದೇ ವೇಳೆಗೆ ಸಣ್ಣ ಸಣ್ಣ ಹನಿಗಳೊಂದಿಗೆ ಷುರುವಾದ ಮಳೆ ಜೋರಾಗಿ ಸುರಿಯತೊಡಗಿತು. ಈ ವೇಳೆಯಲ್ಲಿ ಚಕ್ರ ಬದಲಿಸುವುದಾಗಲಿ, ರಿಪೇರಿಮಾಡುವುದಾಗಲಿ ಸಾಧ್ಯವಿರಲ್ಲಿಲ್ಲ. ಎರಡು ಸಲ ಕಾರಿನಿಂದ ಇಳಿದು ರವೀಂದ್ರ ಮಳೆಯ ಹೊಡೆತ ತಡೆಯಲಾರದೆ ಕಾರನ್ನು ಹತ್ತಿ ಕುಳಿತ. ಪುನಃ ಇಳಿದು ಇಬ್ಬರೂ ಕಾರನ್ನು ಪಕ್ಕಕ್ಕೆ ತಳ್ಳಿದರು.

"ಕಾರು ಸಕಲೇಶಪುರದಲ್ಲೇ ಪಂಕ್ಚರ್ ಆಗಿದ್ದರೆ ಚೆನ್ನಾಗಿತ್ತು. ಇದನ್ನು ಅಲ್ಲೇ ಬಿಟ್ಟು ಬೇರೆ ಯಾವ ಕಾರನ್ನಾದರೂ ತರಬಹುದಿತ್ತು. ಇಲ್ಲ ಗಂಧರ್ವಗಿರಿಗೆ ಫೋನ್ ಮಾಡಿ ಜೀಪ್ ತರಿಸಬಹುದಾಗಿತ್ತು. ಈಗ ಎಲ್ಲ ನಾವು ನೆನೆದ ಹಾಗೇ ಆಗಲು ಸಾಧ್ಯವೇ?" ಎಂದುಕೊಂಡು ನಿಟ್ಟುಸಿರು ಬಿಟ್ಟ ರವೀಂದ್ರ.

"ನೇತ್ರ, ಈಗ ಏನು ಮಾಡೋದು? ಇಷ್ಟೊತ್ತಿಗೆ ಅಪ್ಪ, ಅಮ್ಮ ಎಷ್ಟು ಹೆದರಿಬಿಟ್ಟಿರುತ್ತಾರೋ ಏನೋ! ಒಂದು ಸಲ ಕಾರಿನ ಅಪಘಾತದಲ್ಲಿ ಒಬ್ಬ ಮಗ, ಸೊಸೆನಾ ಕಳೆದುಕೊಂಡರು. ಆ ಭಯದಿಂದ ಅವರಿನ್ನೂ ಪಾರಾಗಿಲ್ಲ. ನಾನು ಹೊರಟಾಗಲೇ ಅಮ್ಮ ಎಚ್ಚರಿಸಿದರು. ಇನ್ನು ಎಷ್ಟು ಆತಂಕ ಪಡ್ತಾ ಇರ್ತಾರೋ ಏನೋ...."

"ಇಲ್ಲಿ ಬಸ್ಸೋ, ಲಾರಿನೋ ಬರಬಹುದು."

"ಲಾರಿಗಳೇನೋ ಬರಬಹುದು. ಆದರೆ ಈ ಮಳೆಯಲ್ಲಿ ಕತ್ತಲಿನಲ್ಲಿರಿಸೋ ಧೈರ್ಯ ನನಗಿಲ್ಲ. ನಿನ್ನಂಥ ಹೆಣ್ಣನ್ನು ಜೊತೆಯಲ್ಲಿಟ್ಟುಕೊಂಡು ಆ ಸಾಹಸಕ್ಕೆ ಕೈ ಹಾಕೋದು ತಪ್ಪು."

ನೇತ್ರ ತಲೆ ಎತ್ತಿ ರವೀಂದ್ರನ ಕಡೆ ನೋಡಿದಳು. ಆ ಕತ್ತಲಿನಲ್ಲೂ ಅವನ ಕಣ್ಣುಗಳು ಪ್ರೇಮದ ಜ್ಯೋತಿಗಳಂತೆ ಬೆಳಗುತ್ತಿದ್ದವು.

ರವೀಂದ್ರ ನೇತ್ರಳನ್ನು ಗಮನಿಸಿದ. ಅವಳು ಸಣ್ಣಗೆ ನಡುಗುತ್ತಿದ್ದರಿಂದ ತನ್ನ ಮೈಯಲ್ಲಿದ್ದ ಕೋಟನ್ನು ಬಿಚ್ಚಿ "ತಗೋ ನೇತ್ರ, ತುಂಬ ಚಳಿ" ಎಂದ.

"ನನಗೇನೂ ಚಳಿ ಇಲ್ಲ. ನೀವೇ ಹಾಕ್ಕೊಳ್ಳಿ."

"ಹುಚ್ಚು ಹುಡಗಿ, ಹಾಕ್ಕೊ. ಈ ಚಳಿಗೆಲ್ಲ ನಾವು ನಡುಗಿಬಿಟ್ಟರೆ ಗಂಧರ್ವಗಿರಿಯಲ್ಲಿ ಇರೋಕೆ ಸಾಧ್ಯವಿಲ್ಲ."

ನಿಮಿಷಗಳು ಯುಗಗಳಾದವು. ಹಿಡಿದ ಮಳೇ ನಿಲ್ಲಲಿಲ್ಲ. ತೀರಾ ಸನಿಹದಲ್ಲೇ ಕುಳಿತ ಯೌವ್ವನ ಭರಿತ ಸುಂದರ ಹೆಣ್ಣು,ತುಂಬು ತಾರುಣ್ಯದ ಯುವಕ ರವೀಂದ್ರ ಹೊರಗಿನ ಮಳೆಯಲ್ಲಿ ನೋಡುತ್ತ ಕುಳಿತ.

ರೂಪ ಮತ್ತು ರವೀಂದ್ರನ ಸ್ನೇಹ ಪ್ರೇಮಕ್ಕೆ ತಿರುಗಿದಿದ್ದರೂ ಅವನೆಂದೂ ಅತಿಕ್ರಮಿಸಿರಲಿಲ್ಲ. ಕೆಲವೊಮ್ಮೆ ಬೇಸತ್ತ ರೂಪ ಏಕಾಂತದಲ್ಲಿದ್ದಾಗ ಒಲಿಸಿ ಕೊಳ್ಳಲು ಶತಪ್ರಯತ್ನ ಮಾಡಿದ್ದಳು. ಆದರೆ ಫಲ ಮಾತ್ರ ಸಿಕ್ಕಿರಲ್ಲಿಲ್ಲ. ರವೀಂದ್ರ ಬ್ರಹ್ಮಚಾರಿಯಾಗಬೇಕೆಂದೇನೂ ಕಂಕಣ ತೊಟ್ಟಿರಲ್ಲಿಲ್ಲ. ಬೇರೆ ಯಾವ ಸಿದ್ಧಿಗೋಸ್ಕರವಾಗಲಿ ತನ್ನ ಮನಸ್ಸಿನ ಕಾಮನೆಗಳನ್ನು ತೊಡೆದಿಡಬೇಕಾಗಿರಲ್ಲಿಲ್ಲ. ಹೆಣ್ಣುಗಳ ಬಗ್ಗೆ ಅವನಿಗೆ ಪೂಜ್ಯ ಭಾವನೆ. ವಿವಾಹಪೂರ್ವದಲ್ಲಿ ತಾನು ಮದುವೆಯಾಗಬೇಕೆಂದು ಅವನಿಗೆ ಇಷ್ಟವಿಲ್ಲ. ಜೀವನದಲ್ಲಿ ಒಮ್ಮೆ ಮಾತ್ರ ಸಿಗುವ ರೋಮಾಂಚಕಾರಿ ಮೊದಲ ರಾತ್ರಿಯ ಅನುಭವವನ್ನು ಕೀಳು ಕಾಮನೆಗಳಿಂದ ರಸಭಂಗಗೊಳಿಸುವುದು ಅಸಮ್ಮತವೆನಿಸಿತ್ತು.

ನೇತ್ರ ನಿಶ್ಚಿಂತೆಯಿಂದ ಕುಳಿತಿದ್ದಳು. ರವೀಂದ್ರನ ಬಗ್ಗೆ ಅವಳಿಗೆ ಯಾವ ಭಯವು ಇರಲಿಲ್ಲ. ಇನ್ನು ರಾಜಲಕ್ಷ್ಮಿ, ರಂಗರಾವು ತಪ್ಪು ತಿಳಿಯಬಹುದೆಂದು ಕಲ್ಪನೆಯೂ ಸಹ ಇರಲ್ಲಿಲ್ಲ. ರವೀಂದ್ರ ಅವಳ ಹೃದಯದಲ್ಲಿ ಅತಿ ಉನ್ನತ ಸ್ಥಾನದಲ್ಲಿ ಕುಳಿತಿದ್ದ. ಅವನನ್ನು ಬೇರೆ ಯಾವ ಭಾವನೆಗಳಲ್ಲೂ ನೋಡಲು ಅವಳು ಸಿದ್ಧಳಿಲ್ಲ.

ಎದುರುಗಡೆಯಿಂದ ಬರುತ್ತಿದ್ದ ಜೀಪನ್ನು ನೋಡಿ ರವೀಂದ್ರ ಕೆಳಗಿಳಿದ.

ಅವನಿಗೆ ಗೊತ್ತು ಅದು ತಮ್ಮದೆಂದು. ಜೀಪು ಕಾರಿನ ಬಳಿ ಬಂದು ನಿಂತಿತು.

ಡ್ರೈವರ್ ಪಕ್ಕದಲ್ಲಿ ಕುಳಿತಿದ್ದ ರಂಗರಾವು ಲಗುಬಗೆಯಿಂದ ಇಳಿದು ಮಗನನ್ನು ನೋಡಿ ಎದೆಯ ಮೇಲೆ ಕೈ ಇಟ್ಟುಕೊಂಡು ಒಂದು ನಿಮಿಷ ಕಣ್ಣು ಮುಚ್ಚಿ ಬಿಟ್ಟರು. ಉದ್ವೇಗದಿಂದ ಬಡಿದುಕೊಳ್ಳುತ್ತಿದ್ದ ಗುಂಡಿಗೆ ಶಾಂತವಾಗಿ ಮೊದಲಿನ ಸ್ಥಿತಿಗೆ ಬಂದಾಗ ಕಣ್ಣು ಬಿಟ್ಟು "ಕಾರಿಗೆ ಏನಾಯಿತು? ನೇತ್ರಾ ಬಂದಳಾ!" ಎಂದರು.

ರವೀಂದ್ರ ತಂದೆಗೆ ಎಲ್ಲವನ್ನೂ ವಿವರಿಸಿದ.

"ಬಾಮ್ಮ ನೇತ್ರ...." ಎಂದು ಜೀಪಿನಲ್ಲಿ ಹೋಗಿ ಕುಳಿತರು.

ಕಾರಿನ ಸ್ವಿಚ್ ಕೀ ತೆಗೆದುಕೊಂಡ ಡ್ರೈವರ್ ಬಾಷಾ, "ಮಳೆ ಕಡಿಮೆಯಾಗಿದೆ.

ಟೈರ್ ಬದಲಿಸಿಕೊಂಡು ಬಂದುಬಿಡ್ತೀನಿ. ನೀವು ನಡೆಯಿರಿ" ಎಂದ.

ಕಳಚಿಟ್ಟ ಕೋಟನ್ನು ರವೀಂದ್ರನಿಗೆ ನೀಡಿದ ನೇತ್ರ ಜೀಪನ್ನು ಹತ್ತಿ ಕುಳಿತಳು. ಜೀಪನ್ನು ನಡೆಸುತ್ತಲೇ ರವೀಂದ್ರ ತಂದೆಗೆ ಅಲ್ಲಿನ ಸಮಾಚಾರವನನ್ನೆಲ್ಲ ತಿಳಿಸಿದ.

"ಅಷ್ಟೆಲ್ಲ ಮಾತನಾಡಿದನ ವೆಂಕಟರಮಣ ಜೋಯಿಸರು?" ಎಂದು ಸುಮ್ಮನಾದರು ರಂಗರಾವು.

ರಾಜಲಕ್ಷ್ಮಿ ಮಗನನ್ನು ನೋಡುತ್ತಲೇ ತಬ್ಬಿಕೊಂಡು ಅಳಲು ಶುರು ಮಾಡಿದರು. ರವೀಂದ್ರನಿಗೆ ತಾಯಿಯನ್ನು ಸಮಾಧಾನಗೊಳಿಸುವಲ್ಲಿ ಸಾಕು ಸಾಕಾಯಿತು.

ನೇತ್ರ ಸುಮ್ಮನೆ ನಿಂತುಬಿಟ್ಟಳು. ಆ ಕ್ಷಣದಲ್ಲಿ ತಾನು ಬೇರೆಯವಳು ಎನ್ನಿಸದೆ ಹೋಗಲಿಲ್ಲ. ಆ ಕ್ಷಣ ಮಾತ್ರ ರಾಜಲಕ್ಷ್ಮಿಯವರ ಸಮಾಧಾನಗೊಂಡ ಮನಸ್ಸು ಹರಿದಿತ್ತು ನೇತ್ರಳ ಕಡೆ. ಆತ್ಮೀಯತೆಯಿಂದ ಮಾತನಾಡಿಸಿ, ಪ್ರೀತಿಯಿಂದ ತಲೆ ಸವರಿ, ಪತ್ರ ಬರೆಯದಿದ್ದಕ್ಕಾಗಿ ಮಮತೆಯಿಂದ ಗದರಿಕೊಂಡರು.

ರಂಗಾರಾವು, ರಾಜಲಕ್ಷ್ಮಿ ಸಹ ಊಟ ಮಾಡಿರದಿದ್ದರಿಂದ ಎಲ್ಲರೂ ಒಟ್ಟಿಗೆ ಕುಳಿತರು. ಆಗ ರವೀಂದ್ರ ಕಪಿಲೆಯ ಮೂಗ ಭಾಷೆಯ ಪ್ರಾವಿಣ್ಯತೆ, ಅವಳ ದಿಟ್ಟತನವನ್ನು ಹೇಳಿಕೊಂಡು ನಕ್ಕನಲ್ಲದೆ, ಪುಟ್ಟಜ್ಜಿಯ ಬಗ್ಗೆಯೂ ಬಹಳಷ್ಟು ಹೇಳಿದ.

ನೇತ್ರ ಊಟ ಮುಗಿಸಿ ಆನಂದ್, ಸಂತೋಷ್‌ರನ್ನು ನೋಡುವ ಆಸೆಯನ್ನು ಹತ್ತಿಕ್ಕಲಾರದೆ ರಾಜಲಕ್ಷ್ಮಿಯವರ ಮಲಗುವ ಕೋಣೆಗೆ ಹೋದಳು.

ಶೀತದ ಹವೆ, ಜೋರಾದ ಮಳೆಯಿಂದಾಗಿ ರಾಜಲಕ್ಷ್ಮಿಯವರು ಮೊಮ್ಮಕ್ಕಳಿಗೆ ಬೆಚ್ಚಗೆ ಹೊದ್ದಿಸಿ ಬೇಗನೆ ನಿದ್ದೆ ಮಾಡಿಸಿಬಿಟ್ಟಿದ್ದರು.

ಹತ್ತಿರ ಹೋದ ನೇತ್ರ ಪ್ರೀತಿಯಿಂದ ಮಕ್ಕಳ ಹಣೆಯ ಮೇಲೆ ಕೈಯಾಡಿಸಿದಳು. ಎಷ್ಟೋ ವರ್ಷಗಳಿಂದ ನೋಡದವಳ ಹಾಗೆ ದಿಟ್ಟಿಸಿ ನೋಡಿದಳು. 'ಅಬ್ಬ, ಇಷ್ಟು ದಿನ ಈ ಪುಟಾಣಿಗಳನ್ನು ಇಲ್ಲಿ ಬಿಟ್ಟು ಅಲ್ಲಿ ಹೇಗೆ ದಿನಗಳನ್ನು ಕಳೆದೆನೊ' ಅಂದುಕೊಂಡಳು.

ಟವಲಿಗೆ ಕೈ ಒರೆಸುತ್ತ ಒಳಗೆ ಬಂದ ರವೀಂದ್ರ ಥಟ್ಟನೆ ನಿಂತುಬಿಟ್ಟ ನೇತ್ರಳ ಕಣ್ಣುಗಳು ಅಖಂಡ ಪ್ರೀತಿಯನ್ನು ಒಸರುತ್ತಿದ್ದವು ಆ ಪುಟಾಣಿಗಳ ಮೇಲೆ.

"ನೇತ್ರ..." ಎಂದ ಮೈ ಮರೆತವನಂತೆ ರವೀಂದ್ರ.

ಥಟ್ಟನೆ ಎಚ್ಚೆತ್ತ ನೇತ್ರ ಅವನ ಕಡೆ ತಿರುಗಿದಳು. ಆ ನೋಟ ಎಂದಿನಂತಿರಲಿಲ್ಲ. ಆ ಎರಡು ಕಣ್ಣುಗಳು ಪ್ರೇಮದ ಸರೋವರಗಳಂತೆ ಕಂಡವು. ಅವಳಿಗೇನೂ ಅರ್ಥವಾಗಲಿಲ್ಲ.

ಅವಳು ಕೋಣೆಯಿಂದ ಹೊರಗೆ ಹೋದ ಎಷ್ಟೋ ಹೊತ್ತಿನವರೆಗೂ ರವೀಂದ್ರ ಹಾಗೆಯೇ ನಿಂತಿದ್ದ. ಅವನಿಗೆ ತನ್ನ ಹೃದಯ ಬರಿದಾದಂತೆ, ಬರಡಾದಂತೆ ತೋರಿತು. ಏನೋ ಒಂದು ಬಗೆಯ ಶೂನ್ಯತೆ ಅವನ ಹೃದಯವನ್ನು ಆವರಿಸಿತ್ತು. ಸೀದಾ ಕೋಣೆಗೆ ಹೋದ. ಅವಳ ಬಗ್ಗೆ ಯೋಚಿಸುತ್ತಲೇ ನಿದ್ದೆಯ ಆಳಕ್ಕೆ ಇಳಿದ.

* * *

ಆನಂದ್, ಸಂತೋಷ್‌ರಿಗಂತೂ ನೇತ್ರ ಬಂದಿದ್ದು ದೊಡ್ಡ ನಿಧಿ ದೊರಕಿದಂತೆ ಆಗಿತ್ತು. ತಮ್ಮ ಪುಟಾಣಿ ಮನಸ್ಸಿನ ಹತ್ತಾರು ಸಮಸ್ಯೆಗಳನ್ನು ಅವರು ಮುಂದಿಟ್ಟರು. ಅವಳು ಹೋದ ಬಗ್ಗೆ ಕೋಪ ವ್ಯಕ್ತಪಡಿಸಿದರು.

ಪೂಜೆ ಮುಗಿಸಿ ಬಂದ ರಾಜಲಕ್ಷ್ಮಿ ನೇತ್ರಳನ್ನು ಕರೆದರು. ಅಲ್ಲಿನ ವಿಚಾರ ಕೇಳಿದ್ದಲ್ಲದೇ ಇಲ್ಲಿನ ಸಣ್ಣ ಸಣ್ಣ ವಿಚಾರಗಳನ್ನೆಲ್ಲ ಅವಳ ಮುಂದಿಟ್ಟರು. ಅದರಲ್ಲಿ ಬಹು ಮುಖ್ಯವಾದ ವಿಷಯ ರವೀಂದ್ರ ಮದುವೆಯಾಗಲು ಒಪ್ಪಿಕೊಂಡಿದ್ದು, ಇನ್ನೊಂದು ವಾರ ಅವಕಾಶಬೇಕೆಂದು ಕೇಳಿದ್ದು.

"ಸಧ್ಯ ಅವನು ಮದುವೆಯಾಗಿಬಿಟ್ಟರೆ ದೊಡ್ಡ ಗಂಡಾಂತರದಿಂದ ಪಾರಾದಂತೆಯೇ" ಎಂದು ನಿಡುಸುಯ್ದರು ರಾಜಲಕ್ಷ್ಮಿ.

ನೇತ್ರಳಿಗೆ ರವೀಂದ್ರ ಮದುವೆಗೆ ಒಪ್ಪಿಕೊಂಡಿದ್ದು ಸಂತೋಷಕರವಾದ ವಿಷಯವಾದರೂ ಅದನ್ನು ಮಾತಿನಿಂದ ವ್ಯಕ್ತಪಡಿಸಲು ಅವಳಿಗೆ ಸಾಧ್ಯವಾಗಲ್ಲಿಲ್ಲ.

ರಾಜಲಕ್ಷಿ ತಾವೇ ಎದ್ದು ನೇತ್ರಳಿಗಾಗಿ ತಂದಿರಿಸಿದ್ದ ಸೀರೆ ಪ್ಯಾಕೆಟ್‌ನ್ನು ತಂದು ಅವಳ ಮುಂದಿಟ್ಟರು.

"ಅಮ್ಮ, ನನಗೇಕೆ ಸೀರೆಗಳು; ಈಗಲೇ ಇನ್ನು ಮೂರು ವರ್ಷ ಉಟ್ಟರೂ ಹರಿಯದಷ್ಟು ಸೀರೆಗಳಿವೆ" ಎಂದು ಎಂದಿನ ಸಂಕೋಚದಿಂದಲೇ ಹೇಳಿದಳು.

ಅವಳ ಸಂಕೋಚ ಸ್ವಭಾವವರಿತ ರಾಜಲಕ್ಷ್ಮಿ ನಗುತ್ತ, "ನಿನ್ನ ಬಗ್ಗೆ ನಿನಗೇನೂ ಗೊತ್ತಿಲ್ಲ, ನಿನಗಿಂತ ಹೆಚ್ಚಾಗಿ ನಿನ್ನ ಅವಶ್ಯಕತೆಗಳು ನನಗೆ ಗೊತ್ತು" ಎಂದರು.

ಅವರ ಮಾತಿನಲ್ಲಿ ಎಂದಿನ ಪ್ರೀತಿಯೇ ಮಿನುಗುತ್ತಿತ್ತು.

"ಸ್ವಲ್ಪ ಹೊರಗೆ ಓಡಾಡಿ ಬರೋಣ ನಡಿ" ಎಂದು ರಾಜಲಕ್ಷ್ಮಿ ಮೇಲಕ್ಕೆ ಎದ್ದರು.

ಕೋಣೆಯಿಂದ ಹೊರಗೆ ಬಂದ ನೇತ್ರಳಿಗೆ ರವೀಂದ್ರ ಎದುರಾದ. ಅವನು ಬಣ್ಣದ ಉಡುಪಿನಲ್ಲಿದ್ದ. ಅವನ ಕೈಯಲ್ಲಿದ್ದ ಜೀಪಿನ ಸ್ವಿಚ್ ಕೀ ನೋಡಿ ಅವನು ಎಲ್ಲಿಗೋ ಹೊರಟಿರಬೇಕೆಂದುಕೊಂಡಳು.

ನೇತ್ರಳ ಕೈಯಲ್ಲಿದ್ದ ಸೀರೆಗಳ ಪ್ಯಾಕೆಟ್ ಕಸಿದುಕೊಂಡು ರವೀಂದ್ರ ಬಿಚ್ಚಿ ನೋಡಿದ. ಒಡಲೆಲ್ಲ ಜರಿಯ ಬುಟ್ಟಿ ಇದ್ದ ಸಣ್ಣಂಚಿನ ಜರಿಯ ಎರಡು ರೇಶಿಮೆ ಸೀರೆಗಳು.

ರವೀಂದ್ರ ಕಣ್ಣರಳಿಸಿ ಕೇಳಿದ.

"ಏನು ವಿಶೇಷ?" ನೇತ್ರಳ ಮುಖದಲ್ಲಿ ನಗು ಮಿನುಗಿತು. ಇಲ್ಲಿ ಸಂಕೋಚಕ್ಕೆ ಎಡೆ ಇರಲ್ಲಿಲ್ಲ.

"ನಿಮ್ಮ ಮದುವೆಯಲ್ಲಿ ಉಡೋಕೆ ಅಂತ ಅಮ್ಮ ಸೀರೆ ತಂದಿರಿಸಿದ್ದಾರೆ."

ಅವಳ ಮಾತಿನಲ್ಲಿ ಲಘು ಹಾಸ್ಯವಿತ್ತು.

"ಹಾಗಾ ವಿಷಯ! ಹುಡುಗೀನ ಹುಡುಕಿಟ್ಟಿದ್ದೀಯಾ?" ಎಂದ ಅಣಕದ ಮುಖ ಮಾಡಿ.

"ಓಹ್! ನೀವು ಮದುವೆಯಾಗುತ್ತೀನಿ ಅಂದರೆ...."

"ಅಂದರೆ ಏನು" ಎಂದ ರವೀಂದ್ರ ನೇತ್ರಳ ಕಿವಿ ಹಿಂಡಿದ.

"ಅಪ್ಪ, ಅಮ್ಮನಿಗೆ ...ಹೇಳ್ತೀನಿ" ಎಂದು ಬಿಡಿಸಿಕೊಂಡು ಓಡಿದಳು.

ನೇತ್ರ ಹೋದ ದಿಕ್ಕನ್ನೇ ನೋಡುತ್ತ ನಿಂತ. ಅವನ ಹೃದಯ ಹರ್ಷದ ಕಡಲಾಯಿತು.

ತನ್ನ ತಾಯಿ ಮತ್ತು ನೇತ್ರಳ ಜೊತೆ ರವೀಂದ್ರನೂ ಹೊರಟ. ರಾತ್ರಿಯೆಲ್ಲ ಮಳೆ ಬಂದಿದ್ದರಿಂದ ಬೆಳಗಿನ ಎಳೆ ಬಿಸಿಲು ಹಿತಕರವಾಗಿತ್ತು. ಮೂವರು ಹೂವಿನ ತೋಟದಲ್ಲಿ ಹಾದು ದೇವಸ್ಥಾನದ ಬಳಿ ಬಂದರು.

ಅರ್ಚಕರು ಬೆಳಗಿನ ಪೂಜೆ ಮುಗಿಸಿ ಹೋಗಿದ್ದರು. ದೇವಿ ಆಲಯದಿಂದ ಹೂ, ಗಂಧ, ಊದುಬತ್ತಿಯ ಕಂಪು ಹೊರಗಡೆಯವರೆಗೂ ಹಬ್ಬಿತ್ತು. ಪೂವಯ್ಯ ಬಾಗಿಲು ತೆಗೆದ. ರಾಜಲಕ್ಷ್ಮಿ ಕಣ್ಣು ಮುಚ್ಚಿ ಪ್ರಾರ್ಥಿಸಿದರು. ಅವರ ಬೇಡಿಕೆ ಏನಿರಬಹುದುದೆಂದು ನೇತ್ರ, ರವೀಂದ್ರನಿಗೆ ಗೊತ್ತೇ ಇತ್ತು.

ಆದರೂ ರವೀಂದ್ರ ಮೆಲ್ಲಗೆ ಕೇಳಿದ.

"ಅಮ್ಮ, ಅಷ್ಟು ಭಕ್ತಿಯಿಂದ ಪ್ರಾರ್ಥಿಸುತ್ತಿದ್ದಲ್ಲ, ಏನು ಕೇಳಿಕೊಂಡೇ?" ಮಗನ ಮಾತಿನಲ್ಲಿದ್ದ ತುಂಟತನವನ್ನು ರಾಜಲಕ್ಷ್ಮಿ ಗುರ್ತಿಸಿದರು. ಪ್ರೀತಿಯಿಂದ ಮಗನ ತಲೆಯ ಮೇಲೆ ಮೊಟಕಿ, "ಇವನ ಉಪಟಳ ಜಾಸ್ತಿಯಾಗಿ ಬಿಟ್ಟಿದೆ...." ಎಂದರು.

ತಾಯಿ ತಮ್ಮ ಮಾತನ್ನು ಪೂರ್ತಿಮಾಡಲು ಬಿಡದ ರವೀಂದ್ರ "ಅದಕ್ಕಾಗಿ ಇವನಿಗೆ ಬೇಗ ಮೂಗುದಾರ ಏರಿಸಿ" ಎಂದ. ಮಗನ ಮಾತಿಗೆ ರಾಜಲಕ್ಷ್ಮಿ ಮಾತ್ರವಲ್ಲದೆ ನೇತ್ರ ಕೂಡ ನಕ್ಕಳು. ಅವರ ನಗುವಿನಲ್ಲಿ ರವೀಂದ್ರನೂ ಪಾಲುದಾರನಾದ.

ಆ ನಗು ಬಹಳ ಹೊತ್ತು ಉಳಿಯಲ್ಲಿಲ್ಲ. ಕೂಡಲೇ ಬರುವಂತೆ ರೂಪ ಆಳಿನ ಕೈಯಲ್ಲಿ ರವೀಂದ್ರನಿಗೆ ಚೀಟಿ ಕಳುಹಿಸಿದ್ದಳು. ಅದನ್ನು ನೋಡಿ ರವೀಂದ್ರನಿಗೆ ಆಶ್ಚರ್ಯವಾದರೂ ರಾಜಲಕ್ಷ್ಮಿಗೆ ಆತಂಕ ಆಯಿತು.

ಮೆನನ್ ಇನ್ನೇನು ಕುತಂತ್ರ ನಡೆಸಿದ್ದಾನೋ ಏನೋ! ಸದ್ಯ ಈ ಹುಡುಗ ಹೋಗಿ ಅದರಲ್ಲಿ ಸಿಕ್ಕಿ ಬೀಳದಿದ್ದರೆ ಸಾಕಪ್ಪ ಎಂದು ದೇವರಲ್ಲಿ ಮೊರೆಯಿಟ್ಟರು.

ತಾಯಿಯ ಮುಖದ ಮೇಲಿನ ಹೆದರಿಕೆಯನ್ನು ಗಮನಿಸಿದ ರವೀಂದ್ರ ನಕ್ಕು ಹೇಳಿದ, "ಅಮ್ಮ, ಯಾಕೆ ಅಷ್ಟು ಹೆದರಿಬಿಟ್ಟಿದ್ದೀಯಾ. ಅವಳು ಹುಲೀನಾ, ಸಿಂಹಾನಾ....?" ಎಂದ.

"ಹುಲಿ ಸಿಂಹ ಆಗಿದ್ದರೆ ಹೆದರೋ ಕಾರಣವಿರಲಿಲ್ಲಿಲ್ಲ. ಮೆನನ್ ಮನೆತನದವರು

ನಿಮ್ಮ ತಾತನ ಕಾಲದಿಂದಲೂ ಗಂಧರ್ವಗಿರಿಯನ್ನು ಹಾಳು ಕೆಡವೋ ಸಂಚು ನಡೆಸುತ್ತಲೇ ಬಂದಿದ್ದಾರೆ. ಅವರುಗಳ ಕುತಂತ್ರ ನಡೆಯದಿದ್ದರೂ, ನೀನು ರೂಪಳ ಬಲೆಗೆ ಬಿದ್ದೆ ಏನೋ, ದೇವರು ಪಾರು ಮಾಡಬೇಕು" ಎಂದರು.

ಅವರ ಕಣ್ಣುಗಳಲ್ಲಿ ನೀರು ಇಣಕಿತು. ಅವರುಗಳ ಕೆಟ್ಟ ನಡವಳಿಕೆಯಿಂದ ರಾಜಲಕ್ಷ್ಮಿ ಮೆನನ್ ಕುಟುಂಬವನ್ನು ದ್ವೇಷಿಸುವಂತೆ ಆಗಿತ್ತು. ಅಲ್ಲದೆ ಮೆನನ್ ಬಗ್ಗೆ ಹೆದರಿಕೆಯೂ ಇತ್ತು.

"ನಿನ್ನ ಮಗ ಅಷ್ಟು ಅವಿವೇಕಿನಾ? ಏನೋ ಒಂದು ಸಲ ಆಕರ್ಷಣೆಯಲ್ಲಿ ಬಿದ್ದು ಒದ್ದಾಡಿದ ಅಂದರೆ ಪುನಃ ಬಲೆಯಲ್ಲಿ ಬಿಳ್ತೀನಾ!?"

ಮೂವರೂ ಬಂಗ್ಲೆ ಕಡೆ ಹೆಜ್ಜೆ ಹಾಕಿದರು.

ರವೀಂದ್ರನಿಗೆ ಈಗ ಹೋಗುವುದೋ ಬಿಡುವುದೋ ಎಂಬುದೇ ಸಮಸ್ಯೆಯಾಯಿತು. ರೂಪಾಳ ಬಗ್ಗೆ ಅವನ ಭಾವನೆಗಳು ಎಂದೋ ಬದಲಾಗಿ ಹೋಗಿದ್ದವು.

ಕೊನೆಗೆ ರವೀಂದ್ರ ಅಲ್ಲಿಗೆ ಹೋಗಿ ಬರುವ ನಿರ್ಧಾರಕ್ಕೆ ಬಂದ. ರೂಪಾಳ ಮೇಲಿನ ಆಕರ್ಷಣೆಗಾಗಿಯಲ್ಲ, ಅವಳು ಬರೆದ ಪತ್ರಕ್ಕಾಗಿಯೂ ಅಲ್ಲ, ತನ್ನ ಬದಲಾದ ಹೃದಯವನ್ನು ಅವಳು ಅರಿತುಕೊಳ್ಳಲಿ ಎಂದು. ಆದರೆ ಹೋಗಿ ಬರುವ ವಿಷಯವನ್ನು ತಾಯಿಯ ಮುಂದೆ ಹೇಳಲು ಇಷ್ಟಪಡಲಿಲ್ಲ.

ಸಂಜೆ ಹೊರಗಡೆ ಬರುವ ವಾಡಿಕೆ ಇದ್ದುದ್ದರಿಂದ ಎಂದಿನಂತೆ ಹೊರಟ. ಅದಕ್ಕೆ ಮುನ್ನ ರೂಪಾಳನ್ನು ಕಂಡುಬರುವ ವಿಷಯವನ್ನು ನೇತ್ರಳಿಗೆ ತಿಳಿಸಿದ.

ಗಾಬರಿಯಾದ ನೇತ್ರಳ ಕೆನ್ನೆ ಸವರಿ ಹೇಳಿದ,

"ಏನು ಭಯಪಡಬೇಡ ನೇತ್ರ. ನನ್ನ ಬಗ್ಗೆ ಅವಳ ಅಭಿಪ್ರಾಯ ಬದಲಾಯಿಸೋಕ್ಕೋಸ್ಕರ ಹೋಗಿ ಬರ್ತೀನಿ."

ನೇತ್ರ ಮೌನವಾಗಿ ತಲೆಯಾಡಿಸಿದಳು. ಅವಳಲ್ಲಿ ಎದ್ದ ಭಯದ ಅಲೆಗಳು ಕಡಿಮೆಯಾಗಲಿಲ್ಲ. ರಾಜಲಕ್ಷ್ಮಿಗೆ ತಿಳಿಸಲಾಗದೆ, ಸುಮ್ಮನಿರಲೂ ಆಗದೆ ಒದ್ದಾಡಿದಳು.

ರವೀಂದ್ರನ ಜೀಪು ಮೆನನ್ ಎಸ್ಟೇಟ್ ಹೊಕ್ಕಾಗ ಅಲ್ಲಿ ಕೆಲಸ ಮಾಡುತ್ತಿದ್ದ ಆಳುಗಳು ಪ್ರಶ್ನಾರ್ಥಕವಾಗಿ ನೋಡಿದರು. ಅವನು ಇಲ್ಲಿಗೆ ಬಂದದ್ದು ಎಲ್ಲರಿಗೂ ಆಶ್ಚರ್ಯವನ್ನುಂಟುಮಾಡಿತ್ತು.

ಬಂಗಲೆಯ ಮುಂಭಾಗದ ಪೋರ್ಟಿಕೋದಲ್ಲಿ ಬೆತ್ತದ ಕುರ್ಚಿಯ ಮೇಲೆ ಪುಸ್ತಕವೊಂದರ ಹಾಳೆಗಳನ್ನು ತಿರುವಿಹಾಕುತ್ತ ಕುಳಿತಿದ್ದ ರೂಪಳೇ ರವೀಂದ್ರನನ್ನು ಎದುರುಗೊಂಡಳು.

"ಹಲೋ ರವಿ...." ಎಂದಳು ಮಾದಕ ಧ್ವನಿಯಲ್ಲಿ.

"ಹಲೋ ರೂಪ, ಯಾಕೆ ಲೆಟರ್ ಕಳಿಸಿದ್ದು?" ಎನ್ನುತ್ತಾ ಅಲ್ಲಿದ್ದ ಕುರ್ಚಿಯ ಮೇಲೆ ಕುಳಿತ.

ರೂಪ ರವೀಂದ್ರನನ್ನು ದಿಟ್ಟಿಸಿ ನೋಡಿದಳು.

ಮಂದವಾದ ಗಾಳಿ ರವೀಂದ್ರನ ಮುಖದ ಮೇಲೆ ಬೀಸಿ ಸುರುಳಿ ಕೂದಲನ್ನು ಹರಡುತ್ತಿತ್ತು. ಮುಖದಲ್ಲಿ ಒಂದು ರೀತಿಯ ಗಾಂಭೀರ್ಯ, ತುಟಿಗಳ ಮೇಲೆ ಮುಗುಳುನಗೆ.

ರೂಪಳಿಗೆ ಥಟ್ಟನೆ ತನ್ನ ಗಂಡನ ನೆನಪಾಗಿ ಕ್ರೋಧ ಹೆಡೆಯಾಡಿತು. ಅವಳಿಗೆ ಸ್ವತಂತ್ರ, ಸ್ವಚ್ಛಂದ ಪ್ರವೃತ್ತಿಗೆ ಬೇಲಿ ಹಾಕಿದ್ದ ಗಂಡನ ಮೇಲೆ ಅವಳಿಗೆ ರೋಷ. ತಾನು ಬಯಸಿದ ಮೋಜಿನ ಜೀವನ ಅವಳಿಗೆ ಸಿಕ್ಕಿರಲ್ಲಿಲ್ಲ. ಈಗ ಬೋನಿನಲ್ಲಿ ಬಿದ್ದ ಸಿಂಹಿಣಿಯಂತೆ ಚಡಪಡಿಸುತ್ತಿದ್ದಳು.

ಒಂದು ನಿಮಿಷ ಮೌನ, ಆ ರವೀಂದ್ರನಿಗೆ ಹಿಂಸೆಯಾಯಿತು. ಅವನು ಆದಷ್ಟು ಬೇಗ ಮೌನವಾಗಿ ಭೇದಿಸಿ ತಾನೇ ಮಾತಿಗೆ ಪೀಠಿಕೆ ಹಾಕಿದ.

"ಯಾವಾಗ ಬಂದಿದ್ದು? ನಿಮ್ಮ ಗಂಡ ಬಂದಿದ್ದಾರೆ ತಾನೆ? ಯಾಕೆ ಒಂಟಿಯಾಗಿ ಕೂತಿದ್ದೀಯಾ? ಮಿಕ್ಕವರೆಲ್ಲ ಎಲ್ಲಿ?"

ಒಂದೇ ಸಲ ಎಲ್ಲ ಪ್ರಶ್ನೆಗಳನ್ನೂ ಕೇಳಿ ಮುಗಿಸಿದ.

ರವೀಂದ್ರನ ಸುಂದರವಾದ ಮುಖವನ್ನು ನೋಡಿ ರೂಪಾಳ ಮನಸ್ಸು ಪ್ರಫುಲ್ಲವಾಯಿತು. ಹಿಂದೆ ಎಷ್ಟೋ ಬಾರಿ ಆ ಮುಖವನ್ನು ನೋಡಿದಳು. ಆದರೆ ಇಂದು ಮತ್ತಷ್ಟು ಚೆಲುವಾಗಿ ವಿಜೃಂಭಿಸಿತ್ತು.

ರವೀಂದ್ರ ಕೈಯಲ್ಲಿದ್ದ ವಾಚ್ ಕಡೆ ನೋಡಿ ಎದ್ದು ನಿಂತ. ಬಂದಿದ್ದು ಆಯಿತು. ಹೊರಡುತ್ತೀನಿ ಎನ್ನುವ ಮುಖಭಾವ ಅವನದಾಗಿತ್ತು. ರೂಪ ತೊಟ್ಟಿದ್ದ ಗುಲಾಬಿ ಬಣ್ಣದ ಮ್ಯಾಕ್ಸಿಗೆ ತಂಗಾಳಿ ಚೇತನವನ್ನು ನೀಡಿತ್ತು.

ಥಟ್ಟನೆ ರೂಪಳ ಕೈ ರವೀಂದ್ರನ ತೋಳನ್ನು ಹಿಡಿಯಿತು. ಆತಂಕ, ಗಡಿಬಿಡಿಯಿಂದ ರವೀಂದ್ರ ರೂಪಳ ಕಡೆ ನೋಡಿದ. ನೇತ್ರಳ ಕಣ್ಣುಗಳಲ್ಲಿ ಇರುವಂಥ ಮುಗ್ಧತೆ, ಸಂಕೋಚ, ನಾಚಿಕೆ ಯಾವುದೂ ರೂಪಳಲ್ಲಿ ಕಂಡು ಬರಲ್ಲಿಲ್ಲ. ಒಂದು ರೀತಿಯ ಸೆಳೆತದ ಮಾದಕ ನೋಟ.

"ಛೆ, ಬಿಡು ರೂಪ" ನಾನು ಮೊದಲಿನ ರವೀಂದ್ರನೂ ಅಲ್ಲ; ನೀನು ಮೊದಲಿನ ರೂಪಳೂ ಅಲ್ಲ."

ಅವನ ಗಂಭೀರ ಮಾತು, ಧೀರ ನೋಟದೆದುರು ರೂಪ ಅಧೀರಳಾದಳು.

"ಬರ್ತೀನಿ ರೂಪ" ಎಂದು ತನ್ನ ನಡಿಗೆಯ ವೇಗವನ್ನು ಹೆಚ್ಚಿಸಿ ಜೀಪಿನಲ್ಲಿ ಕುಳಿತು ಕೈ ಬೀಸಿದ. ಇದು ನಮ್ಮ ಕೊನೆಯ ಭೇಟಿ. ಮತ್ತೆ ಈ ಅವಕಾಶ ಬೇಡ ಎನ್ನವಂತಿತ್ತು ಅವನ ಧೋರಣೆ. ಜೀಪು ಎಸ್ಟೇಟಿನಿಂದ ಹೊರಗೆ ಬಂದಾಗ ಕತ್ತಲು ಆವರಿಸತೊಡಗಿತ್ತು.

ಜೀಪನ್ನು ನೋಡಿದಾಗ ನೇತ್ರ ನಿರಾತಂಕದಿಂದ ಉಸಿರು ಬಿಟ್ಟಳು. ಕಮಾನಿನ ಬಳಿ ನೇತ್ರಳನ್ನು ನೋಡಿದ ರವೀಂದ್ರ ಜೀಪನ್ನು ನಿಲ್ಲಿಸಿ ಇಳಿದ. ಬಿಳಿಯ ಸೀರೆ,

ಅದೇ ಬಿಳಿಯ ರವಿಕೆ ತೊಟ್ಟ ನೇತ್ರ ತಪಸ್ವಿನಿಯ ಹಾಗೆ ಕಂಡಳು.

ಎದೆಯ ಮೇಲೆ ಕೈಯಿಟ್ಟುಕೊಂಡ ನೇತ್ರ,

"ಅಬ್ಬ ಬಂದು ಬಿಟ್ಟಿರಿ. ಇನ್ನು ಎರಡು ನಿಮಿಷ ತಡವಾಗಿದ್ದರೂ ಅಮ್ಮನಿಗೆ ವಿಷಯ ಮುಟ್ಟಿಸಿಬಿಡುತ್ತಿದ್ದೆ." ಎಂದಳು.

ಆಗ ಅವಳ ಮುಖದ ಮೇಲೆ ತೇಲಿದ ಚೆಲುವಾದ ನಗು ಅವನನ್ನು ಹಿಡಿದು ನಿಲ್ಲಿಸಿತು. ಸಂಜೆಯ ಅವನ ಮನದ ಬೇಸರ ದೂರವಾಯಿತು.

ರೂಪಾಳ ಬಗ್ಗೆ ಕೇಳಬಹುದೆಂದು ಎರಡು ಎರಡು ನಿಮಿಷ ಕಾದ. ಅವಳು ರೂಪಳ ಬಗ್ಗೆಯಾಗಲಿ, ಮತ್ಯಾವ ವಿಷಯದ ಬಗ್ಗೆಯಾಗಲಿ ಪ್ರಶ್ನಿಸಲಿಲ್ಲ.

"ನೇತ್ರ, ಏನೂ ಕೇಳೋದಿಲ್ಲವಾ?" ಎಂದ ತುಂಟ ನಗು ನಗುತ್ತ.

"ಇಲ್ಲ" ಎನ್ನವಂತೆ ತಲೆಯಾಡಿಸಿದಳು. ನಿಮ್ಮ ಹೃದಯವನ್ನು ನಾನು ಬಲ್ಲೆ ಎನ್ನುವಂತಿತ್ತು ಅವಳ ನೋಟ.

ಗಿಡಗಳ ನಡುವೆ ಪೂರ್ಣಚಂದ್ರ ಕಾಣಿಸಿಕೊಂಡ. ಬೆಳದಿಂಗಳಿನ ಪ್ರಖರತೆಯಿಂದ ಗಂಧರ್ವಗಿರಿ ಬೆಳಗುತ್ತಿತ್ತು.

"ನೇತ್ರ, ಅಲ್ಲಿ ನೋಡು!" ಎಂದು ಗಿಡಗಳ ನಡುವೆ ಕಣ್ಣು ಮುಚ್ಚಾಲೆಯಾಡುತ್ತಿದ್ದ ಚಂದ್ರನ ಕಡೆ ತೋರಿದ.

ಚಂದಿರನ ಬೆಳಕಿನಲ್ಲಿ ನೇತ್ರಳ ಮುಖ ಅಪೂರ್ವ ಕಾಂತಿಯಿಂದ ಬೆಳಗಿತು. ಕೆನ್ನೆಗಳೆರಡೂ ಕೆಂಪಾಗಿ, ತುಟಿಗಳ ಮೇಲೆ ನಸುನಗೆ ಲಾಸ್ಯವಾಡಿತು.

ಬೆಳದಿಂಗಳ ರಾತ್ರಿಯಲ್ಲಿ ನೇತ್ರಳ ಚಲುವಿನ ಸುಧೆಯನ್ನು ಹೀರುತ್ತ ನಿಂತ ರವೀಂದ್ರನಿಗೆ ವೇಳೆಯ ಪರಿವೆಯೆ ಆಗಲ್ಲಿಲ್ಲ.

"ಬನ್ನಿ ಹೋಗೋಣ. ಅಮ್ಮ ಕಾಯ್ತಾ ಇರ್ತಾರೆ" ಎನ್ನುತ್ತ ನೇತ್ರ ಮುಂದಕ್ಕೆ ಹೆಜ್ಜೆ ಇಟ್ಟಳು.

ಮನೆಯೊಳಗೆ ಬಂದು ತಾನು ರೂಪಳನ್ನು ನೋಡಲು ಎಸ್ಟೇಟಿಗೆ ಹೋಗಿದ್ದ ವಿಷಯವನ್ನು ತಾಯಿ ತಂದೆಯರಿಗೆ ತಿಳಿಸಿದ ರವೀಂದ್ರ.

ರಂಗಾರಾವು ಒಂದು ನಿಮಿಷ ಯೋಚಿಸಿ, "ಯಾಕಂತೆ ನಿನ್ನ ಕರೆಸಿದ್ದು?" ಎಂದರು.

ಈ ವಿಷಯ ಕೇಳುವುದು ಸೂಕ್ತವಲ್ಲವೆಂದು ಅವರು ಅಂದುಕೊಂಡರೂ ಮಗನೇ ಮುಕ್ತ ಮನಸ್ಸಿನಿಂದ ಹೇಳಿದಾಗ ತಾವು ಕೇಳುವುದರಲ್ಲಿ ತಪ್ಪಿಲ್ಲವೆಂದುಕೊಂಡರು.

"ಗೊತ್ತಿಲ್ಲ. ಅವಳು ಏನೂ ಹೇಳಲ್ಲಿಲ್ಲ. ನಾನು ಮೊದಲಿನ ರವೀಂದ್ರ ಅಲ್ಲ, ಆಕೆಯೂ ಮೊದಲಿನ ರೂಪ ಅಲ್ಲ ಅಂತ ತಿಳಿಸಿ ಬರೋಕ್ಕೆ ಹೋಗಿದ್ದೆ" ಎಂದು ಒಳನಡೆದ. ಇದರಿಂದ ತಂದೆ ತಾಯಿಯರಿಗೆಷ್ಟೋ ಸಮಾಧಾನವಾಯಿತು.

* * *

ರಾಜಲಕ್ಷ್ಮಿ ಮಗನ ಮದುವೆ ಮುಂದೂಡಲು ಇಷ್ಟವಾಗಲಿಲ್ಲ. ಗಂಡನ ಬಳಿ ಚರ್ಚಿಸಿ ಆದಷ್ಟು ಬೇಗ ರವೀಂದ್ರನ ನಿರ್ಣಯ ತಿಳಿದುಕೊಳ್ಳುವುದು ಒಳ್ಳೆಯದೆಂದುಕೊಂಡರು. ಅದಲ್ಲದೆ ಮಗ ಕೇಳಿದ್ದ ಒಂದು ವಾರದ ಅವಧಿ ಕೂಡ ಮುಗಿದುಹೋಗಿತ್ತು.

ಕಾಲೇಜು ಬಾಗಿಲು ತೆಗೆಯಲು ಇನ್ನು ಎರಡೇ ದಿನಗಳು ಉಳಿದಿದ್ದರಿಂದ ನೇತ್ರ ವ್ಯಾಸಂಗದ ಕಡೆ ಗಮನ ಹರಿಸಿದ್ದಳು. ಈ ವರ್ಷವೇ ಅವಳ ವ್ಯಾಸಂಗದ ಕೊನೆಯ ವರ್ಷ. ಮುಂದೆ ಅವಳು ಒಂದು ಮನೆಯ ಗೃಹಿಣಿಯಾಗಿ ಬಾಳಬೇಕಾಗುವವಳು. ಅದಕ್ಕಾಗಿ ರಂಗರಾವು ಪ್ರಯತ್ನ ನಡೆಸುತ್ತಲೇ ಇದ್ದರು. ಆದರೂ ಅವರ ಹೃದಯದ ಮೂಲೆಯಲ್ಲಿ ಒಂದು ಆಶಾಕಿರಣ. ಅದನ್ನು ಬಾಯಿಬಿಟ್ಟು ಯಾರ ಮುಂದೂ ಆಡಲಾರರು. ಕಾರಣ ತಮ್ಮಗಳ ಆಸೆ ಎಂದೂ ನಡೆಯುವುದೇ ಇಲ್ಲ ಎಂದು ಅವರ ಭಾವನೆ. ಆ ಭಾವನೆಗೆ ಅರ್ಥವಿಲ್ಲದಿದ್ದರೂ ಅದೊಂದು ಬಗೆಯ ಆತಂಕ.

"ನೇತ್ರ, ತಾತ ಕರೆಯುತ್ತೆ" ಎಂದು ಬಂದ ಸಂತೋಷ್.

ನೇತ್ರ ಓದುತ್ತಿದ್ದ ನೋಟ್ ತೆಗೆದಿರಿಸಿ ಸಂತೋಷ್ ಜೊತೆ ರಾಜಲಕ್ಷ್ಮಿಯ ಕೋಣೆಗೆ ಹೊರಟಳು. ಈ ಎರಡು ದಿನದಿಂದ ಗಂಡ ಹೆಂಡಿರ ನಡುವೆ ರವೀಂದ್ರನ ಮದುವೆಯ ಬಗ್ಗೆ ಮಾತುಕತೆಗಳಾಗುತ್ತಿದ್ದುದ್ದು ಅವಳಿಗೆ ಗೊತ್ತಿತ್ತು.

ನೇತ್ರಳನ್ನು ನೋಡಿದ ಕೂಡಲೆ ರಂಗರಾವು, "ಇಲ್ಲಿ ಬಾ ನೇತ್ರ" ಎಂದು ಕರೆದು, ತಮ್ಮ ಒಪ್ಪಿಗೆಯಾದ ಹೆಣ್ಣಿನ ಫೋಟೋವನ್ನು ಅವಳ ಮುಂದೆ ಹಿಡಿದರು.

"ಆ ಹುಡುಗಿ ಮುಖದ ಮೇಲೆ ಸ್ವಲ್ಪಾನೂ ಕಳೇ ಇಲ್ಲ" ರಾಜಲಕ್ಷ್ಮಿಯವರ ಗೊಣಗಾಟ.

"ನೀನು ಸುಮ್ಮನೆ ಇರೆ. ನಿನಗೆ ವಯಸ್ಸಾಯಿತು. ನೋಡು, ದೃಷ್ಟಿ ಮಂದವಾಗಿರಬೇಕು. ನಿನಗೊಂದು ಕನ್ನಡಕ ಕೊಡಿಸಬೇಕು!"

ರಂಗರಾವು ಮಾತಿನಲ್ಲಿ ತಿಳಿ ಹಾಸ್ಯವಿತ್ತು.

"ನನಗೇನೋ ವಯಸ್ಸಾಯಿತು. ನೀವು ಇನ್ನೂ ಯುವಕರು ನೋಡಿ" ನಸು ಮುನಿಸಿತ್ತು ರಾಜಲಕ್ಷ್ಮಿಯ ಮಾತಿನಲ್ಲಿ.

"ನೀನು ಸ್ವಲ್ಪ ಸುಮ್ಮನೆ ಇರು" ಎಂದು, ನೇತ್ರಳನ್ನು ಹತ್ತಿರಕ್ಕೆ ಕರೆದು ತಮ್ಮ ಕೈಯಲ್ಲಿದ್ದು ಫೋಟೋ ತೋರಿಸಿ "ಹುಡುಗಿ ಲಕ್ಷಣವಾಗಿದ್ದಾಳೆ ಅಲ್ಲವಾ!" ಎಂದರು.

ಫೋಟೋ ನೋಡಿದ ನೇತ್ರಳಿಗೆ ಹುಡುಗಿ ಚೆನ್ನಾಗಿದ್ದಾಳೆನಿಸಿತು. ಆದರೆ ಅದನ್ನು ಧೈರ್ಯದಿಂದ ಆಡಲಾರದಾದಳು. ಕಾರಣ ಆ ಹುಡುಗಿಯ ಭಾವಚಿತ್ರ ರಾಜಲಕ್ಷ್ಮಿಯ ಮೆಚ್ಚಿಗೆ ಗಳಿಸಿರಲಿಲ್ಲ.

ತಲೆ ಕೆರೆದುಕೊಂಡು ಸುಮ್ಮನೆ ನಿಂತಳು.

"ನೇತ್ರ, ನಿಜ ಹೇಳು. ನೀನೇನೋ ಅವಳ ಮುಖ ನೋಡಬೇಡ!" ರಂಗಾರಾವು ಮತ್ತೆ ಹೇಳಿದರು.

"ಅವಳನ್ನು ಯಾಕೆ ಬಲವಂತ ಮಾಡಿ ಸುಮ್ಮನೆ ಇಲ್ಲದ್ದು ಹೇಳಿಸುತ್ತೀರಿ; ಫೋಟೋದಲ್ಲೇ ಹುಡುಗಿ ಬೆಪ್ಪು ಬೆಪ್ಪಾಗಿದೆ. ಇನ್ನು ಸಾಕ್ಷಾತ್ ನೋಡಿಬಿಟ್ಟರೆ ಮುಗಿದೆ ಹೊಯ್ತು" ರಾಜಲಕ್ಷ್ಮಿ ವಾದ.

"ಸ್ವಲ್ಪ ಸುಮ್ಮನಿರು ರಾಜು. ನೇತ್ರ, ನೀನು ಸರಿಯಾಗಿ ನೋಡಮ್ಮ" ಎಂದು ಅವಳ ಕೈಯಲ್ಲೇ ಇಟ್ಟರು ಫೋಟೋವನ್ನು.

ರಂಗಾರಾವು ಹಳೆಯ ಗೆಳೆಯರ ಮಗಳ ಫೋಟೋ ಅದು. ಅದಕ್ಕೆ ಅಷ್ಟು ಶಿಫಾರಸು! ಆದರೆ ರಾಜಲಕ್ಷ್ಮಿ ಒಪ್ಪಬೇಕಲ್ಲ!

ನೇತ್ರಳ ಪರಿಸ್ಥಿತಿ ಕತ್ತರಿಯ ಮಧ್ಯೆ ಸಿಕ್ಕಿಕೊಂಡ ಅಡಿಕೆ ಗೋಟಿನಂತೆ ಆಗಿತ್ತು. ಎಲ್ಲ ತಿಳಿದೂ ಇವರುಗಳ ಕಿತ್ತಾಟ ಹಾಸ್ಯಾಸ್ಪದವಾಗಿತ್ತು. ಮಗನಿಗೆ ಒಪ್ಪಿಗೆಯ ಹೆಣ್ಣು ತರೋದು ಬಿಟ್ಟು ಅದಕ್ಕೆ ಮೊದಲೇ ಯಾಕೆ ಈ ಗಲಾಟೆ? ನೇತ್ರ ಫೋಟೋ ತೆಗದುಕೊಂಡು ಹೋಗಿ ರಾಜಲಕ್ಷ್ಮಿಯವರ ಪಕ್ಕ ಕುಳಿತು ಹೇಳಿದಳು.

"ಅಮ್ಮ, ನಮ್ಮಗಳ ಆಯ್ಕೆಗಿಂತ ರವೀಂದ್ರರ ಒಪ್ಪಿಗೆ ಮುಖ್ಯವಲ್ಲವೇನಮ್ಮ. ಅವರು ಇಷ್ಟಪಟ್ಟು ಹುಡುಗೀನ ಎಲ್ಲರೂ ಒಪ್ಪಿಕೊಂಡು ಬಿಡೋದು."

ಅವಳು ಆ ಮಾತನ್ನು ಸಹಜವಾಗಿ ಆಡಿದ್ದರೂ, ರಂಗಾರಾವು ಅವಳ ಮುಖದ ಭಾವನೆಗಳನ್ನು ಕೆದಕಲು ಪ್ರಯತ್ನಿಸಿದರು. ಅಲ್ಲಿ ಎಂದಿನ ಮುಗ್ಧತೆ, ಸರಳತೆ ಮಾತ್ರ ಕಂಡು ಬಂದಿತು.

"ಸರಿ ಬಿಡು...." ಎಂದು ಮೇಲೆಕ್ಕೆದ್ದರು ರಂಗಾರಾವು. ಅವರಿಗೆ ಆ ಮಾತಿನಿಂದ ಅಸಮಾಧಾನವಾಗಿರಲಿಲ್ಲ. ಮತ್ತು ತಾವುಗಳು ಒಪ್ಪಿದ ಹುಡುಗಿಯನ್ನೇ ಮಗ ಮದುವೆಯಾಗಬೇಕೆಂಬ ಹಟವೂ ಇರಲ್ಲಿಲ್ಲ. ಸ್ನೇಹಿತ ಬಹಳವಾಗಿ ತೋಡಿಕೊಂಡಿದ್ದರಿಂದ ಹೆಂಡತಿಯ ಬಳಿ ಹಾಗೆ ಅಂದಿದ್ದರೇ ವಿನಃ ಮತ್ತೇನೂ ಇಲ್ಲ.

"ರವೀಂದ್ರ ಕೋಣೆಯಲ್ಲಿದ್ದಾನೆ. ನೇತ್ರಳ ಕೈಯಲ್ಲಿ ಎಲ್ಲ ಫೋಟೋನು ಕೊಟ್ಟು ಕಳಿಸು. ಅವನು ಒಪ್ಪಿದ ಹುಡುಗೀನ ಕರೆಸೋದೋ, ಹೋಗಿ ನೋಡಿ ಬರೋದೋ ಏನೋ ಒಂದು ಏರ್ಪಾಟು ಮಾಡೋಣ. ಸುಮ್ಮನೆ ಹುಡುಗಿಯನ್ನು ಕರೆಸಬೇಡ ಅನ್ನೋದು ನನಗೆ ಸರಿಕಾಣೋಲ್ಲ. ಅಲ್ಲದೆ ಸುತ್ತಮುತ್ತಲಿನವರಿಗೆಲ್ಲ ಗೊತ್ತಿತ್ತು ರೂಪ, ರವಿಯ ವಿಷಯ. ತಪ್ಪು ಇರಲಿ, ಇಲ್ಲದೆ ಇರಲಿ ಜನರ ನಾಲಿಗೆ ನಾನಾ ವಿಧವಾಗಿ ಮಾತಾಡುತ್ತೆ" ಎಂದು ಹೇಳಿ ಹೊರ ನಡೆದರು ರಂಗರಾವು.

ನೇತ್ರಳ ಕೈಯಲ್ಲಿ ಫೋಟೋಗಳ ಕಟ್ಟನ್ನು ಇಟ್ಟ ರಾಜಲಕ್ಷ್ಮಿ ನೀನೆ ತಗೊಂಡು ಹೋಗಿ ಅವನಿಗೆ ತೋರಿಸು ಎಂದರು.

ಒಳ್ಳೆ ಸಂದಿಗ್ಧದಲ್ಲಿ ಸಿಕ್ಕಿಕೊಂಡ ಹಾಗೆ ಆಯಿತಲ್ಲ ಎನ್ನುತ್ತ ಮಹಡಿ ಮೆಟ್ಟಿಲು ಹತ್ತಿ ರವೀಂದ್ರನ ಕೋಣೆಯೊಳಗೆ ಅಡಿಯಿಟ್ಟಳು ನೇತ್ರ.

ರವೀಂದ್ರ ಮಲಗಿದ್ದರೂ ನಿದ್ರಿಸುತ್ತಿರಲ್ಲಿಲ್ಲ. ಯಾವೂದೋ ಪುಸ್ತಕವನ್ನು ನೋಡುವುದರಲ್ಲಿ ತಲ್ಲೀನನಾಗಿದ್ದ.

ಬಳೆಯ ಸದ್ದಿಗೆ ಬಾಗಿಲ ಕಡೆಗೆ ತಿರುಗಿದ ರವೀಂದ್ರ.

"ಇದೇನಿದು! ಸಂತೋಷ್, ಆನಂದ್ ಇಲ್ಲಿ ಇಲ್ಲವಲ್ಲ....!" ಎಂದ.

ಆ ಆಶ್ಚರ್ಯಕ್ಕೆ ಕಾರಣವೂ ಇತ್ತು. ರವೀಂದ್ರನ ಕೋಣೆಗೆ ನೇತ್ರ ಹೋಗುವುದು ಆಪರೂಪವೇನಲ್ಲ. ಬೆಳಿಗ್ಗೆ ಆನಂದ್, ಸಂತೋಷ್‌ರನ್ನು ಎಬ್ಬಿಸಬೇಕಾದರೆ ಅವಳೇ ಹೋಗಬೇಕು. ಕೆಲವೊಮ್ಮೆ ಮಲಗಿದ ಹುಡುಗರನ್ನು ತಾನೇ ಒಯ್ದು ಅವನ ಕೋಣೆಯಲ್ಲಿ ಮಲಗಿಸಿ ಬರುತ್ತಿದ್ದಳು. ಅದು ಬಿಟ್ಟರೆ ನೇತ್ರ ಅಷ್ಟಾಗಿ ಅವನ ಕೋಣೆಗೆ ಬರುತ್ತಿರಲ್ಲಿಲ್ಲ.

"ಅಮ್ಮ, ನನಗೆ ಒಂದು ಕೆಲಸ ಒಪ್ಪಿದ್ದಾರೆ" ಅವಳ ಮುಖ ನಾಚಿಕೆಯಿಂದ ಕೆಂಪಕೆಂಪಾಯಿತು.

"ಅದೇನಪ್ಪ ಅಂಥ ಕೆಲಸ!" ಎಂದು ಸರಿಯಾಗಿ ಎದ್ದು ಕುಳಿತ ರವೀಂದ್ರ. ಅವಳ ಕೈಯಲ್ಲಿದ್ದ ಫೋಟೋಗಳನ್ನು ನೋಡಿ ಅವಳು ಬಂದ ಕೆಲಸವನ್ನು ಊಹಿಸಿಕೊಂಡ.

ಮಂಚದ ಬಳಿ ಇದ್ದ ಟೀಪಾಯಿ ಮೇಲೆ ಫೋಟೋ ಕಟ್ಟನ್ನು ಇಟ್ಟ ನೇತ್ರ ಕಿಟಕಿಯ ಬಳಿ ಹೋಗಿ ನಿಂತಳು. ಅವಳಿಗೂ ಈಗ ಬಾಯಿ ಬಿಟ್ಟು ಹೇಳುವುದು ಕಷ್ಟವಾಯಿತು.

ರವೀಂದ್ರನ ಮುಖದ ಮೇಲೆ ತೆಳುವಾದ ನಗೆ ಹಾದುಹೋಯಿತು. ನೇತ್ರ ಅವನ ಕಣ್ಣಿಗೆ ವಿಚಿತ್ರವಾದ, ಅಪರೂಪವಾದ ಹುಡುಗಿಯಾಗಿ ಕಂಡಳು.

ಇಷ್ಟು ಶ್ರೀಮಂತಿಕೆಯ, ಅಣ್ಣ, ಅಮ್ಮ ತೋರುವ ಆತ್ಮೀಯತೆ. ತನ್ನಂಥ ಗಂಡು ಎದುರಿಗಿರುವಾಗ ಬೇರೆ ಯಾವ ಹುಡುಗಿಯಾದರೂ ಆಗಿದ್ದರೆ...?

ಈ ಮನೆಗೆ ಅಡಿಯಿಟ್ಟಾಗ ಆವಳು ಮುಗ್ಧ ಬಾಲೆ. ಅಂದಿನ ಮುಗ್ಧತೆ ಇಂದೂ ಮಾಯಾವಾಗಿಲ್ಲ. ವೇಷಭೂಷಣಗಳಲ್ಲಿ ಸ್ವಲ್ಪ ಮಾರ್ಪಾಟು ಆಗಿರಬಹುದು, ಆದರೆ ಸ್ವಭಾವದಲ್ಲಿ ಖಂಡಿತ ಇಲ್ಲ. ಅಂದಿನ ಗಂಭೀರ ಸ್ವಭಾವ, ಸರಳವಾದ ನಡತೆ, ಅವಳಲ್ಲಿ ಇಂದಿಗೂ ಹಾಸುಹೊಕ್ಕಾಗೇ ಇತ್ತು.

"ನೇತ್ರ...." ಎಂದ ರವೀಂದ್ರ.

ಅವನ ದೃಷ್ಟಿ ನೇತ್ರಳ ಕಡೆಗಿತ್ತೇ ವಿನಃ ಫೋಟೋಗಳ ಕಡೆ ಹರಿದಿರಲಿಲ್ಲ. ನೇತ್ರ ಹಿಂದಕ್ಕೆ ತಿರುಗಿದಳು. ರವೀಂದ್ರನ ನೇರವಾದ ನೋಟವನ್ನು ಎದುರಿಸಲಾರದೆ ಪುನಃ ಕಿಟಕಿಯಿಂದಾಚೆ ನೋಡತೊಡಗಿದಳು.

"ಅಮ್ಮ, ತುಂಬ ಯೋಚನೆ ಮಾಡ್ತಾರೆ. ನಿಮ್ಮ ಮದುವೆಯಾಗುವವರೆಗೂ ಅವರೆ ಸಮಾಧಾನದಿಂದ ಇರಲು ಸಾಧ್ಯವಿಲ್ಲ ಎಂದು ಅವನ ಕಡೆ ತಿರು ಗಿದಳು.

ಮೊದಲು ನಕ್ಕ ರವೀಂದ್ರ ಮತ್ತೆ ತಲೆಯಾಡಿಸಿ, "ಆಯಿತು; ಈ ಫೋಟೋಗಳನ್ನೆಲ್ಲ ನೋಡಿ ಆಮೇಲೆ ಹೇಳ್ತೀನಿ" ಎಂದ.

ನೇತ್ರಳ ಮುಖ ಅರಳಿತು. ಸಧ್ಯ ಕೆಲಸ ಕೈಗೂಡಿತಲ್ಲ ಎಂದು ಸಮಾಧಾನದ ಉಸಿರು ಬಿಟ್ಟಳು.

"ಆದರೆ ಈ ಫೋಟೋಗಳನ್ನೆಲ್ಲ ನೋಡೋಕೆ ಎಷ್ಟು ದಿನ ಆಗುತ್ತೋ ಗೊತ್ತಿಲ್ಲ."

ನೇತ್ರಳ ಎದೆ ಧಸಕ್ಕೆಂದಿತು. ಈ ಸಲವಂತೂ ರವೀಂದ್ರನ ಮೇಲೆ ಕೋಪ ಬಂತು. ಅಪ್ಪ ಅಮ್ಮ ರಾತ್ರಿ ಹಗಲು ಕೊರಗುತ್ತಾರೆಂಬ ಮರುಕ ಕೂಡ ಇವರಿಗಿಲ್ಲವಲ್ಲ ಎಂದುಕೊಂಡಳು.

ಅವಳ ಪೆಚ್ಚಾದ ಮುಖ ನೋಡಿ ರವೀಂದ್ರ ಜೋರಾಗಿ ನಕ್ಕ.

ಅಷ್ಟರಲ್ಲಿ ರಾಜಲಕ್ಷ್ಮಿ ಮೇಲಕ್ಕೆ ಬಂದರು. ಏನಾದರೂ ಆಗಲಿ ಬಲವಂತದಿಂದಲಾದರೂ ಮಗನನ್ನು ಒಪ್ಪಿಸಿ ಮದುವೆ ಮಾಡುವ ಆತುರ ಅವರಿಗೆ. ಕಾರಣ ಬಹಳ ಪ್ರಬಲವಾಗಿತ್ತು. ರವೀಂದ್ರನಿಗೆ ಮದುವೆಯ ಅವಶ್ಯಕತೆಯೇ ಇಲ್ಲವೆಂದು ಮೆನನ್ ಯಾರೊಂದಿಗೋ ಹೇಳಿದ್ದ ಮಾತು ಅವರಿಗೂ ತಲುಪಿತ್ತು.

ತಾಯಿ ಮಗನನ್ನು ಬಿಟ್ಟು ನೇತ್ರ ಇಳಿದುಹೋದಳು. ಅವಳಿಗೆ ಇವನ ವರ್ತನೆಯೇ ಅರ್ಥವಾಗುತ್ತಿರಲ್ಲಿಲ್ಲ. ಆ ಸುಬ್ಬಣ್ಣ ಮೂಗಿ ಕಪಿಲೆಯನ್ನು ಕಟ್ಟಿಕೊಂಡರೂ ಎಷ್ಟು ಚೆನ್ನಾಗಿ ಸಂಸಾರ ನಡೆಸಿಕೊಂಡು ಹೋಗುತ್ತಿದ್ದಾನೆ. ಬಡವರಿಗಿಲ್ಲದ ಹತ್ತಾರು ಸಮಸ್ಯೆಗಳು ಶ್ರೀಮಂತರಿಗೆ ಇರುತ್ತವೆಯೇನೋ ಎಂದುಕೊಂಡಳು.

ಹುಡುಗರು ಸ್ಕೂಲು ಬಿಡುವ ವೇಳೆಗೆ ಅವರನ್ನು ಕರೆದುಕೊಂಡು ಬರಲೆಂದು ನೇತ್ರ ಶಾಲೆಯ ಕಡೆ ಹೆಜ್ಜೆ ಹಾಕಿದಳು.

ನೇತ್ರ ಬಂದಾಗ ಶಾಲೆ ಇನ್ನು ಬಿಟ್ಟಿರಲ್ಲಿಲ್ಲ. ಹಾಗೆಯೇ ಹೆಜ್ಜೆ ಹಾಕುತ್ತ ಮುಂದಕ್ಕೆ ನಡೆದಳು. ಕೆಲಸದಿಂದ ಮನೆಗೆ ಹಿಂದಿರುಗುತ್ತಿದ್ದ ಹೆಣ್ಣು ಕೂಲಿಯಾಳುಗಳು ಅವಳಿಗೆ ಎದುರಾದರು. ಅವರ ಮುಖದಲ್ಲಿ ದಣಿವಿನ ಗುರುತೇ ಇರಲ್ಲಿಲ್ಲ. ಹರಟುತ್ತ ನಗುತ್ತ ಬರುತ್ತಿದ್ದರು.

ನೆಲಕ್ಕೆ ಜಮಖಾನ ಹಾಸಿದಂತೆ ಟೀ ತೋಟ, ಅದರ ಒತ್ತಿನಲ್ಲಿ ಒಬ್ಬರ ಹಿಂದೆ ಒಬ್ಬರು ಸಾಗಿ ಬರುತ್ತಿದ್ದ ಕೂಲಿಯಾಳುಗಳು. ರಾಜಶೇಖರಯ್ಯನವರು ಜೋರಾದ ಧ್ವನಿಯಲ್ಲಿ ಏನೋ ಏಳುತ್ತ ಬರುತ್ತಿದ್ದರು.

ಈ ಸುಂದರವಾದ ದೃಶ್ಯ, ಹಿತಕರವಾದ ತಂಗಾಳಿ. ಮನಸ್ಸಿಗೆ ಆಹ್ಲಾದವನ್ನುಂಟುಮಾಡಿತು. ನೇತ್ರ ನಿಂತು ಸುತ್ತಲೂ ವೀಕ್ಷಿಸಿದಳು.

"ನೇತ್ರಮ್ಮ...." ರಾಜಶೇಖರಯ್ಯನ ಧ್ವನಿ ಕೇಳಿ ಎಚ್ಚೆತ್ತಳು.

"ಮಕ್ಕಳನ್ನು ಕರ್ಕೊಂಡು ಹೋಗೋಣಾಂತ ಬಂದೆ. ಆದರೆ ಇನ್ನೂ ಶಾಲೆ ಬಿಟ್ಟಿಲ್ಲ. ಅದಕ್ಕೆ ಈ ಕಡೆ ಬಂದೆ" ಎಂದನು. ತಪ್ಪು ಮಾಡಿ ಸಿಕ್ಕಿ ಹಾಕಿಕೊಂಡವಳಂತೆ.

ರಾಜಲಕ್ಷ್ಮಿ ಅವಳಿಗೆ ಮೊದಲೇ ಎಚ್ಚರಿಕೆಯನ್ನು ನೀಡಿದ್ದರು ಒಬ್ಬಳೇ ಎಸ್ಟೇಟಿನಲ್ಲಿ ಅಡ್ಡಾಡಲು ಹೋಗಬಾರದೆಂದು. ಶಾಲೆ, ದೇವಸ್ಥಾನದ ಗಡಿ ಬಿಟ್ಟು ಅವಳು ಎಂದೂ ಒಬ್ಬಳೇ ಈ ಕಡೆಯಲೆಲ್ಲ ಹೋಗಿರಲ್ಲಿಲ್ಲ. ಇಂದು ಯಾವುದೋ ಯೋಚನಾ ಸರಣಿಯಲ್ಲಿ ಸಾಗಿ ಹೋಗಿದ್ದಳು.

ನೇತ್ರಳ ಜೊತೆ ರಾಜಶೇರಯ್ಯನೂ ಹೆಜ್ಜೆ ಹಾಕಿದರು. ಆಗಲೇ ಶಾಲೆ ಬಿಟ್ಟಿದೆ ಎನ್ನುವುದಕ್ಕೆ ಹುಡುಗರ ಕಲರವ ಕೇಳಿ ಬರುತ್ತಿತ್ತು.

ಬಂಗಲೆಯ ಕಡೆ ಹೊರಟಿದ್ದ ಆನಂದ್, ಸಂತೋಷ್‌ರನ್ನು ನೇತ್ರಳ ಕೂಗು ಹಿಡಿದು ನಿಲ್ಲಿಸಿತು. ತನ್ನ ಕಡೆಗೆ ಓಡಿ ಬಂದ ಹುಡುಗರನ್ನು ನೇತ್ರ ಅಪ್ಪಿಕೊಂಡಳು.

"ನಡೀರಿ ಮನೆಗೆ ಹೋಗೋಣ" ಎಂದು ಮಕ್ಕಳ ಕೈ ಹಿಡಿದುಕೊಂಡು ರಾಜಶೇಖರ್ ಕಡೆ ತಿರುಗಿ "ನೀವು ಹೋಗಿ" ಎಂದಳು.

ಅವರು ಅತ್ತ ಹೊರಟ ಕೂಡಲೇ ನೇತ್ರ ಹುಡುಗರೊಂದಿಗೆ ಮನೆಯ ಕಡೆ ಹೆಜ್ಜೆ ಹಾಕಿದಳು.

ಮನೆ ತಲುಪಿದಾಗ ವಾತಾವರಣ ನಿಶ್ಶಬ್ದವಾಗಿತ್ತು. ರಾಜಲಕ್ಷ್ಮಿ ಇನ್ನೂ ಕೆಳಗಿಳಿದು ಬಂದಿರಲ್ಲಿಲ್ಲ. ತಾಯಿ ಮಗನ ಮಾತುಕತೆ ಇನ್ನೂ ಮುಗಿದಿಲ್ಲವೇನೋ ಎಂದುಕೊಂಡಳು ನೇತ್ರ.

ಹುಡುಗರಿಗೆ ಬಟ್ಟೆ ಬದಲಾಯಿಸಿ ಕೈ ಕಾಲು ಮುಖ ತೊಳೆಸಿ ಕರೆದುಕೊಂಡು ಬರುವ ವೇಳೆಗೆ ಅಯ್ಯರ್ ಬಿಸ್ಕತ್, ಹಾಲು ತಂದಿಟ್ಟಿದ್ದರು.

"ನೇತ್ರ, ಅಂಕಲ್ ಎಲ್ಲಿ?" ಎಂದು ಬಿಸ್ಕತ್ ಬಾಯಿಗಿಡುತ್ತ ಕೇಳಿದ ಆನಂದ್.

"ಕೋಣೆಯಲ್ಲಿ..." ಎಂದ ಕೂಡಲೇ ಬಿಸ್ಕತ್ ಅಲ್ಲೇ ಬಿಟ್ಟು ಮೆಟ್ಟಲು ಹತ್ತಿ ರವೀಂದ್ರನ ಕೋಣೆಗೆ ಓಡಿದ. ಆನಂದ್ ಹೋದ ಮೇಲೆ ಸಂತೋಷ್ ಇದ್ದಾನೆಯೇ! ಅವನೂ ಓಡಿದ.

ನೇತ್ರ ತನ್ನ ಕೋಣೆಗೆ ಬಂದು ಮಧ್ಯಾಹ್ನ ಓದುತ್ತಿದ್ದ ನೋಟ್ಸನ್ನು ಕೈಗೆ ತೆಗೆದುಕೊಂಡಳು. ಯಾಕೋ ವ್ಯಾಸಂಗದಲ್ಲಿ ಮನಸ್ಸಿಡುವುದು ಅವಳಿಂದ ಸಾಧ್ಯವಾಗಲ್ಲಿಲ್ಲ. ವರಾಂಡಕ್ಕೆ ಬಂದು ಅಲ್ಲಿದ್ದ ಕುಂಡಗಳಿಗೆ ನೀರು ಹಾಕಿ ಆ ಗಿಡದಲ್ಲಿದ್ದ ಒಣಗಿದ ಎಲೆಗಳನ್ನು ಕಿತ್ತು ಬುಟ್ಟಿಗೆ ಹಾಕತೊಡಗಿದಳು.

ಮೊಮ್ಮಕ್ಕಳು, ಮಗನೊಂದಿಗೆ ನಗುಮುಖದಿಂದಲೇ ಕೆಳಗೆ ಇಳಿದು ಬಂದರು ರಾಜಲಕ್ಷ್ಮಿ. ಅವರಲ್ಲಿ ಗೆಲುವಿನ ಛಾಯೆ ತುಂಬಿ ತುಳುಕುತ್ತಿತ್ತು.

ರವೀಂದ್ರ ನೇತ್ರಳ ಕಡೆ ತುಂಟ ನೋಟವನ್ನೆಸೆದ.

ರಾಜಲಕ್ಷ್ಮಿಯ ನೋಟದಲ್ಲಿ ಎಂದಿಲ್ಲದ ಆತ್ಮೀಯತೆಯು ಇಣುಕುತ್ತಿತ್ತು. ಅವರ ಒಳ್ಳೆಯ ಸ್ವಭಾವ, ತನ್ನ ಬಗ್ಗೆ ಅವರು ತೋರುತ್ತಿದ್ದ ಆತ್ಮೀಯತೆಯನ್ನು ಕಂಡಿದ್ದ ನೇತ್ರಳಿಗೆ ಇದರಲ್ಲಿ ಹೊಸತನವೇನೂ ಕಾಣಲಿಲ್ಲ.

ಆದರೆ ಉದ್ವೇಗದಿಂದ ರಾಜಲಕ್ಷ್ಮಿಯ ಎದೆ ಏರಿಳಿಯುತ್ತಿತ್ತು. ಅವರೀಗ ತಮ್ಮ ಸಂತೋಷವನ್ನು ಗಂಡನೊಂದಿಗೆ ಹಂಚಿಕೊಳ್ಳಬೇಕಾಗಿತ್ತು. ಅದಕ್ಕಾಗಿ ಅವರ ಮನಸ್ಸು ಚಡಪಡಿಸುತ್ತಿತ್ತು. ಆ ಎರಡು ದಿನಗಳಲ್ಲಿ ಮನೆಯಲ್ಲಿ ಏನೋ ಮಾರ್ಪಾಟಾಗಿದೆ ಎನ್ನಿಸಿತು ನೇತ್ರಳಿಗೆ. ರಾಜಲಕ್ಷ್ಮಿಯವರೇ ಅವಳನ್ನು ಕೂಡಿಸಿಕೊಂಡು ಜಡೆ ಹೆಣೆಯುತ್ತಿದ್ದರು. ಅವಳ ಉಡುಪುಗಳ ಬಗ್ಗೆ ಆಸಕ್ತಿ ವಹಿಸುತ್ತಿದ್ದರು. ಇದೆಲ್ಲ

ನೋಡಿ ನೇತ್ರಳಿಗೆ ವಿಸ್ಮಯವಾಗಲ್ಲಿಲ್ಲ. ಹೆಣ್ಣು ಮಕ್ಕಳಿಲ್ಲದ ದಂಪತಿಗಳು ತನ್ನ ಮೇಲೆ ಅಕ್ಕರೆಯ ಮಳೆಗೆರೆಯುತ್ತಿದ್ದಾರೆ ಎಂದುಕೊಂಡಳೇ ವಿನಃ ಮತ್ತೇನೋ ಯೋಚಿಸಿ ತಲೆ ಕೆಡಿಸಿಕೊಳ್ಳಲಿಲ್ಲ. ಆದರೆ ಮನೆಯಲ್ಲಿ ಮೂಡಿದ ಉತ್ಸಾಹ ಕಂಡು ರವೀಂದ್ರ ಮದುವೆಗೆ ಒಪ್ಪಿಕೊಂಡಿರಬಹುದು. ಅದೇ ಈ ಗೆಲುವಿಗೆ ಕಾರಣವೆಂದುಕೊಂಡಳು.

ಅಂದು ಕಾಲೇಜು. ಇಷ್ಟು ದಿನದ ಜಡತ್ವ ಹೊಡೆದೋಡಿಸುವಂತೆ ನೇತ್ರ ಉತ್ಸಾಹದಿಂದ ಓಡಾಡಿದಳು. ಎಂದಿನಂತೆ ರಂಗರಾವು ಜೊತೆ ಬೆಳಗಿನ ಪೂಜೆಗೆ ಹೋಗಿ ಬಂದಳು. ಹುಡುಗರನ್ನು ಎಬ್ಬಿಸಲು ರವೀಂದ್ರನ ಕೋಣೆಗೆ ಹೋದಾಗ ರವೀಂದ್ರ ಇನ್ನೂ ಮಲಗೇ ಇದ್ದ.

ಮಂಚದ ಪರದೆ ಸರಿಸಿದ ನೇತ್ರ ಸಂತೋಷನ ಹಣೆಯ ಮೇಲೆ ಕೈಯಿಟ್ಟು ಕೂದಲನ್ನು ಹಿಂದಕ್ಕೆ ಸರಿಸುತ್ತ, "ಸಂತೋಷ್, ಏಳಮ್ಮ ನಿನಗೆ ಸ್ಕೂಲಿಗೆ ಹೊತ್ತಾಗುತ್ತೆ. ನನಗೂ ಕಾಲೇಜಿಗೆ ಹೊತ್ತಾಗುತ್ತೆ" ಎಂದು ರಮಿಸಿ ಅವನನ್ನು ಎಬ್ಬಿಸುವ ವೇಳೆಗೆ ಹತ್ತು ನಿಮಿಷ ಆಯಿತು.

ಮಕ್ಕಳನ್ನು ಮಂಚದಿಂದ ಇಳಿಸಿಕೊಂಡು ಬಾಗಿಲ ಕಡೆ ಹೊರಟ ನೇತ್ರಳಿಗೆ ಎಚ್ಚರವಾಗೇ ಇದ್ದ ರವೀಂದ್ರ ಹೇಳಿದ "ನೇತ್ರ, ಕಾಫಿ...."

"ತರ್ತೀನಿ" ಎಂದು ನೇತ್ರ ಹುಡುಗರ ಜೊತೆ ಮೆಟ್ಟಿಲಿಳಿದು ಕೆಳಗೆ ಬಂದಳು. ಅಯ್ಯರ್ ತಿಂಡಿ ತಯಾರಿಕೆಯಲ್ಲಿದ್ದರು. ಪೂವಯ್ಯ ಕಾಣಲಿಲ್ಲ. ದಂಪತಿಗಳಿಬ್ಬರೂ ಏನೋ ಗಹನವಾದ ಮಾತುಕತೆಗಳಲ್ಲಿ ಮಗ್ನರಾಗಿದ್ದರು.

ನೇತ್ರ ಕಾಫಿ ಬೆರೆಸಿಕೊಂಡು ತಾನೇ ಮೇಲೆ ಹೋದಳು. ರವೀಂದ್ರ ಎಚ್ಚರವಾಗಿದ್ದರೂ ಕಣ್ಣುಮುಚ್ಚಿ ಮಲಗಿದ್ದ.

"ಕಾಫೀ" ಎನ್ನುತ್ತ ಕಪ್ಪನ್ನು ಟೀಪಾಯಿ ಮೇಲಿಟ್ಟಳು ನೇತ್ರ.

ರವೀಂದ್ರ ಅಲುಗಾಡಲಿಲ್ಲ. 'ಈಗ ಕಾಫಿ ಕೇಳಿದವರು ಎಷ್ಟು ಬೇಗ ನಿದ್ರಿಸಿಬಿಟ್ಟಿದ್ದಾರೆ. ಪುನಃ ಕೂಗಿ ಎಚ್ಚರಿಸಲಾ.... ಬೇಡವಾ...?' ಎಂದು ಯೋಚಿಸಿದಳು.

ಒಂದು ಸಲ ಕೂಗೋದು. ಎಚ್ಚರಗೊಳ್ಳದಿದ್ದರೆ ಹೋಗಿ ಬಿಡೋದು ಎಂದು ನಿಶ್ಚಯಿಸಿಕೊಂಡು ಮತ್ತೊಮ್ಮೆ "ಕಾಫೀ" ಎಂದಳು.

ಇನ್ನು ಓಗೊಡದಿದ್ದರೇ ಈ ಹುಡುಗಿ ಕಾಫೀ ಸಮೇತ ಹೊರಟು ಬಿಡುತ್ತಾಳೆಂದುಕೊಂಡ ರವೀಂದ್ರ ಮೈ ಮುರಿದು ಎದ್ದು ಕುಳಿತು ಪರದೆ ಸರಿಸಿದ.

ತುಂಬು ಯೌವ್ವನ ಚೆಲುವೆ ನೇತ್ರ. ಬೆಳಗಿನ ಸೂರ್ಯನ ಕಿರಣ ಕಿಟಕಿಯ ಮೂಲಕ ಹಾದು ಅವಳ ಮುಖದ ಮೇಲೆ ಬಿದ್ದು ನಾಟ್ಯವಾಡುತ್ತಿತ್ತು, ಆ ರೂಪರಾಶಿಯೆನ್ನೆಲ್ಲ ನೆಟ್ಟ ನೋಟದಿಂದ ನೋಡಿದ ರವೀಂದ್ರ.

ರಜಾ ದಿನಗಳನ್ನು ಕಳೆದು ಕಾಲೇಜಿಗೆ ಹೋಗುವ ಸಂಭ್ರಮ ಅವಳಲ್ಲಿ ಮನೆ ಮಾಡಿತ್ತು. ಅವಳು ತುಂಬಿದ ಕೆನ್ನೆಗಳೆಲ್ಲ ರಕ್ತ ಚಿಮ್ಮುವಂಥಹ ಕೆಂಪು ಆವರಿಸಿತ್ತು.

ಭಕ್ತ ದೇವರನ್ನು ಭಕ್ತಿಯಿಂದ ಪೂಜಿಸುವಂತೆ ರವೀಂದ್ರ ನೇತ್ರಳನ್ನು ತನ್ನ

ಹೃದಯದಲ್ಲಿಟ್ಟುಕೊಂಡು ಪೂಜಿಸುತ್ತಿದ್ದ, ಆರಾಧಿಸುತ್ತಿದ್ದ.

"ಇವತ್ತು ನೀನು ತುಂಬಾ ಚೆನ್ನಾಗಿ ಕಾಣಿಸ್ತೀಯ" ಅವನು ಭಾವಪರವಶನಾಗಿ ಈ ಮಾತನ್ನು ಹೇಳಿದರೂ ನೇತ್ರಳಿಗೆ ಸಹಜವಾಗಿಯೇ ಕಂಡಿತು.

ಇವಳ ಮುಡಿಯಲ್ಲಿ ಮಲ್ಲಿಗೆಯ ದಂಡೆಯ ಕಡೆ ದೃಷ್ಟಿ ಹೊರಳಿಸಿದ ರವೀಂದ್ರ, "ನೀನು ಬಹಳ ಚೆನ್ನಾಗಿ ದಂಡೆ ಕಟ್ತೀಯ" ಎಂದ.

ಹೇಗಾದರೂ ಸರಿ ಮಾತನಾಡಿ ಅವಳ ಕೊರಳಿನ ಇಂಪನ್ನು ಆಲಿಸಲು ಅವನಿಗೆ ಆತುರ. ನೇತ್ರಳ ಕಣ್ಣುಗಳಲ್ಲಿ ಅವನ ತುಂಟತನ ಚಿಮ್ಮಿತು.

"ನಿಮ್ಮ ಮದುವೆಗೆ ನಾನೇ ಸುಂದರವಾಗಿ ಹಾರಕಟ್ಟಿ ಕೊಡ್ತೀನಿ."

ಮಂಚದಿಂದ ಇಳಿದ ರವೀಂದ್ರ ಕೈ ಕಟ್ಟಿಕೊಂಡು ಮುಖದಲ್ಲಿ ಸುಂದರ ನಗೆಯನ್ನು ಚಿಮ್ಮಿಸುತ್ತ, "ಹೌದಾ" ಎನ್ನುವಂತೆ ನೋಡಿದ.

ಕೆಳಗಿನಿಂದ ಮಕ್ಕಳಿಬ್ಬರೂ "ನೇತ್ರಾ..ನೇತ್ರಾ..." ಎಂದು ಕೂಗ ತೊಡಗಿದರು. ಚಿಗರೆಯಂತೆ ನೇತ್ರ ಕೆಳಗೆ ಓಡಿದಳು.

ತುಂಟ ನಗೆ ಚೆಲ್ಲಿಹೋದ ಅವಳ ಮುಖವನ್ನೇ ನೆನಪಿಸಿಕೊಳ್ಳುತ್ತ ರವೀಂದ್ರ ಕಾಫಿ ಹೀರಿದ.

ರವೀಂದ್ರ ಕೆಳಗಿಳಿದು ಬರುವ ವೇಳೆಗೆ ನೇತ್ರ ತನ್ನೆಲ್ಲ ಕೆಲಸಗಳನ್ನೂ ಮುಗಿಸಿಕೊಂಡು ಕಾಲೇಜಿಗೆ ಹೊರಡಲು ಸಿದ್ಧಳಾದಳು. ಎದೆಗೆ ಅವಚಿಕೊಂಡಿದ್ದ ಪುಸ್ತಕಗಳು, ಇನ್ನೊಂದು ಕೈಯಲ್ಲಿ ತಿಂಡಿಯ ಡಬ್ಬಿ.

ರಾಜಲಕ್ಷ್ಮಿಯ ಕೋಣೆಯ ಬಾಗಿಲಿಗೆ ಬಂದು ನಿಂತು ಹೇಳಿದಳು ನೇತ್ರ, "ಅಮ್ಮ, ನಾನು ಹೋಗಿ ಬರ್ತೀನಿ."

ಬಾಗಿಲ ಕಡೆ ತಿರುಗಿದ ರಾಜಲಕ್ಷ್ಮಿ ಕಣ್ಣರಳಿಸಿ ನೋಡಿದರು. ಅವಳ ಸಹಜ ಗಂಭೀರ ಸೌಂದರ್ಯ ಅವರಿಗೆ ತೃಪ್ತಿ ತಂದಿತು. ತಮ್ಮ ಸೊಸೆ ಮೃದುಲಳನ್ನೂ ಜೊತೆಯಲ್ಲಿ ನಿಲ್ಲಿಸಿ ತೂಗಿ ನೋಡಿದರು.

ಮೃದುಲ ಹೊಳಪು ಬೀರುವ ವಜ್ರವಾದರೆ ನೇತ್ರ ಚಿಪ್ಪಿನಲ್ಲಿ ಅಡಗಿ ಕುಳಿತ ಅಪರೂಪದ ಮುತ್ತೆನಿಸಿತು.

ಅವರ ನೋಟದಿಂದ ನೇತ್ರಳಿಗೆ ಸಂಕೋಚವಾಯಿತು. ಅವಳು ಹೆಚ್ಚು ಹೊತ್ತು ನಿಲ್ಲುವಂತಿರಲ್ಲಿಲ್ಲ. ಹೊರಗಡೆ ವ್ಯಾನ್ ಹೊತ್ತಾಯಿತ್ತೆನ್ನುವಂತೆ ಕೂಗಿ ಹೇಳುತ್ತಿತ್ತು.

"ಅಮ್ಮ, ಬರ್ತೀನಿ" ಎಂದು ಓಡಿದಳು.

ವ್ಯಾನ್ ಹತ್ತಿ ಕುಳಿತ ಕೂಡಲೇ ಎಲ್ಲ ಮರೆತು ಕಾಲೇಜಿನ ಹುಡುಗಿಯಾಗಿಬಿಟ್ಟಳು.

ರವೀಂದ್ರ ಕಿಟಕಿಗೆ ಒರಗಿ ನಿಂತು ಯೋಚಿಸಿದ.

ರೂಪಳ ನಟನೆಯ ಪ್ರೇಮದಿಂದ ಸತ್ವ ಕಳೆದುಕೊಂಡ ಹೃದಯ ನೇತ್ರಳ ಮುಗ್ಧಪ್ರೇಮದಿಂದ ಚೇತನಗೊಳ್ಳಬೇಕು. ಆದರೆ ನೇತ್ರಳಿಗೆ ತನ್ನ ಬಗ್ಗೆ ಆ ಭಾವನೆ

ಇರದಿದ್ದರೆ..........ಅವನ ಮುಖದಲ್ಲಿ ಮುಗುಳುನಗೆ ತೇಲಿತು.

ರಂಗರಾವು, ರಾಜಲಕ್ಷ್ಮಿಯ ಹೃದಯಗಳು ಹಗುರವಾಗಿದ್ದವು. ಅವರ ಉತ್ಸಾಹದ ಮಾತುಕತೆ, ನಡೆನುಡಿಗಳನ್ನು ನೋಡಿದರೆ ಯುವಕ ಯುವತಿಯರು ನಾಚಬೇಕಾಗಿತ್ತು!

ಈಗಾಗಲೇ ಸದ್ದು ಗದ್ದಲವಿಲ್ಲದೇ ರವೀಂದ್ರನ ಮದುವೆಯ ವಿಷ್ಯ ಮನೆಯಲ್ಲಿ ನವಿರಾಗಿ ಹಬ್ಬಿ ಹೊರ ಹೋಗಲು ತವಕಿಸುತ್ತಿತ್ತು.

ಸಂಜೆ ಕಾಲೇಜಿನಿಂದ ಬಂದ ನೇತ್ರಳಿಗೆ ಹೊಸ ಆಶ್ಚರ್ಯ ಕಾದಿತ್ತು.

ಪೂವಯ್ಯ ವಿನಯದಿಂದ 'ಚಿಕ್ಕಮ್ಮಾವರೆ' ಎಂದಿದ್ದ. ನೇತ್ರ, ನೇತ್ರಮ್ಮ ಎಂದ ಬಾಯಿತುಂಬ ಕರೆಯುತ್ತಿದ್ದ ಅಯ್ಯರ್ ಇಂದು ಬಹು ಮಾರ್ಯಾದೆಯಿಂದ ಅಮ್ಮಾವರೇ ಎಂದು ಸಂಭೋದಿಸಿದ್ದ.

ಪ್ರಶ್ನಾರ್ಥಕವಾಗಿ ಅವರ ಮುಖಗಳನ್ನು ನೋಡಿದಳು. ಎಲ್ಲರ ಮುಖಗಳ ಮೇಲೂ ಗೆಲುವಿನ ಛಾಯೆ! ರವೀಂದ್ರ ಮದುವೆಗೆ ಒಪ್ಪಿಕೊಂಡಿದ್ದಕ್ಕೋ, ಅಥವಾ ಮನೆಯಲ್ಲಿ ಮುಂದೆ ನಡೆಯಬಹುದಾದ ಶುಭಕಾರ್ಯವನ್ನು ಊಹಿಸಿಕೊಂಡೋ ಇವರುಗಳು ಗೆಲುವಾಗಿರಬಹುದು. ಆದರೆ ತನ್ನ ಬಗ್ಗೆ ತೋರುವ ಮರ್ಯಾದೆ! ಅದೆಲ್ಲ ತನ್ನ ಭಾವನೆಗಳೋ ಏನೋ ಎಂದು ತಲೆಕೊಡವಿಕೊಂಡು ಸುಮ್ಮನಾಗಿಬಿಟ್ಟಳು.

ಇವಳು ಕಾಲೇಜನಿಂದ ಬಂದಾಗ ರಾಜಲಕ್ಷ್ಮಿ, ರಂಗರಾವು ಮತ್ತು ಹುಡುಗರು ಸಹ ಇರಲ್ಲಿಲ್ಲ. ಅವರುಗಳು ಯಾರನ್ನೋ ನೋಡಲು ಸಕಲೇಶಪುರಕ್ಕೆ ಹೋದ ಸಂಗತಿಯನ್ನು ಪೂವಯ್ಯನೇ ಹೇಳಿದ್ದ.

ಬೇಸರದಿಂದ ಹೊರಗೆ ಬಂದಳು. ದೇವಸ್ಥಾನದ ಕಡೆಯಾದರೂ ಅಡ್ಡಾಡಿ ಕೊಂಡು ಬರೋಣವೆಂದು ಎರಡೆಹೆಜ್ಜೆ ಮುಂದಕ್ಕೆ ಇಟ್ಟಳು. ಹಿಂದಿನಿಂದ ಬಂದ ಜೀಪು ಅವಳ ಬಳಿ ನಿಂತಿತ್ತು.

"ನೇತ್ರ, ಬಾ ಸುತ್ತಾಡಿಕೊಂಡು ಬರೋಣ" ಎಂದ ರವೀಂದ್ರ ಜೀಪಿನಲ್ಲೇ ಕುಳಿತೇ.

ನೇತ್ರ ಒಂದೆರಡು ಕ್ಷಣ ಯೋಚಿಸಿದಳು. ರವೀಂದ್ರನ ಜೊತೆ ಹೋಗಲು ಅವಳಿಗೆ ಭಯವೇನೂ ಇರಲ್ಲಿಲ್ಲ. ಹಿಂದೆ ಹುಡುಗರೊಂದಿಗೆ ಎಷ್ಟೋ ಸಲ ಹೋಗಿ ಬಂದಿದ್ದಳು.

ರವೀಂದ್ರ ಅವಳ ಜೋಡಿ ಕಣ್ಣುಗಳಲ್ಲಿನ ಭಾವನೆಗಳನ್ನು ಅರ್ಥಮಾಡಿಕೊಳ್ಳಲು ಪ್ರಯತ್ನಿಸಿದ.

"ಅಮ್ಮ, ಅಪ್ಪ ಬರಬಹುದು........." ತಡವರಿಸಿ ಬಂತು ಮಾತು ಅವಳ ಬಾಯಿಂದ.

"ಬರಲಿ ಬಿಡು, ಈಗ ನಿನಗೆ ನಾನು ಒಪ್ಪಿಕೊಂಡ ಹುಡುಗಿಯ ಭಾವಚಿತ್ರ ತೋರಿಸ್ತೀನಿ" ಎಂದ.

ಮಗುವಿಗೆ ಚಾಕಲೇಟಿನ ಆಸೆಯನ್ನು ತೋರಿಸುವಂತಿತ್ತು ಅವನ ಮಾತು, ನೇತ್ರ ತುಂಟನಗುವನ್ನು ಚೆಲ್ಲುತ್ತಲೇ ಅವನ ಪಕ್ಕ ಹತ್ತಿ ಕೂತಳು.

ಅವಳಿಗೂ ರವೀಂದ್ರನ ಆಯ್ಕೆಯನ್ನು ನೋಡುವ ಆತುರ.

ಟೀ ಗಿಡಗಳ ಕಡೆಯಿಂದ ಹಾದುಹೋಗುವ ಜೀಪು ದೂರದ ಮರದ ಬಳಿ ನಿಂತಿತು.

ಟೀ ಗಿಡಗಳ ಅಂಚಿನಿಂದ ನಿರ್ಮಲವಾದ ಗಾಳಿ ಬೀಸಿ ಬರುತ್ತಿತ್ತು. ಆಕಾಶದಲ್ಲಿ ಅಲ್ಲಲ್ಲಿ ಮೋಡ ಕವಿದಿತ್ತು.

ಸಂಭ್ರಮದಿಂದ ರವೀಂದ್ರ ಕೆಳಗಿಳಿದ. ನೇತ್ರಳೂ ಇಳಿದು ಮುಳುಗುತ್ತಿದ್ದ ಸೂರ್ಯನ ಕಡೆ ನೋಡುತ್ತ ನಿಂತಳು. ಬಂದ ವಿಷಯ ಮರೆತು ಪ್ರಕೃತಿ ಸೌಂದರ್ಯವನ್ನು ನೋಡುವುದರಲ್ಲಿ ತನ್ಮಯಳಾಗಿಬಿಟ್ಟಳು.

ರವೀಂದ್ರ ನೋಡೇ ನೋಡಿದ. ಉಟ್ಟಿದ್ದ ಸಾಧಾರಣ ನೈಲೆಕ್ಸ್ ಸೀರೆಯಲ್ಲಿ ಆ ವನಸಿರಿಯ ನಡುವೆ ವನದೇವತೆಯಂತೆ ಕಂಡಳು. ಕಾಠಿಣ್ಯವನ್ನೇ ಕಾಣದ ಮುಗ್ಧ ಮುಖ, ಸದಾ ನಿರ್ಮಲತೆಯನ್ನು ಪ್ರತಿಬಿಂಬಿಸುವ ಸುಂದರ ನಿಲುವು.

ರವೀಂದ್ರ ನೇತ್ರಳ ಪಕ್ಕ ಹೋಗಿ ನಿಂತ. ಹಿಂದೆಂದೂ ಇರದಂಥ ಮೈಪುಲಕಿಸುವ ಭಾವನೆಗಳು ಹೃದಯದಿಂದ ಚಿಮ್ಮಿ ಭೋರ್ಗರೆಯುತ್ತಿರುವ ಹರ್ಷದ ಹೊನಲು.

ಅವಳ ಭುಜವನ್ನು ಸ್ಪರ್ಶಿಸಲು ಹೊರಟಿದ್ದ ಕೈಗಳು ಹಿಂದೆಗೆಯಿತು.

"ನೇತ್ರ, ನೀನು ಫೋಟೋ ನೋಡೋದಿಲ್ಲವಾ............?" ಎಂದ.

ನೇತ್ರ ಥಟ್ಟನೆ ಹಿಂದಿರುಗಿದಾಗ ಅವನ ಮುಖ ತೀರಾ ಸಮೀಪವಾಗಿತ್ತು.

ಎರಡು ಹೆಜ್ಜೆ ಹಿಂದೆ ಸರಿದ ನೇತ್ರ ಕಣ್ಣಿನಿಂದಲೇ ಅದನ್ನು ಕೊಡುವಂತೆ ಕೇಳಿದಳು.

"ಸುಮ್ಮನೆ ತೋರಿಸೋಲ್ಲ. ನನ್ನ ಮದುವೆಗೆ ನಿನ್ನ ಪ್ರಸೆಂಟೇಷನ್ ಏನು ಹೇಳು?" ಎಂದು ತುಂಟತನದಿಂದ ಕೇಳಿದ.

ನೇತ್ರಳ ಅರಳಿದ ಮುಖ ಮಂಕಾಯಿತು. ತಾನೇನು ಕೊಡಬಲ್ಲೇ ಶ್ರೀಮಂತ ಗಂಧರ್ವಗಿರಿಯ ಭಾವೀ ಒಡೆಯನಿಗೆ? ತಾನು ಇಂದು ಜೀವಿಸುತ್ತಿರುವುದೇ ಇವರ ಕೃಪಾಛತ್ರದಲ್ಲಿ.

ಮಂಕಾಗಿ ತಗ್ಗಿದ ನೇತ್ರಳ ಮುಖವನ್ನು ಎತ್ತಿ ತನ್ನ ಎದೆಗೆ ಒರಗಿಸಿಕೊಳ್ಳುವ ಆಸೆ ರವೀಂದ್ರನಿಗೆ. ಆದರೆ ಸಂಯಮದಿಂದ ಬಿಗಿ ಹಿಡಿದ.

"ನೀವು ನನ್ನ ತಮಾಷೆ ಮಾಡ್ತಾ ಇದ್ದೀರಾ?" ಎಂದು ನೇತ್ರಳ ಕೊರಳಿನ ಸೆರೆ ಬಿಗಿದುಕೊಂಡು ಕಣ್ಣೀರು ತೊಟ್ಟಿಕ್ಕಿತು.

ಇನ್ನು ಸತಾಯಿಸುವುದು ರವೀಂದ್ರನಿಗೆ ಸರಿಕಾಣಲಿಲ್ಲ. ಪ್ಯಾಂಟಿನ ಜೋಬಿನ ಕಿಸೆಗೆ ಕೈ ಹಾಕಿ ಅದರೊಳಗಿಂದ ಫೋಟೋ ತೆಗೆದು ನೇತ್ರಳ ಮುಂದೆ ಹಿಡಿದ.

ಲಗುಬಗನೆ ಕಣ್ಣು ಒರೆಸಿಕೊಂಡು ನೇತ್ರ ಫೋಟೋ ಕೈಗೆ ತೆಗೆದುಕೊಂಡು ನೋಡಿದಳು. ಅವಳಿಗೆ ಅದನ್ನು ನಂಬುವುದೇ ಕಷ್ಟವಾಯಿತು. ತನ್ನ ಕಣ್ಣುಗಳೇನಾದ್ರೂ ಮೋಸ ಮಾಡುತ್ತಿವೆಯೇ ಎಂದುಕೊಂಡು ಮತ್ತೆ ಕಣ್ಣೊರೆಸಿಕೊಂಡು ನೋಡಿದಳು. ಇದು ತನ್ನ ಫೋಟೋ ಎಂಬುದರಲ್ಲಿ ಸಂಶಯವಿಲ್ಲ. ಹಿಂದೆ ಸಂತೋಷ್, ಆನಂದ್‌ರ ಭಾವಚಿತ್ರ ತೆಗೆದಾಗ ಅವಳೆಂದೂ ಅದರ ಬಗ್ಗೆ ಪ್ರಸ್ತಾಪಿಸಿರಲ್ಲಿಲ್ಲ. ನೋಡಿಯೂ ಇರಲ್ಲಿಲ್ಲ. ಕಲ್ಲಿನ ಪ್ರತಿಮೆಯಂತೆ ನಿಂತು ಬಿಟ್ಟಳು. ಈ ವಿಷ್ಯ ಅವಳ ಕಲ್ಪನೆಯಲ್ಲೂ ನುಸುಳಿರಲ್ಲಿಲ್ಲ.

"ನೇತ್ರ......ಇದು ನನ್ನ ಒಪ್ಪಿಗೆ ಮಾತ್ರವಲ್ಲ, ಅಮ್ಮ, ಅಣ್ಣ ನಿನ್ನನ್ನು ಸೊಸೆಯನ್ನಾಗಿ ಮಾಡಿಕೊಳ್ಳಲು ಸಂತೋಷದಿಂದ ಸಮ್ಮತಿಸಿದ್ದಾರೆ."

ರವೀಂದ್ರ ಅವಳ ತೋಳನ್ನು ಹಿಡಿದು ಹತ್ತಿರಕ್ಕೆ ಎಳೆದುಕೊಂಡ.

ರವೀಂದ್ರನ ವಿಶಾಲವಾದ ಎದೆಯ ಮೇಲೆ ನೇತ್ರ ತಲೆ ಇಟ್ಟು ಬಿಕ್ಕಿದಳು. ಅವಳ ಮನಸ್ಸಿನ ನೋವು, ಆಶ್ಚರ್ಯ, ಭಯ, ಸಂಕೋಚ ಎಲ್ಲ ಕಣ್ಣೀರಿನ ಪ್ರವಾಹದಲ್ಲಿ ಕೊಚ್ಚಿಹೋಯಿತು.

ಜೀಪು ಮನೆಯ ಮುಂದೆ ನಿಂತಾಗ ರಾಜಲಕ್ಷ್ಮಿ, ರಂಗಾರಾವು ಹೊರಗೆ ನಿಂತಿದ್ದರು. ಅವರ ಮುಖದ ಮಂದಹಾಸವೇ ತೋರಿಸುತ್ತಿತ್ತು ಅವರು ನೇತ್ರಳನ್ನು ಸೊಸೆಯಾಗಿ ಸ್ವೀಕರಿಸಲು ಎಷ್ಟು ಸಂತೋಷದಿಂದ ಇದ್ದಾರೆಂಬುದನ್ನು.

ಸಂಕೋಚ, ನಾಚಿಕೆಯ ಮುದ್ದೆಯಾದ ನೇತ್ರ ಜೀಪಿನಿಂದ ಇಳಿದ ಕೂಡಲೇ ತನ್ನ ಕೋಣೆಗೆ ಓಡಿಬಿಟ್ಟಳು.

ಕೋಣೆಗೆ ಬಂದ ನೇತ್ರ ಕಣ್ಣು ಮುಚ್ಚಿ ಸುಮ್ಮನೆ ಕುಳಿತಳು. ಚಳಿ ಬಂದವರಂತೆ ಅವಳ ದೇಹ ಗಡಗಡ ನಡುಗುತ್ತಿತ್ತು. ಹೆದರಿಕೆ, ಸಂಕೋಚವನ್ನು ಹೊರ ಚೆಲ್ಲಲು ಹವಣಿಸುತ್ತಿದ್ದ ಅವಳ ಕಣ್ಣುಗಳು, ಉದ್ವೇಗದಿಂದ ಏರಿಳಿಯುತ್ತಿತ್ತು.

ರಾಜಲಕ್ಷ್ಮಿ ಕೋಣೆಗೆ ಬಂದು ನೇತ್ರಳನ್ನು ನೋಡಿದರು. ಆ ಸುಂದರ ನಿಷ್ಕಲ್ಮಷ ಹೂ ಈ ಮನೆಯ ಪೂಜೆಗೆ! ಮಗನ ಆಯ್ಕೆಗೆ ಅವನ ಮನಸ್ಸು ಪೂರ್ಣಸಮ್ಮತಿ ನೀಡಿತ್ತು. ಮಗಳಂತೆ ಆದರಿಸಿದ ಅವರ ಮನೆ ನೇತ್ರಳನ್ನು ಸೊಸೆಯಂತೆ ಓಲೈಸಲು ಸಿದ್ಧವಾಗಿತ್ತು.

"ನೇತ್ರ............" ಎಂದು ಮಮತಾಮಯಿ ರಾಜಲಕ್ಷ್ಮಿಯ ಕೈ ಅವಳ ಹಣೆಯನ್ನು ಸ್ಪರ್ಶಿಸಿತು. ಕಣ್ಣು ತೆರೆದ ನೇತ್ರ ಅವರ ಭುಜದ ಮೇಲೆ ತಲೆ ಇಟ್ಟು ಬಿಕ್ಕಿದಳು. ರಾಜಲಕ್ಷ್ಮಿಯವರ ಕೈ ಅವಳ ತಲೆಯನ್ನು ಮೃದುವಾಗಿ ಸವರುತ್ತಿತ್ತು.

"ರಾಜು.......ಇರೋ ಸಂತೋಷವನ್ನೆಲ್ಲ ನೀವೇ ಅನುಭವಿಸಿಬಿಟ್ಟರೇ ಹೇಗೆ? ನಮಗೂ ಅದರಲ್ಲಿ ಪಾಲು ನೀಡಿ" ಎನ್ನುತ್ತ ಕೋಣೆಯೊಳಗೆ ಬಂದರು ರಂಗರಾವು.

ಅತ್ತೆ ಸೊಸೆಯರ ಪ್ರೀತಿಯ ಪರಾಕಾಷ್ಠೆಯನ್ನು ನೋಡಿ ಅವರ ಕಣ್ಣುಗಳಲ್ಲಿ ಆನಂದಭಾಷ್ಪ ಒಸರಿತು.

ಒಂದು ಕಡೆ ಆಘಾತವನ್ನುಂಟುಮಾಡಿದ್ದ ದೇವರು ಮತ್ತೊಂದು ಕಡೆ ಚೇತನ ನೀಡಿದ್ದ.

ಮದುವೆಯ ಲಗ್ನವನ್ನು ನಿಶ್ಚಯಿಸಿಕೊಂಡೇ ಬಂದಿದ್ದರು ದಂಪತಿಗಳು. ನೇತ್ರಳ ಕಡೆಯ ವರ್ಷದ ಕಾಲೇಜಿನ ನೆವ ಅಥವಾ ಇನ್ನಾವುದೇ ಕಾರಣಕ್ಕೂ ಅವರು ಮದುವೆಯನ್ನೂ ಮುಂದೂಡಲು ಸಿದ್ಧರಿಲ್ಲ. ಮದುವೆಯಾದ ಮೇಲೂ ವರ್ಷಪೂರ್ತಿ ಕಾಲೇಜಿಗೆ ಹೋಗಲು ಯಾವ ಅಡ್ಡಿಯೂ ಇರಲಿಲ್ಲ.

ಗಂಧರ್ವಗಿರಿಯಲ್ಲಿ ಎಲ್ಲಿಲ್ಲದ ಸಂಭ್ರಮ. ಬಂಗಲೆ ಅಲಂಕೃತಗೊಳ್ಳ ತೊಡಗಿತು. ಪ್ರತಿಯೊಬ್ಬ ಕೆಲಸಗಾರನೂ ಸಂಭ್ರಮದಿಂದ ಎಲ್ಲ ಕೆಲಸಗಳಲ್ಲೂ ಪಾಲುಗೊಳ್ಳತೊಡಗಿದ.

ಈಗ ರವೀಂದ್ರ ನೇತ್ರಳನ್ನು ಬದಲಾದ ಭಾವನೆಯಿಂದ ನೋಡತೊಡಗಿದ. ಹೂ ತೋಟದಲ್ಲಿ ಹುಡುಗರೊಂದಿಗೆ ಆಟವಾಡುತ್ತಿದ್ದ ನೇತ್ರ ಕಣ್ಣಿಗೆ ಬಿದ್ದಳು. ರವೀಂದ್ರನ ಕಣ್ಣುಗಳು ಮಿಂಚಿದವು. ಯಾರೂ ಸ್ಪರ್ಶ ಮಾಡದ ಸುಂದರ ಹೃದಯದ ಈ ಹೂವನ್ನು ಪಡೆಯುವ ಭಾಗ್ಯ ತನ್ನದಾಯಿತಲ್ಲ ಎಂದು ಹರ್ಷಿಸಿದ.

ರವೀಂದ್ರನನ್ನು ನೋಡಿದ ಕೂಡಲೇ ಮಕ್ಕಳು ತಮ್ಮ ಆಟವನ್ನು ಮರೆತು ಅವನೆಡೆಗೆ ಓಡಿದರು.

ಆದರೆ ರವೀಂದ್ರ ಕಣ್ಣುಗಳು ನೇತ್ರಳಲ್ಲೇ ನೆಟ್ಟಿತ್ತು. ನೇತ್ರಳ ಚೆಲುವಿನ ತೀಕ್ಷ್ಣತೆಯನ್ನು ತಡೆದುಕೊಳ್ಳಲಾರದೆ ಕ್ಷಣಕಾಲ ಕಣ್ಣು ಮುಚ್ಚಿದ ರವೀಂದ್ರ ಅವಳ ಅಲಂಕಾರ, ಉಡುಪುಗಳಲ್ಲಿ ರಾಜಲಕ್ಷ್ಮಿ ವಿಶೇಷ ಆಸ್ಥೆವಹಿಸಿ ಶ್ರದ್ಧೆಯಿಟ್ಟು ಅಲಂಕರಿಸುತ್ತಿದ್ದರು.

ಅವಳ ಮಾಟದ ಶರೀರವನ್ನು ಬಿಳಿಯ ಕಾಶ್ಮೀರ್ ಸಿಲ್ಕ್ ಸೀರೆ ಆವರಿಸಿಕೊಂಡು ಧನ್ಯತೆಯನ್ನು ಪಡೆದಿತ್ತು. ಇದ್ದ ಒಂದು ಜಡೆಗೆ ಒಟ್ಟಿಗೆ ಎರಡು ಗುಲಾಬಿ ಹೂಗಳನ್ನು ಸಿಕ್ಕಿಸಿದ್ದಳು.

ಒಂದೇ ಒಂದು ಕ್ಷಣ ಇಬ್ಬರ ದೃಷ್ಟಿ ಮಿಲನವಾಯಿತು. ರವೀಂದ್ರನ ದೃಷ್ಟಿಯಲ್ಲಿ ಆರಾಧನಾ ಭಾವವಿದ್ದರೆ, ನೇತ್ರಳ ಕಣ್ಣುಗಳಲ್ಲಿ ಧನ್ಯತೆ ಪಡೆದ ಹೊಸಬಗೆಯ ಸೊಬಗಿತ್ತು.

"ನೇತ್ರ........" ಮೈಮರೆತವನಂತೆ, ಆ ನುಡಿಯಲ್ಲಿ ತನ್ನ ಹೃದಯದ ಜೇನನ್ನೆಲ್ಲ ಹೊರಸೂಸಿದ.

ನೇತ್ರ ಪುಂಗಿಯ ನಾದಕ್ಕೆ ಸೋತವಳಂತೆ ಹೆಜ್ಜೆಯ ಮೇಲೆ ಹೆಜ್ಜೆ ಇಟ್ಟು ಅವನೆಡೆ ನಡೆದಳು. ಅವನ ನೆಲ್ಮೆಯ ನೋಟ, ಪ್ರೀತಿ ಬೆರೆತ ಧ್ವನಿ. ಅವಳ ಹೃದಯದ ಬಡಿತದ ವೇಗವನ್ನು ಹೆಚ್ಚಿಸಿತು. ಮುಂದಡಿ ಇಡುತ್ತಿದ್ದ ಅವಳ ಕಾಲುಗಳು ತಟಸ್ಥಗೊಂಡವು.

ಭೀಕರ ಚಂಡಮಾರುತದ ಹಾವಳಿ ವ್ಯಾಪಕವಾಗಿ ಹಬ್ಬದಿದ್ದರೂ, ಅದರ ಅಲ್ಪ ಸ್ವಲ್ಪ ಪರಿಣಾಮವನ್ನು ಜನ ಅನುಭವಿಸಲೇಬೇಕಾಗಿತ್ತು.

ಎರಡು ದಿನ ಮೋಡ ಮುಸುಕಿದ ವಾತಾವರಣ, ಥಂಡಿ ಹವಾ, ಆಗಾಗ

ಹನಿಯುವ ಮಳೆ ಕೂಲಿಗಾರರಲ್ಲಿ ಜಡತೆಯನ್ನು ತಂದೊಡ್ಡಿತ್ತು. ರಾತ್ರಿ ಆರಂಭವಾಗಿದ್ದ ಮಳೆ ಬೆಳಗಿನ ಜಾವಕ್ಕೆ ಭೀಕರ ರೂಪ ತಾಳಿತು.

ಗಂಧರ್ವಗಿರಿಯಲ್ಲಿ ಎಲ್ಲೆಡೆ ನೀರು. ಹರಿದು ಬಂದ ನೀರಿನ ರಭಸಕ್ಕೆ ಗಿಡ, ಮರಗಳು ಬುಡಸಮೇತ ಸಹಿತ ಉರುಳಿದವು. ಭೀಕರ ಮಳೆ, ಹರಿದು ಬರುವ ನೀರು, ಕೂಲಿಗಾರರ ಮನೆಗಳ ಕುಸಿತ, ಎಲ್ಲೆಡೆ ಹಾಹಾಕಾರ.

ಈ ಸಮಯದಲ್ಲಿ ರಂಗಾರಾವು, ರವೀಂದ್ರ ಸುಮ್ಮನೆ ಕೂಡುವಂತಿರಲಿಲ್ಲ. ಗಂಧರ್ವಗಿರಿಗೆ ಆಗಿರುವ, ಆಗುತ್ತಿರುವ ನಷ್ಟವನ್ನು ಕೂಡಲೇ ಸರಿಪಡಿಸಲು ಸಾಧ್ಯವಿಲ್ಲದಿದ್ದರೂ ಕೂಲಿಗಾರರ ಪ್ರಾಣಗಳನ್ನು ಕಾಪಾಡಬೇಕಾದ್ದು ಅವರ ಕರ್ತವ್ಯವಾಗಿತ್ತು.

ಕಾರಿನ ಷೆಡ್ಡು, ಹಜಾರದಲ್ಲೆಲ್ಲ ಕೂಲಿಗಾರರ ಸಂಸಾರಗಳು ತುಂಬಿ ಹೋದವು. ಎಲ್ಲರ ಮುಖದಲ್ಲೂ ಭಯ, ನಿರಾಶೆಗಳ ಪ್ರೇತಕಳೆ.

ಸೃಷ್ಟಿಕರ್ತನ ಎದೆ ನಡುಗಿಸುವಂಥ ಉಗ್ರರೂಪವನ್ನು ಕಂಡು ಎಲ್ಲರೂ ಬೆದರಿದರು. ಬೆಟ್ಟ ಗುಡ್ಡಗಳ ಮೇಲಿಂದ ಒಂದೇ ಸಮ ಹರಿದು ಬರುತ್ತಿದ್ದ ನೀರು ಸಮುದ್ರೋಪಾದಿಯಲ್ಲಿ ಎಲ್ಲೆಡೆ ನುಗ್ಗಿತು.

ಐದು ದಿನ ಒಂದೇ ಸಮನೆ ಸುರಿದು ಆರನೆಯ ದಿನ ಸಂಜೆಯ ವೇಳೆಗೆ ಸ್ವಲ್ಪ ಕಮ್ಮಿಯಾಯಿತು. ಹರಿದು ಬರುತ್ತಿದ್ದ ನೀರೂ ಕಡಿಮೆಯಾಗ ತೊಡಗಿತು.

ಎಲ್ಲರ ಹೃದಯಗಳಲ್ಲೂ ತುಂಬಿಕೊಂಡಿದ್ದ ನಿರಾಶೆ ದುಃಖ ಭಯ ಸ್ವಲ್ಪ ಮಟ್ಟಿಗೆ ಶಾಂತವಾಗತೊಡಗಿತು.

ಇಷ್ಟು ದಿನ ಮುದುರಿ ಕುಳಿತಿದ್ದ ಎಲ್ಲರಿಗೂ ಬೇಸರವಾಗಿತ್ತು. ಸ್ವಲ್ಪ ಆಚೀಚೆ ಬಂದು ನೋಡತೊಡಗಿದರು.

ಅಡಿಗೆ ಕೋಣೆಯಿಂದ ಹೊರಗೆ ಬಂದ ಅಯ್ಯರ್ ಈಗಾಗಲೇ ಐದು ದಿನಗಳಿಂದ ದೇವಸ್ಥಾನದ ಪೂಜೆಗೆ ಅರ್ಚಕರು ಬರದಿದ್ದನ್ನು ಜ್ಞಾಪಿಸಿದರು. ದೇವರ ಬಗ್ಗೆ ಶ್ರದ್ಧೆಯಿಂದ ನೇತ್ರಳ ಮನಸ್ಸಿಗೆ ವ್ಯಾಕುಲವಾಯಿತು.

"ಅಯ್ಯರ್, ಈಗ ಹೋಗಿ ದೀಪಹಚ್ಚಿ ಬರೋಕೆ ಆಗುತ್ತಾ!" ಎಂದಳು.

"ಹೋಗಿ ಬರಬಹುದು. ಅಲ್ಲೇನು ಅಷ್ಟು ನೀರು ಇರೋ ಮಟ್ಟಿಗೆ ಕಾಣೆ" ಎಂದರು.

ಕೂಲಿಗಾರರ ಬಳಿ ಮಾತನಾಡುತ್ತಿದ್ದ ರಾಜಲಕ್ಷ್ಮಿಗೆ ನೇತ್ರ ಹೇಳಿದ್ದು ಸರಿಯಾಗಿ ಕೇಳಿಸಲ್ಲಿಲ್ಲ.

ಎಣ್ಣೆ ಬಟ್ಟಲು, ಗರ್ಭಗುಡಿಯ ಬೀಗದ ಕೈ, ಬೆಂಕಿಪೊಟ್ಟಣ ಹಿಡಿದುಕೊಂಡ ನೇತ್ರ, ಅಯ್ಯರ್ ದೇವಸ್ಥಾನದ ಕಡೆ ನಡೆದರು.

ವನಸಿರಿಯ ರಾಶಿಯಂತೆ ವಿರಾಜಿಸುತ್ತಿದ್ದ ಗಂಧರ್ವ ಗಿರಿಯ ಅನೇಕ ಮರಗಿಡಗಳು ಬುಡ ಸಮೇತ ಅಲ್ಲಲ್ಲಿ ಒರಗಿದ್ದವು. ಹೂ, ಮೊಗ್ಗು ಕಾಯಿ ಎಲ್ಲ

ನೀರಿನಲ್ಲಿ ತೇಲಾಡುತ್ತಿದ್ದವು.

ಮೊಣಕಾಲುದ್ದ ನೀರಿನಲ್ಲಿ ಸಾಗಲು ಅಯ್ಯರ್‌ಗೆ ಕಷ್ಟವಾಯಿತು. ಅವರ ಸ್ಥಿತಿ ನೋಡಿ ಮರುಕಗೊಂಡ ನೇತ್ರ, "ನೀವು ಇಲ್ಲಿ ಇರಿ, ನಾನು ಬೇಗ ಹೋಗಿ ಬಂದು ಬಿಡ್ತೀನಿ" ಎಂದು ಪಟಪಟನೆ ಶುರುವಾದ ಮಳೆಯಲ್ಲೇ ಹೆಜ್ಜೆ ಹಾಕಿದಳು.

ಸ್ವಲ್ಪ ಹೊತ್ತಿನಲ್ಲೇ ಮಳೆ ಜೋರಾಗಿ ಸುರಿಯತೊಡಗಿದಾಗ ಅಯ್ಯರರ ಎದೆ ಢವಗುಟ್ಟತೊಡಗಿತು. ತಾವು ಬಹಳ ತಪ್ಪು ಕೆಲಸ ಮಾಡಿಬಿಟ್ಟೆವು ಎಂದು ಕೈ ಕೈ ಹಿಸುಕಿಕೊಳ್ಳತೊಡಗಿದರು.

ಮಳೆಯ ಆರ್ಭಟ ಜೋರಾಯಿತು. ಗಾಳಿಯ ವೇಗವೂ ಅಷ್ಟೇ ರಭಸವಾಗಿತ್ತು. ಅವರ ಮುಂದೆಯೇ ಒಂದು ಮರ ಉರುಳಿತು.

ಅಯ್ಯರ್ ಗಡಗಡನೆ ನಡುಗಿದರು. ಭೀಕರ ಊಹೆಗಳಿಂದ ಅವರ ಕಣ್ಣುಗಳಲ್ಲಿ ನೀರು ಸುರಿಯಲಾರಂಭಿಸಿತು. ನಿಂತ ಕಡೆಯಿಂದಲೇ "ನೇತ್ರ ....ನೇತ್ರಮ್ಮ...." ಎಂದು ಕೂಗಿಕೊಂಡರು. ಗಾಳಿಯಲ್ಲಿ ಅವರ ಧ್ವನಿ ತೇಲಿ ಹೋಯಿತೇ ವಿನಃ ಯಾವ ಪ್ರಯೋಜನವು ಆಗಲ್ಲಿಲ್ಲ.

ಈಗ ಹೋಗಿ ನೇತ್ರಳನ್ನು ಕರೆತರಬೇಕಾಗಿತ್ತು. ಇಲ್ಲವೇ ಹಿಂದಕ್ಕೆ ಹೋಗಿ ಸುದ್ದಿ ಮುಟ್ಟಿಸಬೇಕಾಗಿತ್ತು. ದುಃಖ ಉದ್ವೇಗದಿಂದಲೇ ಬಹಳ ಪ್ರಯಾಸಪಟ್ಟು ಬಂಗಲೆ ಕಡೆ ತಿರುಗಿದರು.

ಅವರು ಮಳೆಯಲ್ಲಿ ನೆನೆದುಕೊಂಡು ಬಂದ ರೀತಿ ನೋಡಿ ಎಲ್ಲರಿಗೂ ಭಯವಾಯಿತು. ಉದ್ವೇಗ, ದುಃಖ ಭಯದಿಂದ ಅವರ ಬಾಯಲ್ಲಿ ಮಾತುಗಳು ಹೊರಡುವುದೇ ಕಷ್ಟವಾಯಿತು. ಅವರು ವಸ್ತುಸ್ಥಿತಿಯನ್ನು ವಿವರಿಸಿದಾಗ ಎಲ್ಲರೂ ನೆಲಕ್ಕೆ ಕುಸಿದರು. ರಂಗರಾವು ವ್ಯಥೆಯಿಂದ ತಲೆಯ ಮೇಲೆ ಕೈ ಹೊತ್ತರು. ದೇವಸ್ಥಾನದ ಬಳಿ ನೀರು ತುಂಬಿ ಹರಿಯುತ್ತಿದ್ದ ಸಂಗತಿ ಅವರಿಗೆ ತಿಳಿದಿತ್ತು.

ದಿಢೀರನೆ ಎದ್ದ ರವೀಂದ್ರ ಬಾಗಿಲ ಕಡೆ ಧಾವಿಸಿದ. ರಂಗರಾವು ವಿವೇಚನೆ ಚುರುಕಾಯಿತು. ಪ್ರಕೃತಿ ಮುನಿದ ಈ ಭೀಕರ ಸ್ಥಿತಿಯಲ್ಲಿ ಮಗ ಹೊರಗೆ ಹೋಗುವುದು ಅವರಿಗೆ ಬೇಕಾಗಿರಲ್ಲಿಲ್ಲ.

"ರವೀ...." ಎಂದರು.

ಹಿಂದಕ್ಕೆ ತಿರುಗಿದ ರವಿಯ ಮುಖದ ಮೇಲೆ ನಿರಾಶೆ ಮುಸುಕಿತು. "ಅಣ್ಣಾ, ನನ್ನನ್ನು ತಡೆಯಬೇಡಿ. ನೇತ್ರ ಇಲ್ಲದೆ ನಾನು ಖಂಡಿತ ಜೀವಿಸಲಾರೆ" ಎಂದು ಹೊರಗೆ ನುಗ್ಗಿದ.

ತಮ್ಮ ಒಡೆಯನ ಪ್ರಾಣಕ್ಕೆ ಪ್ರಾಣ ಕೊಡಲು ಕೂಲಿಗಾರರ ತಂಡವೇ ಸಿದ್ಧವಾಯಿತು. ಎಲ್ಲರೂ ಬೇಗ ಬೇಗ ಹೊರಟರು. ಯಾರನ್ನೂ ತಡೆಯಲಾರದೆ ಏನನ್ನೂ ಹೇಳಲಾರದೆ ರಂಗರಾವು ಕುಸಿದು ಕುಳಿತರು.

ಬಂಗ್ಲೆಯಿಂದ ಹೊರ ಬಂದ ರವೀಂದ್ರ ಹುಚ್ಚನಂತೆ ಒಂದೇ ಸಮನೆ

"ನೇತ್ರ....ನೇತ್ರ...." ಎಂದು ಕೂಗುತ್ತ ಮಳೆಯ ಹೊಡೆತವನ್ನು ಲೆಕ್ಕಿಸದೆ ಬೀಸಿ ಒಗೆಯುತ್ತಿದ್ದ ಗಾಳಿಯಲ್ಲಿ ಬಹಳ ಪ್ರಯಾಸದಿಂದಲೇ ಧಾವಿಸಿದ. ಅವನ ಕೈ ಕಾಲುಗಳಿಗೆ ವಿಚಿತ್ರ ರೀತಿಯ ಶಕ್ತಿ ಬಂದಿತ್ತು.

ದೇವಸ್ಥಾನದ ಒಳಗೆ ಬರುವ ವೇಳೆಗೆ ರವೀಂದ್ರ ಪೂರ್ತಿ ದಣಿದು ಹೋಗಿದ್ದ. ದೇವಾಲಯಕ್ಕೆ ಯಾವ ಅಪಾಯವೂ ಆಗುವ ಸಾಧ್ಯತೆ ಇರಲ್ಲಿಲ್ಲ. ಕಲ್ಲು ಸಿಮೆಂಟಿನ ಭದ್ರವಾಗಿ ನಿರ್ಮಿತವಾದ ಅದು ಉಕ್ಕಿನ ಕೋಟೆಯಂತಿತ್ತು.

ಅವನ ಕೂಗಿಗೆ ಮಾರ್ದನಿ ಬರದಿದ್ದಾಗ ರವೀಂದ್ರ ಸಂಪೂರ್ಣ ನಿರಾಶನಾದ. ಎಲ್ಲವನ್ನು ಎದುರಿಸುವ ದಿಟ್ಟೆದೆಯ ಹೆಣ್ಣಲ್ಲ ನೇತ್ರ.

"ನೇತ್ರಾ, ನೇತ್ರಾ...." ಎಂಬ ಅವನ ಕೂಗಿಗೆ ಇಡೀ ಗಂಧರ್ವಗಿರಿಯೇ ಮಾರ್ದನಿಸುವಂತ್ತಿತ್ತು. ಪ್ರೀತಿಯಿಂದ ಸಾಕಿ ಬೆಳೆಸಿದ ಗಿಡ, ಮರ, ಬಳ್ಳಿಗಳು ಸಹ ಅಂತಹ ಸಮಯದಲ್ಲಿ ತಮ್ಮ ಒಡೆಯನಿಗಾಗಿ ಕಣ್ಣೀರಿಡುವಂತ್ತಿತ್ತು.

ರವೀಂದ್ರನ ಕಣ್ಣು ಸುತ್ತಲೂ ಅರಸುತ್ತಿತ್ತು. ಮನ ತುಂಬಿ ಬದುಕಿಗೆ ಆಶಾಕಿರಣವಾಗಿ ಗೋಚರಿಸಿದ ನೇತ್ರಳಿಗಾಗಿ ಹರಿಯುತ್ತಿದ್ದ ನೀರನ್ನೆಲ್ಲ ಕಾಲಡಿ ಬಿಡುವಂತೆ ನೋಡಿದ. ಉರುಳಿದ ಪ್ರತಿಯೊಂದು ಮರದ ಕೆಳಗೂ ಭಯದಿಂದ ನೋಡಿದ.

ಸುತ್ತಲೂ ಕೂಲಿಯಾಳುಗಳು ಅರಸುತ್ತಾ ಕೂಗುತ್ತಾ ಬರುತ್ತಿದ್ದುದ್ದು ಅವನಿಗೆ ಕೇಳಿಸುತ್ತಿತ್ತು. ಆದರೇನು? ಅದಕ್ಕೆ ಮಾರ್ದನಿ ಕೊಡಲು ಅವನಿಗೆ ಇಷ್ಟವಿಲ್ಲ. ಅಣ್ಣ, ಅತ್ತಿಗೆ ಆಶೆಯನ್ನು ಕೊನೇ ಗಳಿಗೆಯಲ್ಲೂ ಈಡೇರಿಸಲು ಆಗಲ್ಲಿಲ್ಲ. ನನ್ನ ನೇತ್ರಳ ಕೊನೆಯ ಘಟ್ಟವೂ ಅದೇ ಆಗಲಿ....ಎಂದುಕೊಂಡ.

'ಓ ಗಂಧರ್ವಗಿರಿ....ಇನ್ನಿಲ್ಲ ನಿನ್ನ ಏಳಿಗೆ. ನಮ್ಮಿಬ್ಬರ ಬಾಳಿನೊಂದಿಗೆ ನೀನು ಪತನ ಹೊಂದಿದೆಯಾ? ನಮ್ಮಿಬ್ಬರನ್ನು ನುಂಗಿ ನಿನ್ನನ್ನು ಪ್ರೀತಿಯಿಂದ ಸಲುಹಿದ ಒಡೆಯ, ಒಡತಿಗೆ ಏನೆಂದು ಉತ್ತರಿಸುವೆ? ನೀನು ಸುಖ ದುಃಖವನ್ನು ಅರಿಯದ ಜಡ ಮರ ಗಿಡಗಳಿಂದ ತುಂಬಿದ ಆವರಣವೆಂದು ನಿನ್ನ ಒಡೆಯ, ಒಡತಿಗೆ ಬಗೆದಿರಲ್ಲಿಲ್ಲ. ನಿನ್ನ ಒಡಲು ಹರ್ಷದಿಂದ ಚಿಗುರಿದಾಗ ಸಂತೋಷಪಟ್ಟು, ನೀನು ಒಣಗಿದಾಗ ಬೆಂದು ಸ್ವಂತ ಮಗುವಿನಂತೆ ಓಲೈಸಿದ ಗಿರಿಯೇ ನೊಂದ ನನ್ನ ತಾಯಿ ತಂದೆಯರಿಗೆ ಏನು ಹೇಳುವೆ?"

ದುಃಖದ ಆವೇಗ ತಡೆದುಕೊಳ್ಳಲಾರೆ ಹೊರಬಿದ್ದ ಶಬ್ದಗಳು ಅವು.

"ರವಿ....ರವೀಂದ್ರ...." ಎಲ್ಲಿಂದಲೋ ಬಂದ ಧ್ವನಿ ಆ ಸಮಯದಲ್ಲೂ ಅವನಿಗೆ ಮಂಜುಳನಾದದಂತೆ ಕೇಳಿಸಿತು.

ಆಲಯದ ಬಳಿ ಉರುಳಿದ್ದ ಕೊಂಬೆಯನ್ನು ತಬ್ಬಿಕೊಂಡು ನಿಂತಿದ್ದ ನೇತ್ರ ಮಳೆ, ಗಾಳಿಗಳ ಹೊಡೆತ ತಡೆದುಕೊಳ್ಳಲಾರದೆ ಚಡಪಡಿಸುತ್ತಿದ್ದಳು.

ಕೂಗು ರವೀಂದ್ರನ ಶಕ್ತಿಯನ್ನು ನೂರ್ಮಡಿಸಿತು. ಬಿರುಗಾಳಿಯಂತೆ ಹತ್ತಿರ ಬಂದ

ಅವನ ತೋಳುಗಳಲ್ಲಿ ಸೇರಿಹೋದಳು ನೇತ್ರ. ಅವಳನ್ನು ತಬ್ಬಿ ಹಿಡಿದ ನೇತ್ರಳ ಕೆನ್ನೆಯನ್ನು ತನ್ನ ಕೆನ್ನೆಗೆ ಒತ್ತಿಕೊಳ್ಳುತ್ತ "ಓ ಗಂಧರ್ವಗಿರಿ..... ನನ್ನ ನೇತ್ರಳನ್ನು ಉಳಿಸಿಬಿಟ್ಟೆ, ನೀನೂ ಉಳಿದುಕೊಂಡೆ" ಎಂದು ಸಂತೋಷದಿಂದ ಉದ್ಗರಿಸಿದ.